D1772147

சைவத் திருக்கோவிற் கிரியை நெறி

சைவத் திருக்கோவிற் கிரியை நெறி

கா. கைலாசநாதக் குருக்கள் (1921–2000)

மயிலாடுதுறையிலிருந்து 18ஆம் நூற்றாண்டின் மத்தியில் யாழ்ப்பாணம் நல்லூரில் குடியேறிய கிருஷ்ணய்யர் என்பவரின் ஆறாம் தலைமுறையினர் கைலாசநாதக் குருக்கள். நல்லூர் கந்தசாமி கோவில் அருகே உள்ள ஒரு குருகுலத்தில் ஆரம்பத்தில் படித்தார். சிறுவயதில் தந்தையை இழந்தாலும், கல்லூரிப் படிப்புக்குத் தடை ஏற்படவில்லை. 1953இல் பூனாவில் பிஎச்.டி ஆய்வுக்குச் சென்றபோது, தமிழகத்தில் பல இடங்களில் சமஸ்கிருத சுவடிகளைத் தேடிச்சென்றார். யாழ்ப்பாணம் பல்கலைக்கழகத்தில் சமஸ்கிருத மொழித் துறைக்கும், இந்து நாகரிகத் துறைக்கும் தலைவராக இருந்தார். கொழும்பு, பேராதனை பல்கலைக்கழகங்களிலும் பணி செய்துள்ளார். தமிழ் தவிர சமஸ்கிருதம், பாளி, ஆங்கிலம், லத்தீன் போன்ற மொழிகளை நன்றாக அறிந்தவர். எழுபத்தொன்பது வயதுவரை வாழ்ந்த இவர், எழுதியவை 10 புத்தகங்கள், 8 தமிழ்க் கட்டுரைகள், 8 ஆங்கிலக் கட்டுரைகள். ஆயிரத்து நூறு பக்கங்கள் கொண்ட இவரது ஆய்வேடு அச்சிடப்படவில்லை. இவர் எழுதிய முக்கியமான நூல்கள் 'வடமொழி இலக்கிய வரலாறு' (1962), 'சைவத் திருக்கோவிற் கிரியை நெறி' (1963), 'இந்துப் பண்பாடு: சில சிந்தனைகள்' (1985) ஆகியன. இவரது பூர்வீகம் சோழநாடு; வாழ்ந்தது ஈழநாடு; மறைந்தது அவுஸ்திரேலியா.

கா. கைலாசநாதக் குருக்கள்

சைவத் திருக்கோவிற் கிரியை நெறி

காலச்சுவடு பதிப்பகம்

அன்பார்ந்த வாசகருக்கு,

வணக்கம்.

காலச்சுவடு நூலை வாங்கியமைக்கு நன்றி.

நூலின் உள்ளடக்கம், உருவாக்கம், அட்டைப்படம் இன்ன பிற அம்சங்கள் பற்றிய உங்கள் கருத்துகளையும் ஆலோசனைகளையும் காலச்சுவடு வரவேற்கிறது. தகவல், எழுத்து, வாக்கியப் பிழைகள் தென்பட்டால் கட்டாயம் தெரிவித்து உதவுங்கள். நூல் தயாரிப்பில் கடும் குறைபாடு இருப்பின் மாற்றுப் பிரதி உங்களுக்குக் கிடைக்கக் காலச்சுவடு ஏற்பாடு செய்யும்.

மின்னஞ்சல்: **publisher@kalachuvadu.com**

காலச்சுவடு நாகர்கோவில் தலைமையகத்துக்கும் கடிதம் அனுப்பலாம்.

தங்கள்
எஸ்.ஆர். சுந்தரம் (கண்ணன்)
பதிப்பாளர் – நிர்வாக இயக்குநர்

சைவத் திருக்கோவிற் கிரியை நெறி ❖ சைவ சடங்கு – ஆன்மீகம் ❖ ஆசிரியர்: கா. கைலாசநாதக் குருக்கள் ❖ © ஸ்ரீ முன்னேஸ்வரம் தேவஸ்தானம் ❖ முதல் பதிப்பு: 1963 ❖ காலச்சுவடு முதல் பதிப்பு: அக்டோபர் 2021 ❖ வெளியீடு: காலச்சுவடு பப்ளிகேஷன்ஸ் (பி) லிட்., 669, கே.பி. சாலை, நாகர்கோவில் 629001

காலச்சுவடு பதிப்பக வெளியீடு: 1028

Saivat TirukkoviR kiriyai neRi ❖ Ritual - Spiritual ❖ Author: K. Kailasanatha Kurukkal ❖ © Sri Munneswaram Devasthanam ❖ Language: Tamil ❖ First Edition: 1963 ❖ Kalachuvadu First Edition: October 2021 ❖ Size: Demy 1 x 8 ❖ Paper: 18.6 kg maplitho ❖ Pages: 328 + 88 (Art paper)

Published by Kalachuvadu Publications Pvt. Ltd., 669 K.P. Road, Nagercoil 629001, India ❖ Phone: 91-4652-278525 ❖ e-mail: publications@kalachuvadu.com ❖ Printed at Mani Offset, Chennai 600077

ISBN: 978-93-5523-025-6

10/2021/S.No. 1028, kcp 3189, 18.6 (1) 9ss

பேராசிரியர் பிரம்மஸ்ரீ கா. கைலாசநாதக் குருக்கள்

பொருளடக்கம்

முன்னுரை	11
நான்காம் பதிப்பிற்கான பதிப்புரை	19
1. முகவுரை	27
2. கிரியைகளின் புராதன வரலாறு	40
3. இதிகாச புராணங்கள் கூறும் கிரியைகள்	55
4. திருக்கோவில்	80
5. திருவுருவங்கள்	114
6. கிரியைகள்	174
7. பரிவார தெய்வங்கள்	265
8. கிரியைகளின் உட்பொருளும் உயர் நோக்கும்	287
பின்னிணைப்புகள்	
1. அரும்பத விளக்கம்	303
2. குறிப்பகராதி	312
3. நூற்றாண்டு நினைவில் குருக்கள் – அ.கா. பெருமாள்	318
4. படங்கள்	327

முன்னுரை

'சைவத் திருக்கோவிற் கிரியை நெறி' என்னும் இந்நூல் நான் முற்றிலும் எதிர்பாராத சூழ்நிலையில் உருவாகியுள்ளது. இந்நூலை வெளியிடும் நோக்கம் தொடக்கத்தில் இருக்கவில்லை. இச்சந்தர்ப்பத்தில் இவ்வடிவில் இது வெளியாவது சற்றும் எதிர்பாராத நிகழ்ச்சியே. இவ்வாறு வெளிவருவதற்கு என் பதிப்பாளர்களே பொறுப்பாளராவர்.

பூனா பல்கலைக்கழகத்தில் ஈராண்டுகளாகப் புராண, இதிகாசங்கள் கூறும் சைவத்தையும், ஆகமமரபு சுவறிய தென்னிந்தியச் சைவத் திருக்கோவில்களில் நிகழும் கிரியைகள் பற்றியும் ஆராயும் வாய்ப்புக் கிடைத்தது. இவ்வாராய்ச்சியின் விளைவாக உருவான நூலின் தகுதிகண்டு, Doctor of Philosophy என்னும் பட்டத்தினை, பூனா பல்கலைக்கழகம் எனக்கு வழங்கிற்று.

இத்துடன் நின்றுவிடாது, ஆகமக்கிரியைகள் பற்றித் தொடர்ந்து விரிவாக ஆராய வேண்டும் என்னும் அவா எழுந்தது. இவ்வாராய்ச்சிக்காகச் சேர்த்த விஷயங்களைக் கருவாகக் கொண்டு, 1960ஆம் ஆண்டு முதல் இன்றுவரை பல விஷயங்களைச் சேகரித்து வரிசைப்படுத்தி (Index) வரலானேன்.

இவ்வாராய்ச்சிக்கு இலங்கைப் பல்கலைக் கழக நூல்நிலையமும், என் தந்தையாரால் சேகரிக்கப்பட்டு, அவரால் தாபிக்கப்பட்ட சிவன் கோவிலுக்குரியவையாய் என் உடன் பிறந்தோன்

பாதுகாப்பிலிருந்து வரும் நூல்களும், ஸ்ரீ முன்னேஸ்வரம் தேவஸ்தான நூல்நிலையமும் பெரிதும் இன்றியமையாத் துணைச் சாதனங்களாக விளங்கிவருகின்றன. இத்துடன் கைக்கு எட்டக்கூடிய ஆகமங்களையும் பத்ததிகளையும் இவ்வாறே வாசித்து, விஷயங்களைத் தொகுத்து வரலானேன். இதைத் தொடர்ந்து, ஆங்கிலம் முதலிய மேலைத்தேய மொழிகளில் வெளிவந்த நூல்களை வாசிக்கும் சூழ்நிலையும் தோன்றலாயிற்று.

விஷயங்கள் பெருகிக் காணப்படுவதனாலும், இவை யனைத்தையும் எமது தேவையை ஒட்டி வரிசைப்படுத்தி, நூல் வடிவில் தொகுத்து வெளியிடுதல் பெரும் பயன்பயக்கும் என்ற எண்ணம் நாளடைவில் ஏற்படலாயிற்று. *A Study of the Agamic ritual Traditions prevalent in the Savia Temple of South India* என்னுந் தலைப்பில் இதுவரை தொகுத்துச் சேமித்த விஷயங்களைப் பத்துத் தொகுதிகளாலமையும் கலைக்களஞ்சியமாக வெளியிடும் ஆசை சிறிது சிறிதாக எழுந்து வேரூன்றியது. இதைக் குறிக்கோளாகக் கொண்டு இவ்வாராய்ச்சியில் தொடர்ந்து ஈடுபடும்பொழுது, இப்பெரும் நூலைப் பல நிலைகளில் வெளியிடும் எண்ணம் எழுந்தது.

இவ்வாறு தனித்தனிப் புத்தகங்களாயமைந்து பத்துத் தொகுதிகள் கொண்ட களஞ்சியம் இந்நூலின் மிக விரிந்தநிலை. இத்தொகுதிகளைச் சுருக்கி, பத்து அத்தியாயங்கள் கொண்ட தனி நூலாக வெளிவருவது இதன் இரண்டாவது நிலை. இந்நிலையில் வெளிவரும் நூல் ஏறக்குறைய ஆயிரம் பக்கங்களாகக் கூடும். இதனை விலைக்குப் பெறுவது எல்லோர்க்கும் அரிதாதலாலும், இப்பெருநூலை வாசிப்பது எல்லோர்க்கும் முடியாததாலும் இதனை மிகச் சுருக்கி, *300* பக்கங்களாலமையும் சிறுநூலாக வெளியிடுதல் பெரும்பயனுடையது என்பது தெளிவாயிற்று. இதுவே இந்நூலின் மூன்றாவது நிலை.

இவ்வாராய்ச்சி பற்றிய குறிப்புக்கள் பல இன்றியமையாக் காரணங்களையிட்டு ஆங்கிலத்திலேயே நிகழ்ந்துவருகின்றன. ஆங்கிலத்தில் வெளிவருங் களஞ்சியம் மேல்நாட்டில் பரவுவதற்கு வாய்ப்புண்டு. ஆயிரக்கணக்கான பெரும் நூல்நிலையங்கள் இவற்றை வாங்கிப் பயன்படுத்தும். தென்னாட்டின் சிறப்பு எங்கணும் பரவும். அரைகுறையாக எம் பண்பாட்டையும் சமயநிலையினையும் உணர்ந்த மேனாட்டவர்க்கு இவைபற்றிய உண்மை நிலையினை இந்நூல் புகட்ட உதவும். சிற்பம், ஓவியம், கட்டிடக்கலை, சங்கீதம், நாட்டியம் ஆகிய நுண்கலைமீது மோகம் கொண்ட மேனாட்டவர்க்குச் சமய அடிப்படையில் இக்கலைகள்

வளர்ந்து விளங்கும் வரலாறு கூறும் இந்நூல், பாரதத்தின், சிறப்பாகத் தென்பாரதத்தின் சிறப்பினைப் பறைசாற்றும்.

இவ்வாறு மூன்று நிலைகளில் நூல் படிப்படியாக வெளியாக்க வேண்டி முயற்சிகளை மேற்கொண்டுவரும் வேளை, இந்நூலைத் தமிழிலும் வெளியிட்டால் பலர் படித்துப் பயனடைவர் என்பதனைப் பதிப்பாளர் நினைவூட்டினார். இவ்வேளையில் ஸ்ரீ வடிவாம்பிகாசமேத முன்னைநாதசுவாமியின் மகாகும்பாபிஷேக வைபவத்தின் முகூர்த்த நிர்ணயம் நிகழ்ந்தது. இன்னும் ஓர் ஆண்டு கழித்து, ஆங்கிலத்தில் உருவாக்கி வெளியிட இருந்த நூலினை, இப்பெரும் வைபவம் நிகழும் வேளையில், தமிழில் முதன்முதலாக வெளியிடல் வேண்டும் என்னும் நிலை ஏற்பட்டது.

இத்திருக்கோவிலில் புராதன காலந்தொட்டுச் சீரிய முறையில் பேணப்பட்டுவந்த கிரியை மரபினைச் சிறந்தோங்கி நிலவவைத்தும், இலங்கையில் இதர இடங்களிலும் தென்னிந்தியாவிலும் கிரியை மரபு இங்கு இவ்வாறு பேணப்பட்டு வரும் பெருஞ் சிறப்பினை உணரச் செய்தும், ஆகமக் கிரியைகளை மக்கள் மனதில் ஆழப்பதிந்து பக்தி சுரந்து பெருகும் வண்ணம் இயற்றுவதில் அன்றும் இன்றும் ஈடிணையற்று விளங்கும் சிவாசாரியப் பெரியார் பிரமஸ்ரீ மு. சோமாஸ்கந்தக் குருக்கள் அவர்களை இப்பெருந்திருநாளில் நினைவிற்கொண்டு, அஞ்சலி செலுத்தும் முகமாக இத்தமிழாக்கத்தினை அவருக்குச் சமர்ப்பிப்பது சாலச்சிறந்தது என்னும் எண்ணம் ஏற்படலாயிற்று.

திடீரென இந்நூல் தொகுக்கப்பட்டுக் குறுகியகால எல்லைக்குள் உருவாக்கப்பட்டமையாலும், இதுகாறும் சேகரிக்கப்பட்ட விஷயங்களுள் இந்நூலுக்குகந்தவற்றை மட்டும், தனியே பிரித்தெடுத்துக் கோவைப்படுத்துவதிலும், அவற்றின் தமிழாக்கம் புனைவதிலும் சிறிது சிரமம் ஏற்படலாயிற்று. இதன் விளைவாக நூல்களிற் காணவொண்ணாதவையென வெறுத்தொதுக்கப்பட்ட ஈரேன் குற்றங்கள் அங்கங்கே ஏற்படுவதியல்பு. வாசகர்கள் அவற்றைப் பொறுத்துக் குணங்கொள்ளுங் கடப்பாடுடையவர்கள் என்பதனை நினைவூட்டுகின்றேன்.

இங்கு தென்னிந்தியக் கோவில்கள் எனச் சுட்டப்படுவது, ஆகம மரபு விளங்கிவரும் தென்பாரதத்துக் கோவில்களே. இலங்கையிலுள்ள கோவில்களும் இவ்வினத்தைச் சார்ந்தன.

பாரதநாட்டில் ஆன்மிகத்துறையில் இரு நிலைகள் உள்ளன. ஒன்று, அறிவு மேம்பட்டவர் நிற்கும் ஞானநிலை.

இந்நெறி நிற்பவர்கள் நூற்றுக்கு ஒருவர் என்று கொள்ளுவதும் மிகையாகும். ஏனையோர், இது தவிர்ந்த கிரியை நெறி நிற்போரே. அறிவுநெறி நிற்போருக்குகந்த நூல்களும் விளக்கங்களும் தமிழிலும் சம்ஸ்கிருதத்திலும் பலவாய்ப் பெருகிக்கிடக்கின்றன. கிரியைநெறி பற்றிய விளக்க நூல்கள் மிகச்சில. இவ்வகை நூல்கள் பல வெளிவருதல் அவசியமாகின்றது.

இந்நூல் ஆகமக்கிரியைகளையும் அவற்றுடன் தொடர் பூண்ட விஷயங்களையும் மிகமிகச் சுருக்கிக் கோவைப்படுத்தித் தருகின்றது. தொடர்ச்சியாக வாசிக்கத்தக்க இயல்பு வாய்ந்ததாக இருத்தல் வேண்டும் எனக்கொண்டு, மேற்கோள்கள் இங்கு தவிர்க்கப்பட்டுள்ளன. விஷயங்கள் இங்கு விரிவாக ஆராயப்படவில்லை. பல கோணங்களிலிருந்து நோக்கி விஷயங்களை விளக்குவதும் இங்கு சாத்தியப்படவில்லை.

இது இன்றைய கோவிற் கிரியை விளக்கம். இது கிரியைகளை நடத்துவதற்குப் பயன்படாது. கிரியைகள் நடத்த வழிகாட்டி நிற்பவை பத்ததிகளே; கிரியைகள் நடத்துவோர்க்கு மூலநூல்கள் ஆகமங்கள். ஆகமங்களிலும் அநுஷ்டான பேதங்கள் காணப்படுவன. எந்த ஆகமப் பிரமாணங்கொண்டு கர்ஷணாதி கிரியைகள் நடைபெறுகின்றனவோ, அதே ஆகமரீதியாக, பிராயச்சித்தமீதான ஏனைய கிரியைகளும் நடைபெறல் வேண்டும் என்பது விதி.

இந்நூலில் பெரும்பாலும் அநுட்டானத்திலிருக்கும் வழக்கை அநுசரித்துக் கிரியைகள் விளக்கப்பட்டுள்ளன. இந்நூலைப் பிரமாணமாகக் கொண்டு கிரியைகள் நடக்கும் முறையினைச் சரிபிழை பார்த்தல் தவறாகும். ஆகமங்களிற் கூறப்படும் அநுஷ்டான பேதங்கள் உபதேசக் கிரமப்படியும், அவ்வத் தேவாலயத்திற்குரிய ஐதிகங்களுக்கு ஏற்பவும் கையாளப்படுகின்றன என்பதை ஊன்றிக் கருத்திற் கொள்ளல் வேண்டும்.

பெரும்பாலும் கடைப்பிடிக்கப்பட்டு வரும் கிரியை முறை பற்றிய இந்நூல், கிரியைகள் நடத்தும் சிவாசாரியர்களுக்கும் அர்ச்சகர்களுக்கும் வழிகாட்டியாக அமைதல் வேண்டும் என்னும் நோக்குடன் உருவாகவில்லை. திருக்கோவில்களில் நித்தியநைமித்திகக் கிரியைகள் நிகழும் வேளை சென்று தரிசிக்கும் வழிபடுவோர்க்குப் பயனுறும் வண்ணமே இது அமைந்துள்ளது.

''கோவில் எப்படி அமைந்துள்ளது? இங்குள்ள விக்கிரகங்கள் எத்தகையன? இவை இவ்வாறு தோற்றம் பெறக் காரணமென்ன?

கோவில்கள் எவ்வாறு நுண்கலைகளைப் பேணும் இடங்களாக மிளிர்கின்றன? கோவில்களில் நடைபெறும் நித்தியநைமித்திக காமியக் கிரியைகள் எவையெவை? அவை எவ்வாறு நிகழ்வன?" என்னுங் கேள்விகள் கோவிலில் வழிபடுவோர் மனதில் எழுதல் இயல்பே. இவற்றிற்குச் சுருக்கமாக விடை கூறும் வகையில், அதையே தனிநோக்காகக் கொண்டு அமைந்ததே இந்நூல்.

தமிழாக்கங் கொடுப்பின் கருத்து வேறுபாடும் தெளிவின்மையும் ஏற்படும் எனத் தென்பட்ட இடங்களில் எல்லாம், பரிபாஷைச் சொற்கள் சம்ஸ்கிருத வடிவிலேயே எடுத்தாளப் பட்டிருக்கின்றன. தெளிவான விளக்கம் தராத சொற்களை விளங்கிக்கொள்வதற்கு ஈற்றில் இணைக்கப்பட்டுள்ள அரும்பத அகராதி துணை நிற்கும்.

இந்நூலுருவாகும் வேளை புதுச்சேரியிலிருந்து நற்செய்தி ஒன்று எட்டிற்று. அங்கு நெடு நாட்களுக்கு முன் நிறுவப்பட்ட பிரெஞ்ச் ஸ்தாபனம் இந்தியப் பண்பாட்டுடன் தொடர்பு பூண்ட நூல்களை ஆராய்ந்து வெளியிடுவதில் நெடுங்காலமாக ஈடுபட்டு வருகின்றது. பிலியோசா (Filliozat) என்னும் பிரெஞ்ச் அறிஞர் இந்நிலைய நிர்வாகியாக விளங்குகின்றார். இங்கு, சம்ஸ்கிருதத் துறைத் தலைவரான L.N.R. பட் என்பவரின் தலைமையின் கீழ் சிவாகமங்கள் தேடிக் கண்டுபிடிக்கப்பட்டுச் சேகரிக்கப்படுகின்றன.

இவற்றைப் பரிசீலனை செய்து அச்சேற்ற இத்தாபனத்தார் முன்வந்துள்ளனர். இவர்கள் முன்னரே ரௌரவாகமத்தின் முதற் பகுதியினை வெளியிட்டு ஒரு பிரதியை அன்பளிப்பாக அனுப்பியிருந்தார்கள். அதுவும், இந்நூலினை உருவாக்கப் பெரும் பயனளித்தது. இந்நூல் அச்சாகத் தொடங்கிய வேளை, இத்தொடரில் அவர்களது இரண்டாவது வெளியீடாக மிருகேந்திராகமம் (சரியா பாதமும் கிரியா பாதமும்) வெளிவந்துள்ளது. அன்பளிப்பாக அவர்கள் உதவிய பிரதி இனித் தொடர்ந்து வெளியாகும் நூலை உருவாக்கப் பெரிதும் உதவும்.

இவர்கள் ஆகமங்களை வெளியிட இருக்கும் நற்செய்தி, நானுருவாக்க விழையும் பெருநூலை நிறைவுபெற்ற முழுநூலாக விளங்கச்செய்யும் என்னும் தைரியம் இப்பொழுது பிறந்துள்ளது.

ஆகமங்களின் ஏட்டுப்பிரதிகளையும் கையெழுத்துப் பிரதிகளையும் வைத்திருப்பவர்களுக்கு அவற்றைத் தந்துதவுமாறு புதுச்சேரிக்கழகம் (Institue Francais & D'Indologie Pondichery)

அழைப்பு விடுத்துள்ளது. அறிஞர்கள் இவ்வேண்டுகோளுக்குச் செவிசாய்த்துத் தம்வசமிருக்கும் பிரதிகளைத் தந்து உதவிச் சமய அறிவு வளரத் தொண்டாற்றுவார்களாக!

இந்நூல் வெளியாவதற்கு உதவியோர்க்கு வெறும் நன்றி நவிலல் வாயுபசாரமாக மட்டுமே அமையும் என அஞ்சி ஒன்றுங் கூறாதுவிட எண்ணினேன். எனினும் இவ்வாறு கூறும் சம்பிரதாயம் தவிர்க்க முடியாததென்பதை உணர்ந்து, இவற்றை எழுதும் நிலை ஏற்பட்டுள்ளது.

இந்நூல் வளரும் வேளை உடனிருந்து கைப்பிரதியை வாசித்துச் சீராக்கியும், தெளிவாகக் கைப்பிரதி பண்ணியும், அச்சாகும் வேளை முழுவதும் ஈடுபட்டு நூலை அச்சேற்றுவதற்காகப் பல நாட்களைச் செலவிட்டும் அச்சு வடிவில் புத்தகம் விரைவில் வெளிவரப் பெரிதும் முயன்றவரான திரு. இ. தியாகராஜா என்பவர் இச் சந்தர்ப்பத்தில் முக்கியமாகக் குறிப்பிடத்தக்கவர். திரு. இ. பத்மநாப ஐயரும், திரு. பா. சிவராமகிருஷ்ணசர்மாவும், நூலை வாசித்து நேராக வரிசைப்படுத்தியும் பிரதி பண்ணியும் இதன் வெளியீட்டிற்காகப் பெரிதும் உதவினார்கள்.

மூவருள் முதலிற் குறிப்பிடப்பட்டவர் இலங்கைப் பல்கலைக்கழகத்தில் பொறியியற் பகுதியிலும், ஏனைய இருவரும் விஞ்ஞானப் பகுதியிலும் கல்வி பயின்றுவரும் இளம் மாணவர்கள். சம்ஸ்கிருதப் பகுதியில், சிறப்புப் பகுதியில் கற்கும் மாணவர்களோ "நாமுண்டு நம் பாடத் திட்டமுண்டு, அதற்கு அப்பாலான எதையுந் தவறியுந் தீண்டோம்" என்னுங் குறுகிய மனப்பான்மையுடன் காலந் தள்ளிவரும் இற்றைச் சூழ்நிலையில் பொறியியல், விஞ்ஞானமாகிய இருதுறை மாணவர்கள் கொண்ட ஈடுபாடும், கைப்பிரதிபண்ணும் வேளை ஆங்காங்கு நிகழ்த்திய சர்ச்சைகளும் என்னை மிகவும் கவர்ந்துவிட்டன. என்னிடம் சம்ஸ்கிருதம் பயின்றுவரும் ஆசிரியர் ஆ.நவரத்தினம் அவர்களும் நூல் முழுவதையும் வாசித்துச் செப்பனிட்டும் ஆங்காங்கு பிரதி பண்ணியும் உதவினார். தொடக்கத்தில் நாகர எழுத்தில் காணப்படும் மேற்கோள் அவர் எழுதியுதவியதே.

தொடக்கம் முதல் என்னிடம் சம்ஸ்கிருதம் பயின்றுவரும் மாணவன் ப. கோபாலகிருஷ்ணன் இந்நூலிற் காணப்படும் வரைபடங்களனைத்தையும் திறம்பட வரைந்துதவியுள்ளார். ப. சர்வேஸ்வர ஐயர் BA (Hons) அச்சகத்திலேயே பெரும் பொழுதைச் செலவிட்டுப் 'புரூப்' பார்த்து, அங்குள்ள வேலைகளைத் துரிதப்படுத்தி, இந்நூல் உரிய வேளையில் வெளிவர உதவினார்.

பிரமஸ்ரீ மு. சோமாஸ்கந்தக் குருக்கள் அவர்களுடன் நெடுங்காலத் தொடர்பு பூண்டு அவர் காலத்திலேயே அவர்களுடனும், அவர்கள் போக முடியாத வேளைகளில் அவர்களது பிரதிநிதியாகத் தனித்தும் பிரதிஷ்டை, உற்சவம் முதலிய கிரியைகளில் பங்குபற்றிக் கிரியைகளைத் திறம்பட ஆற்றும் அநுபவமும், கிரியைகள் பற்றிய விளக்க அறிவும் வாய்ந்தவர் எனது மாமனார் பிரமஸ்ரீ சி. சாம்பசிவக் குருக்கள் அவர்களாவர். இந்நூலுருவாகும் வேளை, கிரியைகள் பற்றித் தோன்றிய சந்தேகங்களைத் தெளியவைத்து ஊக்கியதனாலேயே இந்நூல் இவ்வாறு உருவாகும் வாய்ப்பு ஏற்பட்டது.

முன்னேஸ்வரம் ஆலயத்தைத் திறம்பட நிர்வகித்து நித்திய நைமித்திகங்களை மிகச்சிறந்த முறையில் நடத்திவருபவர் மு. சோமாஸ்கந்தக் குருக்களின் மருமகனான பிரமஸ்ரீ சி. பாலசுப்பிரமணியக் குருக்கள் அவர்களாவர். பல சந்தேகங் களைத் தெளியவைத்து நூலை அமைக்க உதவியதுடன், நூல் கவர்ச்சிகரமாக அமைய, வேண்டிய பல வசதிகளைச் செய்து உதவினார். தேவஸ்தான நூல்நிலையத்தைப் பயன்படுத்தவும், இந்நூலிற் காணப்படும் புகைப்படங்களனைத்தையும் அச்சிடவும் அனுமதித்தார்.

நல்லூர் சிவன் கோவிலில் எடுக்கப்பட்ட நடராஜர் திருவுருவம், கும்பதீபம், நாகாபரணம், கண்ணாடி, குடை முதலிய உபசாரப் பொருள்கள் தவிர்ந்த ஏனைய படங்கள் முன்னேஸ்வரம் தேவஸ்தானத்திற்குரியவை. சந்திரசேகரமூர்த்தியும், பாணிக்கிரகணஞ் செய்த நிலையிள்ள சோமாஸ்கந்தமூர்த்தியும், சிவலிங்கமும் இந்தியாவில் எடுக்கப்பட்டவை.

கேசவ சந்திரசேகரமூர்த்தியைப் பற்றிய விபரங்கள் இந்நூலில் காணப்படுகின்றன. எனினும், அவற்றை விளக்கப் புகைப்படமில்லாது திகைத்தவேளை சந்திரசேகரமூர்த்தியின் படத்தைத் தத்துதவிய திரிகோணமலை கோணேசராலய நிர்வாகத்தினர், விக்கிநேசுவரர் திருவுருவப் படத்தையும் தந்துதவினார்கள்.

இப்புத்தகத்திற் காணப்படும் புகைப்படங்கள் அனைத்தை யும் திறம்பட எடுத்துதவியவர் மாதம்பை லக்ஷ்மி ஸ்டுடியோ அதிபர் எம். சேர்வை அவர்களாவர்.

இவ்வாறு, நூலை உருவாக்க உதவியோரனைவருக்கும் என் நன்றி உரித்தாகுக. உரிய காலத்தில் வெளியிடும் வண்ணம்

விரைவாக அச்சிட்டுதவிய மெய்கண்டான் அச்சக நிர்வாகிகள் பாராட்டிற்குரியவர்களாவர்.

இந்நூலை அச்சிடும் பொறுப்பினை மேற்கொண்டதோடு அமையாது, இதனை மிகக் குறைவான விலைக்குப் பெறும் வாய்ப்பை வாசகர்க்களித்துச் சைவ நற்பணிபுரிய முன்வந்த இந்து கலாபிவிருத்திச் சங்கத்தவர்களுக்குச் சைவ நன்மக்கள் சார்பில் முழு உரிமையுடன் நன்றி தெரிவித்துக்கொள்ளுகின்றேன்.

இலங்கைப் பல்கலைக்கழகம், **கா. கைலாசநாதக் குருக்கள்**
பேராதனை.
01.07.1963

நான்காம் பதிப்பிற்கான பதிப்புரை

சைவத் திருக்கோவிற் கிரியை நெறி எனும் நூலின் நான்காம் பதிப்பு, காலச்சுவடு பதிப்பகத்தினூடாக வெளிவருவதையிட்டுப் பெருமகிழ்வடைகிறேன். இந்நூலின் ஆசிரியர் வாழ்நாட் பேராசிரியர், இலக்கிய கலாநிதி பிரம்மஸ்ரீ கா. கைலாசநாதக் குருக்கள்.

I

இந்நூலின் ஆசிரியர் இலங்கையின் யாழ்ப்பாணத்து நல்லூரில் காசியபகோத்திரத்தில் சிவஸ்ரீ கார்த்திகேயக் குருக்கள், சுந்தராம்பாள் தம்பதிகளுக்குச் சீமந்தபுத்திரனாக 15.08.1921இல் பிறந்தார்.

யாழ்ப்பாணத்து நல்லூரில் மங்கயற்கரசி வித்தியாலயத்தில் ஆரம்பக் கல்வியையும், திருநெல்வேலி பரமேஸ்வராக் கல்லூரியில் இடைநிலைக் கல்வியையும் கற்றார். இலங்கைப் பல்கலைக்கழகத்தில் ஜெர்மனியப் பேராசிரியை பெற்றி ஹைமன் *(Betty Heimann)* அவர்களிடம் கற்று, சமஸ்கிருதத்தில் சிறப்புக் கலைமாணி *(B.A. Hons)*, முதுகலைமாணி *(M.A.)* பட்டங்களைப் பெற்றார். இந்தியாவின் பூனே பல்கலைக்கழகத்தில் பேராசிரியர் *R.N.* தாண்டேகார் அவர்களின் வழிகாட்டலில், 'புராணேதிஹாஸங்கள் கூறும் சைவத்தையும், ஆகமமரபு சுவறிய தென்னிந்திய

சைவத்திருக்கோவில்களில் நிகழும் கிரியைகள் பற்றியும்' ஆய்வு செய்து முனைவர் பட்டம் பெற்றார்.

இவரது தந்தை, சேர்.பொன். இராமநாதனின் சமயகுருவாவார். அத்துடன், சிறந்த வேதசிவாகம நிபுணரும், சோதிட நிபுணருமாவார். இவர் யாழ்ப்பாணத்து நல்லூரில் ஸ்ரீ கமலாம்பிகா சமேத கைலாசநாதசுவாமி தேவஸ்தானத்தையும் தாமே நிறுவினார்.

நூலாசிரியர் தமது வேத சிவாகமம் சார்ந்த மரபுக் கல்வியை, தமது தந்தையாரிடமும், இந்தியா வைக்கத்திலிருந்து இலங்கை வந்திருந்த பிரம்மஸ்ரீ சிதம்பர சாஸ்திரிகளிடமும், வியாகரண சிரோன்மணி பிரம்மஸ்ரீ தி.கி. சீதாராம சாஸ்திரிகளிடமும் கற்றார்.

கொழும்பு இலங்கைப் பல்கலைக்கழகத்திலும், பேராதனைப் பல்கலைக்கழகத்திலும் சம்ஸ்கிருதத் துறையில் விரிவுரையாளராக விளங்கினார். யாழ்ப்பாணப் பல்கலைக்கழகத்தில் உலகிலேயே முதன்முதலாக ஸ்தாபிக்கப்பட்ட இந்து நாகரிகத்துறையின் முதற்பேராசிரியராகவும் துறைத்தலைவராகவும் விளங்கினார்.

வட மொழி இலக்கிய வரலாறு (வைதிக இலக்கியம்) *சம்ஸ்கிருத இலகுபோதம் பாகம் I, பாகம் II, சம்ஸ்கிருத கிரந்தாக்ஷர இலகுபோதம், இந்துப் பண்பாடு: சில சிந்தனைகள், என் சரிதம்* ஆகிய நூல்களின் ஆசிரியரான இவர், உலகின் பல்வேறு ஆய்வரங்குகளில் பங்கேற்று, ஆய்வுக்கட்டுரைகளைச் சமர்ப்பித்தவராவார்.

முன்னேஸ்வரம் ஸ்ரீ வடிவாம்பிகா பஞ்சரத்தினம், கன்யாகுமரி பஞ்சரத்தினம், ஸ்ரீ குரு பஞ்சரத்தினம் ஆகிய சம்ஸ்கிருத இலக்கியங்களின் கர்த்தாவான இவர் ஜேர்மன், பிரெஞ்சு, ஆங்கிலம், இலத்தீன் ஆகிய மொழிகளில் மிகுந்த பாண்டித்தியமுடையவர்.

II

நூலாசிரியர், முன்னேஸ்வரம் பிரம்மஸ்ரீ சாம்பசிவக் குருக்களின் மகளான திரிபுரசுந்தரி அம்பாளை மணம்புரிந்தார். இவருக்கு ஸ்ரீதரன், கௌரி எனும் இரு பிள்ளைகளும், ரமா, கபிலன், அனுந்தமா எனும் பேரப்பிள்ளைகளும் உள்ளனர்.

III

நல்லூர் ஸ்ரீ கமலாம்பிகா சமேத கைலாசநாதசுவாமி தேவஸ்தானம் எனப்படும் நல்லூர் சிவன் கோவிலின் தர்மகர்த்தாவான இவர், ஜோதிட சாஸ்திரத்தில் மிகுந்த புலமையுடையவர். ஸ்ரீவித்யா

உபாசகர். நல்லூர் சிவன் கோவிலைத் தமது வாழ்நாட்காலம் வரை தமது மரபு வழுவாது பரிபாலனம் செய்துவந்தவர்.

கிரியைகளை நிகழ்த்துவதிலும், நிகழத்துவிப்பதிலும் மிகுந்த அறிவுடையவர். முன்னேஸ்வரம் தேவஸ்தானம், நல்லூர் சிவன் கோவில், நல்லூர் கைலாசபிள்ளையார் கோவில் ஆகியனவற்றில் மஹாகும்பாபிஷேகங்களை நிகழ்த்திய குருவாகவும் திகழ்ந்துள்ளார்.

முன்னேஸ்வரம் தேவஸ்தானத்து ஸ்ரீ வடிவழகி அம்பாள் மீது அளவுகடந்த பக்தியுடையவர். அங்கு வசந்த நவராத்திரி பூஜையினை **1975**இல் ஆரம்பித்து வைத்ததுடன், சத சண்டீ ஹோமத்தினைப் பதினோராண்டு காலம் தாமே தலைமையேற்று நடத்திவந்தார். அதேபோன்று, **1988**ஆம் ஆண்டு முதல் நல்லூர் சிவன் ஆலயத்திலும் தச சண்டீ ஹோமத்தினைச் சாரதா நவராத்திரி காலத்தில் ஆரம்பித்துவைத்தார்.

IV

ஸ்ரீ வித்யா குருகுலத்தினை **1981**இல் தமதில்லத்தில் ஆரம்பித்து, **1990**ஆம் ஆண்டு வரையாகத் தாமே நடத்திவந்தார். கொழும்பு செட்டியார் தெரு ஸ்ரீ முத்துவிநாயகர் ஆலயத்தில், ஸ்ரீ முத்து விநாயகர் வேதாகம ஆய்வு நிறுவனத்தை ஆரம்பித்து நடாத்தி வந்தார்.

V

பல்கலைக்கழக நிலையிலும் குருகுல நிலையின் பல மாணவர்களை உருவாக்கிய பெருமைக்குரிய இவரின் நினைவாகப் பேராசிரியர் பிரம்மஸ்ரீ கா. கைலாசநாதக் குருகள் ஞாபகார்த்த சபை/ஆய்வு நிறுவனம்/நூல்நிலையம் என்பன, நல்லூர் சிவன் கோவிலை அடித்தளமாகக் கொண்டு இயங்கி வருகின்றன.

VI

இந்நூலாசிரியர் சிவாகமக் கிரியை சார்ந்த விடயங்களினை நன்கறிந்தவர். பல்வேறுபட்ட பத்ததிகளைத் தாமே தொகுத்து, ஒழுங்கமைத்து வைத்துள்ளமை இங்கு சுட்டிக்காட்டத்தக்கது. இப் பத்ததிகள் வெளியிடப்பட வேண்டியவையாகும்.

VII

தென்னிந்தியாவிலும் இலங்கையிலும் பின்பற்றப்பட்டு வரும் சிவாகமக் கிரியை மரபுகள் சிவாகமங்களை அடிப்படையாகக்

கொண்டவை. பத்ததி மரபினைப் பின்பற்றுபவை. இவை சைவத்திருக்கோவிலை நிலைக்களனாகக் கொண்டவையாகும்.

இம்மரபினை இதிகாசங்களுடனும் புராணங்களுடனும் தொடர்புபடுத்தி, சைவமரபு எனும் சிறப்பினையும், சிவாகமக் கிரியை மரபின் உள்ளார்ந்த பரந்த பண்பாட்டு மரபையும் விளக்கிக்கூறும் வகையில் அமைந்ததே சைவத் திருக்கோவிற் கிரியை நெறி என்னும் இந்நூலாகும். சிவாகமமரபு மிகப்பரந்த தன்மையது. சிவதீக்ஷையின் சிறப்புடன் மிக நீண்ட பாரம்பரியத்தில் பின்பற்றப்பட்டுவரும் தன்மையது. இச் சிவாகம மரபின் பரந்த பண்பாட்டினைச் சைவத்தின் கோவில்கள் நிலைக்களனாகக் கொண்டவை.

மூல சிவாகமங்கள் இருபத்தெட்டும் உபாகமங்கள் இருநூற்றேழுமாக சரியை, கிரியை யோகம், ஞானம் எனும் நான்கு பாதங்ளையுள்ளடக்கமாகக் கொண்டன. சைவ சித்தாந்தம் எனும் தத்துவமரபிற்கும் நிலைக்களன் சிவாகமங்களேயாகும். சிவ ஆகமக்கிரியை மரபுகளும், சைவத்தின் கோவிற் பண்பாடும் ஒன்றுபடுகின்ற தன்மையின் நிதர்சன பூர்வமான வெளிப்பாடே சைவசித்தாந்த வாழ்வியலாகப் பரிணமிக்கின்றது.

சைவத்திருக் கோவிலின் அமைவிடம், அமைப்பு முறைமைகள், சிற்பம் முதலானவைகளின் லக்ஷணங்கள் எனத் தென்னிந்தியாவிலும் இலங்கையிலும் காணப்படும் சிவாகமப் பண்பாடு கிரியைகள் என ஒன்றுபடுத்தப்பட்ட மூல வடிவமும் அடிநாதமும் சிவாகம மரபாகின்றன. சிவாகமங்களின் பரந்த தன்மையை உணரவைப்பதற்கும், கிரியை மரபுகளின் பரந்த தன்மைபற்றி விளக்கும் அதே வேளை இதிகாசங்களும் புராணங்களும் . . . சைவம் பற்றிய தெளிந்த விளக்கமுடைய சிறப்பே சைவத் திருக்கோவிற்கிரியை நெறி எனும் இந்நூலாகும்

VIII

'சைவத் திருக்கோவிற் கிரியை நெறி' எனும் இந்நூல் 1963இல் முதற்பதிப்பாக இந்து கலாவிருத்திச் சங்கத்தினரால் வெளியிடப்பட்டது. அதன் இரண்டாம் பதிப்பு 1992இல் ஸ்ரீ முத்துவிநாயகர் வேதாகம ஆய்வு நிறுவனத்தால் வெளியிடப்பட்டது. மூன்றாம் பதிப்பு 2009இல் பேராசிரியர் பிரம்மஸ்ரீ கா. கைலாசநாதக் குருக்கள் ஞாபகார்த்த சபையால் வெளியிடப்பட்டது. நான்காவது பதிப்பு 2021இல் காலச்சுவடு நிறுவனத்தினரால் முதன்முறையாக இந்தியாவில் பதிப்பிக்கப்படுகின்றது என்பது சுட்டிக்காட்டத்தக்கது.

IX

இந்நூலின் முதலாம், இரண்டாம் பதிப்புகள் அதே வடிவத்திலேயே பதிப்பிக்கப்பட்டன. மூன்றாம் பதிப்பில் முதலிரு பதிப்புகளிலும் குறிப்பிடப்பட்டிருப்பினும் வெளியிடப்படாத அரும்பத அகராதி (Glossary), அரும்பத விளக்கம் எனவும், குறிப்பகராதி (Index)யும் இணைக்கப்பட்டுள்ளன. அத்துடன் பின்னிணைப்பாக யாழ்ப்பாணப் பல்கலைக்கழக இந்து கற்கைகள் பீடத்தில் காணப்படும் சிவனது இருபத்தைந்து மூர்த்திபேதப் படங்களும் இணைக்கப்பட்டுள்ளன. அத்துடன், முதலிரு பதிப்புக்களிலும் தெளிவற்ற தன்மையில் காணப்பட்ட புகைப்படங்கள் மாற்றப்பட்டுள்ளன என்பது சுட்டிக்காட்டத்தக்கது.

நான்காம் பதிப்பில் வாசகர்களது ரசனை குன்றாத தன்மைக்கு ஏற்ப, பத்திகள் பிரிக்கப்பட்டுள்ளன. பல்வேறு நிலைகளிலும் சிறந்து விளங்கும் புகைப்படங்கள் உயர்ந்த தரத்தில் இங்கு இடம் பெறுகின்றமையும் சுட்டிக்காட்டத்தக்கது. அத்துடன், துணை நூற்பட்டியலும் இடம்பெறுகின்றவை முக்கியத்துவமுடையதாகும்.

X

தென்னிந்தியா நாகர்கோவில் காலச்சுவடு நிறுவனம் இந்நூலாசிரியரின் 'வடமொழி இலக்கிய வரலாறு' (வைதிக இலக்கியம்) எனும் நூலை வெளியிட்டதோடு மட்டுமல்லாது, 'சைவத் திருக்கோவிற் கிரியை நெறி' எனும் இந்நூலையும் வெளியிடுவது முக்கியத்துவமுடைய விடயமாகும்.

இந்நூல் வெளிவர வேண்டும் என அயராது உழைத்தவர் இலண்டனில் வசிக்கும் பிரம்மஸ்ரீ இ. பத்மநாப ஐயர் ஆவார்.

இந்நூலாக்கத்திற்கான அனைத்து விடயங்களையும் கண்ணும் கருத்துமாகக் கவனித்துப் பிழைகளைச் செப்பனிட்டுச் சிறந்த நூலாக வெளிவருவதற்கேற்ற அனைத்து உழைப்பை வழங்கியதுடன், படங்களைச் சிரமத்துடன் தெரிவுசெய்து, அழகுற அச்சிடும் பொறுப்பை ஏற்று, அனைத்தையும் சரியான முறையில் ஒழுங்கமைத்தவர் அ.கா. பெருமாள் ஆவார். இந்நூலில் வரும் சில படங்களைக் கொடுத்து உதவியவர் கல்வெட்டியல் அறிஞர் செந்தி நடராஜன்; நாகர்கோவில் இந்து கல்லூரி தமிழ்துறைத் தலைவர் தெ.வே. ஜெகதீஸன்.

சிறந்த முறையில் இந்நூல் அழகுற வெளிவர வேண்டும் என முக்கியத்துவத்தை நன்குணர்ந்து அரும்பாடுபட்டுவரும்

முயற்சியுடையவர் காலச்சுவடு நிறுவன இயக்குநர் கண்ணன் அவர்களாவர். நூலை வடிவமைத்தவர் செல்வி ரா. ஹெமிலா. அட்டைப்படம் தயாரித்தவர் வள்ளியூர் வி. பெருமாள். இவர்களனைவருக்கும் எனது மனப்பூர்வமான நன்றிகள்.

IX

இந்நூலை வெளியிடுவதன் பயனாக ஆய்வுப்பார்வையில் இந்நூலை வெளியிடவேண்டியமையும், ஆங்கில மொழிபெயர்ப்பில் வெளியிடப்படவேண்டிய அவசியமும் நன்று உணரப்படுகின்றது.

இவ்வாறாகப் பல்வேறு நிலைகளில் முக்கியத்துவம் பெறும் சைவத் திருக்கோவிற் கிரியை நெறி எனும் இந்நூலை அனைவரும் படித்துப் பயனடைய வேண்டும் என ஸ்ரீ வடிவாம்பிகா சமேத ஸ்ரீ முன்னநாத சுவாமியின் திருவடிகளில் திருகரண சுத்தியுடன் சமர்ப்பணம் செய்கின்றேன்.

ச. பத்மநாபன்
கிரேஷ்டவிரிவுரையாளர்
சம்ஸ்கிருதத்துறை,
யாழ்ப்பாணப் பல்கலைக்கழகம்
யாழ்ப்பாணம்
இலங்கை
padmanaban73@gmail.com

नामूलं लिख्यते किंचिन्नानपेक्षितमुच्यते॥

ஆதாரமற்றது எழுதப்படவில்லை;
நுதலாதது நுவலப்படவில்லை.

1

முகவுரை

இலங்கையிலுந் தென்பாரதத்திலும் விளங்குகின்ற சைவத் திருக்கோவில்களில் நிகழ்ந்துவரும் ஆகமக்கிரியைகளின் விளக்க வரலாறு கூறும் நோக்கத்துடன் இந்நூல் உருவாகியுள்ளது. ஆகமக்கிரியைகளின் விளக்கம் சைவசமயத்தின் பெருமையினை உணர மிகவும் இன்றியமையாதது. சைவம் மிகவும் புராதனமான சமயம். இது இந்தியா எங்கணுமே பரந்து விளங்குவது. சைவம் வழங்க இடமளித்த வேறுநாடுகளும் உண்டு. இவற்றுட் சில ஜாவா, சுமத்திரா முதலிய கிழக்குத் தீவுகளாம். எங்கும் விளங்குவதைக் காட்டிலும் பெரிதும் சிறப்புற்றுப் பாரதத்தின் தென் பகுதியில் இது விளங்கும் வகையே தனிப்பட்டது. தென்னிந்தியாவில் தலை சிறந்து விளங்குஞ் சைவத்தின் சிறப்பியல்புகள் மிகப் பல. இவ்வியல்புகளைச் சைவ சமய நூல்களிலுஞ் சைவசித்தாந்த நூல்களிலுங் காண்கின்றோம்.

இந்தியாவில் இதுகாறும் எழுந்த ஆஸ்திக மதங்கள் எல்லாம் செயல்வழி, அறிவுவழி என இருவழிகளை வகுத்துக் கொண்டன. அறிவு குறைந்தவர்களுக்கு இறைவழிபாடு என்னும் எளிதான உபாயத்தை எடுத்துக் கூறி அவர்களை உய்யவைப்பது செயல்வழி. அறிவு வழியோவெனின் சைவ சித்தாந்தமென்னும் மெய்யறிவை உணரத் தருகின்றது. இவ்விரண்டினுள் செயல்வழி பரம்பரையாகப் பேணப்பட்டு வரும் மரபினை அடிப்படையாகக் கொண்டு விளங்குவது.

இவ்வாறு பரம்பரையாக வரும் மரபினை ஆகமம் எனக் குறிப்பிடுவர். இது பற்றியே இச்செயல்

வழியினையும் இது சேர்ப்பிக்கும் அறிவுவழியினையும் எடுத்துக் கூறும் நூல்கள் ஆகமங்கள் எனப் பெயர் பெறுவன. ஆகமம் எனினும், மரபு எனினும் ஒன்றே. இம் மரபு மனிதன் வகுத்துக் கொண்டதொன்றன்று.

ஆகமங்கள் தெய்வத்திருவருளால் உருவானவை. சைவத்துடன் தொடர்பு கொண்டதனால் இவை சிவாகமங்கள் எனப்படுவன. இவ்வாகமங்கள் இருபத்தெட்டினுள் ஒரு சில மட்டுமே எமக்குக் கிடைக்கத்தக்கன. இவை தென்னாட்டிற்கே சிறப்பாக உரியவை. தென்னாட்டினைத் தாயகமாகக் கொண்ட இலங்கையில் விளங்குஞ் சைவமும் ஆகமங்களுடன் இதே தொடர்பு கொண்டுள்ளதென்பது தேற்றம்.

இங்கு உருவான திருக்கோவில்கள் எல்லாம் ஆகம விதிகளுக்கமைய எழுந்தவையே. இக்கோவில்களிற் கடைப் பிடிக்கப்பட்டுவரும் வழிபடுமுறைகளும், ஆகமங்கூறும் முறைகளே. இக்கிரியைகளைப் பற்றிய பலவகை விபரங்களை வரலாற்று வடிவில் எடுத்துக் கூறுவது இந்நூலின் குறிக்கோள்.

யாம் சில ஆண்டுகளுக்கு முன் பூனாப் பல்கலைக் கழகத்தில் ஆராய்ந்து உருவாக்கிய நூல் இதிகாச புராணங்கள் கூறும் சைவம் பற்றியது. அச்சேறாத இந்நூலில் ஆகமக் கிரியைகளுடன் தொடர்பு பூண்டுள்ள சில கருத்துக்கள் சுருக்கமாக இடம்பெற்றுள்ளன. இவ்வாராய்ச்சி நூலின் ஆறாம் அத்தியாயத்தின் விரிந்த நிலை இப்பொழுது வேறாக உருவாகிக் கொண்டிருக்கும் சைவத்திருக்கோவிற் கிரியை பற்றிய பெரும் நூலினது நிலை. இப்பெரும் நூலின் மிகச் சுருங்கிய வடிவமே இவ்வரலாற்று நூலாகும்.

தென்னாட்டிலும் இலங்கையிலும் கோவில்கள் எண்ணிறந்து காணப்படுகின்றன. இவற்றுள் சைவத்திருக் கோவில்கள் மட்டுமே இந்நூலுடன் தொடர்பு பெறுகின்றன. சைவக் கோவில்களில் நிகழும் கிரியைகள் தாமும் பலதிறத்தன. அவற்றுள் ஐதிகமாக நிகழும் கிரியைகளை நீக்கி ஏனையவான ஆகமக்கிரியைகளை மாத்திரம் கருத்திற் கொண்டே இந்நூலை உருவாக்கியுள்ளோம்.

கிரியைகள் உரிய இடங்களில் உரிய வேளைகளில் இயற்றப்பட வேண்டியவை. அவ்வாறாயின் இவை பற்றி நூலெழுதுவது எங்ஙனம் பொருந்தும்? இக்காரணம் பற்றியே இதுவரை கிரியைகளை விளக்கும் நூல்களெவையும் வெளிவரவில்லை போலும்! எனினும், கிரியைகளின் சிறப்பியல்புகளையும், இவை விரிந்து வளர்ந்து இன்று விளங்கும் நிலையினை எய்திய வரலாற்றையும் எழுதி இந்நூலை உருவாக்கினால், இதனை

கா. கைலாசநாதக் குருக்கள்

வாசிப்போர் கிரியைகள் பற்றித் தெளிவான விளக்கங்களையும் நன்கு அறிந்து, தெளிந்த மனத்துடன் கிரியை வழியில் மேலும் உறுதியான நம்பிக்கையுடையோராய்த் தொடர்ந்து செல்வர் என எண்ணியே இந்நூலை உருவாக்குகின்றோம்.

ஆங்கிலத்திலும் இந்நூல் இனித்தோன்றும் பொழுது அயல் நாட்டவர்கள் கிரியைகள் பற்றி அறிய வாய்ப்புக் கிடைக்கும். இது எங்கள் சமயத்தைப் பற்றித் தவறான விளக்கங்களை அவர்கள் கொள்ளாதவாறு, அதன் உண்மையான உயர்நிலையை அவர்க்கு உணர்த்தி நிற்கும்.

தென்னாட்டிலும் இலங்கையிலும் அமைந்து விளங்குந் திருக்கோவில்கள் பெரும்பாலானவற்றில் நிகழுங் கிரியைகளெல்லாம் ஆகமங் கூறும் முறையினுக்கமைய நிகழ்த்தப்படுவன. இவை மக்களின் தேவையை ஒட்டியோ மக்களுக்கு விளக்கம் ஏற்படுவதை மட்டுங் குறிக்கோளாகக் கொண்டோ காலத்துக்குக் காலம் சூழ்நிலைக்கு ஏற்ப வேறுபடுத்தி அமைக்கப்படுவனவல்ல. எனவே, ஆகமங் கூறும் முறைப்படி கிரியைகளை அவதானித்து அவற்றை மக்கள் விளங்கிக் கொள்ள வேண்டுவதேயன்றி, காலப் போக்கினை ஒட்டி மக்கள் விளங்கும் வகையில் அவற்றை மாற்றியமைக்க இந்தியப் பண்பாடு இடந்தராது.

இவ்வாறிருப்பதனால் வழிபடுபவர்கள் தமக்கு விளங்காத மரபினை விளங்கிக்கொள்ள வேண்டிய நிலையைத் தாமே தோற்றுவித்துக்கொள்ள வேண்டும் என நிர்ப்பந்தம் உடையவர்கள் ஆகின்றனர். ஆகமக்கிரியை அறிவு ஒரு குறிப்பிட்ட, அதாவது சமயச் சூழ்நிலைக்கு அப்பாற் பரந்து செல்ல ஏது எதுவும் இலது.

சமயப்பற்று மிகுந்த மக்களும், சமயக் கிரியை நிகழும் வேளை அதிற் பெரிதும் ஈடுபடுவதனால் அவற்றை ஆராய மனந்துணியாது நிற்றலே இக்கிரியை விளக்கம் பரவாது வரைவுண்டு நிற்றற்கு முழுக்காரணம். மேலும் கிரியைகளின் இயல்பு பக்தி நெறிப்பட்டு வழிபாட்டில் ஈடுபடுபவர் கண்களுக்கு ஆராய்ந்து நோக்கும் ஆற்றலைத் தோற்றுவிக்காது. கிரியைகள் எல்லாம் நிகழ்த்துவதற்கே உரியன.

நிகழும் கிரியைகளைப் பக்திக் கண்ணாற் கண்டு கண்குளிரும் பேற்றைப் பெறுவதுடன் திருப்தி அடைபவர்கள் அடியவர்கள். எனவே விளக்கம் பெற வேண்டியநிலை அவர்க்கு ஏற்படுவதற்கு வாய்ப்பில்லை. எனினும், புத்தி பூர்வமான அறிவையே அளவாகக் கொண்டு மட்டிடும் இற்றைச் சூழ்நிலையில் மக்கள் விளக்கங்களையே மதிக்கத் தலைப்பட்டனர்.

இவ்வாறு மக்கள் அறிந்து கிரகிக்கும் விளக்கங்கள் இக்காலச் சூழ்நிலைக்கு ஏற்ப எழுதப்படுவதில் தவறெதுவும் இல்லை. கிரியைகளின் விபரங்களைக் கூறுவதுடன் நின்றுவிடாது விளக்கங்கூறும் முறையையும் பழைய வைதீகக் கிரியை நூல்களாகிய பிராமணங்கள் முதன் முதலாக மேற்கொள்ளக் காண்கின்றோம்.

இம் மரபு தொடர்ந்து பிற்காலக் கிரியை நூல்களில் எல்லாம் காணப்படுவனவே. எனினும் அவற்றைத் தொகுத்துச் சுவைபட வாசிக்கத்தக்கவாறும், விஷயங்கள் பலவற்றைத் தெரிந்து கொள்ளக் கூடியவாறும் வரலாற்று முறையாக எழுதப்பட்ட நூல்கள் இதுவரை தோன்றவில்லை. ஆகமங் கூறுஞ் சைவக் கிரியைகளைப் பற்றிய அளவில் இந்நூலே முதன் முதலாக எழும் வரலாற்று நூல் எனலாம்.

இவ்வாறு வரலாற்றினை எடுத்துக்கூறி விளக்க ஆகம நூலறிவு இன்றியமையாதது. ஆகமங்களுள் ஒரு சில மட்டுமே எமக்குக் கிடைத்துள்ளன. ஆகமப்பயிற்சியும் ஆகமங் கூறும் மரபுடன் பழக்கமும் அற்றார்க்கும் கிரியைகள் பற்றிய அறிவு நிறைவு பெறாது. ஆகமங்கள் கூறும் மரபை அறிந்து பேணிவருபவர்களும் மிகச் சிலரே. இவ்வொருசிலர் தாமும் இவ்வகை அறிவு வாய்க்கப் பெற்று, நூல் ஒன்றை உருவாக்கும் ஆற்றலும் தகுதியும் உடையவர் எனினும் ஊக்குவோர் இல்லாமையால் வாளாவிருந்து விட்டார்கள். இவ்வகை நூலை உருவாக்க ஆகமங்களிற் புலமையும், ஏனைய துணைநூல்களிற் பரந்த அறிவும், கிரியைகளைப் பற்றிய அனுபவமும் ஒருங்கே வேண்டப்படுவன.

இந்தியக் கோவிற் கட்டிடக் கலையைப்பற்றியும் அங்கு நிறுவப்பட்ட திருவுருவங்களைப் பற்றியும் இதுவரை எண்ணிறந்த நூல்கள் மேனாட்டு மொழிகளில் புகைப்படங்களுடன் வெளிவந்துள்ளன. ஆயிரக்கணக்கான பக்கங்களுடைய இந்நூல்களில் தென்னிந்தியக் கோவில்களைப் பற்றியும் உருவங்களைப் பற்றியும் விரிவாகக் கூற வேண்டிய விஷயங்களை மிகச் சுருக்கி ஒரு சில பக்கங்களிலேயே அவ்வந் நூலாசிரியர்கள் விளக்கி முடித்து விடுகிறார்கள். இவர்களது முழுநூலின் ஐம்பதிலொரு பகுதிகூடத் தென்னிந்திய விபரங்களை விளக்கப் பயன்படுத்தப்படாத நிலையினையே பெற்றிருக்கக் காண்கின்றோம். இது தென்னாட்டுக் கோவில்களைப் பற்றி விரிவான ஆராய்ச்சி நிகழாத நிலையையே சுட்டுகின்றது.

திருக்கோவில்களைப் பற்றி எழுதும் நூல்களிற் கட்டிடங்களைப் பற்றிய வெறும் விளக்கங்கள் மட்டும் போதுமா?

அங்குள்ள விக்கிரகங்களைப் பற்றிக் கூறுவதனாலும் நூல் நிறைவுறுமா? ஒரு பொழுதும் நிறைவுறாது. இக்கோவில்களில் திருவுருவங்களை நிறுவி வழிபடும் முறையும் விரிவாக இடம் பெற்றாற்றான் திருக்கோவில் பற்றிய நூல் நிறைவெய்தும். இன்றேல் அது ஒரு புடை விளக்கமாகவே அமையும்.

வழிபடுதல்தாம் சைவமக்களின் குறிக்கோள். கோவிலும் விக்கிரகங்களும் இவ்வழிபாட்டிற்குத் துணைபுரியும் கருவிகள். இங்குமுக்கியத்துவம் வழிபடும் முறைக்கே. இக்கருவிகள் பற்றிப் பல நூல்கள் வெளிவந்த இடத்தும் இக்குறிக்கோள் பற்றிய நூல்கள் எவையும் இதுவரை விரிவாகவேனும் சுருக்கமாகவேனும் வெளிவராதது பெரிதும் விசனிக்கத்தக்கதே.

இந்நூல் எழுதுவதற்கு வேண்டிய விடயங்கள் சிவாகமங்களிலேதாம் புதைந்து கிடைக்கின்றன. எனவே, இவ்வாகமங்கள் இந்நூற்கு அடிப்படை நூல்களாயின. இவை காமிகம், யோகஜம், சிந்தியம், காரணம், அஜிதம், தீப்தம், சூக்குமம், சகசிரம், அம்சுமான், சுப்பிரபேதம், விஜயம், நிச்சுவாசம், சுவாயம்புவம், ஆக்நேயம், வீரம், இரௌரவம், மகுடம், விமலம், சந்திரஞானம், முகபிம்பம், புரோற்கீதம், இலளிதம், சித்தம், சந்தானம், சர்வோத்தம், பரமேஸ்வரம், கிரணம், வாதுளம் என்னும் இருபத்தெட்டுமாம்.

இவ்வாகமங்கள் சரியை, கிரியை, யோகம், ஞானம் என்னும் நால்வகைப் பிரிவுகளைத் தனித்தனியே கொண்டமைவன. இவற்றுள் கிரியை பற்றிய பிரிவினுள் அடங்கும் கருத்துக்களே இந்நூல் உருவாதற்கு முற்றிலும் பயனாக்கப்பட்டுள்ளன. இவை வழிபடுதற்கு வேண்டிய அறிவை நாம் விரிவாய்ப் பெறும் வண்ணம் பல விஷயங்களை எடுத்துக் கூறுவன. இப்பொழுது எமக்கு எட்டக்கூடிய ஆகமங்களுட் காரணமும், காமிகமும் மிக முக்கியமானவை.

இவை கிரியைகளை நிகழ்த்தும்முறையினை விதித்துக் கூறுவன. சுப்பிரபேதாகமமும், இரௌரவாகமமும், கிரணாகமமும் இவ்வளவு விரிவாய் விஷயங்களைக் கூறுவனவல்ல. ஆகவே காரணம், காமிகம் போன்ற முக்கியத்துவத்தைப்பெறவில்லை. அஜிதாகமமும் ஆங்காங்கு மேற்கோள்களாக எடுத்தாளப்படு வதனால் அவ்வப் பகுதிகளில் மட்டும் இது அரைகுறையாகத் தோற்றமளிக்கக் காண்கின்றோம்.

ஆகமங்கள் இவ்வாறு விதித்துக் கூறும் விதிகளனைத்தையும் பிரமாணமாகக் கொண்டு கிரியைகள் செய்யும் முறையினை ஒழுங்குபடுத்தி முறையாகக் கூறும் நூல்கள் பல இவ்வாகமங்களை

அடுத்துத் தோன்றித் தனி நூல்களாக விளங்குகின்றன. இவற்றிற்குப் பத்ததிகள் என்னும் பெயர் உண்டு. உக்ரஜோதி, சத்தியஜோதி, ராமகண்டர், வித்யாகண்டர், நாராயணகண்டர், விபூதிகண்டர், ஸ்ரீகண்டர், நீலகண்டர், சோமசம்பு, ஈசான சம்பு, ஹ்ருதய சிவன், பிரம்ம சம்பு, வைராக்கிய சிவன், ஞானசம்பு, திரிலோசன சிவன், வருண சிவன், ஈசுவர சிவன், அகோரசிவன் எனப் பெயர்பெற்ற சிவாசாரியர்களால் வகுக்கப்பட்டு அவரவர்கள் பெயர்களைத் தாங்கிய தனி நூல்களாக இப்பத்ததிகள் உருவாயின.

பரிவார தெய்வங்களுளொன்றான சக்தி வழிபாட்டை எடுத்துக் கூறும் நூல்கள் தந்திரங்கள் எனப்படுவன. இவை தேவி சூக்தம், ருத்ரயாமளம், மேரு தந்திரம், டமார தந்திரம், காத்யாயனீ தந்திரம் முதலியன. குமரக்கடவுளின் வழிபாட்டை எடுத்துக்கூறும் நூல் குமார தந்திரம் எனப் பெயர்பெறும்.

இவை தவிர்ந்த பரிவார தெய்வங்களைக் குறித்து நிகழுங் கிரியைகள் பற்றித் தனி நூல்களெவையும் கிடையா. இவற்றுட் குமார தந்திரம் ஒரு சிறு ஆகமம் என்று கூறக்கூடியவாறு ஆகமங்களின் அம்சங்களைச் சிறு அளவிற்குப் பெற்று விளங்குகின்றது. இது தந்திரம் எனப் பெயர்பெறினும் சாக்த தந்திரங்களின் இனத்தைச் சாராது.

ஆகமங்களிற் பெரும்பாலானவை எளிதில் விளங்கிக் கொள்ளக் கூடிய சிறு சுலோகங்களாலானவை. அவை விஷயங் களைக் கூறும் முறையும் நாம் எதிர்பார்ப்பது போன்று விரிவாக அமையவில்லை. இங்கு கூறப்படும் விஷயங்களனைத்தும் அனைவரும் விளங்கிக் கொள்ளத் தக்கனவே. இதுபற்றியே கூறும் விஷயங்களிற் பெரும்பாலானவை விரித்துக் கூறப்படாது வரிசைப்படுத்தி மட்டும் தரப்பட்டுள்ளன.

இவை மூலப்பிரமாண நூல்களான ஆகமங்களில் இடம் பெற்றாலன்றோ விதிகளாயமைந்து நாம் அவசியம் கடைப் பிடிக்கப்பட வேண்டிய விஷயங்கள் ஆதல் கூடும். இது பற்றியே கிரியை பற்றிய குறிப்புக்கள் பத்ததிகளிற் போன்று ஆகமங்களில் பெரிதும் விரித்துக்கூறப்படாது இருக்கின்றன.

ஆகமங்கள் சிறப்பு நூல்கள். இவை இறைவனாலருளிச் செய்யப்பட்டதனாற் சிவாகமங்கள் எனப்பெயர் பெற்றுள்ளன. இவற்றுடன் பெருந்தொடர்பு பூண்டு மூல நூல்களாய் விளங்குவன வேதங்கள். இவற்றைவிட வேதாகமங்களின் துணை நூல்கள் பல உள.

இவை வேதாங்கங்கள், சூத்திரங்கள், இதிகாசங்கள், புராணங்கள், உப புராணங்கள், தந்திரசாஸ்திரங்கள்,

சிற்பசாஸ்திரங்கள் முதலியன. இவற்றுள் இருக்கு, யசுர், சாமம், அதர்வம் என்னும் நான்கு சங்கிதைகளையும், இவற்றுடன் தனித்தனியே தொடர்பு கொண்டுள்ள பிராமணங்களையும் அவ்வாறே ஆரணியகங்களையும் உபநிடதங்களையும் தன்னகத்தே கொண்டு விரிந்தமைந்தது வேதம்.

ஆறு அங்கங்களுடனும், ஆறு தரிசனங்களுடனும் தொடர்பு வாய்ந்து இவை கூறுங் கருத்துக்களைத் தமக்கென உரியநடையில் உருவாக்கி விளக்குவன சூத்திரங்கள். சிரௌத சூத்திரங்களும், கிருஹ்ய சூத்திரங்களும், தர்ம சூத்திரங்களும் இவ்வகையினவே.

இராமாயணம், பாரதம் இரண்டும் இணையற்ற இதிகாசங்கள், மத்ஸ்யம், மார்க்கண்டேயம், பவிஷ்யம், பிரம்மம், பிரமாண்டம், பிரமவைவர்த்தம், வாமனம், வாயு, விட்டுணு, வராகம், அக்கினி, நாரதீயம், பத்மம், இலிங்கம், கருடம், கூர்மம், காந்தம், பாகவதம் முதலியன பதினெண் புராணங்கள். இவற்றிற்கு மகா புராணங்கள் என்றும் பெயர் உண்டு.

இவை தவிர்ந்த ஏனைய புராணங்கள் உப புராணங்கள் எனப்படுவன. அவை சனத்குமாரம், நாரசிம்மம், நாரதீயம், சிவரகசியம், துர்வாசம், கபிலம், மானவம், பார்க்கவம், வாருணம், காளிகா, சாம்பவம், நந்திகேசுவரம், சௌரம், பராசரீயம், ஆதித்தம், மாகேஸ்வரம், வாசிட்டம், பாகவதம் என்பன. மகா புராணங்களினதும் உப புராணங்களினதும் தொகுதிகளுக்குள்ளகப்படாத புராணங்கள் சம்ஸ்கிருதத்திலும் தமிழிலும் பெருகிக்கிடக்கின்றன.

இவற்றுள் கோவில்களுடன் தொடர்பு பெற்ற புராணங்கள் தல புராணங்கள் எனப் பெயர் பெற்றுள்ளன.

இதுகாறுங் குறிப்பிட்ட நூல்களில் அங்குமிங்கும் சிதறுண்டு இவையெங்கணும் பரந்து கிடக்கும் விஷயங்களையும் இவ்விஷயங்கள் பற்றி ஏனைய சம்ஸ்கிருத நூல்களிலும், தமிழ் நூல்களிலும், மேலைத்தேய மொழிகளாலமைந்த ஐரோப்பிய நூல்களிலும், இது காறும் வெளிவந்த விளக்கங்களையும் அலசி ஆராய்ந்து கூறத் தக்கவற்றை எல்லாம் எடுத்துத் தொகுத்து வரிசையாக அமைத்தே பெருநூலொன்றை உருவாக்க விழைந்தோம்.

இனி உருவாக இருக்கும் பெருநூலில் அடங்கிய விஷயங்கள், எட்டு அத்தியாயங்களாலமைந்த இச் சிறுநூலில் சுருக்கித் தரப்பட்டுள்ளன. இந்நூலின் முதல் அத்தியாயம் நூல் முழுவதற்கும் முன்னுரையாக அமைந்து நூல் நுதலும் பொருளை விளக்கியும் இது பற்றிய நூல்களிவையிவை என எடுத்துக்காட்டியும் இதை

எழுதுவதற்கு யாம் மேற்கொண்ட வழி, நூலின் அமைப்பு, இதன் பரப்பு, குறிக்கோள் ஆகியவற்றைச் சுருக்கியும் எடுத்துக் கூறுகின்றது.

பாரத நாட்டில் கிரியைகள் எவ்வாறு முற்காலத்தில் விளங்கின என்பதைக் கூறப்புகுந்த இரண்டாம் அத்தியாயம் விபரங்களைத் தனித்தனியே விரித்துரைக்கின்றது. மொகஞ் சதாரோ நாகரிகத்திலும் இருக்கு வேதம், யசுர் வேதம், சாமவேதம், அதர்வவேதம் முதலிய நான்கு சங்கிதைகளிலும் பிராமணங்களிலும் ஆரணியக உபநிடதங்களிலும் கிரியைகள் வகிக்கும் நிலையினை வரலாற்று வடிவில் இவ்வத்தியாயம் எடுத்து இயம்புகின்றது.

புறப்புறச் சமயமான பௌத்தம், சமணம், உலகாயுதம் முதலியன கிரியை பற்றிக் கொள்ளுங் கருத்துக்களும் வேதாங்க சூத்திரங்கள் கிரியைகளை வளம்பட வளர்த்த வரலாறும் இவ்வத்தியாயத்தில் மிக மிகச் சுருக்கமாகக் குறிப்பிடப்பட்டுள்ளன.

கிரியை முறை மேலும் விரிந்த நிலையினை இதிகாச புராணங்களிற் காண்கின்றோம். இதிகாச புராணங்கள் சமய நூல்களாகவுங் கருதப்படுகின்றன. இவற்றுட் கிரியைகள் பற்றிய பல விளக்கங்களைக் காண்கின்றோம். இன்று வழிபடும் பொழுதெல்லாம் நாம் கையாளும் கிரியைகளின் பல அம்சங்கள் நாம் தெளிவாக உணரும்வகையில் இங்கு உருவாகி விரிவடைகின்றன.

வேதங்கள் சிறப்பித்துக் கூறும் யாகங்களும் வேட்கப்படுவதை இதிகாச புராணம் இயம்பும். முப்பெருந் தெய்வங்களான பிரமா, விஷ்ணு, உருத்திரன் என்னும் மூவரை நோக்கித் தவம் நிகழ்த்தப்படுவதையும் இவை கூறுவன. புனிதமான இடங்கள் தெய்வத் தொடர்பினால் தீர்த்தங்களாக மிளிர்கின்றன.

தீர்த்தயாத்திரை செய்யும் வழக்குப் பயிலத் தொடங்கி நாளடைவில் கிரியையாகவே விரியும் நிலையினை இவ்விதிகாச புராணங்கள் சித்திரிக்கின்றன. மேலும், பாமாலை பாடி இறைவனைத் தோத்திரம் செய்தல், அவன் திருவுருவை உள்ளக்கிழியெழுதித் தியானித்தல், விரதங்களை உரியவாறு கடைப்பிடித்தல், நீராட்டி மலர் தூவிப் பூசை செய்தல் ஆகிய இவ்வழிபடுமுறைகள் இந்நூல்களில் இடம் பெறுகின்றன. இவற்றை மூன்றாம் அத்தியாயம் சுருக்கிக் கூறும்.

சைவத் திருக்கோவில்களில் நிகழும் வழிபடு முறையினைக் கூறப் புகுந்த இந்நூலில் சைவத்திருக் கோவில்களைப் பற்றிய விளக்கங்கள் இடம் பெறுதல் பொருத்தமே.

கோயிலைக் குறிக்குஞ் சொற்கள், உணர்த்தும் பொருள், கோவிற் கட்டிடக் கலையின் தோற்றம், வளர்ச்சி, கோவிலின் அமைப்பு, கோவிலைக் கட்டி எழுப்புவதற்குத் தேவைப்படும் பொருள்கள், கோவிலமைப்பதற்கு வேண்டப்படும் நுண்ணறிவு, கோவிற் கோபுரங்கள், பிராகாரங்கள், தூண்கள், தூண்களில் விளங்குஞ் சிற்பங்கள், சுவர்களிலும் மேற்கூரை யிலும் உட்புறங்களில் தீட்டப்பட்டுள்ள ஓவியங்கள், கொடிமரம், கருவறையின் உச்சியில் விளங்கும் விமானம், பரிவாரமூர்த்திகட்குத் தனியே அமைக்கப்பட்டுள்ள கருவறைகள், கோவிலுபகரணங்கள், வாகனங்கள், தேர், இசைக்கருவிகள், கோவிலில் இறைபணிபுரிவோர், வழிபடும் அடியவர்கள், கோவிலை அமைப்பதில் திறமை வாய்ந்த சிற்பி, கல்வெட்டுக்கள், தல விருட்சங்கள், தல புராணங்கள், கோவில்களின் மூவேறு பிரிவுகள் ஆகிய விஷயங்கள் கோவிலுடன் பெருந்தொடர்பு பூண்டு விளங்குவதனால் இவை திருக்கோவில் என்னுந் தலைப்பினையுடைய நான்காம் அத்தியாயத்தில் இடம் பெறுகின்றன.

இவ்வளவு விரிவாகப் பல உறுப்புக்களைக் கொண்டு கோவிலை உருவாக்குவது திருவுருவங்களை நிறுவி வழிபடுவதற்கே. அடுத்து வரும் ஐந்தாம் அத்தியாயம் இத்திருவுருவங்களைப் பற்றியது. இங்கு திருவுருவ வழிபாட்டின் இன்றியமையாமை முதலில் எடுத்துக் கூறப்படுகின்றது. இதைத் தொடர்ந்து திருவுருவ வழிபாட்டின் பழைய வரலாறு வருணிக்கப்படுகின்றது.

திருவுருவங்கள் சமயக் கருத்துக்களை வளர்க்குமாறும், திருவுருவங்களைப் பெரிதும் நிகர்த்து வழிபாட்டில் இடம்பெறும் யந்திரங்கள் பற்றிய விளக்கங்களும் இங்கு கூறப்படுதல் முறையே. அருவுருவத் திருவுருவமான இலிங்கம் பற்றியும் உருவத் திருமேனிகள் அறுபத்து நான்கினுள் பெருவழக்கில் உள்ள சிலவற்றைப் பற்றியும் ஓரளவிற்கு விரிவாகக் கூறுவதே இவ் ஐந்தாம் அத்தியாயத்தின் தனிநோக்கம்.

இங்கு உருவம் அமைய வேண்டும் முறையும் அதன் அளவும் எடுத்துரைக்கப்படுகின்றன. கல்லில் உருவஞ் சமைக்கும் முறையும், சாந்தில் உருவம் அமைக்கும் வகையும், மரத்தில் உருவஞ் செதுக்கும் வழியும், வெண்கலத்தில் உருவம் வடிக்குங் கலையும் இங்கு ஓரளவிற்கு விளக்கம் பெறுகின்றன.

இவற்றுடன் தொடர்பு பூண்ட ஓவியக்கலையும் இங்கு விளக்கப்பட்டுள்ளது. இவ்வத்தியாயத்தின் இறுதிப் பகுதி சிற்பம் வல்ல சிற்பியின் வாழ்க்கை, அவர்தம் நுண்ணறிவு, ஆற்றல், ஒழுக்கம் முதலிய விஷயங்களை விளக்குகின்றது.

கிரியைகளை விரிவாக எடுத்தியம்புவது ஆறாம் அத்தியாயமாகும். தினந்தோறும் நிகழுங் கிரியைகள் நித்திய கிரியைகள் எனப் பெயர் பெறும். குறிப்பிட்ட தினங்களில் மட்டும் விசேட காரணங்கொண்டு நிகழ்த்தப்படுங் கிரியைகள் நைமித்திக கிரியைகளாகும்.

கர்ஷணம் முதல் பிரதிஷ்டை வரை நிகழும் கிரியைகளை ஒரு தொகுதியாகவும், அவ்வாறே பிரதிஷ்டை முதல் உற்சவம் ஈறாகவும், உற்சவம் முதல் பிராயச்சித்தம் முடியச் செய்யப்படுங் கிரியைகளைத் தனித்தனியாகவும் கூறும் மரபு ஆகமங்களில் நிலவக் காண்கின்றோம்.

ஆகமங் கூறும் இக்கிரியை வரலாற்றினை இவ்வத்தியாயம் அம் மரபு வழிநின்றே விரித்துரைக்கின்றது. கிரியை நிகழும் மண்டபத்தைச் செப்பனிடல், அதனை அலங்கரித்தல் முதலியனவும் பெருங் கிரியைகளுக்கு அங்கமான சிறு கிரியைகளே. இவை எல்லாம் மந்திர வடிவாக நிகழ்த்தப்படுவன.

சைவத் திருக்கோவில்களில் நிகழுங் கிரியைகளைக் கவனிப்பவர்களுக்கு அவை அபிஷேகம், அலங்காரம், நைவேத்தியம், தீபாராதனை, அர்ச்சனை, வாழ்த்துதல், தோத்திரம் முதலிய உறுப்புக்களை உடையனவாய் விளங்குவது தெரியவரும். இவை எல்லாவற்றையும் இவ்வத்தியாயம் சுருக்கமாக விளக்குகின்றது. சங்கீதம், நாட்டியம் முதலிய நுண்கலைகளும் கிரியைகளுடன் தொடர்பு பூணுமாறும் குறிப்பாகக் கூறப்பட்டுள்ளன.

ஒவ்வொரு கோவிலுக்குஞ் சிறப்பாகவுரிய ஐதிகங்களைப் பற்றிய விபரங்கள் இங்கு இடம் பெறவில்லை. அவை தாமே தனி நூல்களாக விரிந்துவிடும்.

சைவ வழிபாட்டின் உயர்தனிச் சிறப்பு பரிவார தெய்வ வழிபாடாகும். இறைவனை நடுநாயகமாகக் கொண்டு பரிவார தெய்வங்கள் புடைசூழ்ந்து விளங்குவன. அரசன் நடுவே கொலு வீற்றிருக்கும் வேளை பரிசனங்கள் சூழ்ந்து நிற்கும் நிலையினையே இது நினைவூட்டுகின்றது.

பரிவார தெய்வங்கள் தத்தமக்குரிய இடங்களில் நிறுவப்பட்டுள்ளன. இத்தெய்வங்களுட் சக்தி முதலிடம் வகிக்கின்றாள். கணபதியும், கந்தனும் இப்பரிவார தெய்வங்களுள் முக்கியமானவர்கள். நந்தியும் தலைசிறந்த பரிவார தெய்வம். சூரியன், விஷ்ணு முதலியவர்களும் இவ் வழிபாட்டில் இடம் பெறுவர். சிவனடியவர்களும், சிவாலயங்களில் வழிபாட்டிற்காக நிறுவப்படுபவர்களே.

சிவனின் மூர்த்தி பேதங்கள் தாமும் சிவாலயங்களில் இப்பரிவார தெய்வங்களை நிகர்க்கும் வண்ணம் ஆங்காங்கு நிறுவப்பட்டு இவை பரிவார தெய்வங்களோ என ஐயுறும் வண்ணம் இடம் பெற்றுள்ளன. மேலும், நவக்கிரகங்கள், துவார பாலகர்கள், திக்குப் பாலகர்கள் ஆகியோரும் இறைவனின் பரிவாரங்கள்.

இதுவரை கூறப்பட்டுள்ள பரிவாரங்களுள் கணபதியை முதலிலும் சண்டேஸ்வரரை இறுதியிலும் வைத்துத் திருக்கோவில்களில் வழிபாடு நிகழ்ந்து வருவதை நாள்தோறுங் காண்கின்றோம். இப் பரிவார தெய்வங்கள் சிவ வழிபாட்டின் சிறப்பினை ஓங்க வைத்தவாற்றை எடுத்து விளக்குவது ஏழாவது அத்தியாயம்.

இறைவனருளால் பேரானந்தப் பெருவாழ்வெய்தி இக் கிரியைகளும், இவற்றுடன் தொடர்பு கொண்டுள்ள சரியை, யோகம், ஞானம் முதலிய வழிகளும் சிவாகமங்களில் விதந்தோதப்பட்டுள்ளன. இவை பலதரப்பட்ட நிலைகளில் நிற்கும் பல்வேறு மக்களுக்கு அவரவர் நிலைக்கு ஏற்றவாறமைந்து பயக்கும் பேறுகள் பலப்பல. நன்மையை அவாவிச் செய்யுங் கிரியைகளைக் காட்டிலும் குறிக்கோள் எதையுங் கொள்ளாத கடப்பாட்டுணர்ச்சியுடன் செய்யப்படுங் கிரியைகளும் உள.

கிரியைகள் நடத்தப்படும் வேளை அவை புறக்கண்ணுக்கு புலனாக்கும் செயல்களை மட்டுமே மக்களுணர்வர். எனினும் இவை மறைந்து நின்று பல பேருண்மைகளைக் குறிப்பாய் உணர்த்துவதை ஒரு சிலர் மட்டுமே உணர்வர்.

கிரியைகளெல்லாம் உயர்ந்த ஞான வழிக்கு அவரவர் பக்குவ நிலையினுக்கேற்ப விரைவாகவும், மெதுவாகவும் இட்டுச் செல்வன. இஞ்ஞான வழி சென்று உயர்நிலை எய்துபவனே பேரானந்தப் பெருவாழ்வெய்துவன். இவ்வாறு விளங்கும் கிரியைகளின் உயர் நோக்கினையும் உட்பொருளையும் தனிப் பெரும் நிலையினையும் எட்டாம் அத்தியாயம் எடுத்து விளக்குகின்றது.

இதுகாறும் கூறப்பட்ட முறையினுக்கமைய நூலை விரிவாக உருவாக்கும் பொழுது அது மிகவும் விரிந்து பெருங்கலைக்களஞ்சியம் போன்று பல தொகுதிகளையுடைய பெரும் நூலாய் விரிய நேரிடும். கடந்த சில ஆண்டுகளாகச் சேர்த்து வரும் விஷயங்களையும் கிரியைகளுடன் பரம்பரையாகத் தொடர்புகொண்டதனால் பெற்றுள்ள பழக்கத்தையுந்

துணைக்கொண்டும் நூலை இவ்வாறு பல தொகுதிகளாக அமையும்படி உருவாக்கத் துணிந்துள்ளோம்.

இந்நூலிற் காணப்படும் ஒவ்வொரு அத்தியாயமுமே இனி வெளிவர இருக்கும் பெருநூலின் வெவ்வேறு புத்தகங்களாகத் தனித்தனி ஐநூறு பக்கங்களாய் உருவாக நேரிடும். இலகுவில் எல்லோரும் வாசித்தறிய வொண்ணாதவாறு பல புத்தகங்களாலமைந்த இப் பெருநூல் முழுவதையும் அறுநூறு பக்கங்களுக்குள் அடங்கக் கூடியவாறு ஒரு தனிப் புத்தகமாகச் சுருக்கி வெளியிடுவதால் இவ்விஷயத்தைப் பலர் இன்னும் விரிவாகப் படித்தறிய வாய்ப்பு ஏற்படும். இத்தனிப் புத்தகமும் கிரியைக் களஞ்சிய நூலின் சுருக்கமாகச் சிறு நூலாய் வெளிவருதல் மிகவும் பயனளிக்கும். இதுவும் விரைவில் வெளிவர இருக்கின்றது.

எல்லோரும் சிறு தொகையினதான விலைக்குப் பெற்று வாசிக்கக் கூடிய அளவிற்குச் சிறு புத்தகமாகவும், எல்லோரும் விளங்கிக் கொள்ளக்கூடியவாறு எளிய நடையில் எடுத்துக்கூறுவதாகவும், இப்பொழுது வாசகர்கள் வாசித்துக் கொண்டிருக்கும் இந்நூல் உருவாகியுள்ளது. இது பெரும் நூலின் மிக மிகச் சுருக்கிய வடிவம்.

இந்நூலில் எடுத்தாளப்பட்ட நூல்களின் பட்டியலைத் தொகுத்தமைத்தும், இங்கு அடிக்கடி இடம் பெற்றுள்ள அரும் பதங்களை அகர வரிசையில் வைத்து விளக்கியும், குறிப்பகராதியைத் திரட்டி ஈற்றில் இணைத்தும் இந்நூலின் இறுதிப் பாகம் உருவாகின்றது.

மேலும் விளக்கம் ஏற்படல் வேண்டித் தக்க இடங்களில் எல்லாம் வரை படங்களும், புகைப்படங்களும் உரியவாறு இடம் பெற்றுள்ளன. இவ்வம்சங்கள் அனைத்தும் கருத்துத் தெளிவை ஏற்படுத்துவதுடன் நூலைக் கவர்ச்சிகரமாக விளங்கவும் வைப்பன.

சிறு நூலாக இது அமைய நேரிடுவதனால் இங்கு பக்கங்கள் ஒவ்வொன்றின் அடியிலும் குறிப்புக்கள் தந்து விளங்க வைத்தல் அரிதாகின்றது. இதைத் தொடர்ந்து விரிவாக வெளிவரும் தனி நூலில் அடிக்குறிப்புக்களுடன் விஷயங்கள் நன்கு விளக்கம்பெறும். பல தொகுதிகளாலமையும் களஞ்சியப் பெருநூலில் சிறிதளவும் சுருக்கத்திற்கு இடங்கொடாதவாறு விஷயங்கள் அனைத்தும் விரித்து விளக்கப் பெறுவன.

இச்சிறு நூல் அடிக் குறிப்புக்கள் இல்லாததனால் தடையின்றித் தொடர்ச்சியாக வாசிப்பதற்கு வாய்ப்பு அளிக்கும். ஆதாரங்களை அடிப்படையாகக் கொண்டு இங்கு கூறப்படுங்

கருத்துக்களுக்குக் காரணங்கள் அறிய விரும்புபவர்கள் அவற்றைப் பெருநூலிற் காண்பாராக.

இலங்கையிலும் இந்தியாவிலும் சைவ ஆகம முறையைத் தழுவி உரியவாறு அமைக்கப்பட்ட தேவாலயங்களுள் புதிதாகப் புகும் ஒருவர், அவ்வாறு புகுமுன் இந்நூலை முதலில் வாசித்து விஷயங்களை அறிவாராயின் வழிகாட்டிகள் எவரும் இன்றிக் கோவில் அமைப்பினையும், அங்கு நிறுவப்பட்டுள்ள திருவுருவங்களின் பல்வேறு வகைகளையும், நிகழுங் கிரியைகளையும் தாமே தெரிந்துகொள்வர்.

இவ்வகை அறிவைத் தெள்ளிதில் தோற்றுவிப்பதே இந்நூலின் முக்கிய குறிக்கோள்.

2

கிரியைகளின் புராதன வரலாறு

இந்தியப் பண்பாட்டை விளக்க இதுகாறும் எழுந்த நூல்களெல்லாம் மொகஞ்சதாரோ நாகரிகம் பற்றியே முதலில் எடுத்துக் கூறுவன. இந்நாகரிகத்தைப் பற்றிக் கூறுவதற்கு ஆதாரமாகப் பயன்படுபவை சிந்துவெளியில் அகப்பட்ட புதைபொருள்கள். புதைபொருளாராய்ச்சியாளர் இப்பொருள்களைத் துணைகொண்டு அக்கால நாகரிக வரலாற்றினைக் கற்பனை செய்து உருவாக்கினர். இதுபற்றி முதன்முதல் எழுந்த நூல் சர் ஜோன் மார்ஷல் இயற்றியது. இதைத் தொடர்ந்து மக்கே என்பவரும் நூல்கள் இயற்றினார்.

மொகஞ்சதாரோ நாகரிகத்தைப் பற்றி இந்தியாவிலும் வெளிநாடுகளிலும் சொற்பொழிவுகளும், கட்டுரைகளும், நூல்களும் இதுவரை ஆயிரக்கணக்காக வெளிவந்துள்ளன.

அக்காலத்திற் சைவம் உயர்ந்து விளங்கிற்று என்பதே விமரிசகர்களெல்லோரதும் ஒரு முகமான முடிபு. அப்பொழுது கோவில்கள் இருந்தனவா? என்பதும், அங்கு கண்டெடுக்கப்பட்ட பொருள்கள் விமரிசகர்களால் சுட்டப்படும் சமயத் தொடர்பு வாய்ந்தனவா? என்பதும், இவற்றைக்கொண்டு அக்காலச் சமய வழிபாட்டு நிலைபற்றித் திடமாக எதுவுங் கூற முடியுமா? என்பதும் இன்னும் ஆராயப்பட வேண்டிய விஷயங்களே. விரிவாக

இனி வெளிவர இருக்கும் நூல் உருவாகும் பொழுது இவைபற்றிய விளக்கங்கள் உரியவாறு விரிந்து இடம் பெறும்.

"மொகஞ்சதாரோ காலத்தில் சைவம் பெரிதும் உயர்ந்து விளங்கிற்று. அங்கு கண்டெடுக்கப்பட்ட உருவம் ஒன்று மிருகங்களால் சூழப்பட்டு விளங்குவதனால் பசுபதி எனக் கருதப்படுகின்றது. இவ்வுருவம் யோக நிலையினை நினைவூட்டு வதனால் இதே கருத்து மேலும் வலியுறுத்தப்படுகின்றது." எனக் கூறி அங்குள்ள சில வடிவங்களை எடுத்துச் சுட்டி அக்காலத்தில் சிவலிங்க வழிபாடு இருந்ததென்பர் சிலர். "அம்மை வழிபாடும் அப்பொழுது நிலவிற்று" என்பது இவர்களது அபிப்பிராயம்.

சிவனின் ஊர்தியான இடபம் பொறித்த பொருள்களும் பல அங்கு அகப்பட்டுள்ளன. இவையெல்லாம் அக்காலத்தில் சைவந் தழைத்தோங்கிய நிலையினைச் சுட்டுவன.

இவ்வாறாயின் இவற்றிற்கு ஏற்ப வழிபடுமுறையும், அதாவது பல்வகைக் கிரியைகளும், அக்கால வழிபாட்டில் இடம் பெற்றிருக்கலாம் என்று ஆராய்ச்சியாளர் பலர் கூறுவதைக் கருத்திற் கொண்டு, இவர்கள் கொள்ளும் முடிபுக்கு இவ்வாதாரங்கள் எவ்வளவு தூரம் ஏற்றன என்பதை நாம் ஊன்றி ஆராய்தல் வேண்டும்.

மொகஞ்சதாரோ சமயத்தைப் பற்றி இவ் வாராய்ச்சியாளர் கூறும் முடிபுகள் ஒரே முகமாய் ஏற்றுக் கொள்ளத் தக்கவையன்று என ஒரு சிலர் எடுத்துக் கூறும் உண்மையைப் பலர் சிந்தித்துப் பார்ப்பதும் இல்லை.

மொகஞ்சதாரோ கல்வெட்டுக்களில் உள்ள எழுத்துக்களை முறைப்படி வாசித்து அவை கூறுவனவற்றைச் சரிவர அறிந்த பின்னரே இந்நாகரிகம் பற்றித் தீர்க்கமான முடிவு கொள்ளலாம் என்பது இந்நூலாசிரியரது அபிப்பிராயம். அதுவரை நாம் கொள்ளும் முடிபுகளெல்லாம் வெறுங்கற்பனைகளே.

இச் சிறுநூல், இப்புராதன காலத்தைப் பற்றிப் பொதுவாய் இன்று நிலவும் அபிப்பிராயத்தை இவ்வாறு சுருக்கிக் கூறுவதுடன் நின்றுவிடுகின்றது. இதுவும், இனி வெளிவர இருக்கும் நூலில் நன்கு ஆராயப்படும்.

இந்திரன், அக்கினி, வருணன், உருத்திரன், விஷ்ணு முதலிய தெய்வங்களை விளித்துப் பாடப்பட்ட பாடல்களே இருக்கு வேதத்திற் பெரும்பாலானவை. இப் பாடல்கள் இத் தெய்வங்களின் புறத் தோற்றத்தையும் சிறப்பியல்புகளையும்

எடுத்துக் கூறுவன. இவற்றில் இத் தெய்வங்கள் எல்லாம் விளித்தழைக்கப் பெறுகின்றன.

இவ்வாறு கூவியழைத்தல் ஒரு சிறு கிரியையாக அமைந்து விடும். கிரியையின் தொடக்க நிலையினையே இவ் விளிக்கும் முறை சுட்டுகின்றது எனக்கொள்ளலாம்.

பாட்டுக்களைக் குறிக்க இருக்கு வேதத்திற் பல சொற்கள் இருக்கின்றன. இவற்றுள் தீ, கீ முதலிய சொற்கள் சில. இச் சொற்களெல்லாம் புத்தி, அறிவு, நுண்ணறிவு, சிந்திக்கும் ஆற்றல் என்னுங் கருத்துக்களை உணர்த்துவன.

வருஷம் என்றால் மழை. இம் மழையினை, அதாவது, மழைக்காலத்தை உறுப்பாய் ஏற்று விளங்கும் ஆண்டு முழுவதுமே வருஷம் என்னும் பெயரைப் பெற்று விடுகின்றது. இவ்வாறே அறிவு, சிந்திக்கும் ஆற்றல் என்னுங் கருத்துக்களை உணர்த்தும் தீ, மதி என்னுஞ் சொற்கள் இருக்கு வேதப் பாடல்களில் பிரயோகிக்கப்படும் பொழுது இவற்றின் விளைவான பாட்டை உணர்த்தி நிற்பன.

இப் பாட்டுக்கள் எல்லாம் கவியின் சிந்திக்குமாற்றற் சிறப்பினையல்லவா சுட்டுகின்றன! பாடல்களைச் செப்பனிட்டு அமைத்தவன் அறிவு மிக்கவன். அபௌருஷேயம் எனக் கொள்ளப்படும் வேதத்திற்கு உலகியலில் காரணபூதமாகக் கூறப்படும் இவன் இருஷி எனப்பட்டான். கவி என்னும் பெயரும் இவனுக்கு உண்டு. கவி இயற்றியதே காவியம் எனப்படுவது.

இருக்கு வேதத்தில் கவியின் கைவண்ணத்தால், நுண்ணறிவால், உருவாகிய பாட்டும் ஒருவகைக் காவியமே. ஆயினும், வேதப் பாடலைக் காவியம் எனக் கூறும் மரபு கிடையாது. இருக்கு வேதக் கவி கைதேர்ந்த சிற்பி, தம் நுண்ணறிவு கொண்டு பாக்களை உருவாக்குவதில் வல்லவன். இப் பாக்களை வகைவகையாக உருவாக்குவது, அவற்றைத் தான் விளித்துக் கூவிய தெய்வங்களுக்குச் சமர்ப்பிப்பதற்காகவே. இவ்வாறு சமர்ப்பித்தல் இவன் தனக்கெனத் தானே மேலே தொடர்ந்து வகுத்துக் கொண்ட வழிபடும் முறை. இதை நாம் இருக்கு வேதங்கூறும் வழிபடு நிலையின் அடுத்த நிலை எனக்கொள்ளலாம்.

‘**அம்மையே, அப்பா, ஒப்பிலாமணியே**’ என்றெல்லாங் கூவியழைத்தலிலேயே இறை வழிபாடு செய்து இன்பங்காணுவதும், பாமாலை பாடப் பயில்வித்தானை வாயாரப் புகழ்ந்து பாடி அவனுக்கே அதைச் சூட்டுவதும், தேவார திருவாசகங்கள் எடுத்துச் சுட்டும் வழிபடும் வழிகள் அன்றோ!

இருக்கு வேதப் பாடல்களிற் பெரும்பாலானவை தெய்வத்தை விளித்து, "நான் நெய், தேன், பால் முதலியனவற்றை ஆகுதிகளாக உனக்குத் தருகின்றேன். நீ பெரும் வீரர்களான புத்திரர்களையும், மாடு முதலிய செல்வங்களையும், நோயற்ற நீண்ட வாழ்வினையுந் தா" என வேண்டும் வகையில் அமைந்து விளங்குவன.

பாலுந் தெளிதேனும் பாகும் பருப்புங் கொடுத்துச் சங்கத் தமிழ் மூன்றும் பெறுவது எமது மரபல்லவா? பொருள்களை இவ்வாறு கொடுக்கும் கிரியை நிகழும் வேளை வேட்பவன் மனத்திற் தோன்றுவது, தான் விரும்பும் பொருள்களைப் பெறுவதற்குள்ள அவாவே. கிரியைகள் யாவும் பயனை அவாவிச் செய்யப்படும் நிலையினையே இருக்கு வேதத்தில் வரும் இப் பாடல்கள் சுட்டுவன.

கிரியைகளை எடுத்துக் கூறும் ஆகமங்களும், ஏனைய துணை நூல்களும் கிரியைகளால் விளையும் பயனையும் இயம்புகின்றன. இருக்கு வேதக் கோட்பாடு இற்றைய வழிபாட்டில் நிரந்தர இடம் பெற்றதையே இது எடுத்துச் சுட்டுகின்றது. இருக்கு வேதத்தில் அக்கினிக்குரிய பாடல்கள் பல. அவன், வழிபாட்டில் இன்றியமையாத் தனியிடம் பெறுகின்றான்.

தேவர்களனைவரிடம் காணவேண்டிய பண்புகள் எங்களுக்குப் புலனாகும் வண்ணம் அவனிடம் குடிகொண்டு விளங்குகின்றன. இவன் மக்களையும் தேவர்களையும் தொடுக்கும் பிணைப்பாக அமைந்து விடுகின்றான். அக்கினி அவிந்து கண்ணுக்ககப்படாது மறையும் வேளை, கட்புலனாகாது உருக்கரக்கும் தேவர்கள் நினைவே மனதில் எழுகின்றது.

வீட்டில் அக்கினிக்கென வகுத்தமைக்கப்பட்ட குண்டத்தில் சுவாலை வீசி எரியும் பொழுது வீட்டில் உள்ளவர்களுள் ஒருவனாகவே ஆகிவிடுகிறான். இவன் வீட்டுக்குத் தலைவன். மக்களது வீட்டிற்கு உரியவன் மக்களுக்குந் தலைவனே.

இவ்வாறு தேவர்களுடனும் மனிதர்களுடனும் நெருங்கிய தொடர்பு உடைய அக்கினியைப் பல முறை விளித்து, "நாம் அளிக்கும் அவியினை ஏற்று ஏனைய தேவர்களிடம் சேர்ப்பிப்பாய்" எனவும், "அவர்களை யாகத்திற் பங்கு கொள்ள அழைத்து வா" எனவும் வேட்பவன் பலவாறு வேண்டுவதை இருக்கு வேதப் பாடல்கள் எடுத்தியம்புகின்றன. இது வழிபடும் நிலையின் அடுத்த நிலை எனலாம்.

இச்சூழ்நிலைதாம் வேட்கும் முறை விரிந்து பரந்து பெரும் வழிபடும் முறையாய் உருவாதற்கு வழிகோலிற்று. வேட்கும் இவ் வழிபடுமுறையே யஜனம், யஜ்ஞம், யாகம், வேட்டல் எனப்

பல பெயர்களைப் பெறலாயிற்று. யஜ் என்னும் வினையடிக்குக் கொடுத்தல் என்னுங் கருத்து உண்டு. எனவே யஜனம், யாகம் முதலிய சொற்கள் எல்லாங் கொடுத்தல் முறை மிக விரிவடைந்த வேள்வியை உணர்த்துகின்றன.

வேள்வி என்னுந் தமிழ்ச் சொல் கொடுத்தற் பொருளை யுணர்த்தாது விருப்பத்தைக் குறிப்பது. வேட்டலென்பதும் விரும்புதல் என்பதும் ஒரு பொருட் சொற்களே. இது உணர்த்துவது வேட்பவன் கொள்ளும் வேட்கையினையே. இவ் வேட்கை தாமும் கொடுத்தலினால் நிறைவேற வேண்டியதானமையால் யாகத்தின் முக்கிய நிகழ்ச்சி கொடுத்தல் என்பதையே குறிப்பாய் வற்புறுத்தி உணர்த்தி விடுகின்றது.

இவ்வாறு உருவான வேட்கும் முறை பல நுணுக்கமான அம்சங்களைக் கொண்ட வேதப் பாடல்களிலேயே காண்கின்றோம். இருக்கு வேதத்தில் பல இடங்களில் இந்நிலை காணப்படுகின்றது. எனினும், புருஷ சூக்தத்தில், விரிவாக யாகம் வேட்கும் விபரங்கள் தெளிவாக எடுத்துக்கூறப்பட்டுள்ளன. இதுவரை கூறியதே யாகம் வேட்கும் முறையின் தோற்ற நிலையினதும் வளர்ச்சியினதும் சுருக்க வரலாறு. இவ் வரலாறு, இனிக் கூறப்பட இருக்கும் சைவக் கிரியையின், அதாவது சிவயாகத்தின் சிறப்பியல்புகளைப் பற்றியறியத் துணைபுரியும், வேதங்களை முதல் நூலாகக் கொண்ட சைவ வழிபாட்டில் வைதிக மந்திரங்களும் வைதிக வழிபாடு முறையும் பெரும் இடம் பெற வேண்டியனவன்றோ!

யஜுர் வேதமே முதன் முதலெழுந்த வழிபாட்டு நூல் எனலாம். யஜ் என்னும் வினை அடி, கொடுத்தல் என்னுங் கருத்தைக் கூறும் என்பது சிறிது முன்னர்க் குறிப்பிடப்பட்டது. இவ்வினையடியுடன் உஸ் என்னும் விகுதி இணைய யசுஸ் என்னுஞ் சொல் உருவாயிற்று. கொடுத்தல், தேவர்கட்கு யாகங்களில் அவி கொடுத்தல் நிகழ வேண்டும் முறையினை விளக்குவது யசுர் வேதம். தீ வளர்த்து, அத்தீயுள் பல பொருட்களைச் சொரிய முற்பட்ட நிலையில் இருந்து, இப் பொருள்களை வகுக்கப்பட்ட ஒழுங்குகளுக் கேற்பச் சீராகச் சொரியும் முறை வளரலாயிற்று,

இவ் வளர்ச்சி இருக்கு வேதத்திலேயே சிறிது வளரக்கண்டோம். இந்நிலை மேலும் பெறும் வளர்ச்சியை உணர்த்துவது யசுர் வேதம். இது வேட்க வேண்டும் முறையினைப் பற்றிய விளக்கங்கள் தரும் நூலானமையால் உரை நடையினையே பெரிதும்மேற்கொள்ளலாயிற்று. யாகக் கிரியைகள் நிகழ்த்தும் முறையினை விரித்து, வகுத்து, ஒழுங்குபடுத்திக் கூறும் இந்நூல்

கிரியைகளின் தோற்றத்தையும் வளர்ச்சியையும் பற்றிய வரலாற்று நூல் எழுதுவோர்க்கு முக்கியமானது.

யாகத்துக்கு இன்றியமையாததான அக்கினியை வளர்ப்பதற்கு வேண்டிய குண்டங்கள், யாகவேதி முதலியவற்றை அமைக்கும் முறையும் தர்சபூர்ணமாசம், பிண்டபிதுருயஞ்ஞம், நித்தியாக்கினிஹோத்திரம், சாதுர்மாஸ்யம் முதலியனவும் வாஜபேயம், இராஜசூயம், சௌத்திராமணி, அசுவமேதம் முதலிய யாகங்கள் வேட்கப்படும் முறைகளும் இங்கே முதன் முதல் விரிவாகக் கூறப்படக் காண்கின்றோம்.

இருகடை கோல்களைத் துணைகொண்டு வேள்வித் தீ கடைந்தெடுப்பதை இவ் வேதங் குறிப்பிடுகின்றது. இவை இரண்டும் தாய் தந்தையராகவும், கடையும்பொழுது தோற்றுந் தீ அவர்க்குப் பிறக்குங் குழந்தையாகவும் கருதப்படுவன. இக்குறிப்பு இருக்கு வேதத்திலேயே காணப்படுவதெனினும் இங்கு விரிவாக இடம் பெறுகின்றது. இவ்வாறு தீயைத் தோற்றுவிக்கும் முறை ஆகமங்களிற் சிறப்பாக விதிக்கப்பட்டுள்ளது. மேலும், யசுர் வேதத்தில் உள்ள வழிபாட்டு முறை புதியதோர் அம்சத்தைப் பெறுவதைக் காண்கின்றோம். இம்முறை பிற்காலத்தில் உயர்ந்த இடத்தை நிரந்தரமாகப் பெற்றுவிட்டது. ஆகமக்கிரியைகள் வளர்ந்துவரும் தென்னாட்டிலும் இலங்கையிலும் இன்று இது பெரு வழக்கில் உள்ளது. இதைத் தெய்வங்களின் திருவருளுக்குத் தாம் பாத்திரமாக வேண்டி மக்கள் பயன்படுத்துவர்.

தெய்வம் ஒன்றிற்கே பல பெயர்கள் கூறும் இப் புதியதொரு முறையை யசுர் வேதத்திலேயே முதன் முதற் காண்கின்றோம். இவற்றுட் சில சிறப்புப் பெயர்கள்; சில காரணப் பெயர்கள்; சில பொதுப் பெயர்கள்; சில தெய்வத்தின் பண்புகளைச் சுட்டும் பெயர்கள். இப் பெயர்கள் சதருத்ரியம் என்னும் பகுதியில் இருக்கக் காண்கின்றோம். இத்தகைய பெயர்கள் இதிகாச புராணங்களில் நூறாகவும், ஆயிரமாகவும் பெருகியுள்ளன.

இப்பெயர்களைப் பிரயோகித்து இன்று சைவக் கோவில் களில் இறைவனுக்கு அர்ச்சனைகள் நிகழுகின்றன. இவை நூற்றெட்டுப் பெயர்களைக் கொள்ளும் பொழுது அஷ்டோத்தர சதநாமார்ச்சனை என்றும், முந்நூறு பெயர்களைப் பெறும் பொழுது திரிசத நாமார்ச்சனை என்றும், இன்னும் விரிவாக நிகழும் பொழுது இலக்ஷார்ச்சனை என்றும், இவ்விலக்ஷார்ச்சனை மேலும் விரிந்து கோடி அர்ச்சனை என்றும் பெயர்களைப் பெறுகின்றன.

இவ்வாறு கோடிக்கணக்கான பெயர்களைக் கூறும் முறை, வழிபாட்டில் இடம்பெற வழிகோலியது யசுர்வேதம். இவ் வேதத்திலேயே சுவாஹா, சுவதா, வஷட், வௌஷட், வேட், வாத் முதலிய மந்திரங்களும், பூ: புவ: சுவ: என்னும் வியாகிருதிகளும் முதல் முதலாகக் கூறப்படுகின்றன. பிற்காலத்துத் தந்திர சாஸ்திரங்களில் கூறப்படும் ஊம், ஆம், ஹ்ரீம், உம், ஏம், க்ரோம், பட் முதலியனவும் இங்கே குறிப்பிடப்பட்டுள்ளன.

இருக்கு, யசுர் முதலிய மூலப் பகுதிகளான வேதங்களைக் குறிக்கவரும் மந்திரம் என்னுஞ் சொல், நாளடைவில் மந்திரசக்தி வாய்ந்த இவ்வொலிகளையே குறிப்பதாயிற்று. இவற்றைப் பீஜாட்சரங்கள் எனச் சைவக்கிரியை நூல்கள் கூறுவன. இவை எல்லாவற்றிற்கும் சிகரம்போல் விளங்குவது 'ஓம்' என்பது. இதற்குப் பிரணவம் என்னுஞ் சிறப்புப் பெயர் உண்டு.

ஓம் என்பது ஒருவர் மனத்திற் தோன்றிய சம்மதத்தைத் தெரிவிக்கவே முதலில் எடுத்தாளப்பட்டது. இது, மிக தெய்விகம் வாய்ந்ததாகவும், உட்கருத்துக்கள் பல பொதிந்து விளங்குவதாகவும் கொள்ளப்பட்டு வருகின்றது. இந்தியாவில் எழுந்த அறு மதங்களைக் கடைப்பிடிப்போர் அனைவரும் இதைத் தாரகமந்திரம் எனப் போற்றுவர்.

ஆகமக் கிரியைகளில் அடிக்கடி பிரயோகிக்கப்படும் பீஜாட்சரங்கள் ஓம், ஐம், ஹ்ரீம், ஹ்ராம், ஸ்ரீம், க்லீம், ஹம், ஹாம் முதலியன. ஸ்ரீ வித்யா உபாசனையிலும் இவை பெரிதும் பிரயோகிக்கப்படுவன. இவையனைத்துக்கும் யசுர் வேதம் பிறப்பிடம்.

சாமவேதம் யாகக்கிரியைகளில் முக்கிய இடம் பெறுகின்றது. ஸா என்னும் வினையடி; பெறுதல், ஈட்டுதல் என்னுங் கருத்தையுடையது. இதிலிருந்து சாமன் என்னுஞ் சொல் உருவாகி உள்ளது. எனவே, கேட்போருள்ளத்தை உருக்கி அவர்களிடமிருந்து வேண்டும் பொருளைப் பெறத்துணை நிற்பது என சாமவேதத்தை விளக்குவர்.

சாமகானத்தில் சிவனுக்கு விருப்பம் அதிகம் என்பர். இராவணன் சாமகானம் நிகழ்த்தி இறைவனை மகிழ்வித்த வரலாறு அனைவரும் அறிந்ததே. எனினும் சிவ யாகங்களிலும் ஏனைய நித்திய நைமித்திக வழிபாடுகளிலும் சாம வேதம் குறிப்பிடத்தக்கவாறு தனி இடம் பெறவில்லை. நான்கு வேதங்களை ஓதும் வேளைகளில் ஏனைய வேதங்கள்போல் சாம வேதமும் யாகங்களில் ஓதப்படும்.

அதர்வ வேதத்துள் அமைந்துள்ள கருத்துக்கள் மிகப் பழைய காலத்தன என்பர் மேனாட்டு ஆராய்ச்சியாளர். இவை கூறுங்

கருத்துக்களை மட்டும் நினைவிற்கொண்டு ஆராய்வோமாயின் இவ்வேதம் இருக்கு வேதத்திலும் பழையது என்னும் முடிபினை நாம் எய்த நேரிடும் என இவர்கள் கூறியுள்ளார்கள்.

அதர்வ வேதத்தில் மாந்திரிகம் பேரிடம் பெறுகின்றது. நன்மை, தீமை ஆகிய இரு விளைவுகளை விளைவிக்குங் கிரியைகளை இவ் வேதப் பாடல்கள் எடுத்தியம்புகின்றன. மக்கள் தம் வாழ்வில் நிகழும் இவ்விருவகை நிகழ்ச்சிகளைக் கண்ணுற்ற மனிதன், தான் விரும்பிய வேளைகளில் விரும்பியதை மட்டுமே – அதாவது, தான் நன்மை விரும்பிய வேளை நன்மையையும், தீமை விரும்பிய வேளை தீமையையும் நிகழச் செய்யும் வழிவகைகளைப் படிப்படியாக அறிவதில் முனைந்தான்.

இவ்வாறு முனைந்து அவன் வகுத்த வழிகளையே அதர்வ வேதப் பாடல்கள் எமக்குக் காட்டுகின்றன. தனக்கும் தன்னைச் சார்ந்த உறவினர்க்கும் நன்மை பெருக வேண்டி அவன் நிகழ்த்திய கிரியைகள் பௌஷ்டிகானி எனப் பெயர் பெற்றுள்ளன. தன் பகைவரை வேருடன் களைய அவன் மேற்கொண்ட கிரியைகள் அபிசாராணி எனப்படுவன.

தம் விருப்பத்துக்கு மாறாக நடக்கும் மாற்றாரை இவ் வபிசாரங்களால் தீங்கு விளைவித்து அல்லலுறுத்தினான். நோய், பஞ்சம், வறுமை முதலியன தீமை பயப்பனவாய்த் தாமும் தீய அரக்கர்களே என்னும் எண்ணத்தைத் தோற்றுவித்தன. இவையும் பெரும் பகைவர்களே. இவற்றை அழிக்க அவன் மேற்கொண்ட கிரியைகள் பேஷஜாநி என்பன.

இம் முறைகளில் எல்லாம் தேர்ச்சிபெற்று அனுபவம் மிகுந்த நன்னிலையில் விளங்கிய இடத்தும் நன்மை மிகுந்த உயர்ச்சியையே மேன்மேலும் அவாவிக் கிரியைகளை மேலும் வகுத்தான்.

இவை செல்வப் பெருக்கையும், நீண்ட வாழ்வையும், உடல் நலத்தையும் பெரிதும் பயத்தன. பௌஷ்டிகானி, அபிசாராணி, பேஷஜாநி ஆகிய இவற்றை எல்லாங் கிரியைகள் என்று சுட்டும் மரபு கிடையாது.

எனினும், அதர்வ வேதத்தில் உள்ள பாடல்கள் இவ்வியல்பு வாய்ந்தவையாய், இவை எல்லாம் அக்கால வழக்கிலிருந்தன என்பதைக் குறிப்பாயுணர்த்தி நிற்கின்றன.

இப்பாடல்கள் மந்திரங்கள் எனப் பெயர் பெறுகின்றன. மந்திரங்கள் சக்தி வாய்ந்தவை. இவை கருத்துக்களை எடுத்துரைக்குஞ் சொற்களாலானவை எனினும், இவற்றிற்குப் பெரும் வல்லமை உண்டு. இவ்வல்லமை சக்தி எனப்படும்.

இம் மந்திரசக்தி வாய்ந்தவர்கள் மாந்திரிகர்கள். இவர்கள் கையாளுவதே மாந்திரிகம் எனப்படுவது.

அதர்வ வேதம் மாந்திரிக நூல் என்றால் மிகையாகாது. இம்மந்திர சக்தியே சாதாரண சூழ்நிலையில் உள்ள பொருட்களை எல்லாம் அவை இயல்பாகக் கொண்டிருந்த நிலையினும் உயர்நிலையினைத் தம் வல்லமையால் எய்துவிக்கின்றது.

நோய்க்கு மருந்தாக மூலிகை கொடுக்கப்படும் வேளை அதர்வ மந்திரம் தன் பெரும் ஆற்றலால் அதைப் பெரிதும் ஆற்றல் மிகச் செய்து அதன் வீறைப் பெருக்குகின்றது. அதர்வ வேதத்தின் உயிர்நாடி அது தோற்றுவிக்கும் மந்திர சக்தியே. இச் சக்தி ஆக்கல், அழித்தல் என்னும் இரு தொழில்களையும் நிகழ்த்துவது. இந்தியக் கிரியைகளில் இவ் வேதத்தின் செல்வாக்கே பெரும் அளவிற்கு வியாபித்து விளங்குகின்றது எனலாம்.

இவ்வேதம் உணர்த்தும் சக்தி இல்லை எனின் கிரியைகளே தமக்குரிய நிலையை இழந்துவிடும் என்னும் உண்மையை, கிரியைகள் அனைத்தையும் இச் சக்தியற்ற நிலையில் வைத்துக் கற்பனை பண்ணிப் பார்ப்பதன் மூலம் நாம் உணரலாம். இந்நிலை இற்றைய வழிபாட்டு முறையில் எவ்வாறு அமையும் என்பதைப் பார்க்கலாம். திருக்கோவிலில் உள்ள பொருள்களை நோக்கின் சில அங்கே நிரந்தர இடம் பெற்ற உபகரணங்களாய் விளங்குவன. சில கிரியைகளுக்காக அவ்வப்போது வெளியே இருந்து தருவிக்கப்படுபவை. இவை கோவிலில் உள்ள சூழ்நிலையில் மந்திரங்களால் தூய்மை பெற்றவுடன் வேறு உயர்நிலையிலேயே வைத்து மதிக்கப்படுவன.

கோவிலில் உள்ள கல், மண், தூண், மரம், தடி, செம்பு, குடம் முதலிய அனைத்துமே மந்திரசக்தி ஊட்டப்பட்டதும் தெய்விக அந்தஸ்தைப் பெற்று விடுகின்றன. உலகிற் பொது நிலையில் எங்கும் நிறைந்து விளங்கும் இறைவன் தெருவிற் காணப்படுங் கல்லிலும் உறைகின்றான்.

எனினும், திருக்கோவிலின் கருவறையுள் இலிங்க உருவாக அமைக்கப்பட்டுக் கிரியைகளால் வல்லமை ஊட்டப்பட்ட சிலையில் விசேஷமாக சாந்நித்தியங் கொண்டெழுந்தருளி யிருப்பதே ஆஸ்திகரது அனுபவம்.

பல்வகைப்பட்ட வாழ்க்கையின் அம்சங்களைக் கொண்டு அதர்வ வேதக் கிரியை முறை விரிந்தமையினும், இம் முறையின் பல அம்சங்கள் இருக்கு வேதம் கூறும் நிலையிலும் பழைய நிலையினைச் சுட்டுவதனாலும் அதர்வ வேதம் கூறும் கருத்துக்கள் இருக்கு வேதம் கூறுவனவற்றிலும் பழையன என்னும்

முடிபினை மேனாட்டு ஆராய்ச்சியாளர்கள் கொண்டனர். மொழி அமைப்பிலும், தான் பெற்றுள்ள உருவிலும், தாம் எடுத்துக்கூறும் கருத்துக்களிலும் இருக்கு வேதத்தின் பின் உருவானதாகக் காணப்படும் அதர்வவேதம், இருக்கு வேதச் சமய நிலையினும் பழைய சமய நிலையினைச் சுட்டுவதால் அதுகூறும் கருத்தை மனத்திற்கொண்டு பார்க்கும் பொழுது மட்டுமே புராதன இயல்பு வாய்ந்தது அதர்வ வேதம் என்பதே இவர்களது வாதம்.

வேள்வித் துறையில் வல்லவர்கள் கிரியைகளைப் பற்றி விரித்துக் கூறும் விளக்கங்களே பிராமணங்கள், யசுர் வேதம் இவற்றின் தோற்றுவாய். இங்கு கிரியைகளின் விளக்கம் யசுர் வேதத்தில் இருப்பதைக் காட்டிலும் விரிவாக இடம் பெறுகின்றன. கிரியை முறைகளின் முழு இயல்புகளையும் செவ்வனே விளங்குவதற்குப் பிராமணங்களிற் பயிற்சி பெரிதும் வேண்டப்படும். இவை கிரியைகளின் பொக்கிஷங்கள். யாகம், யஞ்ஞம் என்னுஞ் சொற்கள் பற்றிய விளக்கங்கள் முன்னர் கூறப்பட்டன.

எனினும் பிராமணங்களில் யாகம், யஞ்ஞம் முதலியன விளக்கப்படும் முறையிலிருந்துதான் இவற்றின் கருத்துத் தெளிவு நன்கு உண்டாகும். பிராமணங்களில் கிரியைகள் பற்றிய அபிப்பிராய பேதங்களும், இவைபற்றிய சர்ச்சைகளும், முரண்பாடான கருத்துக்களை ஆராய்ந்து அறிஞர் கொள்ளும் முடிபுகளும் இடம்பெற்றுள்ளன.

யாகங்களின் விரிவான விளக்கங்களை இந்திய இலக்கியப் பரப்பினுள் இங்கு காண்பது போல் வேறு எங்கணுங் காணலரிது. இவற்றை நிலைக்களனாகக் கொண்டு விளங்குவதே ஆகமங்கூறும் சிவயாகம். சிவயாகத்திலும் அக்கினி வளர்க்கப்படுவன்.

தீகடைகோல்களைக் கொண்டு வேட்பவர் அக்கினியைத் தோற்றுவிப்பர். இவற்றிற்கு அரணி என்று பெயர். சிவாக்கினி வளர்க்கப் பயன்படுங் குண்டங்கள் பல வகைப்பட்டன. இவை அமையும் முறை ஆகமங்களில் கூறப்பட்டுள்ளது.

சிவயாகத்தில் இருத்துவிக்குகள் பங்குபற்றுவர். இவர்களை மூர்த்திபர்கள் என்று ஆகமங்கள் குறிப்பிடுகின்றன. ஆனால் பிராமணங்கள் குறிப்பிடும் யாகத்திற் போன்று இங்கு சோமபானம், பசுவதம் முதலியன கிடையா.

புறத்தே வேதியில் நிறுவியுள்ள கும்பங்களில் பரிவாரங் களுடன் ஆவாகிக்கப்படும் இறைவன் அக்கினியிலும் நுண்ணுருவில் எழுந்தருளுகின்றான். அக்கினியில் இடப்படும் ஆகுதி அவனை மட்டுமே அடைகின்றது.

ஹோமம் செய்வதற்குரிய பொருள்கள் பல உள. நெய், ஹோமப் பொருள்களுள் முக்கியமானது. பால், தயிர் தேன் முதலியனவும் ஹோமப் பொருள்களே. இவ்வாறு வைதிக யாகத்தினதும் ஆகமங்கள் கூறும் சிவயாகத்தினதும் அம்சங்கள் ஒன்றையொன்று பெரும்பாலும் நிகர்த்து நிற்பது கவனிக்கத் தக்கது.

யாகத்தை நிகழ்த்துவிப்பவன் இருவகை வேள்விகளிலும் யஜமானன் எனப்படுவன். அத்வர்யு என விளங்கும் வேட்போனுக்கு நிகராகச் சிவயாகத்தில் பங்கு பற்றுபவர் சிவாசாரியார் எனப்படுவர். நிகழ்த்த வேண்டிய கிரியைகளைப் பத்ததிகளைக் குறிப்பிட்டு உணர்த்துபவர் சாதகாசாரியர் எனப்படுவர்.

யாகத்தில் பிரமா போன்று கிரியைகளனைத்தையும் நன்கறிந்தவராய், நிகழ்வதனைத்தையும் கண்காணிப்பவர் போதகாசாரியர் என்பவர். இவ்வாறு பிராமணங்கள் விதிக்கும் முறைகளைப் பெரும்பாலும் தழுவிச் சிறப்பான முறையினை ஆகமம் வகுத்துச் சிவயாகம் நிகழ்த்த வேண்டும் வகையை விரித்துக் கூறியுள்ளது. சைவ வழிபாட்டைப் பொறுத்த மட்டிற் பிராமணங்கள் சிவனின் பெருமை கூறி வழிபாட்டின் அமைப்பை அதன் உயரிய நிலையில் நிறுவ முன்வந்துள்ளன. பிராமணங்கள் உருத்திரனின் சிறப்பினைக் கூறி அவனைப் பெருந்தேவன் என்றும், ஈசானன் என்றும், தேவதேவனென்றும் குறிப்பிட்டுள்ளன. கௌஷீதகி பிராமணம் இவனுக்குப் பவன், சர்வன், பசுபதி, உக்கிரன், உருத்திரன், ஈசானன், அசனி என்னும் பெயர்களை அளித்துள்ளது.

சாங்காயனம் என்னும் பிராமணம், இவ்வெட்டுப் பெயர்களுடன் நீர், நெருப்பு, வளி, கோள்கள், மரங்கள், ஆதித்தன், தண்மதி, அன்னம், இந்திரன் முதலிய பொருள்களையும் தெய்வங்களையும் உருத்திரனுடன் முறையே தொடர்புபடுத்திக் கூறுகின்றது. இதுதான் இறைவனுக்கு அட்டமூர்த்தங்கள் கற்பிப்பதின் மிகவுந் தொடக்க நிலை. சிவயாகம் உணர்த்தும் பேருண்மை இறைவன் அட்டமூர்த்தி என்பதாகும்.

பிராமணங்கள் கூறும் நிலைக்கும் உபநிடதங்கள் புகட்டும் அறிவுரைக்கும் இடைநிலையை ஆரணியகங்கள் சுட்டுவன. ஆரணியகங்கள், பிராமணங்கள் கூறுமளவிற்குக் கிரியைகளை விரித்துரைத்து அவற்றை இயற்றும் வழியினை விளக்கிக் கூறுவனவல்ல. இவை யாகங்கள் நிகழவேண்டும் முறையினைப் பற்றியே புதிதாக ஒன்றும் கூறாது வாளாவிருப்பன.

இவை அறிவு வழியினை வகுத்து, உபநிடதங்கள்போல் அறிவுரைகள் கூறுவனவும் அல்ல. இவை யாகங்களைப் பற்றிக் கூறுவனவே. எனினும் இவ் யாகங்கள் புறத்தே குண்டங்கள் முதலியன அமைத்து யாகத்திற்கு வேண்டிய பொருள்களை எல்லாம் சேகரித்துச் செய்யப்படுவனவல்ல.

இங்குக் கூறப்படுவது மானசிக யாகம். இதற்குத் தேவையான பொருள்கள் மனதினால் கற்பனையாக உருவாக்கப்படுபவை. ஆரணியகங்கள் கூறுவது குண்டம் முதலியனவற்றைப் புறத்தே நிறுவிக் கட்புலனாகும் வண்ணம் வேட்கப்படும் யாகங்களைப் பற்றியன்று.

இவை சுட்டுவது அறிவு வழியேயாகும் பொழுது அகத்தே நுண்ணிய வடிவில் கற்பனைக்கு மட்டும் அகப்பட்டு மானசிகமாய் நிகழும் யாகங்களையேயாம். சைவாகமங்கள் கூறும் கிரியைகளுள் இவ்வகை யாகமும் தனி இடம் பெற்று விடுகின்றது.

சிவயாகம் நிகழ்த்த முன் சிவாசாரியர் இந்த நுண்ணிய யாகத்தை நிகழ்த்தும்படி ஆகமங்களால் உணர்த்தப்படுகின்றார். இந்த யாகம் அந்தர் யாகம் எனப்படும். இது பற்றிய விபரங்களைப் பின்னர் உரிய இடத்தில் காண்க.

உபநிடதங்கள் இந்நிலையையுங் கடந்து மேலே செல்கின்றன. இவை புகட்டும் வழி இன்னும் உயரிய வழி. இது அறிவு வழி எனப்படுவது, உபநிடதங்களில் கிரியைகள் ஓரளவிற்குப் புறத்தே ஒதுக்கித் தள்ளப்படுகின்றன.

யாகாதி கிரியைகளைச் செய்ய விழையும் எண்ணத்தினைச் சீர்குலைத்தும், அறிவு வழியை உயர்த்துவதன் மூலம் யாகங்களைச் சிறுமைப்படுத்தியும் உபநிடதங்கள் ஆங்காங்கு கூறக் காணலாம்.

இருக்கு வேதம் சிறப்பித்துக் கூறும் தெய்வங்களின் பெருமையைத் தொடர்ந்து கூறும் நிலையை உபநிடதங்களிற் காணலரிது. பிராமணங்கள் கூறுமளவிற்குக் கிரியைகளை விரிக்கும் இயல்பும் அற்றவை உபநிடதங்கள். ஆயினும், சில பழைய உபநிடதங்களில் யாகம் பற்றிக் கூறுவதனால் பிராமணங்களை நிகர்க்கும் பகுதிகளும் சில காணப்படுவன. இப்பகுதிகள் கிரியைகளை விளக்குமளவில் பிராமணங்களிலும் தரங்குறைந்தவைகளே.

இவ்வாறு அங்குமிங்கும் காணப்படும் ஒரு சில இடங்களைத் தவிர ஏனைய பகுதிகளில் வேள்விக்கு அனுகூலமற்ற நிலையே சித்திரிக்கப்பட்டிருக்கக் காண்கின்றோம். பிராமணங்கள் கூறும் வெறும் வேள்வியின் பயனற்ற விளக்கங்களை எதிர்த்து, தத்துவக்

கருத்துக்கள் செறிந்த அறிவுப் பெருக்கத்தை நிகழ்த்துவிப்பன உபநிடதங்கள்.

எம் மூதாதையர் வகுத்த வழி நின்று வேள்விகளை முறையே ஆற்றுவதனால் மனிதன் தன் நோக்கத்தை நிறைவேற்ற வல்லான் எனக் கூறும் முண்டகமும், வேள்விகளைப் பின்வருமாறு இகழ்ந்துரைக்கின்றது. "வேள்விகள், தளர்ந்து நடுக்குறும் ஓடங்கள் போன்றவை. இவை வாழ்க்கை என்னுங் கடலிற் செல்பவை. எந்த நேரத்திலாயினும் தன்னிடம் இருப்பவனைக் கடலின் அடிக்குக் கொண்டுசெல்லக் கூடும்.

யாகங்களே மனித வாழ்க்கையின் உயர்கதி என இருப்பவர்கள் எல்லோரும் திரும்பத் திரும்ப மரணத்துக்கே ஆளாகின்றனர். இருளின் நடுவே அகப்பட்டு வாழும் இப் போலி அறிஞர், குருடர்கள் வழிகாட்டத் தொடரும் குருடர்கள்போல் இங்குமங்கும் அலைந்து திரிகின்றார்கள். அறியாமையுள் அமிழ்ந்திருக்கும் இவர்கள் வாழ்க்கையின் குறிக்கோளை அடைந்து விட்டவர்களாய்த் தம்மைக் கருதிக் கொள்வர்.

இன்பந்துய்க்குந் தகுதி வாய்ந்தோராய் விண்ணுலகெய்தி, அங்கு இன்புற்றிருக்கும் வேளை, தாம் தேடிய புண்ணியம் தேய்ந்து குறைவுற்றதும், ஆசையினால் ஈர்க்கப்பட்டவராய் மீட்டிங்கு திரும்புவர். வேள்வியையே ஒப்பற்ற உயர்குறிக்கோளாய்க் கருதுமிவர் வாழ்க்கையில் இன்னுஞ் சீரிய குறிக்கோளுளது என்பதைச் சிறிதும் சிந்திக்கும் ஆற்றலிலர். ஈட்டிய புண்ணியம் தேய்வுற்றதும் இந்நிலவுகத்திற்கோ அன்றிக் கீழே இருக்கும் நரகத்திற்கோ ஏகுவர்.

காட்டில் தவத்தினை மேற்கொள்பவரோ தம் ஐம்புல வேட்கையை அடக்கியவராய் அறிவுவழி ஏகமுற்படுவர்." ஏனைய உபநிடதங்கள் கூறும்கருத்துக்கள் பிராமணங் கூறும் யாகத்திற்கு விரோதமானவை எனினும், அவ்வாறு முண்டகோபநிடதம் கூறுவதைப் போன்று துணிவாகத் தம் விரோத மனப்பான்மையைக் காட்டி வேள்வியைக் கடைப்பிடித்தலைக் கண்டிக்கின்றனவல்ல.

உபநிடதங்களில் யாகங்கள் செய்தல் கூடாதென்று விதித்துத் தடுக்கப்படும் நிலையைக் காணல் அரிது.

பௌத்தம், சமணம் ஆகிய இரு மதங்களும் சைவத்திற்குப் புறம்பான மதங்களே. இவை நாஸ்திக மதங்கள் எனப்படுவன. இவை வேதங்களைப் பிரமாணமாகக் கொள்ளாமையே இதற்குக் காரணம். யாகங்களில் பசுவதை நிகழ்வதை முதற்காரணமாகக் கொண்டே இவை கிரியைகளை எதிர்த்து நின்றன.

கா. கைலாசநாதக் குருக்கள்

யாகாதி கிரியைகள் அறிவு நிலைக்குக் கீழ்ப்பட்டவை என்னும் உபநிடதக் கருத்தைப் பெரிதும் ஆதரிப்பது மட்டுமல்லாமல் அதைப் பெரிதும் வற்புறுத்துவனவாதலால் இவை கிரியைகளுக்கு மாறுபட்ட கொள்கையினை உடையவை.

வேதங்களையே பிரமாணமாகக் கொள்ளாத இம் மதங்கள் எவ்வாறு கிரியைகளிற் பற்றுக்கொள்ளும்? எனினும், இம் மதங்களைக் கடைப்பிடிப்போரின் சமய வாழ்விலேயே கிரியைகள் பெரிதும் வழங்கி வருவது கண்கூடு. உலகியல் நிலையில் அறிவு வழியை மெச்சுபவனும் கிரியைகளினின்றும் அறவே விலகிவிட முடியாதவனாகின்றான்.

இது பற்றியே வேதாந்த சித்தாந்தங்கள் எல்லாம் கிரியை, உபாசனை முதலியவை தாங்கூறும் உயர்ந்த கொள்கைக்கு ஏற்றுக்கொள்ளத் தக்கவையே என்றும், இவை தாமும் உயிர்களை ஓரளவிற்கு உய்விக்க வல்ல வழிகள் என்றும் அங்கீகரிக்கின்றன. இவ்வழியை அங்கீகரிக்காத நிலையில் முன்னோர் அறிவுரைகள் எல்லாம் வெற்றுரைகள் ஆகவல்லவா ஆகிவிடுவன!

இந்நிலை கொண்டு பௌத்தம் முதலிய புறச்சமயங்களை நோக்குவோமேயானால், அவையிரண்டும் கிரியை, நம்பிக்கை என்பனவற்றிற்கு இடமளிக்காததனால் சமயங்களாகா. எனினும், பௌத்தப் பொதுமக்கள் பௌத்தம் கூறும் தத்துவங்களை விசாரிப்பதில் ஈடுபடுவதற்கு வேண்டிய பக்குவமற்றவர்கள் ஆவர்.

அறிவு நெறியைக் காட்டிலும் உலகியல்பு வாய்ந்த கிரியை நெறியினை இயல்பாக அவாவும் இவர் தம் வாழ்க்கையில் இத்தத்துவங்களைக் கூறும் புத்தரையே தெய்வமாக வைத்து வழிபடும் ஒரு மதத்தையே உண்டாக்கத் தலைப்பட்டனர். இதன் விளைவே மகாயான பௌத்தம்.

வேதாங்கங்கள் ஆறு. இவை அனைத்துமே கிரியைகளை அடிப்படையாகக் கொண்டு தோன்றியவை. இவற்றின் மூலநூல்கள் சூத்திரங்களாலானவை. இவை வேதங்களுடன் தொடர்புறுவதனால் வேதாங்கங்கள் எனப்படலாயின.

இவற்றுள் தர்ம சூத்திரங்கள், சிரௌத சூத்திரங்கள், கிருஹ்ய சூத்திரங்கள் என்பன முக்கியமானவை. சிரௌத சூத்திரங்கள், வேதங்கள் குறிப்பிடும் வேள்விகளைப் பற்றியவை. கிருஹ்ய சூத்திரங்கள் வைதிகக் கிரியைகளுள் வீட்டில் நிகழ வேண்டுங் கிரியைகளை இல்வாழ்வான் ஆற்ற வேண்டும் வகையில் விளக்குவன.

வேதங்களில் கிரியை பற்றிய விபரங்கள் சிதறுண்டும் கோவைப்படுத்தாதும் இருப்பதனால் வேதகாலத்தை அடுத்து வாழ்ந்த மக்கள் இவற்றை எல்லாம் எடுத்துக் கோவைப்படுத்திச் சீர் பெற அமைக்க விழைந்தனர். இவ்வாறு அமைந்தவையே சூத்திரங்கள்.

உபநிடதங்களுக்கு அடுத்த இக்காலத்தில் தத்துவ விசாரணை வளர்ச்சியுறத் தொடங்கியதனாலும், புத்தி நுட்பமாகவும், தருக்க ரீதியாகவும் விஷயங்களை உசாவி அறியும் நிலை தோன்றியதனாலும் கருத்துக்களைக் கோவைப்படுத்தி அவையியல்பு பற்றி வகுத்தமைக்கும் முறை ஏற்படலாயிற்று.

இவ்வாறு அமைத்தவர்கள், இவற்றையெல்லாம் மக்கள் எளிதில் நினைவிற் கொள்ளல் வேண்டும் என்னும் எண்ணம் மேலிட்டவராய் இது ஒன்றே இவர் குறிக்கோள் என நாம் நினைக்கும் வண்ணம் சுருங்கிய சூத்திரங்களால் தம் நூல்களை அமைக்கத் தொடங்கினர்.

புத்தர் அறிவுரைகளும் சூத்திரங்கள் எனப்படுவன. ஆறு வேதாங்கங்களின் மூல நூல்களும் சூத்திரங்களால் அமைவன. உபநிடதக் கருத்துக்கள் சீராக அமைக்கப்பட்டுப் பிரம சூத்திரமாக உருவாயிற்று. வேதங் கூறும் கிரியைகளின் உயர் விளக்கத்தைக் குறிக்கோளாகக் கொண்டு எழுந்தது ஜைமினி முனிவர் இயற்றிய மீமாம்ச சூத்திரம்.

இவ்வாறு கிரியைகளை நிகழ்த்துங்காலை பல நிலைகளை எல்லாந்தாண்டி தத்துவக் கருத்துக்களை உணர்விக்கும் உயர் நிலையினை எய்தக் காண்கின்றோம். இவ்வைதிகக் கிரியை மரபை அடிப்படையாகக் கொண்ட இதிகாச புராணக் கிரியை முறையில் பல திருப்பங்கள் நிகழக் காண்கின்றோம்.

இற்றைய கிரியை முறையின் சிறப்பினைத் தென்னாட்டிலும் இலங்கையிலும் விசேடமாக வழங்கி வரும் தொன்மை மிக்க ஆகம மரபு எவ்வாறு உணர்த்துகின்றது என்பதைத் தொடர்ந்து கவனிப்போம்.

3

இதிகாச புராணங்கள் கூறும் கிரியைகள்

வைதிகக் கோவில்களில் நிகழும் கிரியைகள் அனைத்துமே திருவுருவங்களை அடிப்படையாகக் கொண்டவை. இத் திருவுருவங்களே கிரியைகளில் நடு இடம் வகிப்பன. அவை எவ்வாறு அமைய வேண்டும் என்பது பின்னர் கூறப்படும். இறைவன் ஏற்ற திருமேனிகள் எல்லாம் சில சம்பவங்களைப் பற்றியனவாய், அவற்றைச் சித்திரிக்கும் வண்ணம் உருவாகியுள்ளன.

சிவனின் திருவுருவம் ஒவ்வொன்றிலும் ஒவ்வொரு செயலின் சிறப்புநிலை எடுத்துக் காட்டப்பட்டிருக்கக் காண்கின்றோம். இச் செயல்களின் விரிந்த வரலாறுகளைத் திறம்பட எடுத்துக்கூறும் நூல்கள் இதிகாச புராணங்கள். புராணங்களின் பெரும் பகுதிகள் சிவபெருமானின் அருள்திரு விளையாடல்களைக் கூறுவனவாகும்.

கிரியைகளை நன்கு விளங்க விரும்புவோர் முதலில் அவற்றிற்கு இன்றியமையாத திருவுருவங் களைப் பற்றி அறிதல் வேண்டும். அங்ஙனம் திருவுருவங்களை நன்கு விளங்குவதற்கு அவற்றுடன் தொடர்புபூண்டுள்ள வரலாறுகளை அறிதல் முக்கியம். இவற்றை விரிவாகக் கூறுவதற்கென உருவானவை இராமாயணம், பாரதம் ஆகிய இரு இதிகாசங்களும், பதினெண் புராணங்களும், உப புராணங்களுமாம். இந் நூல்கள், சமயக்கிரியைகளைப் பற்றித் தெரிந்து கொள்ள விரும்புபவர்கள் முதன் முதலாகக் கற்றறிய வேண்டியவை.

சிவபிரான் திருக்கோலங்கொள்ளும் வேளை இவனுக்கெனச் சிறப்பாகப் பொருந்தியுள்ள உருவ உறுப்புக்களின் அமைப்புக்கள், அவன் புனையும் கோலங்கள் ஆகியனவெல்லாம் புராணங்களி லேயே விளக்கமாகக் குறிப்பிடப்பட்டுள்ளன. எனவே, புராணங்கள் சித்திரிக்கும் சிவனின் புறத்தோற்றத்தைச் சுருக்கமாக நோக்குவோம்.

புராணங்கள் சிவனின் இருவகைத் தோற்றங்களைக் குறிப்பிடுவன. ஒன்று, சாந்த வடிவினதாய் உயிர்களுக்கு நன்மை விளைவிக்கும் தோற்றம். மற்றையது உக்கிரம் மிகுந்ததாய் தீயவர்களுக்குத் தீங்கு விளைவிப்பது. இப் பண்புகள் வாய்ந்தனவாகவே உருத்திரன் இருக்கு வேதத்தில் சித்திரிக்கப் படுகின்றான்.

அரக்கர்களை அழித்த வேளைகளில் இவ்வாறு பயங்கர உருவங்களை இறைவன் கொண்டதாகப் புராணங்கள் கூறும். இவ்வாறு அழிக்கப்பட்டவர்கள், அந்தகன், சலந்தரன் முதலிய அரக்கர்கள்.

சிவனின் திருமுகங்கள் ஐந்து. இவை ஈசானம், தத்புருஷம், அகோரம், வாமதேவம், சத்தியோஜாதம் என்பன. இம் முகங்கள் அனைத்திற்கும் தனித்தனி நிறங்கள் உண்டு. இவை முறையே வெள்ளை, சிவப்பு, மஞ்சள், நீலம், வெண் சிவப்பு என்பன. இவ்வைந்து முகங்களும் ஐந்தொழில்களுடன் தொடர்புறுவன.

சிவனுக்கு நான்கு முகங்கள் உண்டு எனச் சில புராணங்கள் கூறுகின்றன. இவ்வாறு புராணங்கள் கூறினும் கோவிலில் அமைக்கப்பட்டுள்ள விக்கிரகங்களில் இந்நிலையினை நாம் காணுவதில்லை. இங்கு நாம் காணும் திருவுருவங்கள் எல்லாம் ஒரு முகம் மட்டும் கொண்டு விளங்குவனவே.

சிவனின் சடை தனிச் சிறப்பு வாய்ந்தது. புராணங்கூறும் சடை விரித்தாடும் நிலையிலேயும் சிற்பிகள் சிவனைக் கோவிலில் வழிபடுவதற்காக உருவாக்கியுள்ளார்கள். சடை மேல்நோக்கியதாக முடிந்து கட்டப்பட்டு விளங்கும் இவன் நீர்மலிவேணியன்.

சிவனது வெள்ளந்தாழ் விரிசடையைப் புராணங்கள் கூறுதற்கிணங்கவே சிற்பமும் உருவாகின்றது. இவன் சடாதரன், சடாமௌலி என்றெல்லாம் சடையின் சிறப்பினை உணரும் வண்ணம் கூறப்படுகின்றான். இவன் சடையினை முடிந்து அதையே மகுடமாகக் கொண்டும் விளங்குபவன்.

சிவனுக்குச் சிறப்பாய் உள்ளது நெற்றிக்கண். இதனால் இவன் மூன்று கண்களையுடையவனாய் முக்கண்ணன் எனச் சிறப்பிக்கப்படுகின்றான். இவனுக்குத் திரியம்பகன் என்னும்

பெயரும் இதனாலேயே ஏற்பட்டதென்பர். இவனது நெற்றியில் விளங்குங் கண் அக்கினியெனப் புராணங்கள் கூறுகின்றன. இக் கண்ணால் நோக்கியே சிவன் காமனை எரித்தான். இக் கண் தீப்பொறி கக்கிய நிகழ்ச்சிகள் பல.

சூரியனும், சந்திரனும் சிவனின் மற்றைய இரு கண்கள். இராசதம், தாமசம், சாத்துவிகம் என்னும் முக்குணங்களே முக்கண்கள் எனவும், இம்மூன்று கண்களும் மூவேதங்களே எனவும் புராணங்கள் அங்கங்கே கூறியுள்ளன. இவன் நான்கு முகங்களையுடையவன் எனக் குறிப்பிட்டதனாற் சில புராணங்கள் இவனைப் பன்னிரு கண்ணினனாய்த் துதிக்கின்றன.

புராணங்கள் சிவனின் கரங்களையும் பலவாறு கூறுகின்றன. நான்கு திருக்கரங்கள் இவனுக்குண்டு அவற்றுள் பெரும்பாலானவை. தென்னிந்தியக் கோவில்களிலும் இலங்கைக் கோயில்களிலும் சிவனின் திருவுருவங்கள் நான்கு கரங்களுடன் விளங்குவதையே மிகுதியாகக் காண்கின்றோம்.

சிவன் எண்டோள் வீசி நின்றாடும் பிரான். ஐந்து திருமுகங்களையுடைய சிவனுக்குப் பத்துக் கரங்களைச் சில புராணங்கள் குறிப்பிடுவதும் பொருத்தமே. முப்புரம் எரித்த வேளை இறைவன் கொண்ட கோலத்தைக் கூறும் மத்ஸ்ய புராணம் பதினாறு திருக்கரங்களைக் குறிப்பிடுகின்றது.

சிவனின் கழுத்தும் தனிச்சிறப்பு வாய்ந்தது. இது நீல நிறம் பொருந்தியது. இதனால் இவன் நீலகண்டன் ஆகின்றான். நஞ்சுண்ட வேளை இவன் கழுத்தில் கறை படிந்து விட்டது. ஆகமங்களும், வழிபாட்டில் இடம்பெறும் பல மந்திரங்களும் இவன் கழுத்தினைக் கரிய நிறத்தினதாகக் குறிப்பிடுகின்றன.

இதிகாச புராணங்களில்தான் கரியமிடறு சிவனுக்குப் பொருந்திய வரலாறு கூறப்பட்டுள்ளது. இதுவும் சைவத்தை விளக்கப் புராணங்கள் பெரிதும் பயன்படுமாற்றை விளக்குகின்ற தல்லவா?

இறைவனின் நிறம் பலவாறாகக் கூறப்படுகிறது. இவற்றுள் இவன் கரிய நிறத்தினன் என்பதும் ஒன்று. இதே இவனுக்கு மகாகாலன் என்னும் பெயரைத் தோற்றுவித்தது என்று ஒரு புராணம் விளக்கும். "இங்கு காலன் என்னும் சொல் யமனைக் குறிக்கும். மகாகாலன் என்றால் யமனுக்கும் யமனாகத் தோன்றி அவனை அடக்கியவன்" என்று விளக்குவாரும் உளர்.

சிவன் உருக்கி வார்த்த பொன்னிறத்தினன் என்றும், ஒளி வீசும் அக்கினி வடிவினன் என்றும், சிந்தூரப் பொடிவண்ணன்

என்றும், மின்னலை நிகர்க்கும் தோற்றத்தினன் என்றும் புராணங்கள் பலவாறு கூறுகின்றன.

சிவபிரானின் திருவுருவத்தைப் புராணங்கள் பலவாறு விதந்து கூறுகின்றன. இவ்வுருவம் எட்டு அம்சங்களைக் கொண்டது. நீர், நிலம், தீ, வளி, விசும்பு என்னும் ஐம்பூதங்களும், சூரியன் சந்திரனாகிய இரு கோள்களும், வேட்கும் இயல்பினனான இயமானனும் இவ்வெட்டுறுப்புக்கள். இதனாலேயே இவனுக்கு அட்டமூர்த்தி என்னுஞ் சிறப்புப் பெயர் உண்டாயிற்று.

சிவனின் உடலிற் பாதி பெண் வடிவானது. இதனால் இவன் மாதொரு பாகன் எனப்படுவன். அர்த்தநாரீசுவர வடிவம் இறைவன் கொண்ட திருக்கோலங்களுள் ஒன்று. இத் திருவுருவம் எவ்வாறு உருவாக்கப்படல் வேண்டும் என்பதை மத்ஸ்ய புராணம் விளக்கிக் கூறும்.

அர்த்தநாரீசுவர வடிவங் கொண்டதைப்போல் சிவன் மேற்கொண்ட இன்னொரு வடிவம் ஹரிஹர வடிவம். இத் தோற்றத்தில் அர்த்த நாரீசுவர வடிவத்தினை நிகர்த்து, சிவனினதும், விஷ்ணுவினதும் அம்சங்கள் பாதி பாதியாக விரவிக் காணப்படுகின்றன. இந்நிலையில் அமைக்கப்பட்ட ஹரிஹரத் திருவுருவம் வழிபாட்டில் இடம் பெறுகின்றது. புராணங்களும் இதன் சிறப்பை எடுத்து விளக்குகின்றன.

சிவனின் புறத்தோற்ற இயல்பினை வருணிக்கும் புராணங்களிற் சில இவனைத் தலைசிறந்த யோகியாகச் சித்திரிக்கின்றன. இதனால் இவன் யோகீசுவரன் எனப்படுகின்றான். இத்துணை அழகு ததும்ப வருணிக்கப்படும் இவன் கோலம் கல்லாலின் கீழமர்ந்து முனிவர்கட்கு அறிவுரை புகட்டும் நிலையில் உருவாக்கப்பட்டுள்ளது. தென் முகமாக வீற்றிருக்கும் இந்நிலையில் இவனுக்குத் தட்சிணாமூர்த்தி என்னும் பெயர் ஏற்படுகின்றது.

சிவனுக்கெனச் சிறப்பாயுரிய உடை தோலாலானது. சிவன் புலித்தோலை அரைக்கசைத்தவன் என்பன புராணங்கள். யானையின் தோலை உரித்து உடம்பிற் போர்த்திய திருவிளையாடலையும் புராணங்கள்தாம் கூறுகின்றன. சில புராணங்கள் ஆடை எதுவும் அணியாத திகம்பரனாக இவனைக் குறிப்பிடுகின்றன. இவன் நரசிங்கத்தின்தோலை அணிந்திருப்பதையும் ஒரு புராணம் கூறும்.

இவன் உடல் எங்கணுஞ் சாம்பலைப் பரக்கப் பூசிப்பொலிந்து விளங்குவான். இவனைச் சுடலைப் பொடி பூசிய பெம்மான் என்பன புராணங்கள். ஆகமங்களில் விதிக்கப்பட்டுள்ள

தியானங்களில் சிவன் சாம்பற் பூச்சால் விளங்கும் மேனியன் என்று குறிப்பிடப்பட்டிருப்பது நோக்கற்பாலது.

சிவனணிந்து விளங்கும் அணிகலன்களைப் பற்றிப் புராணங்கள் குறிப்பிடுகின்றன. இவன் தலையைச் சந்திரனின் பிறைக்கோடு அழகு படுத்தும். சந்திரனைக் கிரீடத்தில் தரித்திருக்கும் இவன் சந்திர மௌலி. இவன் பாம்புகளைப் பலவாறு அணிந்துள்ளான்.

சிவன் கைகளில் வளையங்களாகவும், கடகமாகவும் அணிந்திருப்பது பாம்புகளையே. இவற்றை அரை ஞாணாகவும், பூணூலாகவும் தரித்திருக்கின்றான். இவன் காதிலும் பாம்புகளே குண்டலங்களாக விளங்குகின்றன. பத்மன், பிங்களன் என்னும் இரு நாகங்களுமே இவனுக்குக் குண்டலங்களாக விளங்குகின்றன எனப் புராணங்கள் கூறுகின்றன.

சிவன் உக்கிர வடிவங்கொள்ளும் வேளைகளில் மண்டை யோடுகள் அவனுடலை அலங்கரிப்பன. பிரமனது சிரங்கொய்து அவன் மண்டையோட்டை ஏந்தி நிற்கும் நிலையில் புராணங்கள் இவனை வருணிக்கின்றன. விஷ்ணுவின் கூர்மம், வராகம் ஆகிய இரு அவதாரங்களால் உயிர்களுக்கு நேரிட்ட துன்பம் துடைக்க வேண்டிப் பொருது வெற்றிஈட்டி, ஆமையின் ஓட்டையும் பன்றியின் பல்லையும் பிடுங்கி எடுத்து, வெற்றிச் சின்னங்களாகத் தம் மார்பிலணிந்து உக்கிர வடிவங்காட்டி நிற்கும் நிலையினைப் புராணங்கள் விதந்து கூறுவன.

அரக்கர்களை அழிப்பதற்காகத் திருவிளையாட்டாக உருவங்கள் தாங்கியவேளை, அவன் மேற்கொண்ட தோற்றங் களைப் புராணங்கள் வருணிக்கின்றன. இவ்வேளையில் இவன் பல படைக்கலங்களைத் தாங்கிநிற்கக் காண்கின்றோம்.

இவற்றுள், பிநாகம் என்னும் வில்லும் சூலப்படையும் இவனுக்குச் சிறப்பாக உரியவை. துவஷ்டா எனப் பெயர் பெற்ற தெய்வதச்சன் தனது கைவண்ணம் பெரிதும் விளங்கச் சமைத்துக் கொடுத்த சூலப்படையை இவன் ஏந்தி விளங்குவான். இதனாலேயே இவன் சூலி எனப்படுகின்றான்.

முப்புரங்களை எரிக்க வில்லம்பு ஏந்தி நின்ற நிலையில் இவனிடம் பொலிந்த அழகினைப் புராணங்கள் கூறுகின்றன. இவ்விரு படைக்கலங்களுக்கு அடுத்தாற்போல் முக்கியத்துவம் வாய்ந்தது இவனது மழுவாயுதம். தென்னிந்தியச் சிற்பங்களிற் பெரும்பாலானவை எம்மிறைவனை மழுவாயுதந்தாங்கி நிற்கும் நிலையில் சித்திரித்திருப்பது குறிப்பிடத் தக்கது.

சைவத் திருக்கோவிற் கிரியை நெறி

இவை தவிர்ந்த பல்வேறு படைக்கலங்களும் இவனுக்கு உரியன எனப் புராணங்கள் கூறும். இவை கதை, டங்கம், வாள், கத்தி, தண்டம், வச்சிரம், கேடயம் முதலியன. இப்படைக்கலங்களெல்லாம் இறைவனுக்கு எதற்காக என மனக் குழப்பமுறுவோர்க்குப் புராணங்களே விடை பகருகின்றன. சிவன் இவற்றைத் திருவிளையாட்டாகவே தாங்கி நிற்கின்றான் என்பதைப் புராண சம்பவங்களே தெளிவாக்குகின்றன.

முப்புரங்களை அழிக்கும் நோக்குடன் போர்க்கோலம் கொண்டு இறைவன் தேரில் ஏறிய வேளை இவன் கையில் வில் பொலிந்து விளங்கியது. அச்சமயம் விஷ்ணுவே அம்புருக்கொண்டு அரக்கனை அழிக்கத் தாமே பயன்படுதல் வேண்டும் என அவாவி அம்பறாத்தூணியில் இடம் பெற்றான்.

இறைவனும் தூணியினின்றும் இவ்வம்பினை உருவியெடுத்து வில்லிற் பொருத்தி அரக்கனைச் சங்கரிக்கப் போகும் அந்நிலையில் மாயோன் தம்மாலேயே அரக்கனது அழிவு நிகழப் போவதையும், தான் இன்றேல் திரிபுரங்களின் அழிவு நேரிடாது எனவும் நினைந்து செருக்குற்றான். இதை உணர்ந்த இறைவன் முப்புரங்களை நோக்கியவாறே பெருநகை புரிந்தான். இந்நகை முப்புரங்களையும் உடனே சாம்பராக்கிற்று.

இறைவனின் இவ்வட்டகாசத்துக்குப் பகைவரின் முப்புரங்களாயினும், அண்டசராசரங்களாயினும் எம்மாத்திரம்! அவன் தாங்கி நிற்கும் படைக்கலங்கள் அனைத்துமே ஒரே வேளையிற் பிரயோகிக்கப் படினும் இந்நகைக்கு ஈடாகுமா? இவ்வுண்மையை வரலாறு கூறி வற்புறுத்துவது புராணங்களேயாம்.

இடபம் எம் இறைவனின் ஒப்பற்ற ஊர்தி. இவன் உறைவிடம் கைலை. இம்மலையில் ஒப்பற்று விளங்கும் இவன் திருக்கோவிலின் வருணனை புராணங்களில் கவர்ச்சிகரமாக அமைந்திருக்கின்றது. அங்கு பரிவாரங்கள் புடைசூழ வீற்றிருக்கும் காட்சி நிலவுலகில் திருக்கோவில்களில் இவன் எழுந்தருளியிருக்கும் நிலையையே பெரிதும் நிகர்த்து விளங்குகின்றது.

இவன் அறிவொளி பரப்ப அமர்ந்திருக்கும் இடம் ஆலமர நீழல் என்பன புராணங்கள். வாரணாசியும் இவனுக்குகந்த உறைவிடம். அங்கு நிரந்தரமாக வசிக்கும் இவனுக்கு அவிமுக்தேசுவரன் என்னுங் காரணப்பெயர் நிலைத்து விடுகின்றது. அப்பதியை விட்டு நீங்காதவனாய் அங்கேயே உறைவதனால் அதுவும் அவிமுக்தம் எனப்பெயர் பெறலாயிற்று.

இவற்றைவிட, திக்குகள் பத்தினுள், வடகிழக்கு மூலை இவனது உறைவிடம். இது இவன் வசிக்கும் திசையானபடியால்

ஈசான திசை எனப் பெயர் பெறலாயிற்று. இவன் யோகிகளின் இதயத்திலும் சதா குடிகொண்டிருப்பான். இவையெல்லாம் புராணங்கள் தரும் விபரங்கள். இவன் சுடலையிற் கூத்தாடிப் பொழுதைப் போக்குவான். சுடலையாடியாகிய இவனைச் சுடலைவாசி என்று புராணங்கள் கூறுவதும் பொருத்தமே.

சிவனின் கொடி இடபக் கொடி. இவன் ஐந்தொழில் புரிபவன். இவன் செய்த பெருந்தொழில்களை உணர்த்தும் திருவுருவங்கள் பல கோவில்களில் வழிபடுவதற்காக நிறுவப்பட்டுள்ளதைப் பின்னர் கவனிப்போம். இவ்வைந்தொழில் புரியும் பெரும் நிலையில் இவன் பெருங்கூத்தியற்றுவன்.

இவன் செயல்களெல்லாம் ஆன்மாக்களின் ஈடேற்றங்கருதி நிகழ்த்திய திருவிளையாடல்களே. இவனின் ஏவலாளர்கள் கணங்கள் எனப்படுவர். இவர்கள் பூத கணங்கள் எனவும் பிரமத கணங்கள் எனவும் பெயர் பெறுவர். இவற்றிற்கு இவன் மூத்த மைந்தனே தலைவன். இதனாலேயே இச் சிவன்மைந்தனுக்குக் கணபதி என்னும் பெயர் உண்டாயிற்று. இறைவனுடன் அவன் குடும்ப உறுப்பினராய்த் தொடர்பு பெறுந் தெய்வங்களைப் புராணங்கள் கூறும் வகையினை நோக்கும் பொழுது திருக்கோவிலில் பரிவார தெய்வங்கள் நிறுவி வழிபடும் முறை வளரும் வகை நன்கு தெளிவாகின்றது.

உமை இறைவனின் பத்தினி. சிறந்த பத்தினியான இவளுக்குச் சதிதேவி என்னுஞ் சிறப்புப் பெயர் உண்டு. கணபதியும் கந்தனும் இவனது மைந்தர்கள். பைரவன், வீரபத்திரன் ஆகிய இருவரையும் இவன் மைந்தராகக் கூறும் மரபு உண்டு. இவர்கள் இருவரும் இறைவனின் வேறு தோற்றங்களே எனச் சிலர் கொள்ளுவர்.

நந்தி திருக்கைலையில் இறைவன் கோவிலது வாயிற் காவலன். அட்டதிக்குப்பாலகர்களும், ஒன்பது கோள்களும், இன்னும் பல தெய்வங்களும் எம்மிறைவனுக்குப் பணியாளராகச் சுற்றிலும் உரிய இடங்களில் நின்று பணி புரிவர்.

கவர்ச்சிகரமான கதை கூறும் மரபைக் கொண்டு இறைவன் தோற்றத்தை இவ்வாறு படம் பிடித்துக் காட்டுகின்றன புராணங்கள். இவற்றையறிவோர்க்கே அவன் திருக்கோலம் எளிதின் விளங்கும்.

இதுபற்றி மேலுங் கவனிப்போம். சிவனின் வீரச் செயல்களையே புராணங்கள் பெரிதும் விளக்கிக் கூறுவன. இவற்றுட் தலைசிறந்தன எட்டுச் செயல்கள். இவற்றிற்கு அட்ட வீரட்டங்கள் என்ற பெயர் உண்டு. வீரச் செயல் புரிந்த

இந்நிலையில் வைத்து இறைவனைத் தியானித்து வழிபட வழிகாட்டியவை சிவாகமங்களே.

இச்சிவாகமங்கள் காட்டியவாறு திருவுருவங்களைக் கோவிலில் நிறுவி, அதனால் அவன் திருக்கோலங் கண்டு எங்கண்கள் பெரும் பேறடையும் வண்ணம் தென்னாட்டுத் தேவாலயங்களே மிகவும் முனைந்தன. அதில் வெற்றியுங் கண்டன. இச் செயல்களின் வரலாற்றை அவ்வவ்வுருவங்களைப் பற்றி பின்னர் கூறும்பொழுது தனித்தனியே நோக்குவோம்.

இவ்வெட்டுச் செயல்களும் இன்னுஞ் சிலவும் இறைவனைப் புதுப் புதுத் தோற்றங்களிற் காணும் வாய்ப்பை எமக்கு உண்டாக்கியுள்ளன. இவற்றுள் முக்கியமான எட்டுச் செயல்கள்; பிரமன் தலை கொய்தது; அந்தகனை அழித்தது; முப்புரங்களைச் செற்றது; தக்கன் செருக்கை யடக்கியது; சலந்தரனைச் சங்கரித்தது; கஜாசுரன் தோலுரித்தணிந்தது; காமனைக் காய்ந்தது; யமனை உதைத்தது என்பனவாம். இச் செயல்களெல்லாம் தென்னாட்டில் நிகழ்ந்ததாக ஐதிகம் உண்டு. இங்குதான் இந்நிகழ்ச்சிகளில் ஈடுபட்ட நிலையில் இறைவனை உருவாக்கிக் கோவில்களில் நிறுவி வழிபடும் மரபு உண்டு.

வடநாட்டில் இவ்வாறு உருவ வழிபாடு காணப்படுவதில்லை. இவற்றைவிட மேலும் சில புராண நிகழ்ச்சிகளும் உள. அவை கங்கையைச் சடையுள் வைத்தல்; தாருகாவனத்து இருஷிகளின் கர்வமடக்கல்; பிறைச் சந்திரனைச் சடைமுடியிற் சூடல்; வராக நரசிங்காவதாரங்களையடக்கல்; மாலுக்குச் சக்கரமருளல் முதலியன. இவற்றையுஞ் சித்திரித்துக் கோவில் வழிபாட்டில் இடம் பெறுவதற்காகச் சிற்பிகள் திருவுருவங்களாகச் செதுக்கி இருக்கிறார்கள்.

இறைவன் திருநாமங்கள் பல. அவை இவன் பெருமையைக் கூறுவன. இதுவரை கூறப்பட்ட திருவுருவச் சிறப்புக்களுடனும், அவன் செய்த அரும் பெருஞ் செயல்களுடனும் தொடர்பு கொண்டவை. தென்னிந்தியக் கோவில்களிலும் இலங்கைக் கோவில்களிலும் வழிபடும் வேளைகளில் இப்பெயர்கள் பிரயோகிக்கப்படுவன. இப்பெயர்களுட் சில வேதங் கூறும் பெயர்கள்.

இவை உருத்திரன், பவன், சர்வன், ஈசானன், பசுபதி, பீமன், உக்கிரன், மகாதேவன் என்பன. அரன், சங்கரன், சதாசிவன், சம்பு, தேவன், தேவதேவன், தாணு என்பன புராணங்களால் சிவனுக்கே சிறப்பாக உரிமையாக்கிக் கூறும் பெயர்கள். தூர்ஜடி கபர்தி, ஜடாதரன், வியோமகேசன், முக்தகேசன், கங்காதரன்

முதலியன இவன் புனைந்து விளங்கும் தலைக்கோலத்தினையும், அங்கு கங்கையை அணிந்து நிற்பதையும் குறிப்பன.

திரிநேத்திரன், திரியம்பகன், லலாடநயனன், சசாங்காதித்யநேத்திரன், சோமசூர்யாக்னிலோசனன் என்னும் பெயர்கள் இவன் கண்களைச் சிறப்பிக்கும் பெயர்கள். இவனது நீலமிடறு நீலகண்டன், நீலக்கிரீவன், ஸ்ரீகண்டன், சிதிகண்டன் என்னும் பெயர்களை இவனுக்கு உரிமையாக்கி விடுகின்றது.

பத்துப் புயங்களை உடையவனாதலால் தசபாகு என்றும், பாதி உமைகொள்ளும் வடிவினனாதலால் அர்த்தநாரி என்றும் இவன் பெயர் பெறுவான். இவ்வாறு புராணம் கூறும் பெயர்கள் இவன் உடற் சிறப்பைக் காரணமாகக் கொண்டு சூட்டப்பட்டவை. மேலும் கிருத்திவாசஸ், மிருகேந்திரசர்மதரன், திகம்பரன் முதலிய பெயர்கள் இவன் உடை குறிப்பன. சந்திரசேகரன், இந்து (சந்திர) மௌலி முதலியன இவன் பிறை சூடியதைச் சுட்டுவன. புஜங்கஹாரன் முதலிய பெயர்கள் பாம்பணி மேனியன் என்பதைக் கூறுவன. பிநாகி, சூலி, கண்டபரசு என்பன இவனது படைக்கலங்கள் பற்றியவை.

கைலாசவாசி, கிரீசன், ஸ்மசானவாசி முதலிய பெயர்கள் இவன் உறைவிடங்களைக் குறிப்பன. அம்பிகாபதி, உமாபதி முதலியன இவன் உமையின் கணவன் என்பதைப் பகருவன. விருஷாரூடன், விருஷபத்வஜன் என்னும் பெயர்கள் வெள்ளேறு இவன் ஊர்தியாயும் கொடியினடையாளமாயும் விளங்குவதைக் கூறுவன.

இவன் புரிந்த அட்ட வீரட்டங்களை உணர்த்தும் பெயர்களும் உள. இவை அனைத்தும் திருக்கோவில் வழிபாட்டில் நிரந்தர இடம் பெறுவனவாகையால் மிக முக்கியமானவை. புராணங்களைத் தவிர வேறெந்த நூல்களிலும் நாம் இவற்றை விரிவாகப் பெற்று விளங்குதல் அரிது.

வேதங்களைப் பிரமாணமாகக் கொண்டு வேள்விமுறை இருக்கு வேதகாலம் முதல் மக்கள் வழிபாட்டில் நிரந்தர இடம் பெற்று விளங்கியது. வேதாங்க நூல்கள் இந்நிலை தளர்ந்துவிடாது, மக்கள் எளிதிற் கடைப்பிடிக்கும் வண்ணம் தொடர்ந்து விளங்க மேலும் உதவின.

பூர்வ மீமாம்சை விளக்கும் நூல்களும் வேள்விமுறை வளர மேலும் வழி வகுத்தன. உபநிடதக் கருத்துக்கள் செயல் வழியிலும் அறிவு வழியையே பெருஞ் சிறப்புடையதாகக் குறிப்பாய் உணர்த்திய இடத்தும் பௌத்தம், ஆருகதம், உலகாயதம் முதலிய புறச்சமயங்கள் வேள்விக்கு எதிர்ப்பிரசாரஞ் செய்த

இடத்தும், வைதிகச் சமய உணர்ச்சி மக்கள் மனதில் ஆழப் பதிந்து வேரூன்றிய காரணத்தால் கிரியைகள் மக்கள் வாழ்வில் நிரந்தரமான இடத்தைப் பெற்றுவிட்டன.

இது பற்றியே இதிகாச புராணங்களில் கிரியைகள் உயர்நிலை வகித்தன. இக்கிரியைகள் வேள்வி, தபம், தீர்த்தம், தோத்திரம், தியானம், விரதம், பூசை எனப் பல்வேறு தோற்றங்களில் தோன்றிக் காணப்படும் வகையினை ஒவ்வொன்றாகக் கவனிப்போம்.

யாகம்

யாகம், யஞ்ஞும், வேள்வி எல்லாம் ஒன்றையே குறிப்பன. இவற்றின் தோற்றம் இருக்கு வேதத்தில் உள்ளது. யசுர் வேதம் இவ்வேட்கும் முறையைச் சீர்ப்படுத்தி உருவாக்குவதில் ஈடுபட்டது. இவ்வாறு சீர்ப்படுத்தப்பட்ட யாகமுறை வேட்கப்படும் வழியை விரிவாகக் கூறும் பெரும் விளக்க நூல்கள் பிராமணங்கள்.

யாகங்கள் பலதிறத்தன. அசுவமேதம், சோமயாகம், ராஜசூயம், வாஜபேயம், சௌத்ராமணி முதலியன தலைசிறந்த யாகங்கள். பெரும் பொருள் படைத்தவர்களும் மன்னர்களும் தம் செல்வமனைத்தையுஞ் செலவிட்டு உரியவாறு யாகங்கள் வேட்ட வரலாறுகளை இராமாயணம், பாரதம் ஆகிய இரு இதிகாசங்களிலும், புராணங்களிலும் அங்கங்கே காண்கிறோம்.

யாகங்கள், கிரியைகளில் வல்ல பிராமணர்களால் மட்டுமே நிகழ்த்தப்படத்தக்கவை. இவற்றை நிகழ்த்தப் பெரும் பொருள் வேண்டும். பலர் துணைபுரிந்தாற்றான் வேள்வி இனிது நிறைவேறலாம். இவ்வாறு துணை நிற்பவர்கள் ஹோதா, நேதா, போதா, உத்காதா, அத்வர்யு, பிரமா என்னும் பலதிறத்தவர்களாம்.

வேள்விகள் சிறுகால எல்லைக்குள் நிறைவேற்றி முடிக்கவல்லன அல்ல. யாகம் வேட்கிறான் என்பதைக் கூறும் சொற்றொடர் 'யஞ்ஞும் தநோதி' என அமையும். இப்படிக் கூறுவதே வைதிக மரபு. இது "யாகத்தை விரிக்கிறான்" என்று கருதப்படுகின்றது. அதாவது வேள்வியை விரித்து நிகழ்த்துகிறான் என்பதும், யாகம் நீண்டு நெடுநாட்களாக நிகழ்வது என்பதும் இதன் பொருள்.

இவ்வாறு பெரும் பொருள் செலவிட்டுப் பல உதவியாளர் களைத் துணைகொண்டு நெடுநாள் யாகம் வேட்பது எல்லோருக்கும் சாத்தியமாமோ!

யாகத்தினின்றும் தவம் என்னும் வழிபடுமுறை வேறானது. இவ்விரண்டு வழிகளிலும் வெவ்வேறு நிலைகளையே காண்கின்றோம். வேதங் கூறுந் தெய்வங்களை முதற்கொண்டு

வேள்விகள் நிகழ்வன. தவம் முப்பெருந் தேவர்களான பிரமா, விஷ்ணு, உருத்திரன் ஆகியோரை முன்னிட்டு நிகழ்வது.

யாகம், தவம் என்னும் இரண்டையும் ஒப்பிட்டு நோக்குவோமேயானால் யாகத்திலிருப்பதைக்காட்டிலும் தவத்தில் மக்கள் மனதைக் கவரவல்ல பல அம்சங்கள் இருக்கக் காண்போம்.

இதிகாசங்களில், முக்கியமாக மகாபாரதத்தில், நாம் காண்பது யாகமும் அதையடுத்துப் பிரசித்தி பெற்ற தவமும் ஒன்றை மருவி மற்றது பெரிதும் கையாளப்பட்டுவரும் நிலையினையேயாம். யாகங்கள் தொடர்ந்து வேட்கப்பட்டு வந்த இடத்தும் தவம் பெரும்பாலுங் கையாளப்பட்டுச் சிறிது சிறிதாக யாகம் வகித்த நிலையினைத்தானும் வகிக்கத் தொடங்கிற்று.

புராண காலத்தில் யாகங்கள் பெரும்பாலும் மறைந்து தவமும் இதைப்போன்ற வேறு வழிபடு முறைகளும் இடம் பெறலாயின. யாகம் வேட்பது சுவர்க்கம் புக விருப்பம் தோன்றுவதனால் தவம் புரிபவர்கள் தங்கள் சாதனையின் மூலம் இம்மை மறுமையாகிய இருவகை இன்பங்களையுமே பெறுவர். தவஞ் செய்து வரங்களைப் பெற்றவர் பல போகங்களைத் தம் கண் முன்னே துய்க்கும் வாய்ப்பைப் பெறுவர்.

இத்தகைய பல வரலாற்றினைப் புராணங்கள் எடுத்தியம்புவன. யாகம் வேட்டுச் சுவர்க்கம் புகுந்தவர் தாம் ஈட்டிய புண்ணியம் தேய்ந்தொழிந்ததும் திரும்பவும் பூவுலகஞ் சேருவர். இவ்வாறு சேருவது புண்ணியத்தைத் திரும்பவுஞ் சேர்த்து மறுபடியும் சுவர்க்க அனுபவம் பெறுவதற்காகவே.

இந் நிகழ்ச்சிகள் திரும்பத் திரும்ப நிகழ்ந்துகொண் டிருப்பனவே. யாகம் வேட்பவன் வேட்கும் முறையில் தவறு சிறிதளவேனும் இயற்றினால் விளைவது விபரீதம். இவன் தான் விரும்பியதைப் பெறாது விடுவதுடன் நின்றுவிடாது பெரும் இன்னலுக்கும் ஆளாவான்.

தவஞ் செய்பவன் தன் தவவொழுக்கத்திற் சிறிது குன்றினால் தீங்கு எதுவும் நிகழாது. தேடிய தவவலிமையை இழக்க நேரிடலாம். ஆனால் நேர் எதிரிடையான நிகழ்ச்சிகள் எதுவும் நிகழா. வேள்வியை வேட்பவன் வேள்வியைச் சரிவர நிறைவேற்றியதும் அதற்குள்ள பலனை நிச்சயமாகப் பெறுகின்றான்.

தேவர்கள் தம் விருப்பத்திற்கிணங்க இவர்க்குப் பலனளிக்க லாம் என்ற நியதி இல்லை. தேவர்களின் தயவு வேட்பவர்களுக்கு வேண்டியதில்லை. வேள்வி முற்றுற நிறைவேறின் தேவர்கள்

பலனளிக்கும் வண்ணம் நிர்ப்பந்திக்கப் படுகின்றனர். தவஞ் செய்வோர் நிலையும் இத்தகையதே.

தவம் முறையாக நிகழின் தவாக்கினியினால் தகிக்கப்படுந் தெய்வம் அதன் வெப்பத்தைத் தாங்கொணாது தவஞ் செய்வோர் முன் தோன்றி அவர் வேண்டுவனவெல்லாம் வரமாகக் கொடுக்கும். வேட்பவன் வேட்கும் வேளை தொடர்பு கொள்ளுந் தெய்வங்கள் பல. தவஞ் செய்பவனோவெனின் ஒருவனையே குறிக்கோளாகக் கொண்டு தவம் புரிபவன். இவ்வொருவர் பிரமனாகவோ, விஷ்ணுவாகவோ, அன்றிச் சிவனாகவோ இருப்பர்.

வேள்வியைக் காட்டிலும் பலவாறு இலகுவாகவும், அதேபயனைத் தரவல்லதாகவும் விளங்குந் தவம் இக்காரணங் களால் மிகவும் உகந்து அவாவப்பட்டது. வேள்வி, தவம் இரண்டும் இறவாமை தவிர்ந்த ஏனைய இன்பானுபவப் பெருக்கங்களையே பெருக்குவிக்கின்றன. வேள்வி நிகழ்த்த நீண்டகாலம் வேண்டும். தவமோவெனின் அதனை மேற்கொள்வோனின் ஆற்றலையிட்டுக் குறுகிய கால எல்லைக்குள்ளேயே நிறைவேற்றப் படலாம்.

வேள்வி வேட்பதற்குப் பலர் துணை வேண்டும். தவஞ் செய்வோன் எவர் துணையையும் அவாவாதவனாய்த் தனி ஒருவனாய்த் தவமாற்றும் திறன்வாய்ந்தவனாவான். வேள்வி வேட்கப் பெரும் பொருள் வேண்டும். தவம்மேற்கொள்ளப் பொருள்வேண்டியதில்லை. உள வலிமையும் உடல் வலிமையுமே இதற்கு வேண்டியவை.

இவ்வியல்பு வாய்ந்த தவம் மக்களிடை வழங்கத் தொடங்கிய நிலையினைப் புராண இதிகாசங்கள் ஆங்காங்கு சுட்டுகின்றன. இவ்வாறு சுட்டப்படும் இடங்களில் எல்லாம் யாகம் நிகழ்வதோடமையாது தவமும் ஒருங்கு கடைப் பிடிக்கப்படக் காண்கின்றோம். பாரத தேசம் முழுவதும் மக்கள் கடைப்பிடிக்கும் சமயங்களில் கிரியைவழி, ஞானவழி என இருவகை வழிகள் கூறப்படுகின்றன.

எனினும் கிரியை வழியே பிரசித்தம் அடைந்து விடுகின்றது. பலர் கடைப்பிடிக்க இருக்கும் வழி பிரசித்தமாக இருப்பது இயல்பே. இக் கிரியை வழி சாக்தர்கள் கூறுவதாயினும், சைவர்கள் கூறுவதாயினும், வைஷ்ணவர் கூறுவதாயினும், வேறெந்த மதத்தவர்கள் கூறுவதாயினும் வேதங்கள் வகுக்கும் யாகத்தின் அம்சங்களைத் துணைகொண்டே உருவாகியுள்ளன.

இதிகாச புராணங்கள் வேதங்கற்று வேட்டலை மேற்கொண்ட பிராமணர்களை உயர் நிலையில் வைக்கின்றன. இவர்கள்

சொல்வன்மை படைத்தவர்கள், வழிபடத்தக்கவர்கள் என இந்நூல்கள் குறிப்பிடுவன. இதிகாச புராணங்களிலேயே வேட்கும் மரபு சிறிது சிறிதாக மறையத் தொடங்குதலைக் காண்கின்றோம்.

இதிகாசங்கள், சிரௌத நூல்கள் கூறும் வாஜபேயம், ராஜசூயம், அசுவமேதம், சௌத்திராமணி முதலிய வேள்விகள் அடிக்கடி நிகழ்வதைக் குறிப்பிடுகின்றன. பிரமன், விஷ்ணு, உருத்திரன் ஆகிய பெருந் தேவர்களே வேள்வி நிகழ்த்தியதாகப் பாரதத்தில் குறிப்பு உண்டு. யாகங்கள் செய்து இந்திரன் தேவர்க்கரசனானமையும் இங்கு கூறப்படுகின்றது. மகாதேவன் சர்வமேதம் என்னும் வேள்வி இயற்றிப் பெரும் புகழ் எய்தினான் என்கிறது பாரதம்.

இதிகாச புராணங்கள் மன்னர்களும், இருஷிகளும் யாகம் வேட்ட வரலாறுகளைத் தருகின்றன. இவ்வகை யாகங்களுள் சிவனுக்கு அவி கொடுக்காததனால் அழிவுற்ற தக்கன் வேள்வி பற்றியும் புராணங்கள் பல முறை இயம்புகின்றன. இராமாயணம், பாரதம் ஆகிய இரண்டு நூல்களிலும் உருத்திரனுடைய யாகம் நிகழ்ந்த குறிப்புக்கள் உவமைகளாக எடுத்துக் கூறப்படுகின்றன.

எனினும் இதுவரை எடுத்துக் கூறிய காரணங்கள் பற்றியே புராணங்களில் யாகங்களின் பெருமை குன்றித் தவம் பெரும்பாலுங் கைக்கொள்ளப்படும் வேறு நிலை இடம் பெறலாயிற்று.

தவம்

இருக்கு வேதத்தில் தபஸ் என்னுஞ் சொல்லை முதன் முதலாகக் காண்கின்றோம். தபஸ் என்னுஞ் சொல் தமிழில் தவம் என மருவி வரும். தவத்தின் விளைவாகவே இவ்வுலகனைத்துந் தோற்றம் பெற்றது என்னும் கருத்து இருக்கு வேதத்தில் உள்ள நாசதீய சூக்தத்தில் காணப்படுகின்றது.

அதர்வ வேதம், பிராமணங்கள், உபநிடதங்கள், முதலியவற்றிலும் தவம் பற்றிய குறிப்புக்கள் காணப்படுகின்றன. இதிகாச புராணங்களில் இது தனிக்கருத்தினைப் பெற்றுத் தெய்வங்களை வழிபடும் வழிகளில் ஒன்றாய் உருவாயிற்று. தவம் மேற்கொண்டவன் தபஸ்வி எனப்பட்டான். இவன் பெறும் ஆற்றல் தபோபலம் எனப்பட்டது.

தவம் மேற்கொள்ளுபவன் சலிப்புறாது தொடர்ந்து இதில் ஈடுபடுவதைப் புராணங்கள் வருணிக்கின்றன. இவை, தவத்தில் வெற்றிகாண இதனை மேற்கொண்டோர் கையாண்ட வழிகளைக் கூறுகின்றன. 'தப்' என்னும்வினையடி வெப்பமூட்டுதலைக் குறிப்பது. இச் சொல் உருவாகும் நிலையில் வெறும் வெப்பப் பெருக்கையே உணர்த்தியது.

புராணங்களில் தவம் கையாளப்படும் சூழ்நிலையை நாம் நோக்கும் பொழுது, வேட்பவர் தவஞ்செய்து தவாக்கினியைச் சுவாலை விடச் செய்து தம் தெய்வத்தைத் தகிக்கும் நிலையினை வருவித்தார் என்னும் வருணனையைக் காணலாம். தவத்தின் சிறந்த அம்சங்களில் ஒன்று அது யோகநெறியுடன் பூண்டுள்ள தொடர்பு.

புராணங்கள் யாகத்தைக் காட்டிலும் தவத்திற்கே உயரிய நிலையினை அளிக்கின்றன. "கலியுகத்தில் தவம் ஒன்றே என்னை அடையச் சிறந்தவழி" என்று சிவபிரான் எடுத்துக் கூறும் வகையில் புராணத்தில் உள்ள ஒரு வாக்கியம், சைவத்திற்குத் தவம் பெரும் உடன்பாடானது என்பதை எடுத்துக் காட்டுகின்றது.

நூறு யாகங்கள் செய்து இந்திர பதவி பெறும் முறையினை அனைவரும் அறிவர். இவ்வாறு உயர் பதவியை அடைந்த இந்திரன் தவத்தினால் பல சாதனைகளைச் சாதித்ததாகப் பாரதம் கூறும். பதவியினின்றுமிழந்த இந்திரனைத் திரும்பவும் பதவியில் நிறுத்த பிருகஸ்பதி தவஞ்செய்து வெற்றிகண்டார் என்றும், நகுஷன் இந்திர பதவியைத் தவஞ் செய்து பெற்றான் என்றும் இந்நூல் குறிப்பிடுகின்றது.

இவ்விதிகாச நிலையில் தவமும், யாகமும் ஒன்றோடொன்று கலப்புறத் தோற்றும் புது நிலையினையும் நாம் காண்கின்றோம்.

முனிவரொருவர் நெடுங்காலந் தவஞ்செய்தும் இறைவன் தோன்றாது விடவே தன்னையே யாகத் தீயுள் பலியிட்டார். இதனால் திருப்தியடைந்த இறைவன் அம்முனிவருக்கு முன் தோன்றி வரமருளினான் என்று ஒரு வரலாறு பாரதத்தில் உள்ளது. தவம், யாகத்தின் வேள்வித் தீ என்னும் இரண்டும் ஒருங்கு தோன்றி விளங்கும் சூழ்நிலையினை இவ்வரலாறு சுட்டுகின்றது.

அசுரர்கள் இவ்வாறு கொடுந் தவமியற்றித் தம் உடலை அக்கினிக்கு அர்ப்பணித்த வேளையே இறைவன் தோன்றி அவர்களுக்கு வரமளித்ததாகப் புராணங்கள் கூறுகின்றன. இறவாமை யொழிந்த ஏனைய வரங்கள் தவத்தின் பயனாக அமைவன.

புராணங்களில், தவஞ் செய்தோருள் உமை சிறப்பிக்கப் படுகின்றாள். 'உமா' என்னும் பெயர் "குழந்தாய் வேண்டாம், நீ மேற்கொள்ளுந் தவம் உன் சக்திக்கு மீறியது" என அவளன்னை மேனை கூறித் தடுத்ததனால் ஏற்பட்டதென்று மத்ஸ்ய புராணம் கூறும்.

உமை தவஞ்செய்து பிரமனிடமிருந்து தன் கரிய நிறத்தைப் பொன் நிறமாய் மாற்றினாள். கிருஷ்ணன் தவஞ் செய்து சிவனருளினால் புத்திரனைப் பெற்றான் என்றும், மாயோன் தவமியற்றிச் சக்கரத்தைப் பெற்றான் என்றும் புராணங்கள் கூறுகின்றன.

வெப்பம் மிக்கவேளை, சூழ்ந்திருக்கும் நெருப்பின் நடுவிலும், குளிர்மிக்க வேளை நீருள் நின்றும், மரவுரி தரித்தும், உணவை யொழித்தும் தவம் நிகழ்ந்த வரலாறு புராணங்களில் காணப்படுகின்றது. அருச்சுனன், அம்பாலிகை, துருபதன், நாராயணன், கிருஷ்ணத்வை பாயனர், அருந்ததி ஆயினோர் சிவனைக் குறித்துத் தவம் செய்ததை மகாபாரதம் கூறுகின்றது. பார்க்கவராமன், யமன், உமை, உபமன்யு முதலியவர்களியற்றிய தவத்தின் சிறப்பினைப் புராணங்கள் சுட்டுகின்றன.

தவஞ் செய்து வெற்றிகாணல் பெருங் கடினமான சாதனை. இதுவும் தவமொன்றினையே விரும்பிச் செய்து இறைவனை வழிபடும் சூழ்நிலை வேறுபடுவதற்குக் காரணம் எனலாம். புராணங்களில் தவம் பற்றிய குறிப்புக்கள் குறைந்தே காணப்படுகின்றன. இதற்குத் தூய்மையான வாழ்க்கை இன்றியமையாதது.

உடல் வலு போதிய அளவிற்கு இருப்பதும், புறத்தே உடம்பைத் தாக்கும் வேதனைகளைப் பொறுத்துத் தாங்குவதும் ஒரு சிலருக்கு மட்டுமே இயலும். எனவே இத் தவஞ் செய்யும் முறை பெருமளவிற்குக் கடைப்பிடிக்கத் தக்க அளவிற்குப் பிரசித்தி வாய்ந்ததன்று. எனவே தவத்தைக் கைவிட்டு இன்னும் எளிதான வழிகளைக் கையாள முற்பட்டனர்.

தீர்த்தங்கள்

தவஞ் செய்தும், யாகஞ் செய்தும் ஈட்டவல்ல பெரும் பயனையெல்லாம் தரவல்லவை தீர்த்தங்கள். பாரத தேசத்தின் பல பாகங்களில் புண்ணிய தீர்த்தங்கள் உள. தீர்த்தம் என்றால் துறை என்பது பொருள். இதற்கு வழி, பாதை என்றும் வேறு பெயர்களுமுண்டு. ஆற்றுக்குள் இறங்கக் கட்டப்பட்டிருக்கும் படிகளையும் இது குறிக்கும். பின்னர் இது ஆற்றில் குளிக்கும் இடத்தையே சுட்டலாயிற்று. நாளடைவில் தீர்த்தம் யாத்திரைக்குரிய புண்ணிய தலம் ஆக விளங்கிற்று.

இப் புண்ணிய தீர்த்தங்கள் தெய்வீகம் வாய்ந்த நதிக்கரை களிலே அமைதல் வேண்டும் என்னும் நியதி ஏற்பட்டது. இதிகாச புராணங்களில் கூறப்பட்டிருக்கும் தீர்த்தங்கள் எண்ணிறந்தவை.

இத் தீர்த்த வரலாறு கூறும் அத்தியாயங்கள் முதலில் இவற்றின் பெருமையைக் கூறி, ஈற்றில் இவற்றினை நோக்கி யாத்திரை போவோர் பெரும் புண்ணியம் ஈட்டுவர் எனக் கூறும்.

தீர்த்தங்களுடன் தெய்வங்கள் தொடர்பு படுத்தப்பட்டுள்ளன. இத் தெய்வங்கள் இங்கேயே சாந்நித்தியமாய் விளங்குவன. இதனால் தீர்த்தத்தின் மகிமை உயர்கின்றது. பிரமன், விஷ்ணு, சிவன் ஆகிய மூவரே இவற்றுடன் பெருந் தொடர்பு கொள்ளுபவர்கள். பிரமனைக் காட்டிலும் ஏனைய இருவருமே தீர்த்தங்களில் இடம் பெறுபவர்கள்.

சிறு தெய்வங்களுக்குரிய தீர்த்தங்கள் சில உள. ஆனால் அவை அவ்வளவாக பிரசித்தி பெறவில்லை. தீர்த்தங்கள் நாட்டின் பல பாகங்களில் விளங்குவன. பல இடங்களிலிருந்தும் மக்கள் இங்கு கூடுவர். பிரமா, விஷ்ணு, உருத்திரன் ஆகிய மூவரின் பெருமையை மக்கள் நன்கு உணரவைப்பன தீர்த்தங்கள். தீர்த்தங்களில் நிகழும் கிரியைகள் பெருந்திரளான மக்கள் செய்வனவன்றோ!

தீர்த்தங்களுக்கு யாத்திரை சென்று, நீராடி அவற்றுடன் தொடர்பு கொண்ட தெய்வங்களை வழிபடும் முறை சாதாரணமானதே. விரித்து நெடுங்காலமாக செய்யவேண்டிய யாகங்களைக் காட்டிலும், உடம்பை வருத்தித் தனியே இயற்ற வேண்டிய கொடுந்தவத்தினை மேற்கொள்வதைக் காட்டிலும், தீர்த்த யாத்திரை மக்களிடை பிரசித்தியடைந்ததில் வியப்பெதுவும் இல்லை.

தீர்த்தங்கள் பயக்கும் பயன் யாகங்களால் ஈட்டும் பயனிலும் பன்மடங்கு பெரிது. இதிகாச புராணங்களிலுள்ள தீர்த்தங்களையெல்லாங் கருத்திற் கொண்டு நோக்குவோமேயாகில், சிவனுக்கும், பரிவார தெய்வங்களுக்கும் உரிய தீர்த்தங்களே எண்ணிக்கையில் மிகுந்தன.

மகாபாரத்தில் சிவன், கார்த்திகேயன் ஆகியோருடன் தொடர்புள்ள தீர்த்தங்கள் கூறப்படுவன. சிவ தீர்த்தங்களுள் தலைசிறந்த வாரணாசியை மகாபாரதமும், புராணங்களும் குறிப்பிடுகின்றன.

தீர்த்த யாத்திரையும் தவத்தை ஓரளவிற்கு நிகர்க்கும், இங்கும் பல நியமங்களுண்டு. இந்திரிய நுகர்ச்சிக்கு இன்பம் பயக்கும் பொருள்கள் இவ்வேளை வெறுத்தொதுக்கப்பட வேண்டியன. யாத்திரையை மேற்கொள்ளுபவன் கை, கால், மனம் முதலியவற்றைக் கட்டுப்படுத்தியும், தவவொழுக்கம் மேற்கொண்டும், புகழை வெறுத்தொதுக்கியும் இருத்தல்

வேண்டும். இவன் தானம் ஏற்றல் கூடாது; புலன்களையடக்கல் வேண்டும்; விரைந்து உணவு கொள்ளுதல் வேண்டும். இவ்வாறு நியமங்களைக் கடைப்பிடிப்பவன் தீர்த்தயாத்திரையால் வரும் பயன் முழுவதையும் பெறுகின்றான்.

தீர்த்தங்கள் நீர்க்கரையினையண்டியே விளங்குவதனால் அவை ஆறாகவும், குளமாகவும், கடலாகவும் இருக்கலாம். இங்கு நீராடுவது தீர்த்த யாத்திரையின் முக்கியமான அம்சம். இவ்வாறு நீராடுதலே பாவமனைத்தையும் போக்கும்.

நீர்க்கரையில் நிறுவப்பட்டு விளங்கும் இலிங்கங்களை வழிபடுதல் தீர்த்தயாத்திரையில் அடுத்தாற்போல் நிகழும் கிரியை. இலிங்கங்களில் இறைவன் எப்பொழுதும் சாந்நித்தியமாக இருப்பான் என்பன புராணங்கள். இங்குதான் கோவில் வழிபாட்டின் மிகத் தொடக்க நிலையினைக் காண்கின்றோம்.

தீர்த்தக் கரைகளில் நிறுவப்பட்ட இலிங்கங்களுக்கு அண்மையில் வளர்ந்த மரங்கள் நிழல் முதலியன பாதுகாப்பை அளித்திருக்கலாம். இவ்விலிங்கங்களுக்கு பாதுகாப்பாகக் கட்டிடங்களும் நாளடைவில் அவற்றைச் சூழ்ந்து எழும்பி யிருக்கலாம். இவ்வாறு இலிங்க வழிபாடு கோவில் வழிபாடாக உருவாகும் நிலையில் இலிங்கத்துடன் தீர்த்தமும் மரமும் தொடர்புபட்ட மிகப் பழைய நிலையினைக் காண்கின்றோம்.

இம் மரபைக் கொண்டது போலும் தென்னிந்தியக் கோவில்களனைத்தும், அவை தோன்றுமிடம் எவ்வகையிடங் களாயினும் தலவிருட்சங்களுடனும், அவற்றிற்குரிய தீர்த்தங்களுடனும் தொடர்புபடுத்தப்படுகின்றன. இவ்விருட்சங்கள் பெரும்பாலும் கருப்பக்கிரகத்தை அடுத்தே இடம் பெறுகின்றன.

தீர்த்த யாத்திரை பெரும் பயன் விளைவிக்கும். தீர்த்தங்களை மனதால் நினைத்தாலே பெரும் புண்ணியம் பயக்கும். அவற்றைத் தரிசித்தல் பாவங்களைப் போக்கும். இகழத்தக்க பெரும் பாவம் புரிந்தோருக்கும் இங்கு தீர்த்தமாடல் பாதகங்களையழிக்கும். இங்கு எழுந்தருளியிருக்குந் தெய்வங்களை மனதால் தியானிப்பவர் அவற்றின் அருளினைப் பெறுவர். அங்கு நீராடுபவர் தம்மெண்ணம் கைகூடியவராவர்.

புத்திரப்பேறு, வீடுபேறு, பாவமழிதல் முதலியனவே இவர்கள் அவாவுவன. சுருங்கச் சொல்லின் இம்மை, மறுமை, இரண்டிற்கும் வேண்டிய இன்பங்களை இவர் பெறுவர் எனலாம். முன்னர் குறிப்பிட்டவாறே யாகஞ் செய்வதனாலீட்டும் பெரும் பலனைத் தீர்த்த யாத்திரை செய்து மக்களடைவர்.

தோத்திரம்

இருக்கு வேதத்தில் இருந்து கிளைத்தெழுந்த மரபு புகழ்பாடுவதொன்றினையே கொண்டமையும் வழிபடுமுறை. இது தோத்திரம், துதி என்றெல்லாம் பெயர் பெறும். தோத்திரம் பெரும்பாலும் பாட்டாலமைவது. இங்கு பாடப்படுவது இறைவன் புகழ். புராணங்களிலே தோத்திர வடிவான பாடல்கள் பல இடம் பெறுகின்றன.

இவற்றுள் பெரும்பாலானவை சிவபெருமானைப் பற்றியவை. சிவனின் பரிவார தெய்வங்களைப் போற்றுந் தோத்திரங்களும் இங்கு இருக்கின்றன. இந்தியாவில் வழக்கிலுள்ள மொழிகள் பலவற்றில் காணப்படும் தோத்திரங்கள் இருக்கு வேதமரபினை அடிப்படையாகக் கொண்டவை.

தமிழ் நாட்டுக்குச் சிறப்பாக உரியவை தேவார திருவாசகங்கள். தேவாரங்களில் புராணங் கூறும் சிவபெருமானின் சிறப்பியல்புகளும் பெருஞ்செயல்களும் மிகுதியாக இடம் பெற்றுள்ளன. இற்றை நாளில் வீடுகளிலும் கோவில்களிலும் தோத்திரம் பாடி இறைவனை வழிபடும் முறை நிரந்தர இடம் பெற்றுள்ளது. முன்னர் குறிப்பிட்ட யாகம், தவம், தீர்த்தம் ஆகிய மூன்று வழிகளையுங் கடைப்பிடிக்க வழியற்றோர் தோத்திரங் கூறிவழிபடும் இம் முறையை எளிதிற் கையாளக் கூடியவாறு இது விளங்குகின்றது.

தத்தங் குல தெய்வங்களை வாழ்த்தித் தோத்திரங்கள் பாடாத வீடுகளே இல்லை எனலாம். விஷ்ணு, சிவன், லலிதாம்பிகை முதலான பெருந் தெய்வங்களின் ஆயிரம் பெயர்களைக் கொண்ட சகஸ்ரநாம தோத்திரங்கள் மிகப் பிரசித்தமானவை. இவை புராணங்களில் இடம் பெறுபவை.

இருக்குவேதம் இறைவன் பெருமை கூறுவதுடன் மட்டும் அமையாது அவனை இரந்து வேண்டும் பகுதிகளையும் கொண்டமைவது. இவ்வேதப்பாடல்கள் இரந்து வேண்டுவது பெரும்பாலும் இம்மை இன்பங்களையாம். தோத்திரங்களில் வேண்டப்படுவன இம்மையின்பங்களும் மறுமையின்பங்களுமே. தோத்திரங்கள், இழைத்த பாவங்களைக் கூறி இறைவனைப் பொறுத்தருளும்படி முறையிடுகின்றன.

தோத்திரங்களில் பக்தி எங்கணும் ஊடுருவிப் பரந்து விளங்கும். பிரமனும் விஷ்ணுவும் அடிமுடி தேடிக் களைப்புற்ற நிலையில் இறைவன் அவர்க்குத் தோற்றியருளி வேண்டும் வரம் யாதெனவினவ, அவர்கள் என்றுங் குன்றாச் சிவபக்தியையே பரமனிடம் இரந்து நின்றதாக இலிங்கபுராணம் கூறுகின்றது.

தவம், வித்தை, யோகம் முதலிய சாதனைகள் இறைவனை யடையும் வழிகளாக ஒருங்கே கூறும்பொழுது இப்புராணம் பக்தியையே முக்கிய சாதனமாகக் குறிப்பிடுகின்றது. அல்லலுற்ற நிலையில் தலைவணங்கிக் கை கூப்பி, மெய்யரும்பல் முதலிய மெய்ப்பாடுகள் தோன்றப் பாடும் வகையில் தோத்திரங்கள் உருவாகியுள்ளன.

தேவர்களும், அசுரர்களும் இவ்வாறு பாடிய பாடல்கள் புராணங்களில் உண்டு. ஏனைய சாதனங்களால் பெறும் பேரருளை இப் பாடல்கள் பாடிப் பெற்ற வரலாறு இதிகாச புராணங்களிற் கூறப்பட்டுள்ளது.

தியானம்

கிரியைகளில் தியானம் பெரும் இடம் வகிக்கின்றது. தியானமும் தவம், யோகம், பூசை போன்று தனி வழிபடும் முறை. இதைப் புராணங்கள் தனியே சுட்டுகின்றன. இதைக் கடைப்பிடிக்கும் மக்கள் இறையருளுக்குப் பாத்திரமாவர்.

சிவபிரானை வழிபடத் தியானம், ஜபம் இரண்டும் சிறந்த வழிகளாக மகாபாரதத்தில் கூறப்பட்டுள்ளன. இதைத் தலைசிறந்த சாதனமாகக் கூர்மபுராணம் கூறும். இது கலியுகத்திற்குத் தனியாக எடுத்துக் கூறப்படத்தக்க வழிபடுமுறை. வேறொன்றின் உறுப்பாய் அமையாத தனி வழியாகவே இதைப் பாரதம் குறிப்பிடுகின்றது. வேள்வி, சந்நியாசம், தானம், பிரதிக்கிரகம் ஆகியவற்றுடன் தியானமும் தனியே குறிப்பிடப்பட்டுள்ளது.

தியானத்தினையே ஏனைய வழிகளைக் காட்டிலும் உயர்நிலைப் படுத்திப் பாரதம் வைத்துள்ளது. சிவபுராணம் தியானத்தைப் பற்றிப் பின்வருமாறு சிறப்பித்துக் கூறியுள்ளது. "அறிவு வந்தடையும் வரை கிரியைகளைக் கடைப்பிடித்தல் வேண்டும். (கர்ம) யாகங்கள் ஆயிரம் வேட்டலிலும் தவயாகம் சிறந்தது. ஆயிரம் தவயாகங்களிலும் ஜபயாகம் சிறந்தது. ஜபயாகங்கள் ஆயிரம் நிகழ்த்துதலிலும் தியானயாகம் மிக உயர்ந்தது.

தியானயாகத்தைக் காட்டிலும் சிறந்தது எதுவுமின்று. தியானமே அறிவுக்குச் சாதனமாக விளங்குவது." "துறவிகள் தியான வழியினையே கடைப்பிடித்தல் வேண்டும்" எனக் கூர்மபுராணம் கூறுகின்றது. வழிபடும் முறைகளுள் இவ்வாறு சிறப்பித்துக் கூறப்படும் தியானம் பலவகைப் பாவங்களையும் பரிகரிக்கின்றது.

விரதம்

விரதங்களைக் கடைப்பிடித்தலும் ஒரு தனிக் கிரியையாகவே விளங்கிற்று. சிவபெருமான், சக்தி, கணபதி, கந்தன் ஆகியோரைக் குறித்து மேற்கொள்ளப்படும் விரதங்கள் பல உள. விரதமும் ஒருவகைத் தவமாகவே விளங்குகின்றது. தவம் மேற்கொள்பவன் போன்று விரதம் அனுட்டிப்பவனும் சமய நூல்கள் விதிக்கும் நியமநிட்டைகளைக் கடைப்பிடிப்பன்.

தவஞ் செய்பவன் கடும் நிபந்தனைகளை மேற்கொள்கின்றான். விரதம் பூணுபவர்களுக்குரிய கட்டுப்பாடுகள் இலேசானவை. சாதாரண நிலையிலுள்ள மக்கள் உடலுறுதியும், உள உறுதியும் பெருமளவிற்கு இல்லாதவர்களாயினும் விரதநெறியைச் சுலபமாகக் கடைப்பிடிக்கலாம். தவம்போன்று இடையீடின்றி தொடர்ச்சியாக விரதம் மேற்கொள்ள வேண்டியதன்று.

விரதம் உரிய காலங்களில் கொள்ளப்படுவது. விரதம் பற்றிக் கூறும் நூல்கள் நியமங்களைக் குறிப்பிட்டுள்ளன. இம்முறையினுக்கமையவே விரதம் நிறைவேற்றப்படல் வேண்டும். ஆண்டுக்கொருமுறை நிகழும் விரதங்கள் சில, மாதந்தோறும் நிகழ்வன சில. இருவாரங்களுக்கொருமுறையும், வாரந்தோறும் கடைப்பிடிக்கப்பட வேண்டிய விரதங்களும் பல இருக்கின்றன.

விரதம் வீட்டில் நிகழும் கிரியை. விரதங் கடைப்பிடிப்பவர் ஊண் உறக்கம் முதலியவற்றை மட்டுப்படுத்துவர். இது வீட்டில் நிகழ்வதால் சிறு திருவுருவங்களைப் புதிதாக அமைத்து நிறுவிப் பூசிப்பர். விரதந் தொடங்கும் வேளையே இவ்வுருவங்கள் அமைக்கப்படுவன. பெரும்பாலும் மண்ணாலமைக்கப்படும் இவ்வுருவங்கள் விரதமுடிவில் புண்ணிய தீர்த்தங்களிற் சேர்ப்பிக்கப்படும்.

விரதம் என்னும் சொல் கட்டளை, ஆணை, விருப்பம், ஒழுக்கம் எனப் பலவாறு பொருள்படும். இக்கருத்துக்களின் அடிப்படையில் உருவான விரதம் நாளடைவில் வழிபடும் தனிவழியாய் விளங்கலாயிற்று. தூய்மையான சூழ்நிலையில் பக்தியை அடிப்படையாகக் கொண்டு கடைப்பிடிக்கப்படுவது விரதம்.

இது மனதிற் கொண்ட சங்கற்பத்தின் தொடர்ச்சியாக நிகழ்வது. உணவு முதலிய இந்திரிய நுகர்ச்சிகளைத் துறப்பது இதன் முக்கியமான அம்சம். மனதைச் செம்மைப் படுத்தியவர்கள்தாம் இதைக் கடைப்பிடிக்கத் தகுதி வாய்ந்தவர். மனத்துணிவும் உறுதியுங் கொண்டோர்க்கே இம்முறை ஏற்புடையது. இங்கு உடல், உள்ளம் என்னும் இரண்டுங் கட்டுப்படுகின்றன.

இவ்விரதங்களும் இருவகைப்பட்டன. இவற்றுள் காமிய விரதம் ஒரு குறிக்கோளை அவாவிக் கொள்ளப்படுவது, நிஷ்காமிய விரதம் ஒரு பெறுபேற்றையும் சிறிதேனுங் கருதாது மேற்கொள்ளப்படுவது. இவ்விரதங்கள் மேற்கொள்ளப்பட வேண்டிய வேளைகள் பஞ்சாங்கத்தில் காணப்படுவன.

முன்னர் குறிப்பிட்டவாறு, புராணங்கள், விரதங்களைப் பற்றி விரிவாகக் கூறுமிடங்களில், விரதங்களில் மேற்கொள்ள வேண்டிய நியமங்கள், வழிபட வேண்டிய முறைகள், விரதங்களின் வரலாறு, விரதங்களின் பெருமை முதலியனவற்றைக் கூறுவது மட்டுமல்லாமல், விரதங்களின் நோக்கத்தினையும் அவற்றின் பெறு பேறுகளையும் விளக்கிச் செல்லக் காண்கின்றோம்.

புராணங்கூறும் இவ்விபரங்களை அடிப்படையாகக்கொண்டு விரதங்களை மேலும் விளக்க எழுந்த நூல்கள் பல. இவற்றுள், ஹேமாத்ரி இயற்றிய சதுர்வாக்ய சிந்தாமணி என்னும் நூலும், விசுவநாதர் எழுதிய விரத சூடாமணி என்னும் நூலும் பிரசித்தி வாய்ந்தவை.

இவ்விரு நூல்களிலும், புராணங்களிலிருந்தும் பல பகுதிகள் மேற்கோள்களாக எடுத்தாளப்படுகின்றன. பெண்களும் விரதங்கள் மேற்கொள்ளலாம் என இந்நூல்கள் கூறுகின்றன. சில விரதங்கள் பெண்கள் மட்டும் மேற்கொள்ளவேண்டியவை.

வருணாச்சிரம தர்மங்களுக்கு ஏற்ப ஒழுகுதல், அகத்தூய்மை, அழுக்காறொழித்தல், சத்தியம், உயிர்கள் மேலன்பு ஆகியவற்றை விரதம் மேற்கொள்பவன் கடைப்பிடித்தல் வேண்டும். நம்பிக்கை கொள்ளல், பாவச் செயல்களில் வெறுப்பு, படாடோபம், வீண்பெருமை ஆகியவற்றை ஒழித்தல் இவனிடம் காணப்பட வேண்டிய பண்புகள்.

விரதங்கொள்பவனுக்கு இன்றியமையாத நிலைக்களனாய் விளங்குவன உறுதியான பக்தியும் சிரத்தையுமாம். பொறுமை, உண்மை, கொடை, தூய்மை, புலனடக்கம் உயிர்வதை செய்யாமை, அவாவின்மை முதலியன இவனுக்கு இன்றியமையாதன. பூசை, எரிஓம்பல், ஜபம், ஹோமம் முதலியனவும் விரதங்களில் இடம் பெறுவன. உடற் கட்டுப்பாடு, உடலுக்குச் சுகந்தரும் இன்பங்கள் யாவற்றையுந் துறத்தல், வெறுந்தரையிற் கிடத்தல், உறக்கந் துறத்தல் முதலியன விரதங்களுக்குத் தக்கவாறு வெவ்வேறளவில் விதிக்கப்பட்டுள்ளன.

விரதங்களில் உபவாசம் மேற்கொள்ள வேண்டிய நிலையும் நேரிடும். உபவாசம் உணர்த்துங் கருத்து பொருளாழம் நிறைந்தது. உபவாசம் கடைப்பிடிப்பவர் சிறிதளவேனும் உணவு

உட்கொள்ளார். வழிபடுந் தெய்வத்துடன் நெருங்கிய தொடர்பு பூண்டு மிக அண்மையில் இருந்து வழிபடுவதனால் இது உபவாசம் எனப்படலாயிற்று.

உபவாச நிலையில் இருப்பவன் தெய்வத்தைப் பற்றிய சிந்தனையில் சதா ஈடுபட்டுத் தெய்வத்தை நெருங்கித் தொடர்பு கொண்டவேளை ஊண், உறக்கம் முதலியவற்றின் நினைவை அறவே இழந்து விடுவன். இவ்வேளைகளில் இவை இரண்டும் தேவைப்படா. இவ்வடிப்படைக் கருத்தையிழந்து, உண்ணாதிருத்தல் என்னுங் கருத்தினை மட்டும் உணர்த்தி உபவாசம் என்னுஞ் சொல் மக்களிடைப் பெரிதும் வழங்கிவரக் காண்கின்றோம். இதனால் உபவாசம் என்பது காலப்போக்கில் ஊண் துறத்தல் என்னும் கருத்தையுடைய சொல்லாக ஆகி விடுகின்றது.

பல் துலக்குதல், அடிக்கடி நீர் பருகுதல், தாம்பூலந்தரித்தல், பகலில் நித்திரை கொள்ளல், இல்வாழ்க்கை இன்பந்துய்த்தல் முதலியன எல்லா விரதங்களிலும் கட்டாயமாகத் தடுக்கப்பட்ட செயல்களாம். குருவின் அனுமதியின் பேரில் சில கட்டுப்பாடுகள் தளர்த்தப்படலாம். விரதம் கடைப்பிடிக்கும் வேளை விதிகளை மீறுவோர்க்குப் பிராயச்சித்தவடிவமான கடுந் தண்டனைகள் விதிக்கப்பட்டுள்ளன.

நித்திய கடமைகளைத் தவறாது முடித்த பின்னரே விரத தினங்களில் விரத நியமங்களைக் கடைப்பிடித்தல் வேண்டும். விரதங்கள் பெரும்பாலும் அவரவர்கள் கடைப்பிடிக்க வேண்டியனவாயினும் தவிர்க்க முடியாத சில சந்தர்ப்பங்களில் வேறொருவரை நியமித்து அவரைத் தமக்காகக் கடைப்பிடிக்கச் செய்யலாம். பெண்கள், கருவுற்றிருக்கும் வேளைகளிலும், பிரசவம் நிகழ்ந்த சில தினங்களிலும், நோயுற்ற வேளைகளிலும் தூய்மையற்ற வேளைகளிலும் வேறு யாரையேனும் தமக்காக விரதங் கடைப்பிடிக்கும்படி நியமிக்கலாம்.

விரதகாலங்களில் செய்யவேண்டிய வழிபாட்டினை மட்டும் ஏனையோர் இவ்வேளைகளில் நிறைவேற்றற்குரியவர். இவ்வாறு நியமிப்பவர்தான் ஏனைய கட்டுப்பாடுகளை தாம் மேற்கொண்டு விரத நாட்களை அமைதியாகக் கழிக்கக் கடப்பாடுடையவர்களாவர்.

விரதங்களுக்கு இன்றியமையாதது அவி. இது சம்ஸ்கிருதத்தில் ஹவிஸ் எனப்படும். இங்கு அவி அக்கினியிற் சொரிவதற்காக ஏற்பட்டதன்று. விரதகாலத்தில் அமைக்கப்பட்ட திருவுருவத்திலோ, பிரதிமையிலோ ஆவாகிக்கப்பட்ட தெய்வத்திற்கு நிவேதனம் செய்யவே இவ் அவி உரியது. விரதத்திற்கு வேண்டிய அவியை

எவ்வாறு சமைத்தல் வேண்டும் என்பதனையும், இங்கு கொள்ளப் படத்தக்க தானியங்கள், சரக்குகள், காய்கறிகள் இன்னவை என்பதனையும் விரத விளக்கங் கூறும் நூல்கள் வரிசையாகத் தருகின்றன.

இவ்வுணவு, பொரித்தல், தாழிதஞ் செய்தல் முதலிய அம்சங்களைக் கொண்டு விரிவான முறையில் சமைக்கப்படாது சாதாரணமாகவே ஆக்கப்படல் வேண்டும் என்பது விதி. இவ்வவியின் சிறு பகுதியையே விரதங்கடைப்பிடிப்போர் ஈற்றில் உண்ணுவர்.

விரதங்களுட் பெரும்பாலானவை சைவ விரதங்களும் வைஷ்ணவ விரதங்களுமே. விநாயகருடன் தொடர்பு கொண்ட விரதங்கள் மிகச் சில. எனினும், விரதங்களனைத்துமே விநாயக வழிபாட்டைத் தொடக்கமாக உடையன. அக்கினி புராணம், விநாயக விரதத்தை விதந்து கூறுகின்றது.

பவிஷ்ய புராணம், சதுர்த்தி விரதத்தை விளக்குகின்றது. கணேச புராணம் சதுர்த்தி விரதத்தையும், விஷேசமாகச் சங்கடஹர சதுர்த்தி விரதத்தையும் குறிப்பிடுகின்றது. கந்தனுடன் தொடர்புள்ள விரதம் கந்த சஷ்டி விரதம்.

உமையைக் குறித்துக் கடைப்பிடிக்கப்படுவது நவராத்திரி, மகாநவமி முதலிய விரதங்களாகும். சிவபெருமானுக்கு உரிய விரதங்களுள் மகாசிவராத்திரி தலைசிறந்தது. இரு வாரங்களுக்கொரு முறை வரும் பிரதோஷ விரதமும் முக்கியமான விரதமே. சோமவார விரதம், சதுர்த்தசி விரதம், பாசுபத விரதம் ஆகியனவும் சைவ விரதங்கள். உமாமகேஸ்வர விரதம், கேதாரகௌரி விரதம் சிவனையும் உமையையுங் குறித்துக் கொள்ளப்படுவன.

இற்றை நாளில் விரதங் கடைப்பிடிப்போர் இதுகாறும் கூறியவாறு உருவமமைத்து விரிவாக வழிபட வசதியற்றவர் களானமையால், உரிய நியமநிஷ்டைகளை மட்டும் வீட்டில் கடைப்பிடித்துத் தம் விரதத்தை முடித்துக்கொள்வர். தாம் வீட்டில் நிகழ்த்த வேண்டிய பூசையினைத் தேவாலயங்களுக்குச் சென்று, அங்கு நிகழக்கண்டு தரிசித்துப் பின்னரே வீடு திரும்பி விரதங்களுக்கு உரிய உணவை மேற்கொள்வர்.

திருக்கோவில்களுக்கும் விரதங்களுக்கும் இவ்வாறு தொடர்பு தோன்றலாயிற்று. இதன் விளைவாகவே, கோவில்களில் திருவிழாக் காலங்களில் கொடியேற்றம், தேர், தீர்த்தம் முதலிய விசேட நிகழ்ச்சிகளை ஒட்டியும் மக்கள் விரதம் மேற்கொள்ளும் வழக்கந் தோன்றி நிலை பெறலாயிற்று.

பூசை

இதுகாறுங் கூறப்பட்ட யாகம் முதலிய வழிபடும் முறைகளிற் சிறந்த அம்சங்களை உறுப்புக்களாகக் கொண்டு பூசை என்னும் வழிபடும் புது முறையொன்றும் உருவாயிற்று.

விஷ்ணுவும், சிவபிரானும், பரிவாரதெய்வங்களும் மக்களாற் பூசைசெய்து வழிபடப்படுகின்றனர். விஷ்ணுவுடனும் சிவனுடனும் தொடர்புபடுத்தப்படும் சூரியனும் இப்பூசை வழிபாட்டிற்குரியவனாகின்றான்.

விநாயகரும், விஷ்ணுவும், சிவனும், சக்தியும், சூரியனும் ஒருங்கு வழிபடுவதைப் பஞ்சாயதன பூசை எனக் கிரியை நூல்கள் கூறுவன. இதிகாச புராணங்களில் விரித்துக் கூறப்படும் பூசைக்குப் பல பெயர்களுண்டு. உபாசனை, சபரியை, ஆராதனை, அருச்சனை என்பன இப்பெயர்களுட் சில.

பூசைக்கு வேண்டிய பொருள்கள், பாத்திரங்கள் முதலியன பூஜோபகரணங்கள் எனப்படுவன. பூ, சந்தனம், தூபம், தீபம் முதலியனவும், கண்ணாடி, குடை, விசிறி, கொடி, சாமரை முதலிய உபசாரப் பொருள்களும் பூசைக்கு இன்றியமையாதவை.

பூசை முறையில் வேள்வியிற் போன்று கிரியைகள் விரிவடைய வாய்ப்பு உண்டு. பூசைக்கு நடுநாயகமாக விளங்குவது திருவுருவம். வைதிக மந்திரங்கள் பூசையிற் பிரயோகம் பெறுவன.

அபிஷேகம் நிகழும் பொழுதும், தீபாராதனை நிகழும் வேளையும், உபசாரங்கள் கொடுக்கப்படுஞ் சமயத்திலும் வேதமந்திரங்கள் உரியவாறு ஓதப்படுகின்றன. இதுவே வைதிக அடிப்படையைக் கொண்டு பூசை அமையுமாறு.

பூசையின் பெரும் விரிவு சிறப்புற்று ஓங்கி விரிந்த சிறப்பினைச் சைவத்திருக்கோவிற் கிரியைகளில் இன்று காண்கின்றோம்.

வேதங்கள்போல் பொதுநூலன்றிச் சிறப்பு நூல்களாக அமைந்து இறைவனின் ஊர்த்துவ முகத்தினால் எடுத்துரைக்கப் பட்ட பெருமை வாய்ந்த ஆகமங்கள், கிரியைகளை விரிவாக விளக்கியுள்ளன.

இவ்வாகமங்களுள், கிரியைகளைப் பற்றிய அளவில் முக்கியமானவை காரணாகமம், காமிகாகமம், சுப்பிரபேதம் முதலியன. இவை மூன்றுமே அச்சேறியுள்ளன. இவை தவிர்ந்த சில கைப்பிரதிகளாகவும், ஏட்டுச் சுவடி வடிவிலும் அங்கங்கே மறைந்து கிடக்கின்றன.

இவை சரியை, கிரியை, யோகம், ஞானம் என்னும் நான்கு பிரிவுகளையுடையன. கிரியை பற்றி விரித்துக் கூறும் ஆகமங்களுட் சில கர்ஷணம், பிரதிஷ்டை, உற்சவம், பிராயச்சித்தம் என்னும் நான்கு பிரிவுகளாக வகுத்துக் கிரியை செய்ய வேண்டும் முறையினை அழகாகக் கூறுகின்றன.

இப்பிரிவுகளில் தேவாலயமமைக்கும் முறையும், விக்கிரகங் களை உருவாக்கும் வகையும், அவற்றைப் பிரதிட்டித்து நித்திய நைமித்திகங்கள் ஆற்றும்வழியும் கூறப்பட்டுள்ளன. இந் நான்கு விஷயங்களையும் தொடர்ந்து கவனிப்போம்.

4

திருக்கோவில்

கோவிலைக் குறிக்குஞ் சொற்கள் பல, சிற்பநூல்களில் காணப்படுவன. இவை பெரும்பாலும் இறைவனின் உறைவிடம் என்னுங் கருத்தைச் சுட்டுவன. இவை தேவகிருகம், தேவாகாரம், தேவாயதனம், தேவாலயம், தேவகுலம், தேவமந்திரம், தேவபவனம், தேவஸ்தானம், தேவவேஸ்மம், சைத்யம், க்ஷேத்திரம் முதலானவை. அர்ச்சாகிருஹம் என்னுஞ் சொல் வழிபடும் இடம் என்னும் பொருளையும், சைத்யம் என்பது அடுக்கடுக்காகக் கட்டி எழுப்பப்பட்ட கட்டிடம் என்னுங் கருத்தையும் உணர்த்துகின்றன.

விமானம், பிரசாதம் என்பவையும் கோவிலைக் குறிக்குஞ் சொற்களே. மா என்னும் வடமொழி வினையடி அளத்தற்பொருளை உணர்த்தும். விமானம் என்பது விசேஷமாக அளந்து அமைக்கப்பட்டது என்னும் கருத்தைக் காட்டுகின்றது. இறைவன் பெருமையினை அளத்தற்குச் சிறந்த கருவி என்பதனால், இதற்கு விமானம் என்னும் பெயர் உண்டாயிற்று என்றும் கூறலாம். எம் அறிவிற்கெட்டியவாறு இறைவனை எல்லைக்குட்படுத்த நாம் கற்பித்துக் கொண்ட ஒரு வகை அளவு என்றும் இதை விளக்கலாம்.

சிற்பத்தின் ஒவ்வொரு அம்சமும் அவனது இயல்புகளை ஒவ்வொன்றாகச் சுட்டி நிற்கும். அமரகோசம் என்னும் வட மொழி நிகண்டு நூல், தேவர்களின் ஊர்தி விமானம் எனக் கூறுகின்றது. இவ்வூர்திகளில் தலைசிறந்தது தேர். புஷ்பக விமானம் இதற்குச் சிறந்த எடுத்துக்காட்டு.

தேரின் அம்சங்களைக் கொண்டு கோவில்கள் அமைந்திருப்பதை இந்தியச் சிற்பங்கள் எடுத்துக் காட்டுகின்றன.

விமானம் என்னுஞ் சொல்லைக் கோவிலைக் குறிக்கப் பெரும்பாலானோர் எடுத்து வழங்கி வருகின்றார்கள். அண்டத்தில் உள்ளது பிண்டத்தில் உண்டு என்பார்கள் தத்துவ நூல் வல்லார். பிண்டம் என்பது எம்முடல். அண்டம் உலகமாகும். எங்கும் பரந்து வியாபித்து நிற்கும் இறைவன் குடிகொள்ளுவதாகக் கூறப்படும் கோவிலும் உலகமே.

பிராசாதம் என்னுஞ் சொல் வேறு கருத்தை அடிப்படையாகக் கொண்டு கோவிலைக் குறிக்க வந்தது. தம் அழகினால் தேவர்களதும் மக்களதும் உள்ளங் கவர்ந்து அகமகிழ்வினை எய்துவிப்பதனால் இது இப் பெயர் பெற்றது எனச் சிற்பரத்தினம் என்னும் சிற்பநூல் கூறும்.

அழகுக் கலை பொலியும் அமைப்பினோடன்றித் தாம் மறை பொருளாய் நின்று பல தத்துவங்களைத் தெளிய வைத்து அகம் மலரச் செய்யும் கோவிலுக்கு பிராசாதம் என்னும் பெயர் பொருத்தம் உடையது.

அரசர்களும், தெய்வங்களும் உறையும் இடம் பிராசாதம் என நிகண்டு எடுத்துரைக்கின்றது. கோவில் என்னுந் தமிழ்ச் சொல் கருத்தளவில் பிராசாதத்தை நிகர்த்து நிற்கின்றது. அளவைக்கேற்ப உருவாக்கப்பட்டதோடமையாது, பிரயோகிக்கப்படும் பிராசாதம் முதலான மந்திரங்களினால் நன்கு மந்திரரூபமாகவும் நெருங்கிச் செறிந்து அமைவதனால், திருக்கோவில் பிராசாதம் எனப்பட்டது என்று சிலர் விளக்குவர்.

யோக நெறி நிற்பவன் பிரசாதம் பெறுகிறான் என்று கீதை கூறும். இது புலன்களை ஒடுக்கி யோகப் புணர்ப்பெய்துபவன் பெறும் அமைதியைச் சுட்டுகின்றது. யோக நெறியில் முன்னேறுபவன் புலன்களொடுங்கப் பெற்று மனம் கட்டுண்டவனாய் அல்லற்படாது அடங்கிப் பேரமைதியைப் பெறும் சூழ்நிலையினைத் தோற்றுவிக்க வல்லதாதல் பற்றி கோவில் பிராசாதம் எனப்படலாயிற்று எனலாம்.

கோவில் என்னுஞ் சொல் கோயில் எனவும் வழங்குகின்றது. கோ என்றால் அரசன். இல் என்பது வீடு. ஆகவே கோவில் என்பது அரசனது வீடு ஆயிற்று. முன்னர் கூறிய பிராசாதம் என்னுஞ் சொற்பொருள் இதே வகையாக அமைந்திருப்பது நோக்கற்பாலது. இதனால் அரசனது வீடும், தெய்வத்தினது வீடும் ஒரே நிலையில் வைத்து மதிக்கப்படுவதைக் காண்கின்றோம்.

அரசனைக் கண்கண்ட தெய்வமாகப் பழைய நூல்கள் வருணிக்கின்றன.

இந்திரன், அக்கினி, யமன், சூரியன், வாயு, சந்திரன், குபேரன் ஆகிய தெய்வங்களின் அம்சங்களை எடுத்துச் சேர்த்து இறைவன் அரசனை உருவாக்குகிறான் என மனுநீதி நூல் கூறுகின்றது. எனவே தெய்வமும், தெய்வாம்சம் பெறும் மன்னனும் வசிக்கும் இடம் ஒரே பெயரால் குறிப்பிடப்படுவது பிழையாகாது. அரசன், தெய்வங்களின் உயர் நிலையினை வகிப்பதை இதிகாச புராணங்கள் தெளிவாகச் சுட்டுகின்றன.

கோவிலைக் குறிக்கும் இன்னொரு சொல் ஆலயம். இதுவும் பொருளளவிற் பிராசாதத்தை நிகர்த்து நின்று ஒடுக்கத்தையும், அமைதியினையுந் தரும் நிலையமாக விளங்குவதைக் காட்டுகின்றது.

அகண்ட வஸ்துவாக எங்கணும் வியாபித்து நிற்கும் பரம்பொருளாகிய இறைவனுக்கு நான்கு பக்கங்களிலும் எல்லைகோடி வரையறுத்துச் சுவர்களை நிறுவிக் குறுகிய பரப்பினதாகக் கோவில் கற்பித்து அதையே அவன் உறைவிடமாகக் கொள்ளுதல் எவ்வாறு பொருந்தும்? கோவில் அமையுமாற்றை அறிஞர்கள் பலவகைப்பட்ட மக்களது வெவ்வேறு நிலைகளுக்கேற்ப, தனித்தனி விளக்கங்கள் கூறியுள்ளார்கள்.

இவற்றுளொன்று பின்வருமாறு: பசுவினுடைய உடம்பெங்கணும் பரந்தோடும் குருதி பக்குவமடைந்து பாலாகப் பரிணமிக்கும் பொழுது, அதை வெளியேற்ற முலைகள் அமைந்து விளங்குவதைப்போல் உலகெங்கணும் பரந்து, விளங்கும் பரமன் ஆன்ம ஈடேற்றங்கருதிக் கருணை மேலீட்டினால் உருவந்தாங்கி எழுந்தருளி இருக்கும் இடம் கோவில்.

நாட்டின் முக்கியமான அம்சமாகக் கோவில் விளங்குவதை மனதிற் கொண்டே கோவிலில்லா ஊரிற் குடியிருக்க வேண்டாம் என்ற மூதுரையை ஆன்றோர் வழங்கினர். இத்துணை சிறப்பினையும் உயர்தத்துவங்களையுணர்த்தும் நிலையினையும் நன்கு வாய்க்கப் பெற்ற கோவில், தென்னாட்டில் உருவான முறை தனிப்பட்டது. இங்கு, கலைகள் யாவற்றினதும் வளர்ச்சிக்கும் ஏற்ற ஒப்புயர்வற்ற நிலைக்களனாக இது விளங்குவதை இந்நூலில் வரும் ஒவ்வொரு அத்தியாயமும் இயம்பும்.

இத்தகைய நுண்கலைகளுட் தலை சிறந்த கட்டிடக்கலையும், சிற்பக்கலையும், ஓவியக்கலையும் சிறந்தோங்கும் வண்ணம் கோவில்கள் ஆற்றிய தொண்டினை ஒவ்வொரு தூணும், கோபுரமும், விமானமும், சுவரும் சுட்டிக் காட்டும். கோவிலமைப்பு,

கட்டிடக்கலை வளர்ச்சிக்குப் பெருவாய்ப்பளித்தது. ஏனைய கலைகளான சங்கீதம், நாட்டியம் என்னும் இரண்டும் கோவில்களிற் பேணப்பட்டு வந்ததை ஆறாம் அத்தியாயத்திற் கவனிப்போம்.

கோவிலின் அமைப்பினைக் கூர்ந்து அவதானிப்போமேயாகில் அங்கு பல உறுப்புக்கள் இருக்கக் காண்கின்றோம். இவற்றுள் மூலவிக்கிரகம் எழுந்தருளியிருக்கும் கட்டிடம் முழுவதும் விமானம் எனப்படும். இதன் மேற் கூரை சிகரம் என்றும், ஸ்தூபி என்றும் பெயர் பெறும். ஸ்தூபியின் கீழ் உள்ள கருவறை கருப்பக்கிரகம் எனப்படும்.

கருவறையின் வாயில் கிழக்கு நோக்கியதாகவே பெரும்பாலும் அமையும். இந்த வாயிலுக்கு முன் இருப்பது மண்டபம். மண்டபம் அடியவர்கள் கூடி வழிபடுவதற்காக அமைக்கப்பட்டது.

மண்டபமும் கருவறையும் ஒரு காலத்தில் பிரிக்கப்பட்டிருந்தன என்பதைக் காஞ்சி கைலாசநாதர் கோவில், மாமல்லபுரம் சிற்பங்கள் முதலியவற்றால் உய்த்து உணர்கின்றோம். இவ்விரு மண்டபங்களையும் ஒன்று சேர்த்துப் பிணைப்பதற்காக இடையே தொடுக்கும் வகையில் அமைந்த கட்டிடமும் தனிமண்டபமாயிற்று.

தொடுக்கும் இக்கட்டிடம் அர்த்த மண்டபம் எனப் பெயர் பெறுகின்றது. இதுவே கருப்பக்கிருகம், அர்த்த மண்டபம், மகாமண்டபமாகிய மூன்று மண்டபங்களாகக் கருப்பொருளாய் அமைந்த கருவறை விரிந்த நிலை. இதையடுத்து இவ்வாறு வளர்ந்து உருவாகும் கோவிலைச் சுற்றிலும் பல அறைகள் வரிசை வரிசையாக நாற் புறங்களிலும் அமையும் வண்ணம் கோவிற் கட்டிடத்தை வளர்க்கும் வழக்கம் தோன்றலாயிற்று.

கோவிலைச் சுற்றிலும் அமையும் அறைகளின் வரிசைகளே நாளடைவில் சுவர்களாக உருவாயின. இவ்வாறு உருவான மதிற் சுவர்களுக்கும், கோவிலுக்கும் இடையில் கருவறையைச் சுற்றி அமையும் இடைவெளி கோவிலை வலம் வருவதற்குப் பயன்படும் வழியாயிற்று.

இவ் வழியை வீதி என்றும் பிராகாரம் என்றும் வழங்குவர். பிராகாரம் என்பது முதலில் உள்மதிற் சுவரைக் குறிக்கத் தொடங்கிற்று. நாளடைவில் இவ்வாறு வீதியையே குறிக்கலாயிற்று. திருவிழாக் காலங்களில் இவ் வீதிவழியே உற்சவ விக்கிரகங்களை வலமாக எடுத்துவரும் வழக்கம் இருக்கின்றது.

மக்களைப் பொறுத்த அளவில் கோவில் இறைவனின் உறைவிடம். எல்லோர்க்கும் இறையான எம்பிரான் உறையும்

பதியில் அவனுக்குக் குற்றேவல் புரியும் பரிவாரங்களும் இடம் பெறுதல் இன்றியமை யாததன்றோ! எனவே முதலில் கருவறையாகத் தோன்றிய கோவில், பின் மண்டபங்கள் பல இணைக்கப் பெறுகின்றது. தனியாயமையும் இம் மண்டபங்கள் வேறு மண்டபங்களுடன் தொடுக்கப்படுகின்றன.

இதே போன்று பல அறைகளாலும், சுவர்களாலும், வீதிகளாலும் சூழப்பட்டு அமையும் திருக்கோவிலுக்கு அங்கமாகத் தனித்தனிச் சிறு கோவில்கள் தோற்றுவிக்கப்பட்டன. இவை பரிவார தெய்வங்களுக்கென உரிய தனிக் கருவறைகள் இவற்றைவிட, கருப்பக்கிரகத்தின் புறச்சுவர்களிலமைக்கப்பட்ட கூடுகளிலும் விக்கிரகங்கள் இடம் பெற்றன. இக் கூடுகள் பஞ்சர கோஷ்டங்கள் எனப்படுவன.

கோவில் கட்டும் முறை தொன்று தொட்டு எம் நாட்டில் வழங்கி வருகின்றதெனினும், இது கி.பி. 8ஆம் நூற்றாண்டில் சிறந்து விளங்கியதற்குக் கல்வெட்டுகள் முதலான சரித்திர ரீதியான ஆதாரங்கள் பல உண்டு. இதற்கு எவ்வளவு காலத்திற்கு முன் இக்கலை தோற்றம் பெற்றது என்பதை ஆதார பூர்வமாக விளக்குதல் எளிதன்று. எனினும் இவ்வெட்டாம் நூற்றாண்டையடுத்துப் பல கோவில்கள் புதிதாக உருவாயின.

ஏற்கனவே இருந்த கோவில்கள் புதுப்பிக்கப்பட்டுப் புத்துருவம் பெற்று விளங்கின. இக் கலை மேன் மேலும் ஓங்கி வளர்ந்ததனால் பல கற்கோவில்களும், மலைகளைக் குடைந்தெடுக்கப் பட்ட கோவில்களும் ஆயிரக்கணக்காகத் தென்னாடெங்குந் தோற்றலாயின. ஒவ்வொரு கிராமத்திலும் ஒரு கோவிலாவது இடம் பெற்றது.

வைதிக நூல்கள் கூறும் வேதியின் அடிப்படையில் கோவில் உருவாகி இருப்பதைப் பலவாறு பல நிலைகளில் நாம் அறியக்கூடியதாக இருக்கின்றது. கோவிலின் அடித்தளம் அதாவது அதிஷ்டானம், பீடம் எப்புறங்களிலும் நன்கு மூடப்பட்டிருக்கும் கருப்பக்கிரகம், அதன் மேலமைந்து விளங்கும் விமானம், அதன் கீழ் விமானத்திற்கு ஆதாரமாயுள்ள கருவறை ஆகியன, வேதி கோவில் ஆகிய இரண்டிற்கும் பொதுவான அம்சங்கள். இவ்வுறுப்புக்களனைத்தும் கோவிற் கட்டிடக் கலையில் நிரந்தரமான இடம்பெற்று இன்றியமையா அங்கங்களாய் விளங்குவன.

பாரதமெங்கணும் சென்று நோக்கினால் இக் கட்டிட நிலை விரிவடைந்து விளங்குவதைத் தெளிவாகக் காணலாம். இவ்வாறு காணப்படுங் கட்டிடங்களுட் சில பிரமிக்க வைக்கும்

பிரமாண்டமான கோவில்களாக இருக்கலாம். சில போகும் வழியில் நாம் காணும் சிறுசிறு கோவில்களாகவும் இருக்கலாம்.

பெருங்கோவில் ஒன்றினுள் நுழைந்து கருவறையை நோக்கிச் செல்லும் பொழுது தூண்கள் பல விரவிய மண்டபங்கள் பலவற்றைத் தாண்டிச் செல்லல் கூடும். சில கோவில்களிலோவெனின் இம் மண்டபங்களின் எண்ணிக்கை மிகவும் குறைவானதாக இருக்கலாம். நாம் புகும் கோவிலைச் சுற்றிப் பல சிறு கோவில்கள் அமையலாம். அங்ஙனம் அமையாது இது தனிக் கோவிலாக மட்டும் இருக்கலாம்.

ஒரு கோவில் கிராமத்தின் நடு இடத்தில் சுவர்களாலும், கோபுரங்களாலும் சூழப்பட்டு மிகவும் பெரிதாக உயர்ந்து விளங்கலாம். எனினும், விமானத்தின் உள்ளூறுப்பும் கருவறையும் ஒரே தன்மைத்தாய் விளங்கும் தனி நிலையினையே பலவகைப்பட்ட கோவில்களில் பொதுவாகக் காண்கின்றோம்.

வாயில் தவிர்ந்த ஏனைய நாற்புறங்களும் மேலுங்கீழும் ஆகிய பக்கங்களனைத்தும் அடைபட்ட இடம் கருவறை. கோவில்கள் அனைத்திலும் இக் கருவறைகள் சாதாரணமான அமைப்பினைப் பெற்றவை. தென்னிந்தியச் சிற்ப நூல்கள் இதை அதிஷ்டானம் (தந்த்ர சமுச்சயம் I.11.37; காச்யப சில்பம் X.I) எனவும் பீடம் (சமராங்கண சூத்திரதாரம் LXI.) எனவும் பலவாறு கூறும்.

நன்கு நெருங்கி விசாலமாக விளங்கும் பீடத்தின்மேல் வேதியிற் போன்று கருப்பக்கிரகத்தின் சுவர்கள் அமைந்திருக்கின்றன. இதன் அடித்தளம் வேதிகை என்னும் பெயர் பெறுவதும் நோக்கற்பாலது. இவ்வாறு வேதங்கூறும் வேதியே கோவிலின் அமைப்பாக உருவாகக் காண்கின்றோம்.

கோவில், சிதி ஆகிய இரண்டுமே வெளியே இருந்து நோக்கும் பொழுது ஒன்றின்மேலொன்றாக வரிசையாய் அடுக்கி உருவாக்கப்பட்டவையாய்த் தோற்றமளிக்கின்றன. இது வெறுங் கட்டிடம் மட்டுமல்ல. பிரசாதம் முழுவதுமே சிதியாய் அமைந்து விடுகின்றது. சொல்லமைப்பினைக் கொண்டு நோக்கும் பொழுது, சிதி, பிரசாதம், சத்ம, சதனம் ஆகியவை அனைத்தும் இக் கருத்தினையே வலியுறுத்துவன.

கோவில் சைத்தியமாக விளங்குவதனால் கோவிலின் வெளித்தோற்றம் மக்கள் கண்டு தரிசிப்பதற்கு உரியதாக விளங்குகின்றது. வழிபடுவதற்கு உரியதான கோவிலை அமைப்பதற்கு இஷ்டகா எனப்படும் செங்கல் இன்றியமையாததாகின்றது. மரக்கட்டைகள் தாமும் மரத்தால் முழுவதும் அமையுங்

கட்டிடத்துக்குப் பயன் பயன்படுத்தப்படும் வேளை இஷ்டகா எனப் பெயர் பெறுகின்றன.

வழிபடுதல் என்னுங் கருத்தைக் குறிக்கும் யஜ் என்னும் வினையடியிற் பிறந்த இஷ்ட என்னும் பெயரெச்சம், 'வழிபடப்பட்ட' என்னுங் கருத்தை உணர்த்திச் செங்கல்லைக் குறிக்கின்றது. கோவிலைக் குறிக்கும் சைத்யம் என்னுஞ் சொல் சிதி என்னுமடியிற் பிறந்தது. மகாபாரதத்தில் சைத்யங்களும் யூபங்களும் நிறைந்ததாக நகரங்கள் வருணிக்கப்படக் காண்கின்றோம்.

இராமாயணமும், தேவாயதனத்தையும் சைத்தியத்தையும் குறிப்பிடுகின்றது. இது தேவர்கள் வசிக்கும் கோவிலாகவும், அக்கினியின் உறைவிடமாகவும் விளக்கம் பெறலாம். இராமாயணத்தில், வீடு (கிருகம்) என்ற சொல் இறுதியில் பொருந்தி பிரயோகத்தில் வருமாறு சைத்யகிருகம் என்னுஞ் சொல் குறிப்பிடப்பட்டுள்ளதைக் கவனித்தல் வேண்டும்.

இந்திய கோவிற் கட்டிட வகைகளை மூன்று பிரிவுகளாக வகுப்பார்கள். அப் பிரிவுகள் நாகரம், வேசரம், திராவிடம் என்பன. நாகரம் என்னும் பிரிவைச் சார்ந்த கோவில்கள் வட இந்தியாவில் உள்ளவை. இவ்வகைக் கோவில்கள் அடியில் இருந்து உச்சிவரை நாற்சதுரமாக அமையும்.

வேசரம் என்னும் இனத்தைச் சார்ந்தவை, பௌத்த கோவில்கள். நிலஅமைப்பிலும், விமான அமைப்பிலும், கட்டிடத்தைப் பொறுத்த அளவிலும் வட்டவடிவமாக அமைபவை. இவற்றுட் சில அரைவட்டவடிவமாகவுங் காணப்படுவன. தென்னிந்தியக் கோவில்களுட் சில இவ்வாறு இருக்கக் காணலாம்.

திராவிடம் என்னும் பிரிவைச் சார்ந்த கோவில்கள் தென்னிந்தியாவில் பெருகிக் காணப்படுவன. கன்னியாகுமரி ஈறாகத் தென்னாட்டில் வழங்குவது திராவிடச் சிற்ப முறையே. தமிழர்களும், ஹொய்சலர்களும், சாளுக்கியர்களும் இவ் வகைக் கோவில்களையே எழுப்பியுள்ளார்கள். இவர்களுட் பல்லவர்கள், சோழர்கள், பாண்டியர்கள், விஜயநகர மன்னர்கள் தமிழ் நாட்டை ஆண்ட மன்னர்களே.

கோவிலின் பெயர்கள் விமானங்களின் அமைப்பைக் கொண்டு ஏற்பட்டுள்ளன. கரக் கோயில், ஞாழற் கோயில், கொகுடிக் கோயில், இளங் கோயில், மணிக் கோயில், ஆலக் கோயில் என அறுவகைக் கோயில்கள் தேவாரங்களில்

குறிப்பிடப்பட்டிருக்கக் காண்கின்றோம். ஆயின் சிற்ப நூல்கள் விஜயம், ஸ்ரீ போகம், ஸ்ரீ விலாசம், ஸ்கந்த காந்தம், ஸ்ரீ கரம், ஹஸ்தி பிருஷ்டம், கேசரம் என எழுவகைக் கோவில்களைக் குறிப்பிடுகின்றது.

நடுவில் அமைந்திருப்பது கருவறை. இதன் வெளிப்புறச் சுவர்களில் மூன்று பக்கங்களிலும் கோஷ்ட பஞ்சரங்கள் உண்டு. இவை விக்கிரகங்கள் வைப்பதற்காக அமைக்கப்பட்டவை. தென்புறச் சுவரில் உள்ள கோஷ்ட பஞ்சரத்தில் தட்சிணா மூர்த்தி இடம் பெறுவார். மேற்கேயுள்ள கோஷ்ட பஞ்சரத்தில் இலிங்கோற்பவரை நிறுவுவார்கள். வடக்கேயுள்ள கோஷ்ட பஞ்சரத்தில் பிரமன் அல்லது நாராயணி (துர்க்கை) ஆகியோரின் விக்கிரகங்களைப் பிரதிட்டிப்பார்கள். வடபக்கத்தில் சுவரிலிருந்து வடக்கு நோக்கியவாறு கோமுகை இடம் பெறும்.

கருவறையை அடுத்து அதனுடன் தொகுக்கப்பட்டவாறே முன்னே இருப்பது அர்த்த மண்டபம். இதன் வாயிலில் துவார பாலகர்கள் இடம் பெறுவார்கள். அர்த்தமண்டபத்தின் இரு பக்கச் சுவர்களிலும் புறத்தே, இரு கோஷ்ட பஞ்சரங்கள் உண்டு. அர்த்த மண்டபத்தின் முன்னர் இருப்பது மகா மண்டபம்.

கருப்பக்கிருகத்திற்கு இடது பக்கத்தில் தெற்கு நோக்கியவாறு தேவியின் ஆலயம் அமையும். இதற்கும் கருவறையும் அதன்முன் அர்த்த மண்டபமும் உண்டு. இறைவன், தேவி ஆகிய இருவரது அர்த்த மண்டபங்களின் முன்பாக இருவருக்கும் பொதுவாகவே மகா மண்டபம் பெரும்பாலும் அமையும். இருவருக்கும் தனித்தனி மகாமண்டபங்கள் அமையும் இடங்களும் உண்டு.

தேவிக்குத் தனி ஆலயம் அமைக்கும் வழக்கு பிற்காலத்தில் ஏற்பட்டது என ஆராய்ச்சியாளர் கூறுவர். மிகப் பழைய கோவில்களில் கருவறையிலேயே ஒரு பக்கலில் இடம் பெறுவள். அன்றிக் காஞ்சியில் காமாட்சி அம்மன் ஆலயம் விளங்குவது போன்று தேவியின் ஆலயம், இறைவன் ஆலயத்தைக் காட்டிலும் தொலைவில் புறம்பாகக் காணப்பட்டது என்று கருத இடமுண்டு.

கேவலாலயம், மிச்ராலயம், சங்கீர்ணாலயம் என மூவகை ஆலயங்களை நூல்கள் கூறுகின்றன. இறைவனுக்கு மட்டும் கோவில் அமையும் பொழுது இது கேவலாலயமாகும். முன்னர் கூறியவாங்கு இவ்வகைக் கோவில்கள் வட இந்தியாவிலேயே பெரும்பாலுங் காணப்படுவன. இறைவனுக்கும் தேவிக்குமாகக் கோவில் அமையும் பொழுது மிச்ராலயமாகும். பரிவாரங்களுடன் இறைவன் தேவி இருவருக்கும் அமையும் மூன்றாம் வகைக் கோவில் தென்னாட்டிலும் இலங்கையிலும் பெருகிக் காணப்படுகின்றன.

இறைவன் ஆலயத்தில் உட்பிராகாரத்திலே, அதன் எல்லையிலே, உட்பிராகாரத்தை நோக்கியவாறு வலப்புறத்தே விநாயகன் ஆலயமும், இடப்புறத்தில் கந்தன் ஆலயமும் இடம்பெறும். இவைகளும் ஒருகாலத்தே தனித்தனிக் கோவில்களாக விளங்கியிருக்கலாம். நாளடைவில் விநாயகனும், கந்தனும் பரிவார தெய்வங்களாக இடம்பெற, இவை தனிக் கோவில்களாக சிவபிரானது ஆலயத்துக்கு உறுப்பாக நிறுவப்பட்டுள்ளன என்பதை ஆராய்ச்சியாளர் ஆதாரங் கொண்டு விளக்குவர்.

இறைவன் திருக்கோவிலில் பலவகை மண்டபங்கள் இடம் பெறுவன. இவற்றுள் முக்கியமானவை அர்த்த மண்டபம், மகாமண்டபம், நிருத்த மண்டபம், பதினாறுகால் மண்டபம், ஆயிரங்கால் மண்டபம் என்பன.

இவற்றைவிட ஸ்நபனமண்டபம், கேயமண்டபம், வாத்யமண்டபம், முகமண்டபம், சோபானமண்டபம், கோபுரத்வாரசாலாமண்டபம், ஆஸ்தானமண்டபம், யாகமண்டபம், புஷ்பமண்டபம், பூஜாமண்டபம், விஜயமண்டபம், பிரதக்ஷிணமண்டபம், உத்யானமண்டபம், ஸ்ரீவல்லிமண்டபம், ஸ்ரீசூர்ணமண்டபம், கிருஷ்ணகந்தமண்டபம், ஜலக்கிரீடாமண்டபம், சதுரஷ்ட ஷோடசஸ் தம்ப மண்படம், சதுஷ்ஷஷ்டி ஸ்தம்பமண்டபம், சதஸ்தம்பமண்டபம், சஹஸ்ரஸ்தம்பமண்டபம், கந்தமண்டபம், சுவர்ணமண்டபம், அபிஷேகமண்டபம், அலங்கார மண்டபம், வசந்தமண்டபம், உபசார மண்டபம், டோளாரோஹணமண்டபம், அத்தியயனமண்டபம், ஆகமமண்டபம், புராணமண்டபம், தீக்ஷீமண்டபம், வீணாமண்டபம், துவஜாரோஹணமண்டபம், ரதாரோஹணமண்டபம் முதலிய மண்டபங்கள் கிரியை நூல்களிற் குறிப்பிடப்பட்டுள்ளன.

விருஷபதேவர், அக்கினி, மாதரர்கள், கணேசன், கந்தன், ஜ்யேஷ்டாதேவி, துர்க்கை, அடியவர்கள், பைரவர், சூரியன் சந்திரன், நடராஜர், சோமாஸ்கந்தர், சந்திரசேகரர், நந்தி, அகோரமூர்த்தி, லக்ஷ்மி, விஷ்ணு, குருமூர்த்தி, வடுகன், பத்ரகாளி, கௌரி முதலிய பரிவார தெய்வங்களின் உறைவிடங்களும், பாகசாலை, யாகசாலை, கோசாலை, கஜசாலை, வாஜிசாலை, வாத்ய சாலை முதலிய சாலைகளும், ரத்னாலயம், தனாலயம், தான்யாலயம், சண்டேசுவராலயம் முதலிய ஆலயங்களும் இறைவன் திருக்கோவிலில் உரியவாறு இடம் பெறுவன. நவக்கிரகங்களின் ஆலயமும், சனீசுவரனாலயமும் பிற்காலத்திற் சேர்க்கப்பட்டுள்ளன.

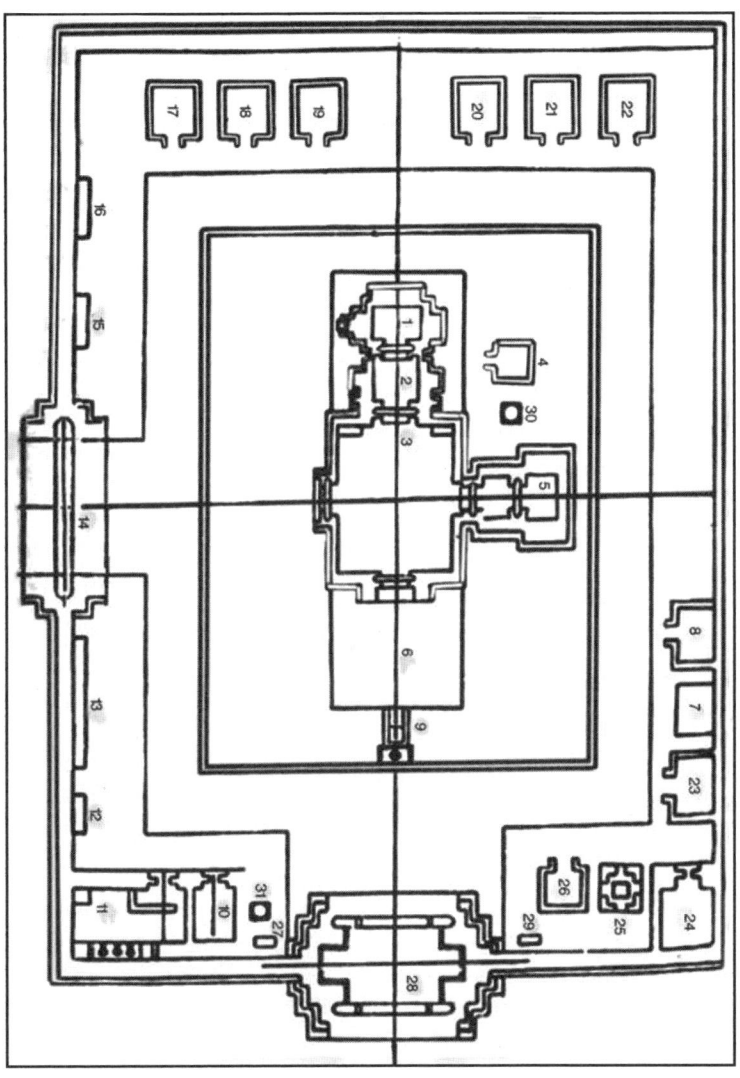

1
2
3
4
5
6
7
8
9
10
11
12
13
14
15
16
17
18
19
20
21
22
23
24
25
26
27
28
29
30
31

கோவில் அமைப்பு

1. கர்ப்பக்கிருகம்
2. அர்த்த மண்டபம்
3. மஹா மண்டபம்
4. சண்டேஸ்வரர் கோயில்
5. அம்பாள் கர்ப்பக்கிருகம்
6. நிருத்த மண்டபம்
7. பள்ளியறை
8. நடராஜர் ஆலயம்
9. ஸ்தம்ப மண்டபம்
10. பாகசாலை
11. பாகசாலை
12. நால்வர்
13. பக்தாலயம்
14. அம்பாள் கோபுரம்
15. சந்தான குரவர்
16. வாகனசாலை
17. பிள்ளையார்
18. சோமாஸ்கந்தர்
19. சந்திரசேகரர்
20. பிக்ஷாடனர்
21. மஹாவிஷ்ணு
22. சுப்பிரமணியர்
23. வசந்த மண்டபம்
24. ஆகம நூல்நிலையம்
25. யாகசாலை
26. பைரவர் ஆலயம்
27. சூரியம்
28. கோபுரவாசல்
29. சந்திரன்
30. கிணறு
31. கிணறு

கோவில் கருவறையின் அமைப்பைக் கொண்டு அதை ஆறு பகுதிகளாகப் பிரிக்கலாம். இவை அதிஷ்டானம், பாதம், மஞ்சம், கண்டம், பண்டிகை, ஸ்தூபி எனப்படுவன. அதிஷ்டானம், மசூரகம், ஆதாரம், தலம், பூமி முதலியன ஒன்றையே குறிக்கும் பல பெயர்கள். கருப்பக்கிரகத்தை உடல், கருவறை, கால், பாதம், ஸ்தம்பம், கம்பம் முதலிய பெயர்கள் குறிப்பிடுவன.

மஞ்சம் என்பது தளவரிசை; இதையே தோள் என்றும், பிரஸ்தரம் என்றும், கபோதரம் என்றுங் கூறுவார்கள். கண்டம் என்னும் நான்காவது உறுப்பிற்குக் களம், கர்ணம், கழுத்து என்னும் பெயர்கள் உண்டு.

ஐந்தாவது உறுப்பு பண்டிகை; இது கூரையாக அமையும் பகுதி. இதற்குச் சிகரம், மஸ்தகம், சிரம், தலை என்னும் பெயர்கள் உண்டு. ஆறாவது உறுப்பான ஸ்தூபி முடி, சிகை, சூளம் எனப் பெயர்பெறும். கலசம் என்னும் பெயர் இதற்குச் சிறப்பாக அமைந்துள்ளது.

கருவறையின் முக்கிய அம்சங்களை பாதபந்தம், பத்ம பந்தம், பத்மாச்ரய பந்தம், பத்ம புஷ்கர பிரதிபந்தம், பிரதம பலகை, மூலம், பிராசாதம், உபாநம், ஜகதி, கம்பு கண்டம், ஸ்ரீ கண்டம், பட்டிகை, ஸ்தம்ப மகா பட்டிகை, தளவேதிகை, பாதம், தோரணம், கபோதம், கீழ் வியாளம், சிரவம், தாடிகை, கும்ப பாலிகை, வீரகாண்ட கபோதிகை, உத்தரகபோதிகை, மேல் வியாளம், நாசிகை, கூடசாலை, பஞ்சரங்கள், முதல் தளம், இரண்டாந்தளம், மூன்றாந்தளம், நான்காந்தளம், ஐந்தாம் தளம், ஆறாம் தளம், ஏழாந்தளம், எட்டாந்தளம், ஒன்பதாந்தளம், விருஷப தளம், கர்ண நாசி, அநு நாசி, மகா நாசி, அக்ர சிகரம், ஸ்தூபி என அடித்தளத்திலிருந்து ஸ்தூபி வரை தனித்தனியே சிற்ப நூல்கள் கூறுகின்றன.

கோவிற் கட்டிடங்களுக்கு நான்கு பொருட்கள் முக்கியமாகப் பயன்பட்டன. இவை மரம், சுண்ணாம்பு, செங்கல், கல் என்பன. இவற்றுள் மரத்தால் அமைந்த கோவில்கள் மிகப் புராதனமானவை. கட்டிடம் முதலிய ஆக்க வேலைகளை மரத்தைக் கொண்டே அமைத்தனர் என்பது இருக்கு வேதத்தில் உள்ள ஒரு பாடலைக் காட்டி நிரூபிக்கலாம். எந்த மரத்தை வெட்டிப் பயன்படுத்தி விண்ணும் மண்ணும் சேர்ந்தமையும் இவ்வுலகத்தை நிறுவியுள்ளார்கள். (இருக்கு வேதம் X.81.4) என்னும் வினாவுடன் இப்பாடலின் தொடக்கம் அமைகின்றது.

தைத்திரீய பிராமணத்தில் இதற்கு விடை கூறுவது போன்ற பகுதி காணப்படுகின்றது. பிரமம் என்ற மரத்தைக் கொண்டே

ஆகாயமும் பூமியும் உருவாக்கப்பட்டுள்ளன என இப் பிராமணம் விளக்கிக் கூறும்.

கோவிற் கட்டிடம் மரத்தாலாவது, செங்கல்லாலாவது, கல்லாலாவது அமையினும் அது அளவைக்கு மிகவுங் கட்டுப்படுத்தப்பட்டே ஆக்கப்படுவது. இணைக்கும் பொருட்கள் இல்லாத தொடக்க நிலையில் கற்களை அப்படியே அடுக்கி வைத்தனர். மரங்களைப் பிணைப்பதற்கு இரும்பு 'அள்ளு'களைப் பயன்படுத்தினர். இதைத் தொடர்ந்து வஜ்ரலேபம், அதாவது சுண்ணாம்பினால் அமைந்த சாந்து பயன்படத் தொடங்கியது.

சுண்ணாம்பை வேலை செய்வதற்காகச் சேகரிக்கும் முறையினைச் சிற்ப நூல்கள் கூறுகின்றன. சுட்ட சங்கினைப் பொடியாக்கிய சூர்ணமும், வெள்ளை மணலும், பசையுள்ள இன்னும் சில பொருள்களும் கலக்கப்பட்டு சாந்து உருவாகின்றது. வஜ்ரலேபம் என்றால் மிகவும் வைரமாக நெடுங்காலம் சிதையாது இருக்கத் தக்க பூச்சு எனச் சில்பரத்னம் (XIV– 58–75) கூறுகின்றது. இதைக் கலந்து இரண்டு மாதங்களாவது, நான்கு மாதங்களாவது பக்குவமுறும் வண்ணம் வைப்பார்கள். இவ்வாறு செய்தல் கட்டிடம் நெடுங்காலம் கெடாதிருப்பதற்கும், வெள்ளையடிக்கும் வேளை நிறம் மங்காதிருப்பதற்கும் உதவும். இதைக் கொண்டு செய்யப்படும் சுதை வேலை மிக எளிதாகவும், நன்கு பிரகாசமுடையதாகவும், மெருகூட்டப்பட்டதாகவும் விளங்கும்.

செங்கல்லாலும், கல்லாலும் சாந்தை இணைப்பிற்குப் பயன்படுத்திக் கட்டிடம் கட்டுங்கலை, தென்னிந்தியாவில் நன்கு வளர்ந்து வந்தது. கோவிற் கட்டிடங்களின் மேல் உருவங்களை இவ்வாறு நம் முன்னோரான சிற்பிகள் பன்னெடுங்காலத்திற்கு முன்னரே அமைத்திருக்கக் காண்கின்றோம்.

காஞ்சிபுரம் கைலாசநாதர் கோவில் கல்லால் அமைந்த சிற்ப வேலைகளில் நுட்பமாக உருவாக்கப்படவேண்டிய பகுதி மட்டிலும் சாந்தால் அமைந்து விளங்குகின்றது. சாந்தால் அமைந்து வெண்ணொளி பரப்பி நிற்கும் கோவில்களைப் பற்றிக் கூறுங் கல்வெட்டுகள் பல. இவ் வெண்மை சாத்துவிக குணம் மிகுந்த நிலையினையே சுட்டுகின்றது.

அடியிற் பரந்தகன்ற விமானம் படிப்படியாகச் சுருங்கி ஒடுங்கித் தனிச்சிகரமாக விளங்கும் கேவல நிலையை அடைவதும் இச் சாத்துவிக நிலையையே சுட்டும் எனச் சிற்பம் வல்ல தத்துவ ஞானிகள் கூறுவார்கள்.

முக்குணங்களுக்குரிய நிறங்கள் முறையே வெண்மை, செம்மை, கருமை ஆகியன. இவற்றின் இயல்பும் அவ்வாறே

உயர்தல், அகல்தல், இறங்குதல் (தாழ்தல்) என்னும் மூன்றுமாம். இவை பிரகிருதியின் உள்ளூறுப்புக்கள். இவற்றைக் கொண்டு அமைவதே உலகின் இயற்கை.

சில கட்டிடங்கள் கல்லாலும், செங்கல்லாலுங் கலந்து கட்டப்பட்டிருக்கக் காண்கின்றோம். கோவிற் கட்டிடத்தின் பெரும்பகுதி செங்கல்லாலமையும். வாயிலில் பொருத்தப்படும் நிலையும், கருவறையின் சுவர்கள் முதலிய பெரும் பகுதியும் கருங்கல்லால் ஆக்கப்படும். கருவறையின் மேல் விளங்கும் விமானம் முதலியனவற்றின் அமைப்பு செங்கற்களால் உருவாகும்.

மரம், செங்கல், சாந்து, கல் ஆகிய பொருள்களெல்லாம் கருத்தில் தோன்றுவதை உருவாக்கக் கருவிகளாய் விளங்கும் வெறுஞ் சாதனங்களாகும். இவற்றை அடிப்படைப் பொருள் களாகக் கொண்டே கட்டிடங்களும், கட்டிடங்களில் இடம் பெறும் உருவங்களும் உருவாகின்றன. எனினும் இப்பொருட்கள் கட்டிடத்தில் அவ்வவற்றிற்குரிய இடங்களில் பொருந்தி உறைந்து விடுகின்றன.

இவ்வாறு உறைதல் பற்றி பிராசாதமாய் உருப்பெறுகின்றன. இவை கோவிலை உருப்பெறச் செய்வது மட்டுமன்றி அதற்கு உயிரூட்டும் உள்ளூறுப்புக்களாயும் விளங்குவன. ஈற்றில் இறைவன் உறைவிடமான கோவிலை உருவாக்கப் பயன்படும் இப்பொருட்கள் உள்ளூறையும் இறைவனுக்குப் புற உடலை உருவாக்குகின்றன.

இந் நிலையில் நின்று நாம் கோவிலை நோக்கும் பொழுது, எவ்வெப் பொருள்களால் கோவில் அமைக்கப்படுகின்றது என்ற விசாரணைக்கு இடமே இல்லை. இது பல பொருட்கள் கலந்து உருவாயிற்றா, அன்றேல் இது ஒன்றன் மேல் ஒன்றாகப் பொருட்கள் அடுக்கிப் பொருத்தப்பட்டதனால் கட்டிடம் ஆயிற்றா? எவ்வாறு உருவம் பெற்றது என்ற கேள்விகளை ஒன்றன்மேல் ஒன்றாக அடுக்கி விசாரணை செய்ய இடமில்லை.

நிறைவு பெற்ற திருக்கோவிலைக் கண்டதும் அக்காட்சி அமைக்க வேண்டும் திறனைச் செவ்வனே சிற்பி கையாண்டதனால் ஒரே தோற்றம் வாய்ந்து ஒரே பொருளாக விளங்கும் கோவிலை ஒரு தனி உருவாக மனதிற் பதிய வைக்கும் நிலையே தரிசிப்பவர்களுக்கு ஏற்படும்.

இந்நிலையில் செங்கல், மண், சாந்து, கல் ஆகிய பொருள்கள் மறைந்து விடுகின்றன. இத்தோற்றம் விளைவதற்காக இப் பொருட்களைச் செவ்விதாகக் கையாளும் சிற்பிக்கு மூவகைப் பண்புகள் வேண்டப்படும் என்பன சிற்ப நூல்கள். இவை,

பரம்பரையாக வழிவந்த அறிவு, உண்மையினை உய்த்துத் தாமே உணர்தல், இறையன்பு என்னும் மூன்றுமாம்.

செங்கல்லால் அமைந்த கட்டிடங்களையுடைய கோவில்கள் பல. கற்சுவர்களை உடைய கோவிலின் மேல்தளங்களில் மட்டும் செங்கல்லால் அமைந்த வேலைப்பாடுடைய கோவில்களும் உண்டு. செங்கல்லும் மரமும் கலந்த கட்டிடங்கள் அநேகமாக மறைந்து விட்டன. இவை மிகப் புராதனமானவை.

இந்தியாவில் இரு இடங்களில் மட்டுமே இவை பேணிப் பாதுகாக்கப்பட்டுள்ளன. மலையாளமும், இமயமலையை அடுத்த பகுதிகளும் இப்பிரதேசங்களாகும். மயமதம் என்னுஞ் சிற்ப நூல் (XV–114–120) செங்கல் அமைக்கும் முறையைக் குறிப்பிடுகின்றது. இங்கு கூறப்படும் முறையினைப் பற்றிய அறிவுடன் பரம்பரையாக வரும் அனுபவமும் சேர்ந்தே இதைத் திறம்பட அமைக்க உதவுகின்றது.

செங்கல், யாகத்தின் உடல் எனக் கூறப்படும் (தைத்திரீய சங்கிதை IV 4–9) யாக உடலை உருவாக்குவதற்குச் செங்கல் இன்றியமையாதது. மண்ணும் நீரும் அதன் உறுப்புக்கள், பல கற்கள் சேர்ந்து வேதி உருவாகும் பொழுது செங்கல் என்னும் நிலை மறைந்து விடும். ஒன்றின் மேலொன்றாக அடுக்கப்பட்ட செங்கற்கள் இதன் விளைவாக கட்புலனாகாது சமஷ்டி ரூபமாய் விளங்கும். அவற்றின் சாரபூதமான தோற்றமே புலனாவது.

இதேபோன்று அமைவதே திருக்கோவிலும், கருப்பக்கிருகத்தின் மேற்கூரையின் நடுவில் விளங்கும் சிறு துவாரத்தினை (பிரமரந்திரம்) நடுமையமாகக் கொண்டு நாலா பக்கமும் அகன்று வளர்வது கோவில். வளரும் நிலையில் அது ஓர் ஒழுங்கிற் கேற்ப அகன்று கொண்டே செல்லக் காண்கின்றோம்.

இச் செங்கற்கள் இந் நடுமையத்திலிருந்தே அகன்று சென்று முறையே இடம்பெறுவன. நடுமையம் நிறுவப்பட்டதொன்று. அகல்தலும் சுருங்குதலும் கட்டிட நிலைக்கேற்ப வேறுபடலாம். அகலும் பொழுது ஒவ்வொரு அம்சத்திற்குந் தனித்தனிப் பெயர் உண்டு.

கோவில் கட்டத் தொடங்கும் பொழுது முதலிடம் பெறும் கிரியை இஷ்டகநியாசம் எனப்படும். இதற்கு அஸ்திவாரம் என இன்னொரு பெயர் உண்டு. இஷ்டக நியாசம் நிகழுமுன் அஸ்திவாரக் குழி தோண்டப்படும். கோவிலின் எல்லை அகலும் அளவிற்கு இக்குழி பரந்து அமையும். இதனுள் நிற்கும் மனிதன் தன் கையை உயர்த்தி நீட்டின் அது மேற்பரப்பைத் தொடக்கூடியவாறு ஆழமாகத் தோண்டப்படல் வேண்டும்.

இக் குழி, கல் கீழே தெரியும் வரையாவது, நீர் மட்டம் வரையாவது நிலத்தின் இயல்புக்கு ஏற்றவாறு ஆழமாக இருக்கலாம். குழி தோண்டப்பட்டபின் அதனுள் எட்டு அங்குல உயரத்திற்குச் சுத்தமான களிமண்ணையிட்டு, அதன்மேல் ஒரு முழ உயரத்திற்குக் கனமான கற்களால் நிரப்புதல் வேண்டும். இவ்வாறு நிரப்பும் பொழுது ஒவ்வொரு கல்லின் அடியிலும் இரு கற்களுக்கு நடுவிலும் களிமண் சுவறக் கூடிய வாய்ப்பு உண்டாகும்.

ஒரு முழு உயரம் வாய்ந்த கற்றளம் இங்ஙனம் அமைக்கப் பட்ட பின் நீரினால் அதை மிகுதியாக நனைத்து, அதன் மீது யானைகளை நடப்பிப்பதனாலும், பாரம்மிகுந்த 'மொங்கான்' குற்றிகளால் அடிப்பதனாலும், அஸ்திவாரம் மட்டமாக்கப்படும். அதன்பின் குழியின் நான்கில் ஒரு பங்கு இன்னும் மூடப்படாது இருக்கும். இதன்மேல் முதல் வரிசைச் செங்கற்கள் பொருத்தப்படும்.

இவ்வாறு செங்கல் வைக்கும் கிரியை ஆத்யேஷ்டகாவிதி ஆகும். முதற் செங்கல்லைப் பொருத்திக் கட்டிட வேலை தொடங்குவதற்குரிய இடம் வாயிலின் வலக்கதவு பொருத்தப் பட இருக்கும் நிலைத்தூண் நிறுத்துவதற்குரிய இடம். இவ் விபரங்களையெல்லாம் மயமதம் (XIII.*110–111*) காச்யப சில்பம் (IV *46*) முதலியன கூறும்.

காரணாகமத்தில் முதற் பகுதியின் நான்காம் அத்தியாயம் இதை இன்னும் விரிவாகக் கூறுகின்றது. மேலும் நடுவிலும் நான்கு திக்குகளிலும் ஒவ்வொன்றாக ஐந்து செங்கற்களை வைத்தல் வேண்டும். நான்கு மூலைத் திக்குகளிலும் இன்னும் நான்கு கற்களை வைப்பதும் இன்னொரு முறை. இவ்வாறு ஐந்து அல்லது ஒன்பது இடங்களில் செங்கல் நாட்டும் முறை சிற்ப நூல்களில் கூறப்பட்டுள்ளது. இவ்விடங்கள் மர்மஸ்தானங்கள் எனப்படுவன.

முதன் முதலாக வைக்கப்படும் செங்கல்லின் வடிவம் பலவாறு கூறப்பட்டுள்ளது. அக்கினி புராணம் (XLI) செங்கல் சதுரவடிவினதாயிருத்தல் வேண்டும் என்று கூறுகின்றது. இது இரு சதுரங்கள் இணைய உருவாகும் நீள் சதுர வடிவினதாக இருக்கலாம் என்கின்றன சிற்ப நூல்கள்.

அகலத்தின் மூன்றிலொன்றாகவோ நான்கிலொன்றாகவோ கல்லின் கனம் அமைதல் வேண்டும். கோவிலின் அளவிற்கேற்பக் கல்லின் அளவும் வேறுபடும் என மயமதம் (XII.*104*) கூறும். கல்லின் நீளம் மூன்று அங்குலத்திலிருந்து முப்பது அங்குலங்கள் வரை வேறுபடலாம் எனக் காமிகாகமம் விதித்துள்ளது.

எட்டு அங்குலங்கள் முதல் முப்பத்தெட்டு அங்குலங்கள் வரை இதன் அளவு அமையலாம் எனச் சில்பரத்னம் (XII–17–23) கூறுகின்றது. மானசாரம் (XII–189–193) ஏழங்குலங்கள் முதல் முப்பது அங்குலங்கள் வரை கல் உருவாகலாம் எனக் கூறும். ஆண்கல் எனவும், பெண்கல் எனவும், அலிக்கல் எனவும் செங்கல் வேறுபடுவதை மானசாரம் (XII–194–195), மயமதம் (XII–105–17) முதலிய நூல்கள் கூறும்.

குழியினுள் செங்கற்கள் மட்டமாகவும், நேராகவும் இணைக்கப்படுவன. இதன் பின்னர் குழி நிரப்பப்படும். இதன் மீது கோவிலின் அடித்தளத்தைச் சிற்பிகள் கட்டுவார்கள். இவ்வாறு கட்டுவது கர்ப்பாதானம் எனச் சிற்ப நூல்களில் பெயர்பெறும். இதுதான் பிராசாதத்தின் கருவை உரிய இடத்தில் வைக்கும் கிரியை, கோவிலின் அடித்தளத்திலே கீழே உபானத்தில் பிராசாதத்தின் உட்கருவெனக் கொள்ளப்படும் கும்பம் நிலத்துள் வைக்கப்படும் (தந்திர சமுச்சயம் II, மயமதம் XII.107–110).

இஷ்டகம் என்னுஞ் சொல் செங்கல்லைச் சிறப்பாக உணர்த்துவது. எனினும், இது கருங்கல், மரம் ஆகிய ஏனைய பொருட்களும் செங்கல்லின் உருவம் பெற்றுக் கோவிற் கட்டிடக்கலைக்குப் பயன்படும் நிலையில் குறிப்பிடப்படுவன. இஷ்டகம் என்பது யஜ் என்னும் அடியில் பிறந்தது என்பது முன்னர் சுட்டப்பட்டது. வழிபடுவதற்கு யாகாதி கிரியைகளில் வேதியையும் குண்டங்களையும் நிறுவவோ அன்றி, கோவில் முதலிய கட்டிடங்கள் அமைக்கவோ பயன்படுவதனால் இப் பெயர் முதலில் செங்கல்லுக்கு உண்டாகியது. பின்னர் செங்கல்லிற்குப் பதிலாகப் பயன்படும் ஏனைய பொருட்களுக்கும் உரியதாயிற்று.

கல்லாலமையுங் கோவிலுக்கு கருங்கல்லாலும், மரத்தால் அமைவதற்கு மரத்தாலும் இஷ்டகம் அமைதல் வேண்டும் எனச் சிற்ப நூல்கள் கூறுகின்றன. மண்ணாலான இஷ்டகங்கள் எவ்வகை விமானத்திற்குப் பயன்படலாம் என்பதை ஹயசீர்ஷ பஞ்சரத்தினம் (XI.234), சில்பரத்னம் (XII.14-18), காச்யப சில்பம் (IV.19) முதலியன குறிப்பிடுகின்றன.

இந் நூல்கள் செங்கல்லுங் கல்லுங் கலந்துருவாக்கும் கட்டிடத்தைப் பற்றியும் விவரிக்கின்றன. சரித்திரக் கண்கொண்டு பார்க்கும் ஆராய்ச்சியாளர் செங்கல் தொடக்கத்திலிருந்து வழங்கி வந்ததையும், கல் பிற்காலத்தில் அதன் இடத்தை வகிப்பதையும் சுட்டிக் காட்டுவர்.

சிற்ப நூல்கள் ஆதாரசிலை நிறுவும் முறையைக் கூறுகின்றன. இவ்வாறு கூறுவது சிலை, அதாவது கல், கட்டிட அமைப்பில்

இன்றியமையாது பெரும் உன்னத நிலையினையே சுட்டுகின்றது. சிறிது முன்னர் செங்கற்கள் ஆத்தியேஷ்டகா விதியில் மர்மஸ்தாபனங்களில் வைக்கப்படும் முறை கூறப்பட்டது. அச் செங்கற்களுக்குப் பதில் கற்கள் இஷ்டகங்களாக இடம்பெறலாம்.

மத்ஸ்ய புராணம் (CC LXVI.5-18) பிரமசிலை நிறுவும் வகையை விரித்துக் கூறுகின்றது. பிரமசிலை தாம் ஆதார சிலை. இது கட்டிடம் முழுவதையுந் தாங்கி நிற்கும். விஷ்ணு தர்மோத்தரம் என்னும் நூல் சிலாநியாச விதி கூறுகின்றது. சிலாநியாசம் என்பது கல் நாட்டுதலாகும். அறுபத்து நான்கு சதுரங்களாக வகுக்கப்பட்ட வாஸ்து மண்டபத்தின் நடுவில் கல்லால் அமைக்கப்பட்ட கலசம் வைக்கப்படல் வேண்டும்.

இவ்விடம் வாஸ்துவிற்கு அதிபதியான பிரமாவுக்குரிய பதமாகும். அதைச் சுற்றி கிழக்கு முதல் வலமாக கல்லுகளை நாட்டுதல் வேண்டும். கல்லாக இருப்பினும் செங்கல்லாக இருப்பினும் மந்திரங்கள் ஒன்றே. எனினும் கல்லின் பிரமாணம் செங்கல்லின் பிரமாணத்திலும் அதிகமானது என்பன சிற்ப நூல்கள். இங்கு வாயிலின் நடுவில் முதற்கல் நாட்டுவது கூறப்படுகின்றது. செங்கற்களை வைக்கும் பொழுதோவெனின் நான்கு மூலைகளிலும் – நான்கு திக்குகளில் வலப்பக்க நிலையை அண்டியும் கற்களை நிறுவும் வேறுபாடு சற்று முன்னர் கூறப்பட்டது.

மண்டபங்களின் பல்வேறு பிரிவுகள் கூறப்பட்டன. இவற்றுள் தூண்கள் முக்கிய இடம் பெறுவன. மண்டபங்களுக்குத் தக்கவாறு தூண்களின் எண்ணிக்கை வேறுபடும். தூண்கள், சிற்பி தன் கைவண்ணத்தையும், சிற்ப நூற்புலமை சுவறிய நுண்ணறிவையும் புலனாக்க வாய்ப்பு அளிக்கின்றன. தூண்கள் கல்லினாலும் மரத்தினாலும் செங்கல்லினாலும் அமையலாம்.

இப்பொருட்களைக் கொண்டு கட்டுந் தூண்கள் வேறுபடுமாற்றை மாநசாரம் சுட்டுகின்றது. சுத்தம், மிச்ரம், சங்கீர்ணம் என தூண்களின் மூவகைப் பாகுபாடுகள் இவ்வேறுபாட்டால் எழுகின்றன. தனி ஒரு பொருளைக் கொண்டு கட்டப்படும் பொழுது தூண் சுத்தம் என்னும் வகையைச் சார்ந்ததாகும்.

இரு பொருள்களைக் கொண்டு கட்டப்படுந் தூண் மிச்ரம் என்னும் வகையினதாகும். மூன்று பொருட்களைக் கலந்து உருவாக்கப்படும் தூண் மூன்றாவதான சங்கீர்ண வகுப்பைப் பற்றியது. இதைத் தூணுக்கு மட்டுமல்லாமல் கோவிலின் முழுக் கட்டிடத்திற்கே பொருத்திக் கூறுவார்கள்.

தூண்களின் அதிஷ்டானம் பதினாறு பிரிவுகளையுடையது. பாதபந்தம், உரகபந்தம், பிரதிக்ரமம், குமுதபந்தம், ஸ்ரீபந்தம், மஞ்சபந்தம், சிரேணிபந்தம், பத்மபந்தம், கும்பபந்தம் (கலசபந்தம்), வப்ரபந்தம், வஜ்ரபந்தம், ரத்னபந்தம், பட்டபந்தம், கம்பபந்தம், குக்ஷிபந்தம், ஸ்ரீகாந்தம் என்பன இப்பிரிவுகள். ஸ்தம்ப லக்ஷணங் கூறும் மானசாரம் (XV) அதன் அளவை, வடிவம், அழகு பொலியும் நுண்ணிய வேலைப்பாடு, மடிப்புக்கள், தூண் செய்வதற்குகந்த மரங்களைத் தேர்ந்தெடுத்தல், தூண்களை நாட்டுதல் முதலியன பற்றியும் எடுத்துரைக்கின்றது.

தூண் சதுரவடிவாகவேனும், எண்கோண வடிவாகவேனும், பதினாறுகோண வடிவாகவேனும், ஐங்கோண வடிவாகவேனும், அறுகோண வடிவாகவேனும் உருவாகலாம். இவ்வகைத் தூண்கள் முறையே பிரமகாந்தம், விஷ்ணுகாந்தம், உருத்திரகாந்தம், ஐங்கோணம், அறுகோணம் எனப் பெயர் பெறுகின்றன. தூணின் அதிஷ்டானம் சதுர வடிவினதாய் அமையலாம்.

தூணின் அடியும் முடியும் உரியவாறு, ஒரே தன்மையனவாய் இருத்தல் அவசியம். மேற்கூறிய ஐவகைப் பிரிவுகள் தாமும் குறிப்பிடப்பட்டவாறு அலங்கார வேலைப்பாடுகளை உடையனவாவதையொட்டி சித்ரகர்ண ஸ்தம்பம், பத்மகாந்த ஸ்தம்பம், சித்திரகும்ப ஸ்தம்பம், பாலிசா ஸ்தம்பம், கும்ப ஸ்தம்பம் எனப் பெயர் பெறுவன.

ஆறாவது வகையான கோஷ்ட ஸ்தம்பத்தையும் சிற்ப நூல்கள் கூறுவன. இதற்கு குட்ய ஸ்தம்பம் என்ற பெயரும் உண்டு. முதற் கூறிய ஐவகைத் தூண்கள், தூணினது கம்பங்கள் எனப்படும் பகுதியின் ஆகிருதியைக் குறிப்பவை. பின்னர் கூறிய ஐந்தும் தூண்களின் தலையில் உள்ள நுண்ணிய வேலைப்பாட்டினைப் பற்றியவை.

மண்டபங்களில் தூண்கள் பலவாகப் பெருகும் பொழுது அவை வரிசையாக அமைதல் அவசியம். மண்டபங்களில் சிறு தூண்களும் இடம் பெறுவன. இவற்றிற்கு உபஸ்தம்பங்கள் எனப் பெயர் உண்டு. இச் சிறு தூண்கள் பெருந் தூண்களின் அளவைக்கு ஏற்றதாயமையும் வகையை நூல்கள் கூறுகின்றன.

ஒரு பெருந்தூணுடன் சிறு தூண் சேரும் பொழுது ஏககாந்தம் எனவும், இரு சிறு தூண்கள் சேரும் பொழுது துவிகாந்தம் எனவும், மூன்று சிறு தூண்கள் சேரும் பொழுது திரிகாந்தம் எனவும், நான்கு சிறு தூண்கள் சேரும் பொழுது பிரமகாந்தம் எனவும், ஐந்து சிறு தூண்கள் சேரும் பொழுது ஸ்கந்தகாந்தம் எனவும், எட்டுச் சிறு தூண்கள் சேரும் பொழுது விஷ்ணுகாந்தம் எனவும் பெயர் வழங்கும்.

கோவிற் சிற்பங்களில் சிறப்பாகத் தென்னிந்தியச் சிற்பங்களில், தூண்களின் அமைப்பே பலவகைச் சிறப்பு வாய்ந்தது. தூண்களின் தலை, பாதம் இரண்டும் நீங்கிய நடுக் கம்பத்தில், நான்கு பக்கங்களிலும், தெய்வங்களின் உருவங்களையும், யாளி, சிங்கம் முதலியவற்றையும் திறம்பட அமைக்கும் மரபு தென்னாட்டுத் தேவாலயங்களில் உண்டு.

கோவில்களுக்கு அழகைக் கொடுப்பவை பிராகாரங்கள். இப்பிராகாரங்கள் வளரும் பொழுது கோவிலைச் சுற்றித் திட்டமிட்டமைக்கப்படும் நகரம் ஒன்று பல வனப்புகளுடன் உருவாகின்றது. சிற்ப நூல்களும் ஆகமங்களும் கூறும் இந்தத் திட்டத்தினை அடிப்படையாகக் கொண்டு விரிந்த நகரத்திற்கு எடுத்துக்காட்டு, பாண்டி நாட்டின் சிகரமாக விளங்குவது மதுரை மாநகரம். இந்நகரம் ஆலயத்தை நடுவகமாய்க் கொண்டு விரிந்தது. பல பிராகாரங்களைக் கொண்டது. நாகரிகப் போக்கில், விதிகளைக் கடைப்பிடிக்கும் முறை தளர்த்தப்பட்டிருக்கக் காண்கின்றோமெனினும், கோவில் அடிப்படையிலேயே தோன்றி, பிராகாரங்களாக விரிந்து பெரும் நகரம் உருவாகி அழகு பொலிந்து விளங்குவது கவனிக்கற்பாலது.

கருப்பக்கிரகம் பிராகாரங்களால் சூழப்பட்டு விரியும் முறையைக் காரணாகமம் விரிவாகக் கூறியுள்ளது. அந்தர் மண்டபத்தையடுத்து முதல் பிராகாரமும், இரண்டாவதாக அந்தர் துவாரத்தையடுத்து இரண்டாம் பிராகாரமும், மத்யஹாரம் மூன்றாவது பிராகாரமாகவும், மர்யம் நான்காம் பிராகாரமாகவும், மஹாமர்யம் ஐந்தாம் பிராகாரமாகவும் அமையும்.

இவற்றின் அளவை தனித்தனி ஆகமங்களிலும் சிற்பநூல்களிலும் கூறப்பட்டுள்ளது. பிராகாரங்களைச் சுற்றிச் சுவர்கள் அமையும். இச் சுவர்கள் பித்தி என்றும், மதில் என்றும் பெயர் பெறும். ஐந்து பிராகாரங்களையாவது, மூன்று பிராகாரங்களையாவது அல்லது ஒரு பிராகாரத்தையாவது கொண்டு கோவில் அமையலாம்.

ஒவ்வொரு பிராகாரத்திற்கும் தனித்தனி கோபுரம் அமைவதே முறை. இவ்வாறு நான்கு திக்குகளிலும் கோபுரங்கள் எழும் பொழுது அவற்றின் எண்ணிக்கை பெருகும். இவ்வாறு அமையும் பிராகாரங்களிலும் அவற்றைச் சார்ந்த இடங்களிலும் நகரம் விரிந்துருவாவதை நோக்குவோம்.

அக்கினி திக்கில் அமைவது பவனாலயம். இரண்டாம் பிராகாரத்தில், வடகிழக்கு மூலையில் கிணறு இடம் பெறும்.

கிழக்குக்கும் வடகிழக்குக்கும் நடுவில் இருக்க வேண்டுவது வாத்யசாலை. கிழக்குக்கும் தென்கிழக்குக்கும் நடுவில் பொக்கிஷ சாலையை நிர்மாணித்தல் வேண்டும். தெற்குக்கும் தென்கிழக்குக்கும் இடையில் புஷ்பமண்டபம் இடம் பெறும். தெற்குக்கும் தென்மேற்குக்கும் இடையில் குளிப்பதற்கென அமைக்கப்பட்ட திருக்குளம் இருத்தல் வேண்டும்.

தென்மேற்குக்கும் மேற்குக்கும் இடையே விளங்குவது தர்ம சிரவண மண்டபம். மேற்குக்கும் வடமேற்குக்கும் நடுவில் ஆயுத மண்டபம் இருக்கும். வடமேற்குக்கும் வடக்குக்கும் நடுவில் பள்ளியறை அமையும். வடக்குக்கும் வட கிழக்குக்கும் இடையில் யாக மண்டபம் இடம் பெறும். கோவிலின் முன்பு நடுவதாக அமைவது ஆஸ்தான மண்டபம்.

வெளிப் பிரகாரத்திற்குப் புறத்தே சிவாசாரியரின் வாசஸ் தானம் இடம்பெறும். மேற்கே இருக்க வேண்டுவது பரிசாரகரின் வீடு. தெற்குப் பக்கத்தில் வைத்தியருக்கு இடம் உண்டு. இதையடுத்துச் சோதிடம் வல்லோரும் இடம் பெறுவர். வாத்தியம் வாசிப்பவர்கள் கிழக்கே வசிப்பர். சைவ மகாசனங்கள் வசிப்பதற்கும் கிழக்கு சிறந்த இடமாகக் கூறப்படுகின்றது.

மகாவிரதிகளுக்கு உரிய திக்கு தென் கிழக்கு; பாசுபதர்களுக்குத் தெற்கு; காளமுகர்களுக்குத் தென் மேற்கு; பௌத்தர்களுக்கு மேற்கு; ஆருகதர்களுக்கு வட மேற்கு; பூர்வமீமாம்சர்களுக்கு வடக்கு; ஞானநெறி நிற்போருக்கு வட கிழக்கு. கிழக்குக்கும் தென் கிழக்குக்கும் நடுவே இடம் பெறுவது இன்னொரு கிணறு.

தெற்கிலும், வடமேற்கிலும் கேணி அமையும். தெற்கிற்கும் தென் மேற்குக்கும் இடையில் மாட்டுத் தொழுவம்; தென் மேற்குக்கும் மேற்குக்கும் இடையில் பிரசவ சாலை; மேற்குக்கும் வட மேற்குக்கும் இடையில் நோய் தீர்க்கும் நிலையம்; வடக்கில் பாடசாலை; வடக்குக்கும் வட கிழக்குக்கும் நடுவில் நெற்களஞ்சியம்.

வடகிழக்குக்கும் கிழக்குக்கும் நடுவில் வேதாத்யயன மண்டபம். அதற்குப் புறத்தே வெளியே உருத்திர கணிகையருக்குரிய இடம். அவ்விடத்திலே பூ, எண்ணெய் ஆகிய பொருள்கள் விற்கும் வணிகர் உறைவதற்கு இடம் உண்டு. குயவர்கள், சேணியர், மாமிசம் புசிப்பவர், நாவிதர், இடையர், காவல் புரிவோர் இதையடுத்து இடம் பெறுவர். ஈசானத்தில் இருப்பது சுடலை. வடக்கில் இன்னம் வெளியே தச்சர், வண்ணார் முதலியோருக்கு இடம் வகுக்கப்பட்டுள்ளது. இவையனைத்திற்கும் வெளியே சண்டாளர்கள் வகிக்கும் இடம் இருக்கும்.

அரசர்களுடைய அரண்மனைகளிலும், தனிகர்களின் இல்லங்களிலும் உள்ள கட்டிடச் சுவர்களில் ஓவியங்களை வரைந்து அழகுபடுத்தும் வழக்கம் நெடுநாளாக இருந்து வருகின்றது. இவ்வாறு விளங்கிய சுவரோவியங்களைத்தான் புராதனம் மிக்கவையாக நெடுங்கால வழக்கிலிருந்து வந்ததற்கு இலக்கியங்கள் சான்று பகருகின்றன. இவ்வாறு ஓவியங்கள் பொலிந்து விளங்கிய இடங்கள் சித்திரமாடங்கள் எனப்படுவன. இந்நிலை கோவிலிலும் காணப்படுவதொன்றாகும்.

காஞ்சிபுரம் கைலாசநாதர் கோவிலிலும், தஞ்சாவூர் பிருகதீசுவரர் கோவிலிலும், புதுக்கோட்டை சித்தன்ன வாசலிலும் பழைய ஓவியங்கள் இடம்பெறக் காண்கின்றோம். குகைக் கோவில்களிலும் சித்திரங்கள் சுவரில் தீட்டப் பெற்றுக் கவர்ச்சி மிக்கனவாய்த் திகழ்கின்றன. குகைச் சுவர் மட்டமாயமைந்தபின் அதன்மீது சுண்ணாம்பு பூசப்பட்டு, அதன் மீதே ஓவியங்கள் வரையப்பட்டன. இவ்வகை ஓவியங்கள் பல, விரைவில் அழிந்து போகும் இயல்பு வாய்ந்தமையாலும், போதிய பாதுகாப்பு இல்லாததனாலும், அவற்றின் தொன்மை பற்றியும் அழிந்தொழிந்தன.

தென்னாட்டில் நாமறியக்கூடிய புராதன ஓவியங்களைக் கால எல்லையைக் கருத்திற் கொண்டு, சித்தன்ன கோவில்வாசல் குகை ஓவியம், காஞ்சி கைலாசநாதர் ஓவியம், தஞ்சைப் பெருங்கோவில் ஓவியம் என வரிசைப்படுத்திக் கூறுவர். திருநெல்வேலியைச் சார்ந்த திருமலைபுரக் கோவிற் பழைய சுவர்களிலும் சுவரோவியங்கள் காணப்படுவன. தஞ்சை, மதுரை ஆகிய இடங்களில் அரசு வீற்றிருந்த மன்னர்களின் கோவில்களும் ஓவியக்கலையைப் பெரிதும் வளர்த்தன.

கோவிலின் உள்ளே நின்று கூரையை நோக்கி அண்ணாந்து நோக்குவோமேயானால் அங்கு பல சித்திரங்கள் திறம்பட வரையப்பட்டிருக்கக் காண்கின்றோம். அண்ணாந்தவாறு நெடு நேரம் இருந்த நிலையிலேயே இக் கலையைக் கோவிற் கூரைகளின் அடித்தளங்களிலும் பொலிவுறச் செய்த சிற்பி, இதன் பொருட்டு மேற்கொண்ட சிரமம் உள்ளூந்தரமன்று.

கோவிலின் உட்பிரகாரத்தில் உள்ள உட்பக்கச் சுவரை மேல் பகுதி, நடுப்பகுதி, கீழ்ப்பகுதி என மூன்று பகுதிகளாகப் பிரித்து, புராணங்கூறும் இறைவனின் பெருஞ் செயல்களைத் தொடர்ச்சிச் சித்திரமாக எழுதும் மரபு சில கோவில்களில் இருந்துவரக் காண்கின்றோம். கோவிலில் சுற்றியமையும் சுவரின்

மேல் பகுதியில் உள்ள சித்திரங்களைப் பார்த்துக்கொண்டே சென்று, தொடங்கிய இடத்திற்கே திரும்பி வருகின்றோம்.

இவ்வாறே தொடர்ந்து இரண்டாம், மூன்றாம் வரிசைகளைப் பார்த்து முடிந்ததுமே தொடர்ச்சிச் சித்திர வரிசையின் ஈற்றை அடைகின்றோம். ஓவியங்கள் கவின் பெற அமையும் வனப்பு எம்மையறியாதே கோவிலை இடையீடில்லாது இவ்வாறு மூன்று முறை வலம் வரும் நிலையைத் தோற்றுவிக்கின்றது.

மேலும், கோவில்களில் சுதை வேலைப்பாடுடைய பகுதிகளிலும், மரங்களாலமையும் வாகனங்களிலும், ஓவியந் தீட்டுங் கலைஞரின் நுண்ணறிவு சுடர்விட்டுப் பிரகாசித்து நிற்கக் காண்கின்றோம்.

தென்னிந்தியாவில் கோவிற் கோபுரங்கள் வானளாவி உயர்ந்து நிற்பவை. வழிபட வேண்டிக் கோவிலை நோக்கி வந்துகொண்டிருக்கும் அடியவரும் ஏனையோரும் இவற்றின் கம்பீரமான தோற்றத்தினைத் தொலைவில் நிற்கும் பொழுதே தரிசித்து வணங்கும் பெற்றியதான வனப்பு வாய்ந்தவை. கோபுரங்களைப் பற்றியே விரிவான வரலாற்று நூல் தனியாக அமைக்கலாம். மேனாட்டறிஞர்கள் இந்திய சிற்பங்களைப் பற்றிப் பல்வேறு நூல்கள் எழுதியுள்ளனர். எனினும், கோபுரங்களில் விளங்கும் நுண்கலையினைப் பற்றி விரிவாக ஒன்றுங் கூறவில்லை.

கிழக்கே கோபுரம் அமையப் பெற்ற கோவில்கள் பல. இவற்றிற்கு மூன்று, ஐந்து, ஏழு ஒன்பது, பதினொன்று ஆக பல எண்ணிக்கை கொண்ட மாடங்கள் உண்டு. இவற்றின் உச்சியிலே மூன்று, ஐந்து, ஏழு அல்லது ஒன்பது கலசங்கள் நிறுவப்பட்டுள்ளன. கோவில்களை நிர்மாணிக்கப் பொருள் செலவிடும் கொடைவள்ளல்களின் சக்திக்கேற்பவும், கோவிற் கருவறையின் பிரமாணத்திற்கேற்பவும் கோபுரத்தின் உயரம் வேறுபடும்.

கோபுரத்தின் முன் பின் ஆகிய இரு புறங்களிலாவது, இரு பக்கங்களிலாவது, நின்று அதனைப் பார்ப்பவர்க்கு அடி அகன்றும், உயர்ந்து கொண்டே போகும் பகுதியின் அகலம் இரு பக்கங்களிலும் சம அளவாகக் குறைந்தும் கோபுரம் மேல் நோக்கி உயர்ந்த செல்வது தெளிவாகத் தெரியும்.

கருவறையின் விமானங்களில் காணப்படும் பல்வேறு வேலைப்பாடுகள் இங்கும் இடம் பெறும். ஆயினும் கோபுரத்தின் ஒரே அளவினவாகிய முன்பக்கமும், பின்பக்கமும், வலப்புறம் இடப்புறமாகிய இரு புறங்களைக் காட்டிலும் அளவில் மிக

அகன்றவை. முன்பக்கமும், பின்பக்கமும் திறந்தவாறு சாளரங்கள் அமைக்கப்படுவன.

இவற்றை நிலைகள் என்றும், மாடங்கள் என்றுங் கூறுவார்கள். சில கோபுரங்களில் மட்டமான வேலைப்பாடு இடம் பெறும். சில கோபுரங்களில் விக்கிரகங்கள் சுதை வேலையாக அமைக்கப்படுகின்றன. கருவறை விமானத்தைக் காட்டிலும் கோபுரம் உயர்ந்து விளங்குவதே வழமையாக நாம் கோவில்கள் எல்லாவற்றிலுங் காண்கின்றோம்.

தஞ்சை, திரிபுவனம், கங்கை கொண்ட சோழபுரம் முதலிய இடங்களில் கருப்பக்கிருகத்தின் மீதுள்ள விமானம் அவ்வக் கோவிற் கோபுரங்களைக் காட்டிலும் உயர்ந்திருப்பது நோக்கற்பாலது. இத்தலங்களில் கோபுரங்களின் மீது கவனம் செலுத்தப்படவேயில்லை.

கோவிலின் நடுவே உள்ள கோபுரம் மத்ய கோபுரம் எனப்படும். கிழக்கு, தெற்கு, மேற்கு, வடக்கு ஆகிய திக்குகளில் இருக்கும் கோபுரங்கள் அவ்வத்திக்கைக் குறிக்குஞ் சொல்லாற் குறிப்பிடப் படுவனவாய் பூர்வ கோபுரம், தக்ஷிணகோபுரம், பச்சிம கோபுரம், உத்தர கோபுரம் எனப் பெயர் பெறுவன. இவற்றைச் சிற்ப நூல்கள் பஞ்சகோபுரங்கள் எனத் தொகுத்துச் சுட்டும். ஐந்து பிராகாரங்களுள்ள கோவில்களில் ஒவ்வொரு கோபுரமாக ஐந்து கோபுரங்கள் விளங்கக் காண்கின்றோம்.

இவ்வைந்து கோபுரங்களும் சூழ்நிலைக்கு ஏற்றவாறு உயர்ந்தும் அகன்றும் உருவாகின்றன. அவ்வாறே இறைவன் நிகழ்த்திய திருவிளையாடல்களையும், அவன் பெருமையினையும் குறிக்கும் திருவுருவங்கள் கோபுரங்களின் பல பகுதிகளில் இடம் பெறுகின்றன.

மாநசாரம் ஐவகைப் பிராகாரங்களில் கோவிலுக்கு முற்பகுதியில் கோபுரம் அமைதல் வேண்டும் எனக் கூறி இவற்றைத் தனித்தனியே குறிப்பிடுகின்றது. அந்தர் மண்டபத்துக் கணித்தான கோபுரம் துவார சோபை என்று பெயர் பெறும்.

இதையடுத்து இருக்கும் கோபுரம் துவாரசாலை எனப்படும். மூன்றாங் கோபுரம் துவார பிராசாதம் எனவும், நான்காம், ஐந்தாம் கோபுரங்கள் முறையே துவார ஹர்ம்யம், மஹாமர்யாதை எனவும் பெயர் பெறும்.

இவ்வைந்தாங் கோபுரத்திற்கு மகாகோபுரம், ராஜகோபுரம் என்றும் பெயர்களுண்டு. இவ்வைந்து வகைக் கோபுரங்களையும்

மாநசாரம் "இவை உத்தமமானவை; இவை மத்திமமானவை; இவை அதமமானவை" என மூவகையாகக் குறிப்பிட்டுக் கோபுரங்களைப் பதினைந்து பிரிவுகளாகக் கூறுகின்றது.

பத்து வகைக் கோபுரங்களுள் ஸ்ரீ போகம், ஸ்ரீ விசாலம், விஷ்ணுகாந்தம், இந்திரகாந்தம், பிரமகாந்தம், ஸ்கந்தகாந்தம், சிகரம், சௌம்யகாந்தம் என்னும் எட்டும் குறிப்பிடப்பட்டுள்ளன.

சிகரம், ஸ்தூபி, களகூடம், க்ஷுத்ரநாசி ஆகியன கோபுரத்தின் முக்கிய உறுப்புக்கள், பதினைந்து வகைக்கோபுரங்களும் ஒன்று முதல் பதினேழுவரை நிலைகள் (மாடிகள்) உள்ளவாறு உருவாக்கப்படலாம். இவற்றுள் ஐந்து நிலைகள் உருவாகும் முறையை மட்டுங்கூறி மாநசார நூலாசிரியர் ஏனையவற்றைச் சிற்பியின் கற்பனைக்கு விட்டு விடுகின்றார்.

ஒவ்வொரு மாடியும் அமைய வேண்டும் முறையும், அங்கே காணப்படும் அறைகள், தூண்கள், சுவர்கள், முடிகளுடன் கூடிய விமானங்கள், நிலைகள், யன்னல்கள் முதலியன பற்றிய விபரங்களும் கூறப்படுகின்றன.

கோபுரங்களின் தோற்றம், அமைப்பு முதலியவற்றை அடிப்படையாகக் கொண்டு நாகபந்தம், வல்லீ, கவாக்ஷம், குஜராக்ஷம், ஸ்வஸ்திகம், சர்வதோபேதம், நந்தியாவர்த்தம், புஷ்பதந்தம் முதலிய பெயர்கள் வழங்குகின்றன.

திருக்கோவிலை அமைக்கும் திறன் வாய்ந்த சிற்பியின் வரலாறு பற்றியும் சிறிது தெரிந்திருத்தல் அவசியமாகும். படைத்தல் தெய்வமாகிய பிரமனின் நான்கு முகங்களிலிருந்தும் விசுவகர்மா, மயன், துவஷ்டா, மனு ஆகிய நால்வர் தோற்றினர். இந் நால்வரது புத்திரர்கள் ஸ்தபதி, சூத்திரகிராஹி, வர்த்தகி, தக்ஷகன் என்னும் நால்வர். பூவுலகில் சிற்பத் தொழிலாற்றும் நால்வகைப் பிரிவினர்க்கு இவர்கள் மூல புருஷர்களாய் விளங்குபவர். இவர்களுள் உயர்நிலை வகிக்கும் ஸ்தபதி கட்டிடக் கலையில் கைதேர்ந்தவன். இவனுக்கு அடுத்தாற்போல் விளங்குபவன் சூத்திரகிராஹி. இவன் தம்மை அடுத்திருக்கும் இருவருக்கும் குருவாக விளங்குபவன். வர்த்தகி தக்ஷகனுக்குக் குருவாக விளங்குபவன். ஸ்தபதி சாஸ்திரங்களில் வல்லவன். வேத அறிவு மிக்கவன்.

ஆசாரியராக விளங்கிக் குறிப்பிட்ட கிரியைகளை ஆற்றும் ஆற்றலும் மிக்கவன் என மாநசாரம் கூறுகின்றது. சூத்திரகிராஹி வேதங்களையும், சாஸ்திரங்களையும், அறிந்தவனாகவும், ரேகா ஞானம் வாய்ந்தவனாகவும் இருப்பன். வர்த்தகி வேத அறிவுமிக்கவனாயும், சித்திரக் கலையில் கை தேர்ந்தவனாயும்

விளங்குவன். தக்ஷகனுக்குத் தச்சுத் தொழிலில் பெருந்திறமை உண்டு.

இதுகாறும் கோவில் அமைப்பினையும் சிற்பத்தையும் பற்றி மிகவும் சுருக்கமாகக் கவனித்தோம். இனி, கோவில் உபகரணங்கள், நிருவாகம் முதலிய விஷயங்களைப் பற்றியும் மிகச் சுருக்கமாக நோக்குவோம். உபகரணங்களைப் பற்றி அறியுமுன் கொடிமரம், வாகனங்கள், தேர் ஆகியவற்றைப் பற்றிச் சில குறிப்புக்கள் அறிய வேண்டியவை.

நிலத்திலிருந்து கருப்பக்கிருகத்தின் வியாளமட்டம் கருப்பக்கிருகத்தின் விமானத்தில் உள்ள ஒவ்வொரு நிலைமட்டமும் அல்லது ஸ்தூபியின் கலசமட்டமும் வரை துவஜஸ்தம்பத்தின் உயரமாகும். இதில் ஐந்தில் ஒரு பாகம் பூமிக்கடியில் போகும்படி கொடிமரத்தை நடல் வேண்டும். கரம், வகுளம், சீர்ஷம், தாலம், ஹிந்தாலம் ஆகிய ஐவகை மரங்கள் கொடிமரம் அமைத்தற்கு உரியன.

மூங்கில், கருங்காலி, வில்வம், தேவதாரு, பலாசு, தென்னை, மதூகம், சிரிமேதம் முதலிய மரங்களும் கூறப்பட்டுள்ளன. மரத்தின் அடியிலிருந்து உச்சிவரை ஏழு பாகங்களாகப் பிரித்தல் வேண்டும். சதுரவடிவாக அமைவது பிரம பாகம். பாதத்தின் மேல் உள்ள விஷ்ணு பாகம் எண்கோண வடிவானது.

உருத்திர பாகம் மூன்று பங்கைக் கொண்டு விருத்தமாக அமையும்; ஒரு பகுதி துவஜ தண்டு; துவஜத்தின் பீடம் பத்ர பீடம்; நடுவில் இருப்பது விருஷப பீடம், இஷ்டிகை என்னும் பகுதி பொன், வெள்ளி, தாமிரம் முதலியவற்றுள் ஏதாவதொன்றாலமைந்த தகடுகளால் மருவப்படும். துவஜ தண்டம் முழுவதையும் தகட்டால் கவசம் செய்து மூடும் வழக்கமும் உண்டு. தகட்டில் உருத்திரனும், பீடத்தில் சக்தியும், சுற்றிலும் உரிய இடங்களில் திக்குப்பாலகர்களும் அருச்சிக்கப் பெறுவர்.

திருக்கோவிலில் உற்சவங்களுக்கு இன்றியமையாது வேண்டப்படுபவை வாகனங்களாகும். கோவில் வாகனங்களைப் பற்றியே தனி நூல் விரிவாக அமையலாம். சிவபெருமானுக்குச் சிறப்பாக உரிய வாகனம் இடபம். இறைவன் திருவுலாக் கொள்ளும் வேளைகளில் இடபத்தில் இவர்ந்து திருவுலாக் கொள்ளுவதை நாம் அடிக்கடி காண்கின்றோம்.

இவ்வாறே விநாயகனுக்கு மூஷிகமும், தேவிக்கு சிங்கமும், கந்தனுக்கு மயிலும், விஷ்ணுவுக்குக் கருடனும் முக்கியமான வாகனங்கள். வாகனங்களை அமைக்குங் கலை

இரதம் (தேர்)

ராஜகோபுர அமைப்பு
(முன் தோற்றம்)

தனிப்பட்டது. இவற்றை அமைக்க மரத்தையே பெரும்பாலும் பயன்படுத்தினார்கள்.

மரத்தால் அமைந்த வாகனங்களை வெள்ளி, தங்கம் முதலிய தகடுகளால் மூடி அழகுறுத்தும் வழமை தென்னாட்டில் உண்டு. இவை தங்க வாகனங்கள், வெள்ளி வாகனங்கள் எனப்படுவன. இவ்வாறு சிற்பியானவன் வாகனங்களை மூடித் தகடு மருவும் பொழுது நுண்ணிய வேலைத்திறன் புறத்தே நோக்குவோர்க்குப் புலனாகும்.

வாகனங்கள் இயற்கையில் காணப்படுவன போன்றே அமைவனவெனினும் இவற்றை அமைக்கும் தனி மரபு உண்டு. வாகனத்தின் கீழே அடியில் பலகைகளாலும், மரச்சட்டங்களாலும் அமையும் ஆதாரம் 'பட்டடை' எனப்படும். இதில் வாகனங்கள் நிற்கும் பாவனையில் பொருத்தப்படுவன.

வாகனங்களை மரத்தால் அமைக்கும் சிற்பி முதலில் உறுப்புக்களைத் தனித்தனியாகச் செதுக்கிய பின் எல்லாவற்றையும் ஒன்றாக இணைப்பன். இவ்வாறு இணைக்கும் பொழுது இரும்புகளாலமைந்த ஆணிகள் போன்ற 'அள்ளுகள்' பயன்படுவன.

பெரும் வாகனங்களை ஒரே மரத்தில் உருவாகச் செய்தல் எளிதன்று. இவ்வாறு தனித்தனி உறுப்புக்களைச் செய்து இணைப்பதைத் தவிர வேறு வழி இல்லை. மரத்தில் வாகனஞ் செய்வதற்கு நுண்ணிய வேலைப்பாடுகள் திறம்பட அமைப்பதற்குப் பல தோற்றங்கள் வாய்ந்த உளிகள் உண்டு.

அள்ளுகளால் பிணைத்து வாகனம் முழுவதையும் உருவாக்கிய பின் அவற்றை லேபனம் எனப்படும் ஒருவகைப் பூச்சினால் மறைப்பார்கள். குறிப்பிட்ட பல பொருள்களை ஒன்றாகக் காய்ச்சி இறுக வைத்த குழம்பு போன்ற மக்கினால் இந்த லேபனம் அமையும்.

வாகனம் முழுவதும் உருவானதும் நுண்ணிய உளிகளால் அதனின் உடம்பில் அங்கங்கே உறுப்புக்களை வாட்டமாக அமையும்படி செய்தும், இரும்பாலமைந்த அரத்தினாலும், அரத்தாள்களினாலும் தேய்த்து மட்டப்படுத்தியும் வாகனத்தை அழகு பொலியச் செய்வார்கள்.

வர்ணம் பூசப்பட்டதும் வாகனம் இயற்கையழகு பொலிந்து தத்ரூபமாகத் தோற்றும். வாகனங்களுக்கு அதற்குரிய நிறங்களைத் தேர்ந்தெடுத்தல் சிற்பியின் திறமையைப் பொறுத்தது.

ஒவ்வொரு தெய்வத்திற்கும் உரிய வாகனங்கள் தனித்தனி மேலே கூறப்பட்டன. இவற்றைவிட சிறப்பாக, சில வாகனங்கள்

குறிப்பிட்ட வேளைகளில் ஊர்திகளாக மேற்கொள்ளப்படுவன. இவற்றுள் முதலிற் குறிப்பிட வேண்டியது குதிரை. இது இயல்பான உருவில் பாய்ந்து விரைந்து ஓடும் கோலத்தில் உருவாக்கப்படும்.

பட்டடையின் நடுவில் ஒரு கம்பம் பொருத்தப்படும். அதில் இணைக்கப்பட்ட குதிரை முன்னும் பின்னும் தாழ்ந்து பதிந்து மேலே எழும் வண்ணம் அசைந்து பாயும் நிலைகொள்ளுமாறு அமைக்கப்படும். ஏனைய வாகனங்கள் நிற்கும் நிலையில் உருவாவன. குதிரை வாகனம் மட்டும் இவ்வாறு வேறுபடும்.

சிங்கவாகனத்தையும் பாயும் நிலையில் இவ்வாறு அமைக்கும் வழக்கமும் உண்டு. குதிரை வாகனம் எல்லா மூர்த்திகளுக்கும் உரியது. இறைவன் இவ்வாகனத்தில் இவர்ந்தவாறு வேட்டைத் திருவிழா, மானம்பு முதலிய திருவிழாக்கள் நிகழும். சாதாரணமாக பத்து நாட்கள் நிகழும் திருவிழாக்களில் ஒரு நாளில் குதிரை வாகனத்தில் திருவுலாக் காட்சியும் இடம் பெறும்.

குதிரை வாகனம் தனிக் குதிரையினையுடையதாகவும், இணைக் குதிரைகள் சேர்ந்து ஒரே பீடத்தில் அமைவனவாகவும் கோவில்களில் காண்கின்றோம். மூன்று, ஐந்து குதிரைகள் ஒன்றாகப் பிணைந்த வாகனங்களும் உண்டு.

கிரியைகளைக் கூறும் நூல்கள் கொடி ஏற்றியபின் பத்து நாட்கள் நடைபெறும் பிரமோற்சவத்தின் பொழுது தினந்தோறும் இறைவன் பகலிலும் இரவிலும் எழுந்தருள வேண்டும் முறையினைக் கூறுகின்றன. இங்கு வாகனங்கள் குறிப்பிடப்படுகின்றன.

முதனாள் பகலில் நிகழும் உற்சவத்திற்கு சிவிகையும், இரவில் நிகழ்வதற்கு அன்னமும் வாகனங்களாகும். இவ்வாறே சூரிய விருத்தமும், சந்திர விருத்தமும் இரண்டாம் நாள் இரு வேளைகளில் நிகழும் உற்சவத்திற்கு உரியன.

சிங்கமும் பூதமும் மூன்றாம் நாளுற்சவத்திற்குரிய வாகனங்கள். நாகமும் மகரமும் நான்காம் நாளுக்கும், மஞ்சமும் விருஷபமும் ஐந்தாம் நாளிற்கும், கேடகம், யானை இரண்டும் ஆறாம் நாளுக்கும், ஏழாம் நாள் இரதமும், புருஷா மிருகமும் குதிரையும் எட்டாம் நாளுக்கும், பீடமும் புலியும் ஒன்பதாம் நாளுக்கும், சிங்கமும் இராவணனும் பத்தாம் நாளுக்கும் உரிய வாகனங்கள்.

பதினோராம் நாளன்று பகலில் விமானமும் இரவு ஊடல் திருவிழாவும் நிகழுமெனக் காரணாகமம் கூறுகின்றது. குமாரதந்திரம் அன்னம், கோழி, ஆடு, சூர்யபிரபை, மயில், நாகம்,

சந்திரப்பிரபை, மகரம், புலி, சிவிகை, யானை, தேர், சேஷன், மிருகம், குதிரை, பல்லக்கு, சிங்கம், மஞ்சம், இராவணன் ஆகிய வாகனங்களை இணை இணையாகப் பகலுக்கும் இரவுக்குமெனத் தனித்தனியே குறிப்பிடுகின்றது.

வாகனங்களின் முதுகின் மீது பீடப் பலகை பொருத்தப்படும். இதன் மீது சுவாமியை எழுந்தருளச் செய்து சுவாமி வீற்றிருக்கும் 'படிச்சட்ட'த்தையும் வாகனத்தையும் இதற்கென உரிய கயிற்றாற் பிணைப்பார்கள். இவ்வாறு பிணைப்பது 'கச்சுச் சாத்துதல்' என வழங்குகின்றது.

வாகனத்தின் இரு மருங்கிலும் 'திருவாடு தண்டு'களைக் கயிற்றாற் பிணைத்து, நீண்ட இத் தண்டுகள் தோளிற் பொருந்துமாறு உயர்த்தித் தோள்களின் மீது வாகனங்களைச் சுமந்து அடியவர்கள் இறைவனைத் திருவுலாக் கொண்டருளச் செய்வார்கள்.

சம்ஹார உற்சவங்களில் புராண, இதிகாசங்கள் கூறுவது போன்று உரிய வாகனங்களில் சுவாமியை எழுந்தருளச் செய்வது முறை. புராண, இதிகாச சம்பவங்களைக் கிரியையடிப்படையில் நிகழ்த்திக் காட்டும் சம்ஹார உற்சவங்கள் சில உண்டு.

சூரசம்ஹாரம், யமசம்ஹாரம் முதலிய இத் திருவிழாக்களில் சூரன், யமன் முதலியவர்களின் உருவங்களை மரத்தால் வானங்களைப்போல் அமைத்து சம்ஹார உற்சவங்களை நிகழ்த்தும் மரபு தென்னாட்டில் உண்டு.

இரதங்களும் கோவில்களுக்குரிய பொருட்களில் முதலிடம் பெறுவது. இவை அரசர் முதலாயினோரும் தெய்வங்களும் பவனி வருவதற்காகவும், இவர்கள் இவர்ந்து போர்க்களம் புகுவதற்காகவும் பயன்படுவன.

இரதலக்ஷணம் கூறும் சிற்ப நூல்கள் இரதத்தின் சில்லுகளைப் பற்றியும், பல உறுப்புக்களைப் பற்றியும், அமைப்பைப் பற்றியும், அளவையையும், அதில் விளங்கும் வேலைப்பாட்டைப் பற்றியும் விளக்குகின்றன.

இரதத்தின் முக்கிய உறுப்பு சில்லுகளாம். இவை வட்டவடிவின. இவை பலம் மிகுந்த வளையங்களால் சுற்றிலும் பாதுகாக்கப்படுவன. குக்ஷி, அக்ஷம், சிகை, தந்தம், சித்ரம், கீலம் என்பன இரதத்தின் உறுப்புக்கள்.

சால விருட்சம், நாவல், சாரம், சரளம், மகிர், அர்ஜுமதூகம், புளி, பர்புரம், வியாக்ரீ, க்ஷீரிணீ, கருங்காலி, கிருசரம், கிருதமாலம், வன்னி ஆகிய மரங்கள் தேர் அமைப்பதற்குப் பயன்படும்

எனச் சிற்ப நூல் கூறும். ஆயினும் இவற்றுட் சில பெயர்கள் எம் மரங்களைக் குறிக்கின்றன என்பதைத் தெளிவாக அறிய முடியாதிருக்கின்றது.

தேருக்கு அடித்தளமான அடிப்படையாய் விளங்கும் பகுதிகள் ஆதாரம் என்றும், உபாதாரம் என்றும் பெயர்பெறுவன. இங்கு தேரின் அச்சு பொருத்தப்படும். இதன் மேல் ஒன்பது தளங்கள் உண்டு. ஒவ்வொன்றும் மற்றதைக் காட்டிலும் குறைந்த உயரம் வாய்ந்ததாக இருத்தல் வேண்டும்.

அமைப்பைக் கொண்டு இரதங்கள் ஏழுவகைகளாகப் பிரிக்கப்பட்டுள்ளன. சதுரவடிவான தேர் நபஸ்வன் பத்ரகம் என்றும், அறுகோணவடிவானது பிரபாஞ்சன பத்ரகம் எனவும் பெயர் பெறும். விதான பத்ரகம், பவன பத்ரகம், பிருஷத பத்ரகம், சந்திரக பத்ரகம், அநில பத்ரகம் என்பன ஏனைய ஐவகைத் தேர்களாம்.

சதுரவடிவமான தேர் நாகரம் எனப்படும். எண்கோண வடிவினது திராவிடம் ஆகும். வட்டவடிவினது வேசரம் எனப் பெயர் பெறும். அறுகோண வடிவினதான தேரை அந்திரம் எனக் கூறும் மரபும் உண்டு.

தேர்கள் பலவகைப்பட்ட சில்லுகளையும் உறுப்புக்களையும் கொண்டு விளங்குவன. யுத்தத்திற்குச் செல்லும் தேர் மூன்று சில்லுகளை உடையது. நித்தியோற்சவத்துக்குரிய தேருக்கு ஐந்து சில்லுகள் உண்டு. மகோற்சவத்திற்குரிய தேருக்கு ஆறு முதல் பத்து வரை சில்லுகள் இருக்கலாம். இதை ஒட்டித் தேரின் வேதிகளின் எண்ணிக்கையும் வேறுபடும். சிவபிரானுக்குரிய தேருக்கு ஒன்பது வேதிகைகள் கூறப்பட்டுள்ளன. ஏனைய தெய்வங்களுக்கு ஐந்து வேதிகைகள் உரியன.

மயிற் பீலிகைகளாலும், சாமரங்களாலும், தோரணங் களாலும், நல்லோசை தரும் சிறிய மணிகளாலும், ஒளிபொருந்திய கண்ணாடிகளாலும், விசிறிகளாலும், மாலைகளாலும் தேர்கள் மேற்பகுதியில் அலங்கரிக்கப்படல் வேண்டும்.

தேரின் கீழ்ப்பகுதியில் உரிய தெய்வங்களின் பெருமையுணர்த்தும், உருவங்கள் செதுக்கப்படல் வேண்டும். கீழே அதிஷ்டானத்தில் சிங்கங்கள், யாளிகள், யானைகள், மகரங்கள், நுணுகிய ‘மடிப்பு’ வேலைப்பாடுகள் இடம் பெறுவன. நடனமாடுவோர், பூதங்கள், யக்ஷர்கள் முதலானோரும் இங்கு சித்திரிக்கப்படுவர்.

உரிய வேளைகளில் வாசிப்பதற்குரிய இசைக்கருவிகளும் கோவிலில் இடம் பெறும் பொருள்களே. இவை பேணிப் பாது

காக்கப்படும் இடம் கோவில். மத்தளம், படகம், பேரிகை, சல்லரி, மல்லரி, சங்கு, காகளம், பூரி, ஏகதாளம், பேரிவாத்தியம், நாடீவாத்தியம், கும்பவாத்தியம், பஞ்சமுகீ வாத்தியம், வீணை, கின்னர வீணை, கிம்புருஷகீ வீணை, உருத்திர வீணை, முகவீணை, வாயு வீணை, தும்புரு வீணை, நாரத வீணை, காந்தருவ வீணை, வேய்ங்குழல், மிருதங்கம் முதலியன கிரியை நூல்கள் குறிப்பிடும் இசைக்கருவிகள்.

கோவில்களில் இப்பொழுது பெரிதும் இசைக்கப்படும் வாத்தியங்கள் மேளமும் நாதஸ்வரமுமாம். இவ்விரண்டின் தொகுதியை மங்கல வாத்தியம் எனக் கூறுவர்.

கோவிற் பூசைத் தளபாடங்களுள் முக்கியமானது மணி. தேவர்களை கூவியழைப்பதற்கும் அரக்கர்களை விரட்டுவதற்கும் இது அடிக்கப்படுவது. பெரிய மணி கண்டா மணி எனப்படும். இதற்கென அமைக்கப்பட்ட உயரிய இடத்தில் அமைவதனால் நெடுந்தூரத்தில் இருந்தும் இதனொலியைக் கேட்கலாம். இவற்றை விடக் கொத்துமணியும், கையில் இலகுவாக எடுத்து அடிக்கக்கூடிய கை மணியும் உண்டு.

பூசைக்கு இன்றியமையாத தளபாடங்கள் பல. அர்க்கிய பாத்திரம், கலச பாத்திரம், பஞ்ச பாத்திரம், பஸ்ம (விபூதி) பாத்திரம், குங்குமப் பாத்திரம், சந்தனப் பாத்திரம், பூ, நைவேத்தியம் முதலிய பொருள்களை வைப்பதற்கு வட்டவடிவான அல்லது தாமரைப் பூவின் தோற்றம் வாய்ந்த தட்டங்கள், அபிஷேகத்துக்கு வேண்டிய குடங்கள், செம்புகள், கெண்டிகள், பூசைக்குரிய வலம்புரிச் சங்கு, அபிஷேகத்துக் குரிய ஆயிரம் சிறு சங்குகள், பூசையின்போது ஆராதனைக்கு வேண்டிய தீபங்கள், மாந்தோல், புலித்தோல், வர்மாசனம் முலிய ஆசனங்கள், அக்ஷதை வைக்கும் பாத்திரம், அபிஷேகத்து நீர் சேகரித்து வைக்கும் 'அண்டா' முதலியவை சிறு கோவில்களிலுங் கூட இன்றியமையாது இடம் பெறும் தளபாடங்கள்.

பெருங் குத்துவிளக்குகள், சரவிளக்குகள், சட்டவிளக்குகள், சிறு குத்து விளக்குகள், பதுமைகள் தாங்கி நிற்கும் பதுமை விளக்குகள் எனப் பலவகை விளக்குகள் பல தோற்றங்களில் ஆங்காங்கு கோவிலில் இடம் பெறுவன.

தூபக் கால், தீபக்கால், அலங்கார தீபம், நட்சத்திர தீபம், மேருதீபம், வில்வ தீபம், சதுர்முக தீபம், ரத தீபம், கமட தீபம், கந்தர்ப்ப தீபம், புருஷாமிருக தீபம், மயூர தீபம், விருஷப தீபம், நாக தீபம், கும்ப தீபம், ஈசானாதி தீபம், கற்பூர தீபம், பஞ்சாராத்தி முதலியன தீபாராதனைக்குரிய தீபங்களாம்.

கண்ணாடி, குடை, சாமரை, விசிறி, கொடி, ஆலவட்டம் முதலியன உபசாரப் பொருள்களாம்.

இதுவரை சுருக்கமாகக் கூறப்பட்ட கோவில் உபகரணங்களை அதன் அமைப்பைக் கருத்திற்கொண்டு தனித்தனியே நோக்கும் பொழுது அதில் கலையழகு பெரிதும் விளங்கக் காண்கின்றோம். இவை அனைத்தும் சிற்பியின் கைவண்ணம் திகழும் வாய்ப்பையளித்து உருவானவை. இவற்றை ஓரளவிற்கு உணர்த்தவே சில படங்கள் இந்நூலில் இணைக்கப்பட்டுள்ளன.

ஒவ்வொரு கோவிலுக்கும் சிறப்பாயமையும் அம்சங்கள் நான்கு. இவை தலம், மூர்த்தி, தீர்த்தம், விருக்ஷம் என்பன. கோவிலமைந்திருக்கும் இடம், எழுந்தருளியிருக்கும் மூர்த்தி, கோவிலுடன் தொடர்புள்ள விருட்சம், புண்ணிய நதிகுளம் முதலான இந் நான்கினையும் பற்றிப் பல விஷயங்கள் தனித்தனியே அறியப்பட வேண்டியன. ஒவ்வொரு கோவிலுக்கும் உரிய தல புராணங்கள் இவற்றை விளக்கிக் கூறுவன.

தென்னிந்தியாவிலும் இலங்கையிலுமுள்ள ஆலயங்கள் மூன்று பிரிவுகளாக வகுக்கப்படத்தக்கன. இவற்றுள் மிகப் புராதன தலங்கள் சில; பாடல் பெற்ற தலங்கள் பல; பெரும் பிரசித்த தலங்களும் அநேகம் உண்டு. கோவில் இல்லாததனால் புதிதாக உருவாகும் கிராமங்களிலும் நகரங்களிலும் நிர்மாணிக்கப்படும் புதுக் கோவில்களும் உண்டு.

கோவிலில் இறைபணி புரிவோர் பலர். இவர்களுக்குரிய கடப்பாடுகள் அநேகமுண்டு. இவர்கள் பற்றிக் கிரியை நூல்களில் கூறப்பட்டுள்ள விஷயங்களைத் திரட்டித் தொகுப்பின் அத் தொகுப்பே பெரும் நூலாக விரிந்து விடும்.

அருச்சகாசாரியர், சாதகாசாரியர், பரிசாரகர், பாசகர், ஸ்தானிகள் கணக்கர், பலவேலைக்காரர், மெய்க்காவலர், திருமாலை கட்டுவோர், மேளம் வாசிப்பவர், ஏனைய இசைக் கருவிகளை உரிய வேளையில் இசைப்போர், இறைவன் சந்நிதியில் நாட்டியம் ஆடுபவர், ஏகாலி முதலியவர்கள் கோவில்களிற் கடமையாற்றுவோருள் சிலர்.

ஆலயத்துக்கு வழிபடும் நோக்குடன் வரும் அடியவர்களைப் பற்றியும் கூறவேண்டிய விஷயங்கள் பல உண்டு. இவையனைத்தும் விரிவான நூலில் இடம் பெறும்.

5

திருவுருவங்கள்

சென்ற அத்தியாயங்களில் ஆகமக்கிரியைகள் பூசையின் மிக விரிந்த நிலை என்பது, இவை திருவுருவ வழிபாட்டை அடிப்படையாகக் கொண்டவை என்பது வலியுறுத்தப்பட்டன. திருவுருவ வழிபாடு இன்றேல் ஆகம வழிபாடும் இன்று. எனவே திருவுருவ வழிபாடடொன்றையே தனி அம்சமாகக் கொண்டு விளங்கும் ஆகமக் கிரியைகளைப் பற்றி அறிவதற்கு முன் திருவுருவங்களைப் பற்றி அறிதல் அவசியம்.

ஆலயங்களில் நிறுவப்பட்டிருக்கும் திருவுருவங்கள் பல திறத்தன. இவற்றுள் சில கல்லால் சமைக்கப்பட்டுள்ளன. சில சாந்தினால் உருவாக்கப்பட்டவை. சில மரத்தினாற் செதுக்கப் பட்டன. சில வெண்கலத்தினால் வார்த்து உருவாக்கப்பட்டன. இவ்வாறு இவற்றாலும் இன்னும் பல்வேறு பொருட்களாலும் உருவம் அமைக்குங் கலையே தனிப்பட்டது.

உருவங்கள் அமைய வேண்டும் வகையும் நாம் அவசியம் அறியவேண்டியதே. உருவங்களின் பிரமாணங்கள், உருவங்கள் சுட்டிக்காட்டுங் கருத்துக்கள் என்பனவும், இவ்வழிபாட்டைப் பற்றியறிய விரும்புவோர்க்கு முக்கியமான விஷயங்கள். சாந்திலும் மரத்திலும் கல்லிலும் உருவம் தோற்றுவித்ததும் அதை அழகு பொலியச் செய்வதற்கு ஓவியத்தைக் கையாளும் சூழ்நிலை தோன்றுகின்றது.

இவ்வாறு விக்கிரக வணக்கத்தை அடிப்படை யாகக் கொண்ட இந்திய வழிபாட்டினை ஒட்டிச்

சிற்பமும் ஓவியமும் நுண்ணருங் கலைகளாகத் தோன்றித் திகழ்வதைக் காண்கின்றோம். காலத்துக்குக் காலந் தோன்றிக் கலையழகு வீசிப் பொலிவுடன் விளங்குந் தென்னிந்தியத் தேவாலயங்களே இவ்வுண்மைக்குச் சிறந்த சான்று.

திருக்கோவில் வழிபாடு தனி ஒரு மனிதனுக்கென உருவாக வில்லை. மக்கள் அனைவரும் சென்று வழிபடுவதற்காகவே ஆலயங்கள் ஏற்பட்டுள்ளன. இம் மக்கள் பெருந்தொகையினர். இவருட் பெரும்பாலோர் அறிவு நிலையின் அடித்தளத்தையும் அணுகாத நிலையினர். எனவே வழிபடும் முறை இவர்களுக்கு ஏற்றவாறு எளிதாய் அமையவேண்டிய நிலையினை ஒட்டியே வழிபடும் சாதனங்களும் அமைந்துவிடுகின்றன.

இவ்வாறு எளிதாய் அமைய வழிசெய்வது விக்கிரகம். குணங் குறியற்ற இறைவனைக் குணங்குறிகளால் வகுக்கும் எல்லைக்குள் அகப்படுத்திப் புறத்தோற்றங்கொடுத்து எமது கட்புலனுக்குள் அடங்கச்செய்யும் முயற்சியின் விளைவே நாம் வழிபட நிறுவும் விக்கிரகம். உருவமற்றவன் ஆன்மாக்களுய்ய வேண்டிக் கருணை மேலீட்டால் உருக்கொள்கின்றான். அவன் பல நிலைகளை மேற்கொண்டு அருள் பாலித்ததனால் உருவங்களும் பல திறத்தனவாகின்றன.

பல நிலைப்பட்டவர்கள் நிலைக்கு அவர் அவாவும் விருப்பங்களுக்கும் ஏற்றவாறு, வழிபடுவதற்கேற்றவையாய் இவை பல வகைப்பட்டு விளங்குகின்றன.

இந்திரியங்களாற் கிரகிக்க முடியாத இறைவனை அறிய வகையறியாது தடுமாறும் தரங்குறைந்தவர்களுள், விவேகமும் பக்குவமும் மிக்கவர்க்கு உரியது சிவலிங்கத் திருமேனி. இதைக் கிரகித்து இறைவனை உணரமாட்டாதார்க்கே கை, கால் உறுப்புக்கள் பொருந்திய இதர தோற்றங்கள்.

உலகில் நிகழும் செயல்களனைத்தையும் மூன்று பிரிவுகளுக்குள் அமைத்து விடலாம். இவற்றுள் ஒன்று தோற்றுவித்தல். மற்றது தோற்றம் பெற்றவற்றைப் பேணல். மூன்றாவது அவற்றை அழித்தல். இம் முப்பெரும் நிகழ்ச்சிகள் அகண்டாகார சச்சிதானந்தப் பரம்பொருளால் நிகழ்வன என்பதை வரலாற்றுருவங் கொடுத்துப் புராணங்கள் கூறுகின்றன.

செவிப்புலனாம் இப்புராண வரலாறுகளைக் கட்புலனாகும் வண்ணம் சிற்பங்கள் உருவாகுகின்றன. இவை சித்திரிக்கும் இறைவனின் ஒவ்வொரு உருவத்தையும் அவதானித்தால், அது படைத்தல், நிறுத்தல், துடைத்தல் ஆகிய மூன்று நிகழ்ச்சிகளை உணர்த்தும் முறையில் விளங்கக் காண்கின்றோம்.

இத்திருவுருவங்கள், பரம்பொருள் இப்பெருஞ் செயல்களைச் செய்யும் நிலையினைக் காட்டுகின்றன. ஒரு வரலாற்றைக் காட்டும் முறையில் உருவாகும் சிற்பத்தைக் காண்பவன் அகக்கண் கொண்டு அதை உரியவாறு காணும் வேளை அது சுட்டும் உயரிய தத்துவம் உயர்ந்து உணர்ந்த அறிவு நிலை எய்துகின்றான்.

சைவத்திற்கு மட்டுமல்லாது வைஷ்ணவம் முதலான ஏனைய இந்தியச் சமயங்களுக்கும் விக்கிரக வணக்கம் இன்றியமையாத தாக விளங்கி வருகின்றது. பிம்பம், விக்கிரகம், மூர்த்தி, பேரம், பிரதிமை முதலிய பலவேறு சொற்கள் திருவுருவத்தைக் குறிக்கச் சிற்ப நூல்களில் பல்கி விளங்குவதே உருவவழிபாடு பரந்து வளர்ந்ததை உணர்த்துகின்றது. இவ்வுருவ வழிபாடு எவ்வாறு பல நிலைகளிற் காணப்பட்டது என்பதைப் பழைய இலக்கியச்சான்று கொண்டு நோக்குவோம்.

மொகஞ்சதாரோ பள்ளத்தாக்கில் அகழ்ந்து எடுக்கப்பட்ட பல உருவங்கள் பழைய காலத்தில் வழிபாட்டில் இடம்பெற்றவை என்பது சிலர் கருத்து. இவை வழிபாட்டிற்குரிய பொருள்களே என்பதை ஒருவரும் துணிவாகக் கூறவில்லை. இவை வேறு பல வகைகளிலும் பயன்பட்டிருக்கலாம்.

கோவில்கள் அக்காலத்திலிருந்ததற்கு ஆதார மெதுவும் இல்லை. ஆலயங்கள் இருந்ததற்குச் சான்றில்லாமையால் "அக்காலத்தில் திருவுருவ வழிபாடு நிகழ்ந்தது; இப்பொருட்கள் வழிபாட்டிற் பயன்படுத்தப்பட்டவையே", எனத் துணிதல் எவ்வாறு பொருந்தும்? அங்கு கண்டெடுக்கப்பட்ட சில பொருட்களைச் சுட்டி இவை சிவலிங்கங்கள் என்று கூசாது கூறுவர். இவை இலிங்கங்களாக இவர்கள் கண்ணுக்குத் தெரிவது விந்தையே. இவற்றை இலிங்கத் திருவுருவுடன் தொடர்புபடுத்த இவர்கள் துணிந்ததற்கு மேனாட்டு விமர்சகர்களே பொறுப்பாளிகள்.

மொகஞ்சதாரோவில் அகழ்ந்தெடுக்கப்பட்ட பொருட்களில் முக்கியமாகச் சமயத் தொடர்புள்ளவை எனச் சந்தேகிக்கப்படுவனவற்றின் இயல்பை அறிவதற்கும், நாம் ஊகத்தினாற் கொள்ளும் முடிபுகளை வலியுறுத்துவதற்கும் இவற்றிற் காணப்படும் எழுத்துக்களை வாசித்து விளங்குவது அவசியமாகின்றது.

இக்கல்வெட்டுக்களைத் தவறேற்படாதவாறு வாசிப்பதில் வெற்றி காணும் வரை மொகஞ்சதாரோ சமயத்தைப்பற்றி நாம் கொள்ளும் கருத்து முற்றானதாக ஏற்றுக்கொள்ளப்பட மாட்டாது. இதனாற் சைவம் மொகஞ்சதாரோ காலத்திற்குப்

பிந்தியது என்பது கருத்தன்று. சைவம் எங்களால் மட்டிட முடியாத தொன்மை வாய்ந்தது.

வேத இலக்கியத்தில் சுட்டப்படும் உருவ வழிபாடு எத்தகையது என்பதைப்பற்றிப் பல கருத்துக்கள் நிலவுகின்றன. உருவ வழிபாடு பற்றிய குறிப்புக்கள் இல்லை என்பர் சிலர். இதை மறுப்பர் வேறு சிலர்.

வேதங்களில் உள்ள பாடல்களில் தெய்வங்களின் விரிவான வருணனைகளைக் காண்கின்றோம். இங்கு தெய்வங்களின் கை, கால் முதலிய உறுப்புக்கள் தெளிவாக வருணிக்கப்பட்டுள்ளன. இவ் வருணனைகளிற் பயின்ற அக்கால மக்கள் உருவங்களை அமைத்து வழிபட்டிருக்கலாம்.

இவ்வாறு ஊகிப்பதற்கு ஏற்றவாறே தெய்வங்களின் வருணனை அமைந்துள்ளது. ஆனால், வைதிக வேள்வி மரபு இக் கருத்தை ஆதரிக்கின்றதில்லை. மேலும் கட்புலனுக்கப்பால் இருப்பதைத் தேவர்கள் விரும்புகின்றார்கள் என்ற கருத்தை வேதவாக்கியம் அடிக்கடி இயம்பும். இந்நிலையினைத்தான் இருக்கு, யசுர், சாமம், அதர்வம் ஆகிய நான்கு சங்கிதைகளிலும் காண்கின்றோம்.

பிராமணங்களிலும் திருவுருவங்களையோ கோவிலையோ பற்றிய குறிப்புக்கள் எவையும் இல்லை. இந்நூல்களிற்றான் வைதிகக் கிரியைகளின் அதி உன்னத நிலையைக் காண்கின்றோம். தெய்வங்களுக்கு அவிசொரிதலை வழிபடும் பெரும் வழக்காக இவை குறிப்பிடுகின்றன.

தேவர்கள் அவியை நேரே பெறுவது இல்லை; அக்கினி மூலமே பெறுகின்றார்கள். சூழ்நிலை இவ்வாறு இருக்கும் பொழுது தெய்வங்களின் உருவங்களை வழிபடவேண்டி நிறுவுவதைப் பிராமணங்களில் எவ்வாறு நாம் எதிர்பார்த்தல் கூடும்?

யாகங்களில் தெய்வங்களின் நிலை தாழ்கின்றது. வேள்விதான் உயர்நிலை வகிக்கின்றது. தெய்வங்கள் வேள்விகளில் வெறுங் கருவிகளாக மட்டுமமைந்து வாளாவிருக்கும் நிலையினையே இங்கு காண்கின்றோம். ஏனெனில் வேள்விப் பயனை அளிப்பவர்கள் தேவர்கள் அல்லர்.

வேள்வி தவறெதுவுமின்றி நிறைவுறின் விளைவு – சுவர்க்க அநுபவம் – இயல்பாகவே தொடரும். வேள்வி உரியவாறு நிகழ்ந்தவிடத்து தாம் விரும்பிகின்றிலரேல் பயனைத் தடை செய்யத் தேவர்களுக்கு அதிகாரம் இல்லை. இச் சூழ்நிலை திருவுருவ வழிபாட்டைத் தோற்றுவிக்கும் இயல்பு வாய்ந்ததன்று.

வேதி, குண்டம் முதலியவற்றை நிர்மாணிக்கும் முறையைத் திறம்பட வகுத்துக் கூறும்

பிராமணங்கள் கோவிலை வகுத்தமைக்க வழிகாட்டுங் கட்டிடக்கலை தோற்றி வளர வித்திட்டன எனின் மிகையாகாது. பிரமாணம் பிசகாமல் கணித நுண்ணறிவைக் கொண்டு வேதியை அமைக்கும் ஆற்றல் வளர்ந்து பெருங்கோவில்களை வகுக்கும் திறனைத் தோற்றுவித்ததில் ஆச்சரியத்துக்கு இடம் ஏது?

உபநிடதங்கள் உருவாக்கிய சூழ்நிலை திருவுருவ வழிபாட்டுக்குப் புறம்பானது. இச் சூழ்நிலை தத்துவக் கருத்து வளர வகை செய்வது. உபநிடதங்கள் விதந்தோதும் பரவித்தைக் குணங்குறியற்ற பரம்பொருளைப் பற்றியதால், இவை எவ்வாறு உருவ வழிபாட்டிற்கு அடிகோல வல்லன? உபநிடதங்களில் சகுண நிலை கூறும் பகுதிகள் தாமும் அரும்பெரும் பண்புகளை உடைய இறைவனையே சித்திரிக்கின்றன. இச் சித்திரத்தைச் சுவேதாசுவதர உபநிடதம் அழகுறத் தீட்டியுள்ளது.

உபநிடதங்களும் தாங்குறிப்பிடும் உயரிய பரம்பொருளை எப்படி எல்லைக்குட்படுத்திக் கூறவல்லன? இவை கூறும் இறைவன் கற்பனைக்கெட்டாத உயர் பெருந் தெய்வம். இவன் எல்லாம் வல்லவன்; எங்கும் உள்ளவன்; எல்லாம் அறிபவன்; இவன் பெருமை உணருந்தரமன்று.

எனவே, இவன் இந்திரியங்களின்பிடிக்கு அப்பாற்பட்டவன். அவற்றைத் துணைகொண்டு நாம் இவனை அறிதல் அரிது. உபநிடதங்கள் இவன் நிலையினை இது என அறியாதவையாய் – இவன் இப்பெற்றியன் எனச் சுட்டலாற்றாதவையாய் – "இவன் இதல்லாதவன், இதல்லாதவன்" எனப் பல இன்மைகள் கூறியல்லவா ஒருவாறு அவனை விளக்கமுன் வந்தன?

இவ்வாறிருக்கும் பொழுது உருவ வணக்கத்திற்கு உபநிடதத்தில் இடமேது? உபநிடதம் குறிக்கும் பிரதீகம் விக்கிரகத்தை ஓரளவிற்கு நிகர்க்கின்றது எனலாம். இது புறத்தோற்றம் பெற்ற விக்கிரகம் இல்லை; நுண்ணிய வடிவில் விளங்குவது; இது அகத்தே உள்முகமாக வளைந்து (பிரத்தியங்கமுகமாக) நின்று பேரொளி பரப்பி நிற்பது. மனம், ஆகாயம், ஆதித்தன், பெயர், பேச்சு முதலியவற்றையும், ஓம் என்னும் பிரணவத்தையும் இவ்வாறு பிரதீகங்களாகக் கொண்டு, பல நிலைகளில் இவ்வொளியினை அகத்தே வீசச் செய்யும் சாதனையையே உபநிடதங்கள் குறிப்பிடுகின்றன.

எனவே, உபநிடதங்களில் திருவுருவ வணக்கத்தைப் பற்றித் தெளிவான ஆதாரங்கள் இல்லை என்பது புலனாகின்றது.

சூத்திரங்களில் திருவுருவங்களைப் பற்றியோ, கோவில்களைப் பற்றியோ குறிப்புக்கள் கிடையா. இவை, பிராமணங்கள் சிறப்பித்த வேள்வி முறையையே மேலும் விரிக்கும். சிரௌத சூத்திரங்களில் இவற்றை எதிர்பார்த்தல் தவறு.

கிருஹ்ய சூத்திரங்களில் உள்ள சில குறிப்புக்கள் தெளிவற்ற முறைமையில் கோவில்களைச் சுட்டுகின்றன. படித்து முடித்ததும் பிரமசரியந் துறந்து இல்வாழ்க்கை நுழையவிருக்கும் மாணவன், தெய்வங்களுறையும் இடம் வழியில் தென்படின் அதை வலம் வரல் வேண்டும் என்ற குறிப்பிலிருந்தும், தேவகிருகம், தேவாயதனம், தேவகுலம் முதலிய சொற்கள் காணப்படுவதிலிருந்தும் விக்கிரக வணக்கம் அக்காலத்தில் நிலவியது என்பதை ஊகிக்க முடிகின்றது.

விக்கிரகம் பற்றிய நேரடியான குறிப்பு முதன் முதலில் பாணினி இயற்றிய அஷ்டாத்தியாயியில் வருகின்றது. இக்குறிப்பைச் சுட்டும் சூத்திரத்திலிருந்து பெரிதும் கடைப்பிடிக்கப் பட்டதும், இச்சூத்திரத்திற்கு பதஞ்சலி வகுத்த உரையிலிருந்து இந்நெறி பெரிதும் விளங்க விக்கிரகங்கள் பயன்படுத்துமாறும் அறியத்தக்கன.

பதஞ்சலி கூறும் உரையில் சிவன், கந்தன், விசாகன் முதலிய தெய்வங்கள் குறிப்பிடப் பட்டிருப்பதிலிருந்து அவ்வுரையாசிரியர் காலத்திலேயே இத் தெய்வங்களின் திருவுருவங்கள் வழங்கிவந்தன என்று தெரிகின்றது.

பக்தியே உருவ வழிபாடு வளர்ந்து நிலை பெறுவதற்குத் துணை நின்றது. இப் பக்தியின் முதற்றோற்றத்தை இருக்கு வேதத்திற் காண்கின்றோம். அது சுவேதாசுவதர உபநிடதத்தில் சுடர்விட்டுப் பிரகாசிக்கின்றது. பகவத் கீதையில் தொடர்ந்து நிலை நின்று ஒளி வீசுகின்றது. இதிகாச புராணங்களிலே இவ்வொளி பரந்து வீசி இருளகற்றிப் பல உண்மைகளை உணர வைக்கின்றது.

சென்ற அத்தியாயத்திற் குறிப்பிட்டிருந்த வழிபடும் முறைகளுள் விரதம் இல்வாழ்வானுக்கேயெனச் சிறப்பாய் அமைந்ததும், வீட்டிலேயே பெரும்பாலும் நிகழ்வதுமான கிரியை என்பது சுட்டப்பட்டது.

இவ் விரதங்களில் விக்கிரகம் தனி இடம் பெறுகின்றது. இது விரத காலங்களில் மட்டுமே நிறுவி வழிபடப்பட்டு வந்ததாக அறியக்கிடக்கின்றது. விரத காலங்களில் விக்கிரகந் தாபித்து அதில் உரிய தெய்வத்தை, எழுந்தருளச் செய்து வழிபடுதல் விதிக்கப்பட்டுள்ளது. விரதம் நிறைவேறியதும் அவ் விக்கிரகங்களைப் புனித தீர்த்தங்களிற் சேர்ப்பிப்பது வழக்கம்.

இத்தகைய விக்கிரகங்கள் மண்ணால் அமைக்கப்படும். விநாயகசதுர்த்தி விரதத்தின் பொழுது வீடுகள் தோறும் களிமண்ணால் பிள்ளையார் திருவுருவஞ் சமைத்து அதில் யானைமுகனைப் பிரதிஷ்டித்து வழிபட்டு, விரதம் முடிந்ததும் ஆற்றில் அதைச் சேர்ப்பிக்கும் வழக்கம் இன்றுவரை நிலவிவரக் காண்கின்றோம்.

இப்பிரதிமைகளைத் தங்கம், வெள்ளி, செம்பு முதலிய உலோகங்களில் அமைப்பதுமுண்டு. விரதம் முடிந்ததும் இவ்விக்கிரகங்களைத் தானமாக வழங்கும்படி விரதங்களை விளக்கும் கல்பநூல்கள் கூறுகின்றன.

இவ்வாறு தானம் வழங்குவதே விரதத்தின் இறுதி அம்சம். இங்ஙனம் விக்கிரகத்தையோ, பிரதிமையையோ, விரதத்தின் தொடக்கத்தில் நிறுவித் தெய்வத்தைப் பிரதிட்டிப்பவர், விரதம் முடிந்ததும் அதை அங்கிருந்து அகற்றி விடுவதன் நோக்கம் அதை நெடுக வீட்டில் வைத்துப் பேண வழியில்லாமையேயன்றி வேறொன்றுமில்லை.

ஆயினும், தூய்மை ஒழுங்கு முதலியவற்றைப் பெரிதுங் கடைப்பிடித்து சீரிய வாழ்க்கை வாழ வகையறிந்தவர்கள் தாம் தாபிக்கும் விக்கிரகங்களை அப்புறப்படுத்திவிடாது வாழ்நாள் முழுவதுமே பேணி வழிபடுவதற்கென பூசாகிருகம் வீட்டிலிடம்பெறும்.

பூசைக்கு வேண்டிய திரவியங்களை நாள்தோறுஞ் சேகரித்துப் பூசை செய்வர். விக்கிரகங்களும் இவர்கள் தகுதிக்கேற்பச் செம்பாலோ, வெள்ளியாலோ, தங்கத்தாலோ அமையும். இவ் விக்கிரகங்களை அமைக்கும் முறை புராணங்களில் விரதங்கள் கூறப்படுமிடங்களிலும் தனி அத்தியாயங்களிலும் கூறப்பட்டுள்ளது. விக்கிரகங்களை அமைத்து வழிபட வழியற்றோர் ஓவியங்களில் தீட்டப்பட்ட திருவுருவங்களையேனும் வைத்துப் பூசிப்பர்.

திருவுருவங்கள் இறைவனை நினைவுகூர்ந்து மனதாற் கிரகிப்பதற்குத் துணை நிற்பதோடமையாது, அவன் பெருமையினை ஓரளவிற்கு அறிவதற்கும் கருவிகளாய் அமைகின்றன. சிவனின் திருக்கோலங்கள் அறுபத்துநான்கு. இவை தனித்தனியே இறைவன் நிகழ்த்திய பெருஞ் செயல்களைக் குறிக்கின்றன. உருவற்ற பரமன் கொண்ட இக் கோலங்களையெல்லாம் விக்கிரக வடிவங் கொடுத்துக் கோவில்களில் நிறுவி வழிபடும் வழக்கம் தென்னாட்டுச் சைவர்களிடையே இருந்து வருகின்றது.

இவ் உருவங்களை வழிபடுந்தோறும் இவற்றுடன் தொடர்புபூண்ட நிகழ்ச்சிகளை நினைவு கூருகின்றோம். ஆன்மாக்கள் ஈடேற வேண்டி அவன் திருவிளையாட்டாக நிகழ்த்திய இச் சம்பவங்கள் இவன் பெருமையினையும் நினைவுறுத்துகின்றன. இவை அவன் பெருமையினையும் எங்கள் சிறுமையினையும் ஒருங்கே ஒரே பொழுதில் உணர வைக்கின்றன.

வெறுஞ் சம்பவங்களைச் சித்திரிக்கும் இவ்விக்கிரகங்கள், நாளடைவில், அச் சம்பவங்களையுணர்த்துவதை விட்டு, எம் அறிவுமுதிர்ச்சிக்கேற்ப தம் அடிப்படையில் புதைந்து கிடக்கும் பேருண்மைகளை உணர்த்தத் தொடங்குவன.

உருவஅமைப்பு, அது சுட்டும் வரலாறு, உருவத்தின் திருக்கரங்களில் விளங்கும் படைக்கலங்கள், கைகள் காட்டும் முத்திரைகள், முக்கியமாக அபய வரதமாக அமைந்திருக்குங் கரங்கள், அவன் அணிந்திருக்கும் அணிகலன்கள் ஆகியன உணர்த்தும் பொருள்கள் திருவுருவங்களைத் தரிசிக்கும் பொழுது எங்கருத்திற் பதிய வேண்டியவை.

இறைவன் பேர், ஊர் அற்றவன்; குணங்குறியும் உருவும் அற்றவன்; ஆன்மாக்களிடம் பூண்ட அன்பினால் உருவங்களிற் காட்சியளித் தருளுகின்றான். இவ்வுருவங்கள் கருணை வடிவானவை. இவன் கொண்ட பயங்கர உருவங்களுமுண்டு. தவறிழைக்கும் தீயோரை ஒறுத்து நல்வழிப்படுத்த அவன் பயங்கரத் தோற்றம் பெற்ற வேளைகள் பல. இவ்விருவகைத் தோற்றங்களுமே இவன் பெருமையினைக் காட்டுகின்றன.

இவனுக்கெனச் சிறப்பாக உரிய ஆக்கல், நிறுத்தல், அழித்தல், மறைத்தல், அருளல் என்னும் ஐம்பெருந் தொழில்களை நிகழ்த்தி நிற்றலையே இத் தோற்றங்கள் அறுபத்து நான்கு கோணங்களில் நின்று படம்பிடித்துக் காட்டுகின்றன. இவன் புரியும் ஐந்தொழிலையும் தெளிவாகவும், இலகுவாகவும் மட்டுமின்றி ஒருங்கே வைத்துங் காட்டுவது நடராச வடிவம்.

“வாழும் பிள்ளையை மண் விளையாட்டில் தெரியும்” என்பது பழமொழி. திருவுருவங்களை அமைத்து நிகழ்த்துங் கிரியைகளாலமையும் இறைவழிபாடு, அறிவு முதிர்ச்சியும் அநுபவப் பெருக்குமற்ற எம்மளவில் மண் விளையாட்டே. பெருங் குறிக்கோளாயமைந்து நிற்கும் வீடு பேற்றை அடைய அவாவுவோர் தொடக்க நிலையில் நிகழ்த்துஞ் செயல்களே கிரியைகள்.

இவ்வாறு நிகழ்த்துவது, வளர்ந்து பிராய மெய்திய பின் இல்லக்கிழத்தியாக விளங்க இருக்கும் சிறுமி ஒருத்தி சிறு

பருவத்தில் சிற்றில் புனைந்து மண்சோறு சமைப்பது மட்டுமன்றி இன்னொரு சிறுவனையும் விளையாட்டில் சேர்த்துக் கொண்டு இருவருமே பெற்றோராக நடித்து விளையாடும் நிலையினது. இவ்விளையாட்டினைக் கூர்ந்து அவதானிப்போர், திறம்பட வீடு கட்டி இல்வாழ்க்கை விளையாட்டு விளையாடும் இச்சிறுமி கட்டாயமாக வல்லமை வாய்ந்த இல்லாளாய் அமைவள் எனக் கூறிவிடுவர்.

இதே போன்றதே, பேருண்மைகளையுணர்த்தும் உருவங் களை நெடுங்காலம் வழிபடுபவனது நிலையும். இவன் உருவ வழிபாடு உணர்த்தும் இறைவன் குணாதிசயங்களை நன்கு உணர்ந்து நாளடைவில் பேரறிவெய்தி அவனின் பேரியல்பறிவான தொடக்க நிலையில் மேற்கொள்ளும்வழி, இவன் ஈடேறிப் பேரானந்தப் பெருவாழ்வு எய்தப் போவதை முன்னரே சுட்டிவிடும்.

யோக சாதனையில் ஈடுபடுபவர்களுக்கு உடலில் உள்ள சக்கிரங்களைப் பற்றி அறிய வாய்ப்பு உண்டு. உடலில் ஆறு சக்கிரங்கள் உண்டு என்பர் தந்திர சாஸ்திரம் வல்லவர்கள். இவை மூலாதாரம், சுவாதிஷ்டானம், மணிபூரகம், அநாகதம், விசுத்தி, ஆஞ்ஞை என்பன. இச்சக்கிரங்களை ஓரளவிற்கு வரிவடிவில் தோற்றம்பெறச் செய்யக் கையாண்ட வழியே கோடுகளால் வரையப்படும் யந்திரத்தின் முதற்றோற்றமாம்.

கண்ணுக்கும் புலனாகாத சூக்கும வடிவினதான சக்கிரங்களைப் புறத்தோற்றம் பெறச் செய்ய இது உதவுவதனால் இதற்கும் சச்கிரம் என்னும் பெயர் உண்டாயிற்று. யந்திரம் என்பதும் சச்கிரம் என்பதும் ஒரே கருத்தையுணர்த்துஞ் சொற்கள்.

இவ்வாறு வரையப்படும் யந்திரத்தில் எழுத்துக்களைப் பொறிக்கும் வழக்கம் உண்டு. இவை அட்சரங்கள் எனப்படுவன. இவற்றை பீஜாட்சரங்கள் என்றுங் குறிப்பிடுவார்கள். இவை பல கருத்துக்களை உணத்திச் சுருக்கமாக அமைந்தும், மந்திரசக்தி பெரிதும் வாய்ந்தும் விளங்குகின்றன. இவற்றின் இயல்பு தீட்சை பெற்ற சிலருக்கு மட்டுமே தெரியும்.

யந்திர வழிபாடு இந்தியாவிலும், இலங்கையிலும் பெரிதும் விளங்குகின்றது. இவ் யந்திரங்களனைத்துள்ளும் பிரசித்தி பெற்றது ஸ்ரீ சக்கிரம். இதற்கு யந்திர ராஜன் என்ற பெயர் உண்டு. இதனுள் நாற்பத்து மூன்று முக்கோணங்கள் உள்ளன.

இந்த யந்திரத்தை மூன்று வகையாக அமைப்பார்கள். இவற்றிற்கு மேரு, கைலாசம், பூ என்ற மூன்று நிலைகள் உண்டு. இந்நிலைகளையொட்டியே மேருப்ரஸ்தார ஸ்ரீ சக்கிரயந்திரம்

என்றும், கைலாசப்ரஸ்தார ஸ்ரீ சக்கிரயந்திரம் என்றும், பூப்ரஸ்தார ஸ்ரீ சக்கிரயந்திரம் என்றும் மூவகை யந்திரங்கள் உள்ளன. யந்திரத்தின் உள்ளமைப்பு முழுவதையும் தெளிவாகக் காட்டுவது மேருப்ரஸ்தாரம்.

இதன் உச்சியில் விளங்குவது பிந்து. இதன் பீடமாக அடியில் உள்ளது முக்கோணம். முக்கோணத்தின்கீழ் இருப்பது எண்கோணம். எண்கோணத்தின் கீழ் பத்துக் கோணமும், இப் பத்துக்கோணத்தின் கீழ் இன்னொரு பத்துக் கோணமும், அதன்கீழ் பதினான்கு கோணமும், இதன்கீழ் எட்டுத் தளங்களும் உண்டு. இவற்றைத் தாங்குவன மூன்று வட்டங்கள்.

இவ் வட்டங்களின் அடியில் நான்கு பக்கங்களிலும் மருவி நிற்பன பூ புரங்கள். இந்த யந்திரம், அகலம், உயரம், கனம் ஆகிய மூன்றினையும் செவ்விதாகப் பெறுங் கோணங்களால் அமைவதனால் இந்நூலில் வேறு பக்கத்திற் காணப்படும் படத்திற் போன்று யந்திரம் படிப்படியாக எழுந்து குவிந்து உச்சியில் பிந்து மட்டுந் தெரியுமாறு நிற்கும். பிந்து, தேவியின் உறைவிடம். ஏனைய முக்கோணங்கள் பரிவார தெய்வங்களுக்குரியன.

வேதங்களில் யந்திர வழிபாட்டைப் பற்றிய குறிப்புக்கள் ஆங்காங்கு காணப்படுவதாகச் சிலர் விளக்கியுள்ளார்கள். பெரும்பாலான யந்திரங்கள் பூப்ரஸ்தார முறையில் உள்ளன. ஒவ்வொரு தெய்வத்திற்கும் தனித்தனி யந்திரங்கள் உண்டு. இவ்வாறு யந்திரங்கள் எண்ணிறந்தவையாகப் பெருகிக் கிடக்கின்றன. யந்திரங்கள் பொன்னாலாவது, வெள்ளியினாலாவது, செம்பினாலாவது அமைந்த தகடுகளில் வரையப்படுவன.

தேவாலயங்களில் திருவுருவம் நிறுவுவதற்கு முன் பீடத்தில் உரிய யந்திரங்களை முதலில் தாபித்துப் பின்னரே விக்கிரகத்தை மேலே நிறுவுவார்கள். கைலாசப்பிரஸ்தார யந்திரமும், மேருப்ரஸ்தார யந்திரமும் தாமிர விக்கிரகங்களைப் போன்றே வார்க்கப்படுவன.

விக்கிரகங்களுக்கு அடியில் வைக்கும் யந்திரங்கள் வெளியே தெரியா. யந்திரங்களை வெளியில் தெரியும்வண்ணம் வைத்து விக்கிரகங்களைப்போல் பூசிக்கும் முறையும் உண்டு. இவ்வாறு பூசிக்கப்படும் மேரு, கைலாசப்ரஸ்தார யந்திரங்கள் இலங்கையிலும் இந்தியாவிலும் உள்ள கோவில்களில் இருக்கின்றன. இந் நிலையில் யந்திரங்களும் உருவம்பெற்ற ஒருவகை விக்கிரகங்களே.

சைவ வழிபாட்டில் இலிங்கம் முக்கிய இடம்பெறுகின்றது. பாரதத்தில் ஆங்காங்கு காணப்படும் புண்ணிய தீர்த்தங்களில்

இலிங்கத் திருவுருவங்கள் நிறுவப்பட்டுள்ளன. பாரத நாட்டில் சிவனுக்குக் கோவிலமைத்துள்ள இடங்களிலெல்லாம் வழிபடுவதற்கு இலிங்கத்தையே முக்கிய விக்கிரகமாகத் தேர்ந்து நிறுவியுள்ளார்கள். தெற்கே கன்னியாகுமரியிலிருந்து வடக்கே காஷ்மீர்வரை இலிங்க வழிபாடு ஒரேமாதிரியாகப் பரவியுள்ளது.

வடக்கே வழிபடுமிடங்களிலெல்லாம் சைவர்கள் இலிங்கங்களை மட்டுமே நிறுவி வழிபடுகின்றனர். அங்கு சிவனுடைய மூர்த்தி பேதங்களை வழிபடும் வழக்கம் அவ்வளவு பிரசித்தி பெறவில்லை.

தென்னாட்டில் சிவனுடைய மூர்த்தி பேதங்களை நிறுவி வழிபடுதல் நிகழ்வதாயினும் இவ்வழிபாட்டிலும் இலிங்கத்திற்கே முக்கியத்துவம் உண்டு. கோவிற் கருவறைகளில் நிறுவப்படுவது இலிங்கமே. இலிங்கந் தவிர்ந்த ஏனைய திருவுருவங்கள் நிறுவப்பெற்றுள்ள சிவன் கோவில்கள் கிடையா.

சிவனின் மூர்த்தி பேதங்கள் நிறுவப்பட்டுள்ளன எனினும் இக் கோவிற் கருவறைகளில் இலிங்கமே இடம்பெறும் என்பது நினைவுகூரற்பாலது. சைவத்தின் கிளைகளாக விளங்கும் முருக வழிபாடும், கணபதி வழிபாடும் நிகழுமிடங்களிலும் இலிங்கத்திற்குத் தனி இடம் உண்டு.

இதை இந்தியாவிலும் இலங்கையிலும் முறைப்படி அமைக்கப்பட்டுச் சிறந்து விளங்கும் கோவில்களிற் காணலாம். இவ்வுண்மைகள் இலிங்க வழிபாட்டின் தனிச் சிறப்பினையும் சுட்டுகின்றன.

இலிங்கத் திருவுருவம் எதைக் குறிக்கின்றது? இலிங்க வழிபாட்டின் நோக்கம் என்ன? என்னுங் கேள்விகளுக்குப் பலர் பலவாறாக விளக்கங் கூறியுள்ளார்கள். சமய இலக்கியங்களும் பல்வேறு விளங்கங்கள் தந்துள்ளன. மேனாட்டவர்கள் வழிபடும் மரபு தெரியாதவர்களாய் தம் மனம் போனவாறு இலிங்கம் பற்றி விளக்கியுள்ளார்கள்.

அரைகுறையாய் விஷயங்களைத் தெரிந்து கொண்டு ஆராயப் புகுந்ததன் விளைவே இது. இவற்றை விரிவாய்க் கூறி உரிய விளக்கந் தருவதற்கு இச் சிறு நூல் இடந் தராது. பெரு நூலில் இக் கருத்துக்கள் விரிவாக இடம்பெறும்.

சிவனுக்கெனச் சிறப்பாக உள்ள திருமேனிகள் மூன்று. ஒன்று அருவத் திருமேனி. இது ஊனக் கண்களுக்குப் புலப்படாதவாறு நுண்ணியது. அகக்கண் கொண்டு உள் நோக்கும் யோகியர் நோக்கிற்கு மட்டும் எட்டுவது. மற்றது கை, கால் முதலிய

உறுப்புக்களுடன் கூடிய உருவத் திருமேனி இவ்விரண்டிற்கும் புறம்பானவாறு உருவமும், அருவமும் கலந்த தனி நிலையில் புது உருவம் ஒன்றுமுண்டு.

இலிங்கம்

இது, உருவத்திற்கு வேண்டுவனவான கை, கால் முதலிய உறுப்புக்கள் இல்லாததனால் அருவமாகியும், கண்ணால் பார்க்கும் பொழுதும் கையாற் தொடும்பொழுதும் உணரத்தக்கதனால் உருவமாகியும், இரு நிலைகளும் விரவப்பெற்ற அருவுருவம். இவ்வருவுருவத் திருவுருவம் சிவனுக்கு மட்டிலும் சிறப்பாயமைந்தது. இதுவே இலிங்கம். சிவனுக்கெனச் சிறப்பாயுரியதனால் இது சிவலிங்கம் எனப்படலாயிற்று.

இலிங்கம் உயரிய தத்துவங்கள் பலவற்றை உணர்த்தி நிற்பது. லிங்கம் என்ற சம்ஸ்கிருதச் சொல்லுக்கு 'அடையாளம்' என்பது கருத்து. சிவனைக் குறிக்குங் குறியாக நிறுவப்பட்டதனால் இது இலிங்மாயிற்று. உபநிடதங்கள் இறைவன் பெருமையை எடுத்தோதுகின்றன. அவன் மக்களினறிவுக்கு எட்டாதவன்:

இலிங்கோற்பவமூர்த்தி

இந்திரியங்களுக்கு இவனைக் கிரகிக்கும் ஆற்றல் இல்லை, என்பது சுவேதாசுவர உபநிடதம்.

எனவே, கையால் தொடமுடியாதவனை, கண்ணால் பார்க்க இயலாதவனை வாழ்த்தி வணங்கும் பொழுதும், நினைக்கும் பொழுதும் அவனைக் கிரகிக்க முற்படுவோர்க்கு இலிங்கம் அவனைக் குறிக்கும் அடையாளமாக – அதாவது இலிங்கமாக, அவனையுணர்த்துங் கருவியாக – விளங்குகின்றது. இது பற்றியே இதற்கு இலிங்கம் என்னும் பெயர் ஏற்பட்டது.

வேதங்கள் யாகத்தில் வளருந் தீயைப் போற்றுவன. தூய்மை வாய்ந்த தெய்வீகத் தீயை நடுநாயகமாகக் கொண்டுதான் வேதகால வழிபாடு நிகழ்ந்தது. இது அவி சொரிந்து வேட்கும் வழிபாடு. அக்கினியில் நிகழும் இவ்வழிபாடு அக்கினிக்கு மட்டும் நிகழ்வதல்ல.

தெய்வங்களனைத்துக்குமே அவிசொரிதல் அக்கினியொன்றிலேயே அன்றி வேறொரு இடத்தும் இல்லை. அக்கினி முகமாகவே தேவர்களை வழிபடுவது வேதகால வழக்கு. இதனால் ஹுதபுக், ஹவ்யவாட் என அக்கினி பெயர் பெறலாயினர். வேதகால வழிபாட்டிற்கு அக்கினி இன்றியமையாது விளங்கிற்று.

அக்கினியின்றேல் வேள்வியில்லை. கட்புலனுக்கு அகப்படாத தேவர்கட்குக் கட்புலனாகும் அக்கினியே பிரதிநிதி. இவ்வக்கினி குளிர்ந்து, நெருங்கி, இறுகித் திரண்டு உருவங் கொண்டது. பொன்னிறமான தீ குளிர்ந்த நிலையில் கருநிறம் பெறுவது அனைவருமறிந்ததே.

இவ்வாறு அக்கினி எய்திய நிலை இலிங்கம். பிரமனும், மாலும் அடிமுடி தேடும் வண்ணம் இறைவன் ஒளி வீசும் தீப்பிழம்பாய்த் தோன்றிய நிலையினை நினைவூட்டுவது இலிங்கம். தேவர்கள் வேண்டத் தீப்பிழம்பு வடிவம் நீங்கி இலிங்க வடிவாயினன் என்பன சமய நூல்கள். இலிங்கத்தின் குவிந்த தோற்றம் இவ்வுண்மையினைத் தெளியவைக்கின்றது.

இலிங்கங்களை நூல்கள் இருவகையாகக் கூறும். ஒன்று சலலிங்கம். மற்றது அசலலிங்கம். ஜங்கமலிங்கம் என்னும் வகையும் சில நூல்களிற் காணப்படுகின்றது. இவ்வினத்தைச் சார்ந்த இலிங்கங்கள் மண்ணாலும், உலோகத்தாலும், இரத்தினத்தாலும் அமைக்கப்படுவன. அவ்வப்போது வழிபடுவதற்காக அமைக்கப் படும் இலிங்கம், வழிபாடு நிறைவேறியதும் புனிதத் தீர்த்தங்களில் சேர்ப்பிக்கப்படும்.

பச்சை மண்ணால் உருவாகும் மண்லிங்கத்தை அமைக்கும் முறையைக் காமிகாகமம் கூறுகின்றது. சுத்தமான இடத்தில்

அகழ்ந்தெடுக்கப்பட்ட களிமண்ணுடன் பால், தயிர், நெய், மா முதலிய பொருட்களைச் சேர்த்து மரப்பட்டைகள், சந்தனம், பாதரசம் முதலியவற்றையுங் கலந்து, நன்கு பிசைந்து, ஒரு மாதம்வரை வைத்திருந்து, பின் ஆகமங் கூறும் இலக்கணங்களுக்கமைய இலிங்கத்தை உருவாக்க வேண்டும். இதை நெருப்பிற் காய்ச்சி எடுத்தபின் வழிபாட்டிற்குப் பயன்படுத்தலாம்.

உலோகஜலிங்கம் என்பது பொன், வெள்ளி, செம்பு, வெண்கலம், இரும்பு, ஈயம், பித்தளை, துத்தநாகம் முதலிய உலோகங்களிலொன்றால் அமைவது. இரத்தினஜலிங்கம் முத்து, பவளம், வைடூரியம், புஷ்பராகம், மரகதம் முதலிய இரத்தினங்களிலொன்றால் உருவாவது.

தாருஜலிங்கம் வன்னி, மதூகம், கர்ணிகாரம், திந்துகம், அர்சுனம், பிப்பலம், உதும்பரம் முதலிய மரங்களால் ஆக்கப்படுவது. கருங்காலி, சந்தனம், சாலமரம், வில்வம், இலந்தை, தேவதாரு முதலியனவும் இவ்வகை இலிங்கம் அமைப்பதற்குத் தகுதி வாய்ந்தன எனக் காமிகாகமம் கூறும்.

கல்லாலமைந்த இலிங்கங்கள், சல லிங்கங்கள் எனப்படும். இவ்வகை இலிங்கங்கள் சிறு உருவம் வாய்ந்தவை. கழுத்தில் தரிப்பதற்குத் தகுந்தவை. இலிங்காயதர்கள் இவற்றைத் தரிசிப்பர். பூசை நிகழும் வேளை உடனே உருவாக்கிப் பூசை முடிந்ததும் களையப்படும் இலிங்கம் க்ஷணிகலிங்கம் எனப்படும்.

இது மணலைக் குவித்தும் அமைக்கப்படும். அரிசி, சமைத்த சோறு, சாணகம், வெண்ணெய், உருத்திராக்கம், அரைத்த சந்தனம், தர்ப்பையாலமையும் கூர்ச்சம், பூ, சர்க்கரை, மா ஆகியனவும் க்ஷணிகலிங்கம் அமைப்பதற்கு உரியவை.

அசலலிங்கம், தாவரலிங்கம் என்றும் பெயர் பெறும், இவ்வினத்தைச் சார்ந்த இலிங்கங்கள் ஒன்பது வகையின. அவை சுவாயம்புவம், தைவிகம், காணபத்தியம், அசுரம், சுரம், ஆர்ஷம், ராக்ஷசம், மானுஷம், பாணம் என்பன. இவற்றுள் சுயம்புலிங்கம் தலைசிறந்ததாகக் கொள்ளப்படுகின்றது.

தைவதம், ஆர்ஷிகம், காணபம், மானுஷம் ஆகிய நான்கு இலிங்கங்களையே மகுடாகமம் குறிப்பிடுகின்றது. காமிகாகமம் தாவரலிங்கங்களை ஆறு வகைகளாக வகுக்கின்றது. இவை சுயம்புவம், தைவிகம், ஆர்ஷகம், காணபத்தியம், மானுஷம், பாணம் என்பன.

சுயம்புலிங்கம் தானே தோன்றுவது. தொடக்கம் அற்றது. பலவகைப்பட்ட உற்பாதங்களின் விளைவாகச் சிதைவுறினும்

திரும்பவும் பிரதிஷ்டை முதலிய கிரியைகளின்றியே வழிபடத்தக்க பெருமை வாய்ந்தது. பின்னப்படும் பகுதியை வெள்ளி முதலிய உலோகங்களால் நிரவித் தொடர்ந்து பூசிக்கலாம். இந்தியாவில் உள்ள அறுபத்தெட்டுத் திருக்கோவில்களில் இச்சுயம்பு லிங்கங்கள் விளக்குகின்றன.

தைவிகலிங்கம், சுவாலை வடிவானது. கைகளைக் கூட்டிக் கூம்பும் அஞ்சலியை நிகர்க்கும். கணபலிங்கங்கள், கணங்களால் நிறுவப்பட்டவை. அசலலிங்கங்களுட் பெரும்பாலானவை மானுஷலிங்கங்கள். இவை மக்களால் அமைக்கப்பட்டவை.

ஆகமங்கள் விதிக்கும் முறையினுக்கிணங்க உருவாக வேண்டியவை. சதுர வடிவினதான அடிப்பகுதி பிரம பாகம் என்றும், நடுவில் எண்கோண வடிவினதான பகுதி விஷ்ணு பாகம் என்றும், மேலே வட்ட வடிவினதான பகுதி உருத்திர பாகம் என்றும் பெயர் பெறும்.

சர்வதேசிகம், சர்வசமம், வர்த்தமானம், சைவாதிகம், ஸ்வஸ்திகம், திரைராசிகம், ஆட்யம் எனும் இலிங்க வகைகளும் ஆகமங்களில் விரிக்கப்பட்டுள்ளன. நாகரலிங்கம், திராவிடலிங்கம், வேசரலிங்கம் என இலிங்கங்களின் பிரிவுகளை மயமதம் எடுத்துக் கூறுகின்றது.

மானுஷ இலிங்கங்களுள் இன்னும் ஐவகை இலிங்கங்கள் இருக்கின்றன. இவை சஹஸ்ரலிங்கம், தாராலிங்கம், சைவேஷ்ட்ய லிங்கம், முகலிங்கம் என்பன. அஷ்டோத்தரலிங்கம் நூற்றெட்டு சிறு இலிங்கங்களைப் பூசா பாகத்தில் உடையது.

இவ்வாறு ஆயிரம் சிறு இலிங்கங்கள் இருப்பின் அது சஹஸ்ரலிங்கம் எனப்படும். தாராலிங்கம் ஐந்து, ஏழு, ஒன்பது, பன்னிரண்டு, பதினாறு, இருபத்துநான்கு அல்லது இருபத்தெட்டுப் பட்டைகளை உடையது.

முகலிங்கங்கள் முகங்கள் செதுக்கப்பட்டிருப்பன. இம் முகங்கள் ஐந்து. இதன் எண்ணிக்கை வேறுபடலாம். ஒரு வாயில் இருக்கும் கருவறையில் ஒரு முகமுள்ள இலிங்கம் நிறுவப்படும். நான்கு வாயில்கள் இருப்பின் நான்கு முகலிங்கங்களையும் அமைக்கலாம்.

ஐந்தாவது முகத்தை அமைப்பதாயின் அது மேலே இருத்தல் வேண்டும். உச்சியில் இவ்வாறு இருக்கும் முகத்திற்கு ஈசானம் எனப் பெயர் உண்டு. கிழக்கே இருப்பது தத்புருஷம்; அகோரம் தெற்கே உள்ளது; சத்யோஜாதம் மேற்கிலும், வாமதேவம் வடக்கிலும் விளங்குவன.

இலிங்கம் பீடத்தின்மேல் நிறுவப்படும். இப்பீடத்திற்குப் பிண்டிகை என்றும் பெயர் உண்டு. இது சதுர வடிவாகவோ, வட்ட வடிவாகவோ அமையலாம். ஒன்று, இரண்டு அல்லது மூன்று கல் தளங்கள் ஒன்றின் மேலொன்றாயமையும் வகையில் பீடம் உருவாகும். இதில் பல நுணுக்கமான வேலைப்பாடுகள் அமையும்.

எண்ணிறந்த வடிவங்களைக் கொடுத்து உருவாக்கப்படும் பீடங்களும் பல திறந்தன. இப்பீடங்களின் வேலைப்பாடமைந்த பகுதிகள் முறையே உபானம், ஜகதி, குமுதம், பத்மம், கம்பம், கண்டம், பட்டிகை, நிம்னம், கிருதாவரி என்பன.

பூசாபாகத்திலிருந்து இலிங்கத்திற்கு வெளியே நீண்டிருக்கும் பகுதியை நாளம் என்று நூல்கள் சுட்டுவன. இது பீடத்திலிருந்து தொடங்கி வெளியே நீண்டு நிற்கும். அபிடேகிக்கும் நீர் வெளியே செல்வதற்கு இது வழியாய் அமைந்துள்ளது.

இதுவரை அருவுருவத் திருமேனியாகிய இலிங்கத்தைப் பற்றிய விபரங்களைச் சுருக்கிக் கூறினோம். சிவபெருமானின் மூர்த்தி பேதங்கள் அறுபத்திநான்கினுள் முதலிற் கூறப்படுவது இலிங்கம். இதையடுத்துக் கூறப்பட்ட மூர்த்திகள் இலிங்கோற்பவர், முகலிங்கம், சதாசிவம், மகா சதாசிவம், உமாமகேசுவரர், சுகாசனமூர்த்தி, உமேசமூர்த்தி, சோமாஸ் கந்தமூர்த்தி, சந்திரசேகரமூர்த்தி, விருஷபாரூடமூர்த்தி, விருஷாந்திகமூர்த்தி, புஜங்கலளிதமூர்த்தி, புஜங்கத்ராஸமூர்த்தி, சந்தியாநிருத்தமூர்த்தி, சதாநிருத்தமூர்த்தி, சண்டதாண்டவமூர்த்தி, கங்காதரமூர்த்தி, கங்காவிசர்ஜனமூர்த்தி, திரிபுராந்தகமூர்த்தி, கல்யாணசுந்தரமூர்த்தி, அர்த்நாரீசுவரமூர்த்தி, கஜாசுரசம்ஹாரமூர்த்தி, ஜ்வராபக்ன மூர்த்தி, சார்தூலஹரமூர்த்தி, பாசுபதமூர்த்தி, கங்காள மூர்த்தி, கேசவார்த்தமூர்த்தி, பிக்ஷாடனமூர்த்தி, சிம்ஹக்னமூர்த்தி, சண்டேசுவரனானுக்கிரகமூர்த்தி, வியாக்யானதக்ஷிணா மூர்த்தி, யோகதக்ஷிணாமூர்த்தி, வீணாதரதக்ஷிணாமூர்த்தி, காலாந்தகமூர்த்தி, காமாரிகாலதகனமூர்த்தி, வகுளேசுவர மூர்த்தி, பைவரமூர்த்தி, ஆபதுத்தாரணமூர்த்தி, வடுகமூர்த்தி, ஸீக்ஷத்திரபாலமூர்த்தி, வீரபத்திரமூர்த்தி, அகோராஸ்திர மூர்த்தி, தக்ஷயஞ்ஞஹரமூர்த்தி, கிராதமூர்த்தி, குருமூர்த்தி, அஸ்வாரூடமூர்த்தி, கஜாந்திகமூர்த்தி, ஜலந்திரவதமூர்த்தி, ஏகபாததிரிமூர்த்தி, திரிபாததிரிமூர்த்தி, ஏகபாதமூர்த்தி, கௌரிவரப்ரதமூர்த்தி, சக்ரதானஸ்வரூபமூர்த்தி, கௌரீலீலாசமன்விதமூர்த்தி, விஷாபஹரணமூர்த்தி, கருடாந்திக மூர்த்தி, பிரம்மசிரசேதகமூர்த்தி, கூர்மசம்ஹாரமூர்த்தி, மத்ஸ்யாரி, வராஹாரி, பிரார்த்னாமூர்த்தி, ரக்தபிக்ஷாபிரதானமூர்த்தி, சிஷ்யபாவமூர்த்தி, ஆகிய அறுபத்துமூன்றுமாம்.

இவற்றுள் இலிங்கம், இலிங்கோற்பவர், சந்திரசேகரர், சோமாஸ்கந்தர், பைரவர், வீரபத்திரர், நிருத்தமூர்த்தி, தக்ஷிணாமூர்த்தி, பிக்ஷ£டனமூர்த்தி ஆகிய ஒன்பது மூர்த்திகள் இலங்கையிலும், இந்தியாவிலும் உள்ள பெரும்பாலான கோவில்களில் வழிபாட்டிற்காக நிறுவப்பட்டிருக்கக் காண்கின்றோம்.

இவற்றைப் பற்றி மட்டுமே இந்நூலில் கூறுதல் இயலும். ஏனைய மூர்த்திகள் சிற்சில குறிப்பிட்ட இடங்களில் மட்டும் காணப்படுவன. இவை பற்றிக் கூறுவதற்கு விரிவாக எழுதப்படும் நூலே இடந்தரும்.

சதாசிவமூர்த்தி

இந்நூலில் இலிங்கோற்பவர் முதலிய திருவுருவங்களைப் பற்றிக் கூறுவதற்குமுன் சதாசிவமூர்த்தியைப் பற்றிச் சிறிது கூறுவது பொருந்தும். இத் திருவுருவம் பெருந் தத்துவக் கருத்துக்களை அடிப்படையாகக் கொண்டுள்ளது. சைவர்கள் இம்மூர்த்தியை மிகவும் உயரிய நிலையில் வைத்துத் தியானிப்பர்.

சுத்த சைவ தத்துவங்களை நிலைக்களனாகக் கொண்டது சதாசிவ வடிவம். சதாசிவம் உயரிய பரம்பொருள். இதற்குக் கட்புலனாகும் உருவம் இன்று. இந்திரியங்களாற் கிரகிக்க முடியாதது; நுண்ணியது; ஒளிபரப்பி எங்கணும் வியாபித்து நிற்பது; உலகில் உள்ள பொருட்கள் அனைத்துக்கும் இதுவே பிறப்பிடம். எல்லாம் ஈற்றில் இதனுள்ளேயே ஒடுங்கும்.

ஆகமங்கள் தாமும் இதன் முழு இயல்பும் விளக்க முடியாத பெருமையினது. மக்களால் எளிதில் கிரகிக்கப்படாதது. மக்களின் நலன் கருதி இதை நிறுவும்படியும், இதன் புறத்தோற்றம் இவ்வாறு அமையலாம் என்றும் மூல நூல்களிற் கூறப்பட்டுள்ளது.

மகாசதாசிவமூர்த்திக்கு இருபத்தைந்து தலைகளும், ஐம்பது கைகளும் உள்ளன. எவ்வாறாயினும் உயரியதும் நுண்ணியதுமான இயல்புகள் வாய்ந்தமையால் இவ்வுருவத்தைச் சித்திரித்தல் அரிதாகவே, இதை நிறுவி வழிபடும்முறையினை எங்குங் காணமுடியாதிருக்கின்றது.

இலிங்கோற்பவமூர்த்தி

ஒருகால் பிரமனும், மாலும் பெரும் அகந்தையுற்றனர். படைத்தல், காத்தல், ஆகிய இரு தொழில்களையும் முறையே ஆற்றிவரும் இவர்க்கு இறுமாப்பு வருவது இயல்பே. 'தங்கள் இருவருக்குள்ளும் பெரியவன் யாவன்?' என்னும் வினாவுக்கு விடைகாண அவர்களிருவரும் முனைந்தனர்.

தங்களிருவரைக்காட்டில் பெரிதும் உயர்ந்தவன் ஒருவன் ஒப்பாருமிக்காரு மில்லாதவாறு உளன் என்னும் எண்ணமே இவர்க்கு எழவில்லை. பிரமனும் திருமாலும் இது குறித்து வாதித்துத் தம்முட் கலகம் விளைவிக்கத் தொடங்கியதும், அவ்விருவர்கள் நடுவே பேரொளிப்பிழம்பு ஒன்று தோன்றியது. அதன் அடியும் முடியும் கண்ணுக்கெட்டாதவாறு எல்லை மீறி அகன்று மறைந்து நின்றது. அதை ஆராயத் தொடங்கியவர்கள் அதன் அடி முடி காணாதவர்களாய்த் திகைத்துத் தளர்வுற்றனர்.

இவையிரண்டிலொன்றைக் கண்டு முதலிற் திரும்புகின்றவரே மற்றவரைக் காட்டிலும் சிறந்தவர் எனப் பணயம் வைத்துப் புறப்பட்டனர். நான்முகன் அன்ன வடிவு கொண்டு உச்சியைத் தேடி உயரப் பறந்தான். திருமால் அடியினைக் காணும் அவாவுடன் பன்றி வடிவந் தாங்கி அவனியை அகழ்ந்துகொண்டே கீழே சென்றான்.

அடியும் முடியும் காணதவாறு பெரும் உருவாய் அவ்வொளி விளங்குவதைக் கண்டு தொடர்ந்து தேட ஆற்றலற்றாராய்த் திரும்பி வந்தனர். அவர்கள் கர்வம் அடங்கிற்று. சிவபிரான் ஒளிவடிவு நீங்கிஅவர்கள் கண்ணுக்குப் புலனாகி அவர்களுக்குத் திருவருள் நல்கினார்.

புராணங்களில் அடிக்கடி விளக்கிக் கூறப்பட்டுள்ள இச் சம்பவத்தை அடிப்படையாகக் கொண்டது, இலிங்கோற்பவ மூர்த்தியின் அமைப்பு.

இலிங்கோற்பவ உருவம் மிக முக்கியமானது. எல்லாச் சிவாலயங்களிலும் இத்திருவுருவம் நிறுவப்பட்டிருப்பதைக் காண்கின்றோம். கருவறையின் மேற்குப் பக்கத்துச் சுவரில் புறத்தே அமைக்கப்பட்ட மாடத்தில் இவ்விக்கிரகம் நிறுவப்படும். கருவறையை உட்பிரகாரத்தின் வழியே வலம் வரும் வேளை, கோவிலுக்கு மேற்கே (பிற்பக்கத்தில்) வந்ததும் இலிங்கோற்பவ மூர்த்தியைத் தரிசிக்கலாம்.

இலிங்கோற்பவரின் இருமருங்கிலும், பிரமாவையும் விஷ்ணுவையும் கூப்பிய கரங்களுடன் நிறுவுதல் கூறப்பட்டுள்ள தெனினும், ஒரு சில இடங்களில் மட்டுமே இந்நிலை விளங்கக் காண்கின்றோம்.

முதலில் இலிங்கத்தை உருவாக்கிய பின் அதை நான்கு பங்குகளாகப் பிரித்து, மேலே ஒரு பங்கும், கீழே ஒரு பங்கும் நீக்கி நடுவில் இரு பங்குகளை எடுத்துக்கொள்ளல் வேண்டும். இலிங்கத்தின் முற்பக்கத்தில் இவ்விரு பங்குகள் உள்ளடங்கக் கூடியவாறு அண்ட வடிவினதாகக் கீறி வகுத்தல் வேண்டும்.

இதன் மேற்பக்கமும், கீழ்ப்பக்கமும் பிறைபோன்று வளைந்திருத்தல் வேண்டும். இதன் நடுவே சிவனின் உருவம் அமையும். இத்திருவுருவத்திற்கு நான்கு கரங்கள் உண்டு. நெற்றியில் இருந்து முழந்தாள் வரையும் உள்ள பகுதி மட்டுமே வெளியில் தெரியும். முன்னர் விளங்கும் இரு கரங்களும் அபயகரமாகவும், வரதகரமாகவும் அமைவன.

குண்டலம், ஆரம், கேயூரம், முத்துமாலை ஆகிய அணிகலன்கள் திருவுருவத்தை அலங்கரித்தற்குரியன. விக்கிரகத்தில் மூர்த்தியின் வலது பக்கத்தில் மேலே பறக்கும் நிலையில் அன்னமும், இடது பக்கத்தில் கீழே நிலத்துள் அகழ்ந்து தோண்டும் பாவனையில் பன்றியும் சித்திரிக்கப் பெறுவன.

சந்திரசேகரமூர்த்தி

எம்பிரான் பிறைசூடி நிற்கும் நிலையைச் சிறப்பாக உணர்த்த இவ்வுருவம் உருவாகின்றது. இறைவன் சூடிய பல பொருட்களுள் தலைசிறந்தது பிறை.

சிவபெருமானிடத்திற் கோபங்கொண்ட தாருகாவன ரிஷிகள் அபிசார வேள்வி நிகழ்த்திப் பல பொருட்களைத் தோற்றுவித்தனர். பாம்புகள், மான், அபஸ்மார புருஷன் (முயலகன்), மழு, மாடு, புலி, சிங்கம் முதலிய பொருட்கள் வரிசையாக வேள்வித்தீயில் தோன்றின.

தோற்றிய இப்பொருட்களையெல்லாம் ஒவ்வொன்றாகச் சிவனைத் தாக்கி அழிவு விளைவிக்கும் வண்ணம் ஏவினர். இறைவன் இவர்களிவ்வாறேவிய மழுவையும், மானையும் ஏற்று இரு கரங்களிலும் அழகு பொலியத் தாங்கி நின்றார். பாம்புகள் இவர்க்கு அணிகலன்களாயின.

அபஸ்மார புருஷனைக் காலின்கீழ் கிடத்தி அவன் மேலிவர்ந்தார். யானையையுஞ் சிங்கத்தையுங் கொன்று அவற்றின் தோலையுரித்து ஆடைகளாய்ப் புனைந்தார். மண்டையோடும் பிறைச்சந்திரனும் தலையணிகளாயின. சுப்பிரபேத ஆகமம் இவ்வரலாறு கூறும்.

கந்தபுராணம் இறைவன் பிறைசூடிய சம்பவத்தை இன்னொரு வகையாகக் கூறுகின்றது. தக்கனின் இருபத்தேழு புதல்வியரை விவாகஞ் செய்த சந்திரன், உரோகிணியிடம் தனியன்பு செலுத்தினான். தக்கன் தம் புதல்வியர் அனைவரிடமும் பாகுபாடின்றி ஒரே தன்மைத்தாய்ப் பழகும்படி பலமுறை பணித்தும் சந்திரன் செவிசாய்த்திலன். இதனால் அவன் மிகவும் வெகுண்டு, தேய்ந்து அழிந்துபோகும்படி சந்திரனைச்

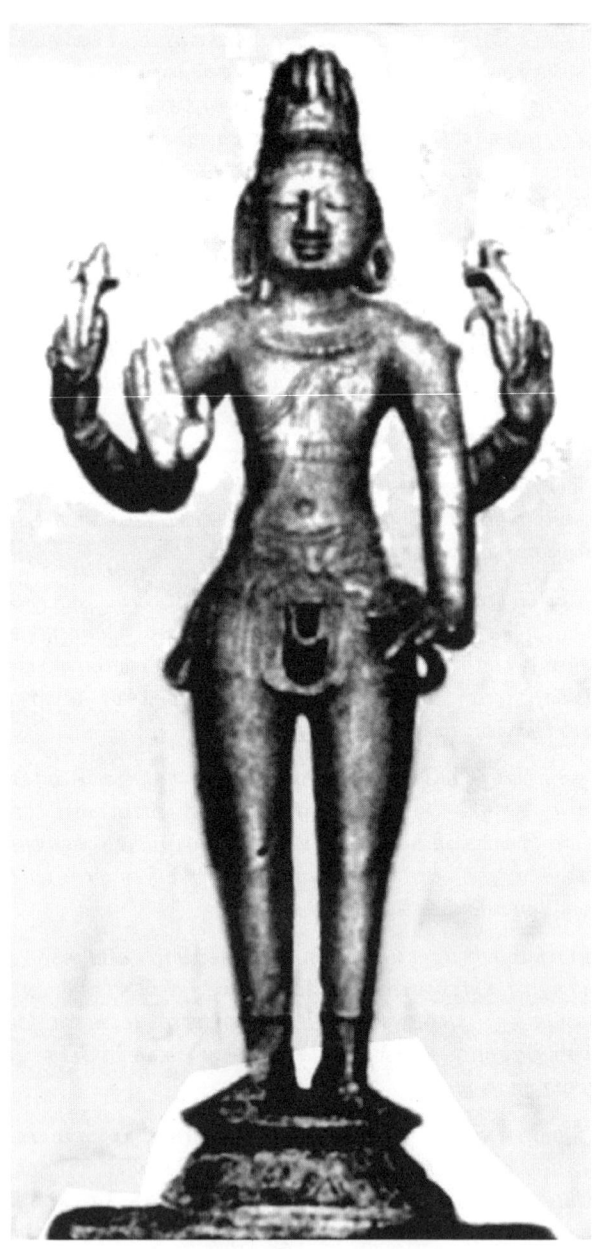

சந்திரசேகரமூர்த்தி
(கேவலத் தோற்றம்)

சந்திரசேகரமூர்த்தி
(உமாசகிதத் தோற்றம்)
(சமபங்கம்)

சந்திரசேகரமூர்த்தி
(ஆலிங்கனத் தோற்றம்)

சந்திரசேகரமூர்த்தி
(பாணிக்கிரண தோற்றம்)

சபித்தான். தேய்ந்து மறைந்துகொண்டே வருஞ் சந்திரன் தன் பதினைந்து கலைகளையுமிழந்து தனிக் கலையுடன் ஓடோடியுஞ் சென்று இறைவனிடம் சரண்புகுந்தான். அரனும் அவனுக்கு அபயமளித்துத் தன் தலையில் புகலிடமளித்துத் தம் தலையணியாகக் கொண்டான்.

மேலும் தேய்ந்தொழியத் தக்கனிட்ட சாபத்தைத் திரும்பத் திரும்பத் தேய்ந்து வளரும்படி சிறிது வேறுபடுத்திச் சாபவிமோசனம் கொடுத்தார். இறைவன் இவ்வொற்றைக் கலைப்பிறையைச் சூடிய சம்பவத்தை நாம் தரிசிக்குந்தோறும் நினைவுறுத்துவது பிறைசூடி விளங்கும் இவ்வுருவம்.

சந்திரசேகரமூர்த்தியின் தோற்றங்கள் மூன்றுவகைப்படும். இவை கேவலமூர்த்தி, உமாசகிதமூர்த்தி, ஆலிங்கனமூர்த்தி என்பன. இம்மூன்று நிலைகளில் சந்திரசேகரரைத் தென்னிந்தியத் திருக்கோவில்களில் அங்கங்கே நிறுவியிருக்கக் காண்கின்றோம். ஆகமங்கள் இவற்றின் இயல்பு கூறும்.

நான்கு திருக்கரங்களுடன் விளங்கும் கேவலமூர்த்தியின் முன் வலக்கை அபய முத்திரையையும், முன் இடக்கை வரத முத்திரையையும் காட்டி நிற்கும். மற்றைய வலக்கையில் மழுவும், இடக்கையில் மானும் விளங்குவன.

இம் மூர்த்தியில் வளைவு சிறிதளவுமின்றி உடல் சமநிலையில் அமையும். இந்நிலையைச் சிற்ப நூல்கள் சமபங்கம் எனக் கூறும். சடாமுடியாகப் புனைந்த தலைக்கோலம் உருவிற்குத் தனியழகு கொடுக்கும்.

இம்முடியில் பிறைச்சந்திரன் கவிந்துதுலங்குவான். இவனை முக்கண்ணனாகவும், அழகு பொலியும் முகத்தினனாகவும், ஆபரணங்களையும் பீதாம்பரத்தையும் தரித்து நிற்பவனாகவும் சித்திரித்தல் வேண்டும்.

இவன் நிற்கும் சமபங்க நிலை இராசத குணம் நிறைந்து நிற்றலைக்காட்டும். மான் மழுவேந்தி நிற்கும் கரங்கள் கர்த்தரி ஹஸ்தமாக அமைதல் வேண்டும். இவன் கையில் ஏந்தி நிற்கும் மான் இவனை நோக்கியவாறாகவோ அல்லது எதிர்ப்புறம் நோக்கியவாறாகவோ அமையலாம். சடையாலமையும் மகுடத்தின் வலப்பக்கத்தில் பிறைச்சந்திரன் இடம்பெறுதல் வேண்டும். சடையின் வலப்பக்கத்தில் அமைக்கும் மரபும் உண்டும்.

முன் பக்கம் உள்ள வலது கை சிம்ஹகர்ணமாகவோ, கடக ஹஸ்தமாகவோ, கட்யவலம்பித ஹஸ்தமாகவோ அமையலாம். கர்த்தரி ஹஸ்தமாக விளங்கும் பின்னங்கைகள் இரண்டும் ஹிக்கா சூத்திரத்திற்கு அப்பால் மீறக்கூடாது. மான் சிவனை நோக்கியோ, எதிர்ப்புறமாகவோ அமையினும், மழு எதிர்ப்புறம் திரும்பியவாறே அமைவது அவசியம்.

உருவத்தின் இடது காதில் இரத்தின குண்டலம், சங்கபத்திரம் அல்லது பத்மபத்திரம் விளங்குதல் வேண்டும். வலது காதில் மகரகுண்டலம், சிம்ஹ குண்டலம் அல்லது பத்ரகுண்டலம் விளங்கலாம். சடை பின்னால் காதுவரை தொங்கலாம். இது இரு மருங்கிலும் தோள்வரை தாழ்ந்தும் அமையலாம்.

முத்துமாலை, இரத்தினமாலை, பதக்கம், பூணூல், சன்ன வீரம், உதர பந்தனம், கேயூரம், கடகம் முதலியன இத் திருவுருவில் விளங்க வேண்டிய அணிகலன்கள். சந்திரசேகரரை பத்மபீடத்தில் நிற்கும் நிலையில் அமைத்தல் வேண்டும்.

இதே முறையினுக்கமைய தனிப் பீடத்திலோ அல்லது ஒரே பீடத்திலோ உமையுடன் நிறுவப்படும்பொழுது இம் மூர்த்திக்கு உமா சகித மூர்த்தி என்னும் பெயர் ஏற்படுகின்றது.

தேவியை இரு கரத்தினால் ஆலிங்கனம் செய்த நிலையில் உருவாகும் பொழுது இது ஆலிங்கனமூர்த்தி எனப்படுகின்றது. இடது பக்கத்தில் நிற்கும் தேவியின் இடது ஸ்தனத்திற்குக் கீழ்

கையை அணைத்துத் தழுவி நிற்கும் நிலை இம்மூர்த்தியின் நிலை. இல்லாவிடில் பார்சுவ சூத்திரத்திற்கு வெளியே தேவியின் இடது கரத்தில் இறைவனின் வலக்கரம் கிரகிக்கப்பட்டவாறு பொருந்த விளங்குமாறும் இந்நிலை அமையலாம். இன்றேல், தேவியின் வலது கை இறைவனைத் தழுவிய நிலையில் இவ்வுருவை அமைக்கலாம்.

இவ்வாறமையும் பொழுது சிவனின் இடைக்குச் சிறிது மேலே அவனின் வலப்பக்கத்தில் தேவியின் கை பொருந்தும். இந்நிலையில் தேவியின் இடது கையில் தாமரை மலர் விளங்கும். இதை மேல் வருமாறு இன்னொரு வகையாகவும் உருவாக்கலாம்.

சிவனதும், உமையதும் இடக்கரமும் வலக்கரமும் முறையே ஒருவரையொருவர் தழுவும் வகையது. இவ்வாறு ஆலிங்கன மூர்த்தியும் மூவகையாய் அமையலாம்.

தேவியுடன் கூடி நிற்பினும், தனியே நிற்பினும் சந்திரசேகர மூர்த்தி பிரபா மண்டலத்துடன் விளங்குதல் அவசியம். இம்மூர்த்தி நின்ற நிலையிலேயே உருவம் பெறும். மூவகையாகக் கூறப்பட்ட சந்திரசேகரமூர்த்தியின் இரண்டாவது வகையான உமாசகித நிலையிலேயே இந்தியாவிலும், இலங்கையிலும் இம்மூர்த்தி நிறுவியிருக்கக் காண்கின்றோம்.

சோமாஸ்கந்தமூர்த்தி

உமையுடனும், கந்தனுடனும் ஒருங்கு வீற்றிருக்கும் இம்மூர்த்தி சோமாஸ்கந்தமூர்த்தி எனப்படும். இம்மூர்த்தி இறைவன் பெருந்தத்துவங்களை அடிப்படையாகக் கொண்டு தோற்றம் பெறும் பெரும் நிலையினையே சுட்டுகின்றது.

மூர்த்தியின் வலது புறத்திலும் இடது புறத்திலும் இரு சக்திகள் இடம்பெறுவர். இடது புறத்தில் இருக்கும் சக்திக்கும் இறைவனுக்கும் நடுவில் கந்தன் நிற்பன். சோமாஸ்கந்த மூர்த்தியின் நிலை இச்சாசக்தியையும், கிரியா சக்தியையும், ஞானசக்தியாகிய கந்தனையும் செயற்படுத்தி பஞ்ச கிருத்தியங்களையும் லீலையாகப் புரிந்து நிற்கும் நிலை.

இது சிவனது மூர்த்தி பேதங்களுள் மிக முக்கியத்துவம் பெற்றது. இம்மூர்த்தியைத் தேர்த்திருவிழா போன்ற மிக மிக முக்கியமான தினங்களில் மட்டுமே திருவுலாக்கொண்டு எழுந்தருளச் செய்வர்.

இங்கு சிவன் சுகாசன மூர்த்தியாக விளங்குவர். இது சுகமாக வீற்றிருக்கும் நிலை. இறைவன் முக்கண்ணனாகக் காட்சியளிப்பன். அவன் அமர்ந்திருக்கும் ஆசனம் பத்ரபீடம்

சோமாஸ்கந்தமூர்த்தி

எனப்படும். இடதுகால் மடிந்து முழந்தாள்வரை நீண்டு ஆசனத்தில் கிடக்கும். வலதுகால் ஆசனத்தின் கீழ் தொங்கியபடி இருக்கும்.

இவன் புலித்தோலாடையை உடுத்து நிற்பன். பின் உள்ள வலது கையில் பரசு விளங்கும். பின் உள்ள இடது கையில் இருப்பது மான். மற்றைய வலது கை அபயகரமாகவும், நான்காவது கை வரதகரமாகவும் இருக்கும். நாலாவது கையை சிம்ஹகர்ண ஹஸ்தமாக அமைப்பதும் உண்டு.

வலது காதில் மகரகுண்டலமாவது, சிம்ஹகுண்டலமாவது தொங்கும். இடது காதில் விளங்குவது பத்ரகுண்டலம். தலை சடாமகுடம் புனைந்த கோலத்தினால் அழகுற்று விளங்கும். தலையின் பின்னே சிகாசக்கிரம் உண்டு.

ஊமத்தம் மலரும் பிறையும் சடையிற் சூட்டப்படுவன. பாம்பு வடிவான கங்கணங்கள் கைகளை அழகு செய்வன. உபவீதம் மார்பில் விளங்கும். உத்தரியம் இடுப்பிற் கட்டப்பட்டு இரு மருங்கிலும் வால்போல் நீண்டு தொங்கி நிற்கும்.

கா. கைலாசநாதக் குருக்கள்

பைரவமூர்த்தி

உமை சிவனுக்கு இடது பக்கத்தில் வீற்றிருப்பள். இவளது வலக்கரம் தாமரையை ஏந்தும். இடது கை சிம்ஹகர்ண ஹஸ்தமாகவோ அல்லது ஆசனத்தைத் தொட்டவாறோ இருக்கலாம். தலை கரண்ட மகுடம் புனைந்த நிலையில் விளங்கும். இடது கால் கீழே தொங்க, வலது கால் மடித்தவாறு ஆசனத்தில் பொருந்திக் கிடக்கும்.

தேவியின் வலது கை உற்பவத்தைத் தாங்கியும், இடது கை வரதகரமாகவும் இருக்கலாம். அமர்ந்த நிலையில் விளங்குந் தேவியின் விக்கிரகம் சிவனது தோளளவிற்கு உயர்ந்து இருத்தல் வேண்டும். இரு விக்கிரகங்களும் ஒரே பிரபா மண்டலத்துள் அமைதல் அவசியம்.

கந்தனின் உருவம் அம்மையினதும் அப்பனதும் உருவங்களின் நடுவில் அமையும். இவ்வுருவம் நின்ற நிலையிலாவது, அமர்ந்த நிலையிலாவது இருக்கலாம் என விதி இருப்பினும், பெரும்பாலும் நின்ற நிலையிலேயே விக்கிரகங்கள் வழக்கிற்காணப்படுகின்றன.

கந்தன் விக்கிரகம் உமை மடிமீது அமர்ந்திருப்பதாகவும் சித்திரிக்கலாம் எனவும் விதி உளது. நின்ற நிலையில் கந்தன் கூத்தாடும் பாவனையில் அமைக்கப்படுவன். ஒரு முகமும் இரு கண்களும், இரு கரங்களும், கரண்ட மகுடமும், மகர குண்டலமும் இவன் அழகைப் பெருக்குவன. சன்ன வீரமும், அரைச் சலங்கையும் இடையை அழகு செய்வன.

கைகளில் காப்பு அணிவதுடன், வலது கரத்தில் தாமரையேந்தி நிற்பன். இடது கரம் தொங்கி நிற்கும். இடது கை வரதமாகவோ, சிம்ஹகர்ணமாகவோ இருக்கலாம். வலது கையில் புத்தகம் ஏந்தி நிற்கும் முறையும் உண்டு. இது இவன் ஞானசக்தி என்பதைக் குறிப்பாயுணர்த்துமல்லவா?

இரு கரங்களிலும் தாமரை மலர் ஏந்திக் கூத்தாடி நிற்கும் நிலையிலே இம்மூர்த்தி நிறுவப்பட்டிருப்பதைப் பெரும்பாலும் காண்கின்றோம். கந்தனின் உயரம் சிவனது உயரத்தில் பத்திலொன்றுக்குக் குறையாமலும், பத்தில் நான்கு பங்குக்கு மேற்படாதவாறும் இருத்தல் அவசியம். சோமாஸ்கந்தமூர்த்தியின் இரு மருங்கிலும் பிரமாவையும், விஷ்ணுவையும் நிறுவும்படி காரணாகமம் விதிக்கின்றது.

தாமிர விக்கிரகமாக அமைந்து மிக மிக முக்கியமான நாட்களில் திருவுலாவருள வேண்டிய இவ்வுருவை சிலா விக்கிரகமாக அமைத்தும் வழிபடும் வழமை ஒரு சில இடங்களில் இருக்கின்றது. திருமழபாடியில் உள்ள திருத்தலத்தில் சிலா விக்கிரகத்தைக் காணலாம்.

பைரவமூர்த்தி

இது பெரும் பயங்கரமான தோற்றம் வாய்ந்த உருவம் என்பதைப் பெயரே குறிப்பிடுகின்றது. கருணை வடிவான இறைவன் பயங்கரமான கோலம் கொண்ட தருணங்களும் இருக்கின்றன. பிரமனை ஒறுக்கும் வேளை தோற்றிய தோற்றமே இது.

பிரமன் ஐந்து முகங்களுடன் விளங்கிய காலத்தில், பரமன் போன்று தானும் ஒரே தோற்றத்தினன் எனத் தன்னை அவனுடன் சமநிலையில் வைத்து இறுமாந்தனன். இவனது இறுமாப்பை அடக்க, சிவன் உக்கிர தோற்றங்கொண்டு தன் நகத்தினால் உச்சியில் உள்ள தலையினைக் கொய்த பொழுது பிரமன் நான்முகனாயினான்.

பிரம்மனின் மண்டையோட்டை ஏந்திநிற்கும் இவனுக்கு இதனால் கபாலி என்னுஞ் சிறப்புப் பெயர் உண்டாயிற்று. இறைவன் பிரமனிடம் கோபங்கொண்ட பொழுது அவன் தலையினைக் கொய்யும் வண்ணம் பைரவரைப் பணித்ததான வரலாறும் உண்டு. பைரவரையும், வீரபத்திரரையும் சிவனின் மூர்த்தி பேதங்களாக நூல்கள் கூறுவன. எனினும், இவ்விருவரையும் இறைவனது மைந்தர்களாகக் கொள்ளும் மரபும் நிலவுகின்றது.

பெருந்தொந்தி, உருண்ட கண்கள், இரு கடைவாய்களிலும் கோரப்பற்கள், அகன்ற மூக்குத் துவாரங்கள், கபால மாலை, பாம்பினாலான அணிகலன்கள், யானைத்தோலாடை ஆகியன பைரவமூர்த்தியில் நாம் காணும் சிறந்த அம்சங்கள். ஆடையெதுவுமற்ற நிலையிலேயே இவர் பெரும்பாலும் சித்திரிக்கப்படுவர்.

அறுபத்து நான்கு வேறுபட்ட நிலைகளில் பைரவரை உருவாக்குவார்கள். இவ்வறுபத்துநான்கு வேறுபாடுகளும் பைரவரின் எட்டு அடிப்படையான தோற்றங்களின் விரிவு. இவ்வெட்டுவகை மூல பைரவர்கள் அசிதாங்க பைரவர், ருரு பைரவர், சண்டை பைரவர், குரோத பைரவர், உன்மத்த பைரவர், கபாலபைரவர், பீஷண பைரவர், சம்ஹார பைரவர் என்பவர்களாம்.

வடுக பைரவர், ஸ்வர்ணாகர்ஷண பைரவர் என இரு நிலைகளும் உண்டு. வடுக பைரவர் எட்டுக் கையினர். மாம்சம், அபயம், கட்வாங்கம், பாசம், சூலம், டமரு, கபாலம், பாம்பு ஆகியவற்றை இவரது எட்டுக் கரங்களிலும் காணலாம். இவரின் பக்கத்தில் நாய் இடம்பெறும். ஸ்வர்ணாகர்ஷண பைரவரை

மஞ்சள் உடலினராயும், முக்கண்ணினராயும், நான்கு கரங்களுடனும் நிறுவி வழிபடுவர்.

வீரபத்திரமூர்த்தி

தக்கன், வேள்வி ஒன்று வேட்டான். அதற்குத் தேவர்கள் அனைவரையும் அழைத்தான். சிவனுக்கு மட்டும் அழைப்பு இல்லை. சிவனுக்கு அவி கொடாது அவமதிக்கும் தனி நோக்குடன், இவ்யாகம் தொடங்கப்பட்டது. சிவன் தடுத்ததையும் பொருட்படுத்தாது, தேவி வேள்வி நிகழும் இடத்திற்கு விரைந்தாள். தக்கன் இறைவனை நிந்தித்ததைத் தானே கண்டாள். அதைத் தடுக்கும்படி அவள் வேண்டியது பயனற்றதாயிற்று.

தக்கன் புதல்வி என்னும் வடு தன்னை இழிவுபடுத்தா திருக்கும் வண்ணம், யோகாக்கினியால் தன்னுடல் நீத்து, தாட்சாயணி என்னும் நிலையினின்றும் நீங்கி, பர்வதராசனின் புதல்வியாய் அவதரித்துப் பார்வதியானாள்.

இறைவியின் நிலைபற்றி அறிந்த இறைவன் கோபங்கொண்டு வீரபத்திரமூர்த்தியாகி, யாகம் நடக்குமிடத்தையடைந்து தனக்குரிய அவியைத் தரும்படி பணித்தனன். அங்கு அவர்கள் மறுக்கவே யாகத்தை அழித்துத் தக்கன் தலையைக் கொய்து வேள்வித் தீயில் இட்டனன். ஈற்றில், அங்கு கிடந்த ஆட்டுத் தலையினைத் தக்கனுடலில் பொருத்தி அவனை உயிர்ப்பித்தான்.

இறைவனுக்கு யாகத்தில் அவிபெறும் உரிமை இங்கு நிலைநாட்டப் பட்டது. இச்சம்பவம் நிகழ்ந்தவேளை, வீரபத்திர ரூபங்கொண்ட நிலையில் இறைவன் சித்திரிக்கப்பட்டிருப்பதைக் கோவில்களில் நிறுவப்பட்டுள்ள வீரபத்திரமூர்த்தி குறிக்கும். தக்கன் வேள்வி நிகழ்த்தும் முறையினைக் கண்ட பரமன் வெகுண்டு தன் பக்கலில் நின்ற வீரபத்திரரிடம் அவன் வேள்வியை அழித்து வருமாறு ஏவினதாயும் வரலாறு உண்டு. பைரவரைப் போன்று வீரபத்திரரையும் சிவனின் மைந்தனாகக் கருதும் வழக்கும் உண்டென்பது முன்னரே கூறப்பட்டது.

வீரபத்திரமூர்த்தியை நான்கு திருக்கரங்களுடன் உருவாக்குவார்கள். மூன்று கண்கள் நெற்றியில் விளங்குவன. தலையைச் சுற்றி அக்கினிச் சுவாலை வீசியவாறு ஒளிபரப்பிப் பரந்து கிடக்கும். தலைமயிர் அமைந்திருக்கும் நிலையும் பயங்கரத்தை மேலும் அதிகரிக்கும். பளபளக்கும் பற்களும் அவ்வாறே. மணிகள், மண்டை ஓடுகள், நண்டை நிகர்க்கும் அணிகலன்கள், பாம்பினாலமைந்த பூணூல், சதங்கை முதலியவையும் பயமூட்டுவனவே. தொடைவரையுள்ள காற்சட்டையே இம்மூர்த்தியினது ஆடை. இது ஊருக்கஞ்சுகம்

கா. கைலாசநாதக் குருக்கள்

எனப்படும். இறைவன் இந்நிலையில் கட்கம், கேடம், பிண்டி, கபாலம் ஆகிய நான்கினையும் ஏந்தி நிற்பன்.

பறியலூரில் உள்ள திருத்தலத்தில் தக்கன் வேள்வியை அழித்த சம்பவம் ஆண்டுதோறும் நினைவுகூரப்படுகின்றது. திருவெண்காட்டிலுள்ள கோவிலில் நிறுவப்பட்டுள்ள வீரபத்திரமூர்த்தியின் உருவம் பிரசித்திபெற்றது.

ஸ்ரீ தத்துவநிதி என்னுஞ் சிற்ப நூல் நான்கு கைகளும், மூன்று கண்களும், பயங்கரமான கோரப் பற்களும் உடைய உருவத்தைக் குறிப்பிடுகின்றது. இடது கைகளில் வில்லுங் கதையும் விளங்குவன. வலது கைகளில் கத்தியும், பாணமும் இருப்பன. கபாலமாலை கழுத்தை அலங்கரிக்கும். காலில் மிதியடிகள் பூண்ட நிலை இங்கு காட்டப்படும். பக்கத்தில் பத்திரகாளியை நிறுவுதல் வேண்டும். ஆட்டுத்தலை தாங்கிக் கூப்பிய கரத்துடன் தக்கனும் பக்கலில் இடம்பெறுவன்.

நெருப்பு வீசுஞ் சடையும் முக்கண்ணும், வக்கிர தந்தமும், மணி கலந்த கபால மாலையும், பாம்பாலான பூணூலும், கட்கம், கேடகம், பாணம், வில்லு தாங்கிய நான்கு கரங்களும், கணைக் காலில் கிண்கிணியும், காலில் மிதியடியும் முழந்தாள்வரை காற்சட்டையும் கொண்டு பயங்கரம் விளைவிக்கும் தோற்றத்துடன் வீரபத்திரமூர்த்தியை உருவாக்கும் வண்ணம் காரணாகமம் கூறுகின்றது.

பிக்ஷாடனமூர்த்தி

பிச்சைக்காரனாக வேடந்தாங்கி இறைவன் திகம்பரனாய்த் தாருகாவனத்துள் நுழைந்தான். மீமாம்சக மதத்தினரான இருடிகள் வேள்வியையே கதியாகக் கொண்டவர்கள். பரமனை மதிக்காதவர்கள். இவர்கள் இறுமாப்பை அடக்கவே இறைவன் இக்கோலத்தில் அங்கு எழுந்தருளியது.

தாருகாவனத்தில் பிச்சைக்காரனாய்த் திரிந்த இந்நிலையில் உருவாக்கப்பட்ட கோலமே பிக்ஷாடனமூர்த்தியின் கோலம். இவ்வடிவில் எழுந்தருளிய இறைவன் பெருமையினை அறியாராய் அவர்கள் அபிசார வேள்வித்தீயில் இருந்து பல பொருளைத் தோற்றுவித்து இறைவனை மாய்க்க ஏவிய வரலாறு முன்னர் கூறப்பட்டது. இருடிகள் ஈற்றில் இறைவன் பெருமையையும் தமது தவறையும் உணர்ந்து இலிங்கம் நிறுவி இறைவனைப் பூசித்தனர்.

பாம்புகளை அணிந்து கரங்களில் கோடரியையும் சூலத்தையுந் தாங்கி நிற்கும் நிலையில் இவ்வுருவம் அமைதல்

வேண்டும். பக்கங்களில் மானும், அபஸ்மார புருஷனும் காணப்படுவன. காரணாகமத்தின்படி மூன்று கண்களும், நான்கு கரங்களும், சாந்தமான முகமும், செம்பட்டை மயிரும், நன்கு திரண்ட உடற்கட்டும் தோற்றத்தை வளம்பெறச் செய்வன. காதிற் குண்டலங்கள் விளங்கும். பாம்பு பூணூலாக அமையும்.

பாம்பையே அரைஞாணாகவும் இவர் அணிந்து நிற்பர். கால்களில் காலணிகள் உண்டு. ஒரு கையில் உடுக்கையும், மற்றதில் புல்லும், சூலமும் கபாலமும் ஏனைய இரு கரங்களிலும் விளங்கும். கையில் ஏந்தி நிற்கும் புல்லை வாயாற் பெறும் நிலையில் மான் அருகில் நிற்றல் வேண்டும். எனவே இது தலையை உயர்த்தியவாறு அமைக்கப்படும். திகம்பர வடிவில் பிக்ஷாடனமூர்த்தி பத்மாசனத்தின் மீது இவ்வாறு தோற்றுவர்.

தக்ஷிணாமூர்த்தி

இறைவனைப் பல நிலைகளில் வைத்து வணங்குஞ் சிறப்பு வாய்ந்தது சைவம். அவன் தந்தையும் தாயும் ஆவன்; ஒப்பரிய மாமனும் மாமியாகவும் விளங்குபவன்; அவன் குருவாகவும் திகழ்கின்றான். சச்சிதானந்தனான அவன் ஞானவடிவினனாய் நின்று அறிவு பரப்பும் குருவாக விளங்குவதை எடுத்துக்காட்டுவது அவனது மூர்த்தி பேதங்களிலொன்று.

தக்ஷிணாமூர்த்தியின் திருவுருவம் கருவறையின் தெற்குப் பக்கத்தே வெளிச்சுவரில் அமைந்த மாடத்தில் தெற்குமுகமாக விளங்கும்படி நிறுவப்பட்டிருப்பதைக் கருவறையை அடுத்துள்ள உட்பிரகாரத்தால் வலம் வரும்பொழுது காணலாம்.

தக்ஷிணாமூர்த்தி வீற்றிருக்கும் நிலை அவர் குருவாய் விளங்குவதை நாமே அறிந்துகொள்ளும் வண்ணஞ் சுட்டுகின்றது. இவர் அறிவுறுத்துவது பல்வகை நுண்ணறிவு. இவ்வறிவு தாம் அறுபத்துநான்கு கலைகளாக விரிந்துள்ளது.

இவற்றுட் சிறப்பாகக் குறிப்பிட்டுக் கூறவேண்டியது யோகம், சங்கீதம் என்னும் இரு பெருங்கலைகள். யோக நெறி நின்றும், சங்கீத சாதனையால் நாதோபாசனை மேற்கொண்டும் இறைவனுடன் சாலோகாதி உயர்நிலை பெற்றவர்கள் பலர் என்பது நாமறிந்ததே. கலைகளைப் பயிலும் தொடக்க நிலையில் இம்மூர்த்தியை உபாசிப்பர்.

யோகம் புகட்டுபவராயும், வீணை மீட்டும் நுண்கலை பயிற்றுபவராயும், ஞானம் பிறப்பிப்பவராயும், சாத்திரங்களை அறிவுறுத்துபவராகவும் இம்மூர்த்தி சித்திரிக்கப்படுவர். இக் காரணம் பற்றியே இம் மூர்த்தியின் நான்கு பெரும் பேதங்களைக் காண்கின்றோம்.

பிக்ஷாடனமூர்த்தி

தக்ஷிணாமூர்த்தி

யோக தக்ஷிணாமூர்த்தி, வீணா தக்ஷிணாமூர்த்தி, ஞானதட்சிணாமூர்த்தி, வியாக்கியான தட்சிணாமூர்த்தி என்பவையே இப்பேதங்கள். இறுதியிற் கூறப்படும் வியாக்கியான தக்ஷிணாமூர்த்தியே கோவில்களில் பெரும்பாலும் நிறுவப்பட்டிருக்கக் காண்கின்றோம். சில விஷ்ணு கோவில்களிலுங்கூட தக்ஷிணாமூர்த்தி இடம்பெறுவதுண்டு.

தக்ஷிணாமூர்த்தியின் பலவகைப்பட்ட உருவங்கள் மேல் வரும் இலக்கணங்களுக்கமைய அமைக்கப்பெறும்.

வியாக்கியான தக்ஷிணாமூர்த்தி இமயமலையில் கல்லால மரத்தின் கீழ் புலித்தோலால் மூடப்பட்ட இருக்கையின்மீது அமர்ந்த பாவனையில் தோற்றம்பெறுவர். இவரைப் பத்மாசனத்தில் வீற்றிருப்பதாகச் சித்திரிப்பதுமுண்டு. வலது கால் கீழே தொங்கும். இடது கால் மடிந்து வலது தொடையின்மீது பொருந்தும் வண்ணம் வைக்கப்படும். இவ்வாசனத்திற்கு வீராசனம் என்று பெயர். கீழே தொங்குங்கால் அபஸ்மார புருஷனின் உடம்பை மிதித்தவாறு இருத்தலும் உண்டு.

மூன்று கண்களும், நான்கு கைகளும் இவ்வுருவத்தின் அம்சங்கள். முன் உள்ள வலக்கை ஞான முத்திரையைக் காட்டி நிற்கும். இம் முத்திரைக்குச் சின்முத்திரை என்ற பெயரும் உண்டு. சந்தர்சன (சம்தம்ச) முத்திரை என்னும் இன்னொரு பெயரையுஞ் சில நூல்கள் வழங்குகின்றன. இடது பக்கத்தில் உள்ள முன்கை வரதகரமாய் இருக்கும். அல்லது தண்டஹஸ்தமாக நீட்டித் தொங்கவிட்டவாறும் அமையும்.

இவ்வாறாயின் தொங்கு கரத்தின் முழங்கை முழந்தாளில் பதியும். இவ்விரு கைகளினது பின்பக்கங்களே முழந்தாளைத் தொடுவன. பின் பக்கலில் உள்ள வலது கை அக்ஷமாலையையும், இடதுகை அக்கினியையோ அன்றிச் சர்ப்பத்தையோ தாங்கி நிற்கும். உடம்பு வளைவு சிறிதுமின்றியிருக்கும். உடல் நேரே நிமிர்ந்து இருப்பது அவசியம். குருவாய் எழுந்தருளும் இம் மூர்த்தியின் பெருஞ் சக்தியைக் குறிப்பதாகவும், ஆழ்ந்த கருத்துக்கள் செறிந்த அறிவுரை நல்கும் நல்லாசிரியரின் நேரான நிலையைக் காட்டுவதாயும் இதன் அமைப்பு விளங்கும்.

தலையில் சடை பல கோலங்களில் புனையப்பெற்றிருக்கும். இது சடாபந்தமாகவோ, சடாபாரமாகவோ, சடாமண்டலமாகவோ, சடாமகுடமாகவோ அமையலாம். சடையில் ஊமத்தம்பூ விளங்கும். தலையின்மீது இடப்பக்கத்தில் பாம்பு, சிறுமணி முதலியன இடம்பெறும். வலப்பக்கத்தில் அமைவன கபாலமும்

பிறையும் . தலை நடுவில் கங்கை தோற்றமளிப்பள். இம்மூர்த்திக்கு உரிய நிறம் பளிங்கு நிறமாம்.

முகத்திற் சலனக்குறி சிறிதும் தென்படுதல் கூடாது. கண்கள் மூக்கு நுனியிற் பதிந்தவாறு பார்வை அமைதல் வேண்டும். பார்வை கட்டை விரலிற் பொருந்தியவாறு, இவ்வுருவத்தைச் சித்திரிக்கும்படி காரணாகமம் விதிக்கின்றது. தர்ம உபதேசஞ் செய்யும் மூர்த்தி அநுக்கிரகம் பெரிதும் வழங்கும் சிறப்பியல்பினது எனக் கருதப்படுவது.

இக் குருமூர்த்தியைச் சுற்றிலும் சாத்திரங்களை ஓத அவாவிச் சூழ்ந்து நிற்கும் இருஷிகள் இடம்பெறுவர். இவர்கள் நாரதர், ஜமதக்கினி, வசிட்டர், பிருகு, பரத்வாசர், சனகர், அகத்தியர் ஆவர் என்கின்றது அம்சுமத்பேத ஆகமம். இவர்களை எழுவராகக் குறிப்பிடினும் இவர்களுள் அகத்தியர், புலத்தியர், விசுவாமித்திரர், அங்கிரசர் என்னும் நால்வரை மட்டிலும் குறிப்பிடுகின்றது காரணாகமம்.

ஞான தக்ஷிணாமூர்த்தியும், வியாக்கியான தக்ஷிணாமூர்த்தி யும் பெருமளவில் ஒரே தோற்றம் பெற்றவர்களே. சிவனுடைய நிலை ஒரே தன்மைத்தெனினும் வலது பின் கையில் அக்கமாலையும், இடது பின் கையில் உற்பலமும் உண்டு. முன் வலக்கை ஞான முத்திரை; முன் இடக்கை அபயகரமாகவாவது தண்டகரமாகவாவது அமையலாம்.

யோக தக்ஷிணாமூர்த்தி மூன்று வகையாக உருவாக்கப்படும். இருகால்களையும் மடித்து ஸ்வஸ்திகாசனமாக இம்மூர்த்தி இருத்தல் வேண்டும். முன் வலக்கை மார்புக்குக் கிட்ட யோகமுத்திரை பிடிக்க, முன் இடக்கை மடியில் யோக நிலையில் வைக்கப்படும். பின் வலக்கையில் அக்கமாலை விளங்கும்; பின் இடக்கை தாமரையைத் தாங்கி நிற்கும். மூர்த்தியின் பார்வை மூக்கு நுனியிற் பொருந்தும்; சடைகள் தோள்களிற் புரளும்; இருஷிகள் சூழ்ந்து அமைந்திருப்பர்.

யோக தக்ஷிணமூர்த்தியின் இரண்டாவது நிலை பின்வருமாறு: இடதுகால் உத்குடிகாசனமாய் அமைதல் வேண்டும். உடம்பும் இடதுகாலும் யோகபட்டத்தால் பிணிக்கப்படல் வேண்டும். வலது கால் தொங்கியவாறு இருக்கும்; முன் இடக்கை நீண்டு தொங்கும்; முழங்கை வளைந்து விளங்கும். முழங்காலும் பொருந்தும்.

இம்மூர்த்தியின் ஏனைய அம்சங்கள் யோக தக்ஷிணாமூர்த்தி யின் முதல் வகையின் நிலையிற் காணப்படுவன போன்றவையே.

இரு கால்களும் குத்திட்டும் மாறுபட்டும் அமைய வீற்றிருக்கும் நிலை இம்மூர்த்தியின் மூன்றாவது நிலை. இருகால்களையும் உடலையும் சுற்றி வளைத்துப் பிணிப்பது யோகப்பட்டம். இது கால்களைக் கீழே தாழ்ந்து விடாதவாறு நிற்க வைப்பதற்குத் துணையாக இருப்பது. முன் முழங்கைகள் இரண்டும் நீண்டு முழங்காலில் பொருந்தித் தொங்கும். பின் வலக்கையில் அக்கமாலை, பின் இடக்கை ஏந்தி நிற்பது கமண்டலத்தையாகும். சடையும் சடையிற்றரிக்கப்படும் பிறையும் அழகுற விளங்கும்.

சிவபெருமானைச் சங்கீத சாத்திரத்தின் குருவாகக் கொள்வார்கள். இவர் புகட்டும் அறிவு, கீதம், வீணை முதலியவற்றின் அறிவே. எனவே இவரை வீணா மூர்த்தியாக வழிபடுவர். அம்சுமத்பேதாகமும் காரணாகமமும் வீணாதக்ஷிணாமூர்த்தியின் நிலையினை விளக்குகின்றன.

இம்மூர்த்தியின் இடதுகால் உத்குடிக நிலையில் இருக்கும். முன் இருகரங்கள் வீணையைத் தாங்கும். ஏனைய அம்சங்கள் வியாக்கியான தக்ஷிணாமூர்த்தியினது அம்சங்களே. வீணையின் மேற்பகுதி இடது கையிற் பொருந்த, கீழ்ப்பகுதி வலது கையிற் பொருந்துதல் இம்மூர்த்தியின் நிலை.

வீணையின் ஒலி பிறக்கும் பகுதி வலது தொடையிற் பொருந்த, கீழ் வலது கையால் வீணை மீட்டும் நிலையிலும் இம்மூர்த்தியை அமைக்கலாம்.

நடராசமூர்த்தி

சிவன் தலை சிறந்த நர்த்தகன். இவன் பேருவகையுடன் சுடலையில் நின்று ஆடுவதைச் சமயநூல்கள் கூறுகின்றன. இவ்வாறு ஆடுங்கூத்து பல தத்துவங்களை உணர்த்தும். இக்கூத்துக் களிலும் பலவகைகள் உண்டு.

பரதநாட்டியத்தில் நூற்றெட்டுவகை நடனங்கள் கூறப்படுகின்றன. ஆகமத்திலும் நூற்றெட்டு நடனங்கள் பற்றிய குறிப்பு இடம்பெறுகின்றது. இவை இரண்டும் ஒரேவகை நடனத்தினையே குறிக்கலாம்.

சிதம்பரத்தின் கோபுரங்களில் ஒன்றிலே இருமருங்கிரும் நூற்றெட்டுவகை நடனங்களும் சித்திரிக்கப்பட்டுள்ளன. இவற்றின் கீழ் தனித்தனியே அவ்வந்நடனங்களுடைய பெயர்கள் கொடுக்கப்பட்டுள்ளன. இப்பெயர்கள் நாட்டிய சாஸ்திரத்தில் காணப்படுவன.

ஆகமங்கள், நூற்றெட்டுவகை நாட்டியங்களைக் குறிப்பிடுகின்றன. ஆயினும், ஒன்பது வகை நாட்டியங்களையே

நடராசமூர்த்தி

விளக்குகின்றன. இவ்வொன்பதுவகை நாட்டியம் புரியும் நிலையில் இறைவனை வெவ்வேறான நிருத்தமூர்த்திகளாக வைத்து வழிபடும் வழக்கு பாரதத்தில் பரவியுள்ளது.

இவ்வொன்பது வகையினுள் முதல் வகையைச் சார்ந்தது நடராசர் இயற்றும் நடனம். நடராசர் உருவம் இல்லாத சிவன்கோவில்கள் நிறைவு பெற்ற சிவன் கோவில்களாகாது. அம்சுமத்பேத ஆகமங்கூறும் நடராசர் உருவம் உத்தமதசகால அளவைக்கு அமைய உருவாகுதல் வேண்டும்.

முன் இடதுகை தண்டாக நீண்டு உடம்பைச் சாரும் வண்ணம் திரும்பி உடம்பின் முன்னர் சிறிது வளைந்து தொங்குதல் வேண்டும். இவ்வாறு தொங்கும் கை சிற்ப நூல்களில் கஜஹஸ்தம் எனப்பெயர் பெறும். பின் பக்கத்தில் உள்ள இடதுகை அக்கினியை ஏந்தி நிற்கும்.

இவ்வக்கினி இக்கையின் நடுவிரலின் அடியிலோ, நடுவிலோ அன்றி நுனியிலோ பொருந்துதல் வேண்டும். முன்பக்கத்தில் இருக்கும் வலதுகை அபயகரம். இதன் நடுவிரலின் உச்சி, ஹிக்காசூத்திரத்திற்படுதல் வேண்டும். இக்கையின் மணிக்கட்டையடுத்துப் பாம்பு வளையமாக விளங்குதல் வேண்டும்.

சிவகாமசுந்தரி (பார்வதி)

பின் வலதுகையில் உடுக்கை இருக்கும். வலது கால் அபஸ்மார புருஷன் மீது சிறிது வளைந்தவாறு ஊன்றப் பெற்று விளங்கும். முழந்தாள் நாபிசூத்திரத்தைத் தொடுதல் வேண்டும். இடதுகால் வலதுகால் பக்கமாகக் குறுக்கே மடிந்து அதைத்தாண்டி விரல்கள் கீழே தொங்கியவாறு இருத்தல் வேண்டும்.

சிவனின் தலையில் சடாமகுடம் விளங்கும். அதை மலர்மாலை, தூர்த்தூர மலர், எருக்கம் பூ, பாம்பு, மண்டையோடு, பிறைச்சந்திரன் முதலியன அழகு செய்வன. சடாமகுடத்திலிருந்து இருமருங்கிலும் ஐந்து, ஆறு, ஏழு அல்லது பதினொரு சடைகள் விரிந்து பக்கங்களில் பரவுதல் வேண்டும். சடை இவ்வாறு நேரே பரந்திராது தலையை அடுத்து வட்ட வடிவமாகவும் அமையலாம்.

பூணூல், உரஸ் சூத்திரம் ஆகியன உடலை அழகுறுத்தும். நடுவிரல் தவிர்ந்த ஏனைய விரல்களில் மோதிரங்கள் விளங்குவன. கால்களை அழகு செய்வன சதங்கைகள். முகத்தில் சாந்தந் தவழும் புன்சிரிப்பு முறுவலிக்கும்.

இம்மூர்த்தி புலித்தோலாடையினை அணிந்திருப்பர். முயலகனின் தலை சிவனின் வலப்பக்கத்திலும், கால்கள் இடப்பக்கத்திலும் இருத்தல் வேண்டும். சிவன் கையில் பாம்பை வைத்திருப்பன். கைகளையும் முட்டியாகப் பிடித்து நாகமுத்திரை காட்டி நிற்பன்.

நடராசரின் இடது பக்கத்தில் பார்வதி சந்திரசேகரமூர்த்தி யின் பக்கத்தில் நிற்கும் நிலையிலேயே அதே அம்சங்களுடன் விளங்குவாள்.

உத்தரகாமிகாகமம் நடராசர் திருவுருவம் அமையவேண்டும் முறையினைக் கூறுகின்றது. இதில் மேற்கூறிய அம்சங்களின்றும் வேறானவை பின்வருமாறு. சடாமகுடத்திலிருந்து சடைகள் விரிந்து இருத்தல் வேண்டும். சடைகள் ஐந்திலிருந்து முப்பதுவரை இருக்கலாம். இவை தனித்தனியாகப் பிரிந்து இருத்தலவசியம்.

சடையின் இடையே ஊமத்தை, எருக்கம்பூ முதலானவை பொருந்த கங்கை பெண்ணுருவில் அரைக்கு மேலும், ஓடும் நீர்போல் அவளுருவின் கீழ்ப்பகுதி அமையும் வண்ணம் கூப்பிய கரத்தினளாய்ச் சித்திரிக்கப்படல் வேண்டும். இடப்பக்கச் சடையில் பிறைச்சந்திரனுக்கு இடமுண்டு.

கழுத்தில் கழுத்தணி, முத்தாரம், பாம்புமாலை, வகுளமாலை, சங்குமாலை, பன்றிப் பல், புலிநகம், மணிகள், ஆமையோடு முதலியனவும் விளங்கும். இடதுதோளைப் புலித்தோல்,

மான்றோல், பருத்தியாடை முதலியன அழகுசெய்யும். இடதுகாதில் பத்ரகுண்டலமும், வலது காதில் நக்ர குண்டலமும் தொங்கும்.

சிறு மணிகளாலான சதங்கைகள் இருகால்களிலும் இணைந்து விளங்குவன. அபஸ்மார புருஷன் நான்கு தாலப்பிரமாணத்தில் அமைவான். இவனுக்கு இரு கரங்களும் இரு கண்களும், கீழ்நோக்கிய முகமும் உண்டு. இடது கையில் பாம்பை ஏந்தி நிற்பான். கங்கையின் உயரம் முகமளவு இருத்தல் வேண்டும்.

பக்கத்தில் பிருங்கி ரிஷியும் இடம்பெறலாம். பத்திரகாளியை நிறுவும்முறையும் உண்டு. இந்த நடனம் புஜங்கத்ராஸ நடனம் எனப்படும். நடனம் நிகழும் வேளை மேல் தூக்கிய அடி ஊன்றி நிற்கும் காலினது முழந்தாள் மட்டத்திற்கு மேல்உயர்ந்தால் அது புஜங்கத்ராஸம் எனப் பெயர்பெறும்.

நாட்டிய சாஸ்திரத்தில் புஜங்கத்ராஸ நடனம் விளக்கப் பட்டுள்ளது. ஒருகால் முக்கோண வடிவாக வளைக்கப்பட்டு மேலே தூக்கப்படும். இடுப்புப் பொருந்துமிடத்து உடம்பும், முழந்தாளும் ஒருபக்கம் திருப்புமாறு நிற்றல் புஜங்கத்ராஸ நிலை.

பரத நாட்டியத்திற்கு உரைகண்ட அபிநவகுப்தர் நாட்டிய வேத விருத்தியிற் பின்வருமாறு கூறுவர். "ஆடுபவன் பாம்பைக் கீழே கண்டதும் பய மேலிட்டவன் நிலையினை நிகர்த்துத் திடீரெனக் காலைத் தூக்கும் நிலை இந்நிலை. அவனது நிலை அசையாது நிற்கும் நிலையன்று. இந்த நிலையில் கை தோலாஹஸ்தமாகவும், மற்றது கடகஹஸ்தமாகவும் அமையும்."

சிவனின் உருவத்தைச் சுற்றிப் பிரபாமண்டலம் விளங்குதல் வேண்டும் எனச் சில்பரத்தினங் கூறுகின்றது. இம் மண்டலம் சூரியன்போன்று வட்டவடிவானது. பூர்வகாரணாகமம் சிவனின் கண்கள் குரரிப் பறவையின் வடிவம் பெறல் வேண்டும் எனக் கூறும்.

சிவனின் காதுகளில் நக்ரகுண்டலமும் பத்ரகுண்டலமும் அமைதல் வேண்டும் எனவும் இவ்வாகமம் கூறும். சிவனணியும் ஆடை புலித்தோலாடை. அக்கினிக்கு மூன்று சுவாலைகள் உண்டு. புலித்தோல் மேலாடையாகவும் விளங்கும். அபஸ்மார புருஷன் நான்கு தாலப் பிரமாணத்தில் மூன்று பங்கங்களுடன் உருவாக்கப்படுவன்.

இதுகாறுங் கூறப்பட்ட இலக்கணங்களுக்கமைய உருவான நடராசர் திருவுருவங்களே பெரும்பாலான தென்னிந்தியக் கோவில்களில் நிறுவப்பட்டுள்ளன. சிவன்கோவில்கள் எல்லாவற்றிலும் நடராசருக்குத் தனி மண்டபமுண்டு. இது

நிருத்த மண்டபம் எனப்படும். இதற்குப் பிரசித்தமான பெயர் சபை. இது நடன சபை, சபா மண்டபம் எனப் பலவாறு பெயர் பெற்றுள்ளது.

சபைகளில் முக்கியமாகக் கருதப்படும் சபை சிதம்பரத்தி லுள்ளது. இது பொன்னால் வேயப்பட்டது. இதற்குச் சுவர்ணசபை, கனகசபை என்னுங் காரணப் பெயர்களும் உண்டாயின. மதுரையில் விளங்குவது வெள்ளியம்பலம். இதை ரஜதசபை என்றும் வழங்குவர். மேலும், திருவாலங்காட்டில் இரத்தினசபை என்றும், திருநெல்வேலியில் தாமிரசபை என்றும், திருக்குற்றாலத்தில் சித்திரசபை என்றும் நடராச சபைகள் பெயர் பெறுகின்றன.

நிருத்தத்தில் ஒன்பது வகைகள் தொடக்கத்தில் சுட்டப் பட்டன. இவற்றுள் மிகப் பிரசித்திபெற்ற முதல்வகை இதுவரை கூறப்பட்டது. ஏனைய நிலைகளிலும் அமைந்து காணப்படும் விக்கிரகங்கள் ஆங்காங்குள்ளன.

இவற்றுள் இரண்டாம் மூன்றாம் நான்காம் வகைகள் முதற்கூறிய வகையினின்றும் பெரிதும் வேறுபட்டவை அல்ல. இரண்டாம்வகை நாட்டியத்தில் கங்கையின் உயரம் பதினாறு அங்குலம் உயர்ந்து இருத்தல் வேண்டும். இங்கு கங்கை சிவனின் வலப்பக்கமாகச் சடையில் கூப்பிய கையினளாக இருத்தல் வேண்டும்.

மூன்றாம் வகை நடனத்தில் முயலகன் மீது இடது காலை ஊன்றியே இறைவன் நடனமாடுவர். இங்கு தூக்கிய திருவடி வலது திருவடியேயாகும். நான்காவது வகை நடனத்தில் சடை வட்டவடிவினதாக விரிதல் வேண்டும்.

ஐந்தாவது வகை நடனம் இதுவரை கூறப்பட்ட நடனங்களி னின்றும் வேறுபட்டது. வலதுகால் தலைவரை தூக்கப்படும். இடதுகால் சிறிது வளைந்து, அபஸ்மார புருஷன்மீது ஊன்றியவாறு இருக்கும்.

இங்கு சிவனுக்கு எட்டுக் கைகள் உண்டு. சூலம், பாசம், உடுக்கை வலக்கைகளில் விளங்கும். நான்காவது வலக்கை அபயமளிக்கும் கை. இடது கரங்களில் முன்னுள்ள கை கஜஹஸ்தமாக வளைந்து தொங்கும். ஏனைய மூன்று கரங்களில் கபாலம், நெருப்பு, மணி ஆகியவற்றை ஏந்தி நிற்பன்.

ஆறாவது வகை நிலை ஐந்தாவதைப்போன்றதே. ஆயின் இங்கு கைகள் வலப்பக்கத்து முன்கை அபயகரம். ஏனைய ஏழு கரங்களில் உடுக்கை, வஜ்ரம், சூலம், பாசம், பங்கம், தண்டம், பாம்பு என்பன உண்டு. இடப்பக்கமுள்ள கை வழமைபோலத்

தொங்குங்கை. ஏனைய கரங்களில் அக்கினி, வஜ்ரம், சக்கிரம், மணி, கேடயம், கபாலம் என்பன உண்டு. இப்பதினாறு கரங்களை வேறு வகையாகவும் அமைக்கலாம்.

இவ்வகையில் வலக்கை அபயகரமாய் நிற்கும். ஏனைய ஏழு வலக்கரங்கள் சூலம், பாசம், கட்கம், டமரு, கொடி, சூசிஹஸ்தம் என்பவற்றைப் பொருந்தும். சூசிஹஸ்தம் என்பது, ஆள்காட்டும் விரலை மட்டும் நிமிர்த்தி நிற்க வைத்தல். முன் இடக்கரம் தொங்கும்; ஏனைய கரங்கள் அக்கினி, கேடயம், விஸ்மயம், மணி கபாலம், கத்தி, சூசிஹஸ்தம் என்பவற்றைப் பொருந்தி விளங்கும். விஸ்வமயம் என்பது ஆச்சரியத்தைக் குறிக்கும் முத்திரை.

ஏழாவது கை, நிருத்த நிலையில் எட்டுக் கைகள் விளங்கக் காண்கின்றோம். இடதுகால் முயலகன்மீது நிற்க, வலதுகாலைத் தலைவரை தூக்கி ஆடுங் காட்சியையே இங்குங் காண்கின்றோம். வலது கைகளுள் ஒன்று அபய முத்திரை காட்டும். ஏனைய சூலம், பாசம், உடுக்கை ஆகிய மூன்றினையும் தாங்குவன.

இடது கைகளுள் ஒன்று தொங்கி நிற்கும் கஜகஸ்தம்; இன்னொன்று ஆச்சரியத்தை உணர்த்தும் விஸ்மயஹஸ்தம்; ஏனைய இரண்டும் கபாலத்தையும் அக்கினியையும் தாங்குவன.

எட்டாவது வகை நிருத்தியத்தில் ஆறு கைகள் மட்டுமே உண்டு. ஒரு கை அபயகரம். ஏனைய இரண்டிலும் உடுக்கையும் சூலமும் விளங்குகின்றன. இடது கைகளில் ஒன்று வீசி நின்ற தொங்கு கை; இன்னொன்று ஆச்சரியத்தைச் சுட்டுங் கை; மற்றக் கரத்தில் கபாலம் விளங்குகின்றது.

மேலே கூறிய எட்டுவகைகளுள் ஐந்தாம் ஆறாம் வகைகளுள் நிருத்த மூர்த்திக்குக் கண்கள் இரண்டே. ஏனைய நிலைகளில் கண்கள் மூன்று.

ஒன்பதாம் வகையில் நிருத்தமூர்த்தி நான்கு கைகளுடனும், மூன்று கண்களுடனும் சடா மகுடத்துடனும் காட்சியளிப்பர். இடதுகால் முயலகன்மீது பொருந்தாது; சிறிது வளைந்தவாறு பீடத்திலேயே வைக்கப்படும். வலது கால் கட்டை விரலும் அவ்வாறே பீடத்தில் இடம்பெறும். திருச்செங்காட்டங்குடியில் இவ்வுருவத்தைக் காணலாம்.

இவ்வொன்பது வகை நிருத்தங்களைவிட, கடிசமம், லலிதம், லவாடதிலகம், சதுரம், தலசம்ஸ்போடதம் முதலிய பலவகை நடன நிலைகள் சிற்பங்களில் இடம்பெறக் காண்கின்றோம். இவை விரிவான நூலில் விளக்கம் பெறுவன.

அழகுக்கலை சிறந்து பொலியக் கண்குளிரும் காட்சி நல்கும் நடராசத் திருவுருவம் கண்களுக்குப் பெருவிருந்தாய் அமைவது மட்டுமல்ல, உள்ளத்தைக் களிப்புறச் செய்வது; ஆனந்த அனுபவத்தை உண்டாக்குவது; மனச்சாந்தியை எழச் செய்வது; தீய எண்ணங்களையகற்றி நல்லெண்ணங்களைத் தோற்றுவிப்பது; நானெனதென்னுஞ் செருக்கைக் கெடவைப்பது, பேரொளி வீசி இருளகற்றி, நல்லறிவு புகட்டிப் பேரானந்தப் பெருவாழ்வாம் வீடு பேற்றை ஈற்றில் அடைவிப்பது இத்திருவுருவம்.

இவ்வாறெல்லாம் நிகழ்த்துவிப்பதற்கு அதன் நிலையும், அது உணர்த்துங் கருத்துக்களும் காரணமாவன. இத் தத்துவக் கருத்துக்களைப் பின்னர் ஆராய்வோம்.

இதுகாறுங் கூறிய இலிங்கம், இலிங்கோற்பவமூர்த்தி முதலிய திருவுருவங்கள், இலங்கையிலும் இந்தியாவிலும் உள்ள தேவாலயங்களிற் காணப்படுவன. எனவே, இவை பற்றிய விபரங்கள் இவ்வாலயங்களிற் சென்று தரிப்பவர்க்குப் பெரும் பயன் பயப்பன.

இவற்றைவிட இன்னுஞ் சில திருவுருவங்களைப் பற்றியறிவதும் இன்றியமையாதது. இத்திருவுருவங்கள் குறிப்பிட்ட சூழ்நிலைகளை அடிப்படையாகக் கொண்டு உருவாக்கப்பட்டன. எட்டுச் சந்தர்ப்பங்களில் இறைவன் தேவர்களதும் மக்களதும் துயர்களைய வேண்டிப் பெருஞ் செயல்கள் நிகழ்த்தி இவர்க்குப் பெருநன்மை புரிந்த வரலாறு புராணங்களில் விரிவாக இடம் பெற்றுள்ளது.

"பிரம்மன் தலை கொய்தது; அந்தகன் என்னும் அரக்கனை அழித்து, அவனால் தேவர்கள் இடர்படாதவாறு அருள்பாலித்தது; முப்புரங்களை எரித்தது; தக்கன் யாகத்தை அழித்தது; சலந்தரனைச் சங்கரித்தது; கஜாசுரனை மாய்த்துக் கரியுரி போர்த்தது; காமனைக் காய்ந்தது; காலனைக் காலால் உதைத்தது" என்பன இவ்வரும் பெரும் நிகழ்ச்சிகள். இவை அட்டவீரட்டங்கள் எனப்படுவன.

இப்பெரும் நிகழ்ச்சிகளில் இறைவன் கொண்ட இக்கோலங்களில் அவனைச் சித்திரிக்கும் உருவங்கள் முறையே பிரமசிரச்சேதகமூர்த்தி, அந்தகாசுரமூர்த்தி, திரிபுராந்தகமூர்த்தி, தக்ஷயாகதுவம்சமூர்த்தி, ஜலந்தராரி, கஜாரி, காமாரி, யமசம்ஹாரமூர்த்தி எனப் பெயர்பெறுவன. தென்னிந்தியாவில் எட்டுத் தலங்கள் இந்நிகழ்ச்சிகள் நிகழ்ந்த இடங்களாகக் கொள்ளப்படுவன. இங்கு இம்மூர்த்திகள் சிறப்புற அமைந்து விளங்குவன.

அனுக்கிரகம் செய்தல் இறைவனின் ஐம்பெரும் தொழில்களில் ஒன்று. விநாயகப் பெருமானுக்கருளிய நிலையில் விக்கிநேசுவரானுக்கிரகமூர்த்தி எனவும், நந்திகேசுவரருக்கு அருள் பாலித்த நிலையில் நந்திகேசுவரானுக்கிரகமூர்த்தி எனவும் எம்மண்ணல் பெயர் பெறுவன். சண்டேசுவரமூர்த்தி, சண்டேசுவர நாயனாருக்கு அருளிய நிலையைச் சித்திரிக்கின்றது.

தன்னிடத்தில் பெரும் அன்புபூண்ட மாலுக்குச் சக்கரம் அருளிய நிலையை விஷ்ணுவநுக்கிரகமூர்த்தி காட்டும். இராவணனுக்கருளிய மூர்த்தியை இராவணானுக்கிரக மூர்த்தியாகவும், அருச்சுனனுக்குப் பாசுபதம் அளித்த இறைவனை கிராதமூர்த்தியாகவும் வழிபடும் வகையினையும் ஆகமங்கள் வகுத்துள்ளன.

இறைவனின் பல திருவுருவங்களில் அவன் தலையில் கங்கை விளங்கக் காண்கின்றோம். இந்நிலையைச் சிறப்பாகச் சித்திரிக்கும் உருவம் கங்காதரமூர்த்தி. இறைவனின்பாதியுடல் உமையின் உருவம் பெறும் நிலையினைப் பல தோத்திரங்களிலும், தியானங்களிலும் காண்கின்றோம்.

இந்நிலையைத் தெளிவாகக் காட்டுவது அர்த்தநாரீசுவரமூர்த்தி நிலை. இவ்வாறே இறைவனின் பாதி அரியின் அம்சமாக விளங்குவதை அரிஹரமூர்த்தி உணர்த்தும். இறைவன் பார்வதியை வதுவைசெயும் மணக்கோலங் காட்டுவது கல்யாணசுந்தரமூர்த்தி. விடையையே தம் ஊர்தியாகக் கொண்டு, அதிலிவர்ந்து, விளங்கும் விடைப்பாகனை விருஷபவாகனமூர்த்தி சித்திரித்துக் காட்டக் காண்கின்றோம்.

நஞ்சுண்ட கண்டனாய் விளங்கிய இறைவன் திருக்கோலத்தை விஷாபஹரணமூர்த்தி சுட்டும். இத்திருவுருவங்கள் எல்லாத் தேவாலயங்களிலும் காணப்படுவதில்லை. இவற்றின் விரிவான விபரங்கள் பெருநூலில் விரித்துக் கூறப்படும்.

தேவாலயங்களில் திருவுருவங்கள் பலவாறு நிறுவப்பட்டிருக்கக் காண்கின்றோம். சில கல்லால் அமைந்த உருவங்கள். இவற்றைச் சிலா விக்கிரகங்கள் என்பர். இவை அவற்றிற்குரிய கருவறைகளில் நிறுவப்பட்டு வழிபடப்படுவன. இவற்றிற்குத் தினந்தோறும் அபிஷேகம், பூசை முதலியன நிகழும். சில விக்கிரகங்கள் உலோகங்களில் வார்க்கப்படுவன.

இவற்றிற்குத் தினந்தோறும் அபிஷேகம் நடைபெறுவதில்லை. பூசைமட்டுமே நிகழும். சில சுதையில் அமைந்த விக்கிரகங்கள். இவையுமப்படியே. மரத்திலோ அல்லது ஓவியவடிவிலோ

அமையுந் திருவுருவங்கள் குறுகியகால எல்லைவரை நிறுவப்பட்டு வழிபாட்டுக்குரியனவாய் விளங்குவன.

இத்திருவுருவங்கள் அனைத்துமே கோபுரங்களிலும், கருவறையின் மேலிருக்கும் விமானங்களிலும், தூண்களிலும் சுண்ணாம்பினாலும், கல்லாலும் அமைக்கப்படுவன. சில சுவர்களிலும், கூரையின் கீழ்ப்புறத்திலும் சித்திரமாகத் தீட்டப்பட்டுள்ளன. திருக்கோவிலில் பிரதிட்டை செய்யப்பட்ட திருவுருவங்களுக்கே நித்திக நைமித்திக வழிபாடுகள் நிகழ்வன.

இவ்வத்தியாயத்தில் சிறிது விரிவாகக் கூறப்பட்டுள்ள மூர்த்திகள் ஒன்பதனுள், இலிங்கம், பைரவர், வீரபத்திரர், தக்ஷிணாமூர்த்தி, இலிங்கோற்பவர் முதலியன சிலா விக்கிரகங்களாகவே அமைவன. சோமாஸ்கந்தமூர்த்தி உலோகத்தில் பெரும்பாலும் அமைக்கப்படினும் சிலா வடிவிலும் சில இடங்களில் நிறுவப்பட்டிருக்கின்றது.

பிக்ஷாடனருருவுமப்படியே. சந்திரசேகரர், நடராசர் ஆகிய மூர்த்திகளும் பெரும்பாலும் உலோகத்தில் அமைவனவே, சிலா வடிவிலும் நடராசர் திருவுருவம் சில தலங்களில் இடம்பெற்றுள்ளது. இவையெல்லாம். அவ்வவற்றிற்குரிய இடங்களில் நிறுவப்பட்டு வழிபடுவதற்காகப் பிரதிஷ்டை செய்யப்படுவன.

உருவங்களை அமைக்கும் சிற்பி அவற்றைப் பிரமாணங் களுக்கு அமைய உருவாக்குதல் வேண்டும். தவறு சிறிதளவேனும் நேரிடின், சிற்பியையும் கர்த்தாவையும், கிராமத்தையும், நாட்டையும், மக்களையும், அரசனையும் அவ்வத் தவறுகளுக்கு ஏற்றவாறு பாதிக்கும் என ஆகமங்கள் கூறுகின்றன. சிற்பங்களின் அளவு ஆகமங்களிலும், சிற்ப நூல்களிலும், புராணங்களிலும் காணப்படுகின்றது.

விக்கிரகங்களின் அளவைக் கூறும் நூல்களில் அங்குலம், தாலம் முதலிய சொற்கள் அடிக்கடி பிரயோகிக்கப்படக் காண்கிறோம். பேராங்குலம், மானாங்குலம், மாத்திராங்குலம், தேகலப்தாங்குலம் என அங்குலம் நான்கு வகைத்து. பேரம் என்பதற்கு விக்கிரகம் என்று பொருள். எனவே பேராங்குலம் என்பது விக்கிரகத்தின் விரலகலத்தைப் பிரமாணமாகக் கொண்ட அங்குலமாம்.

மானம் என்றால் அளவு. எனவே மானாங்குலம் என்பது நாம் அளக்கும் வேளை கொள்ளும் அங்குலம். மாத்திராங்குலம் கர்த்தாவின் நடுவிரலில் நடு இடைவெளி காட்டுமளவு.

கா. கைலாசநாதக் குருக்கள்

தேகலப்தாங்குலம் என்பது உருவத்தை நூற்றிருபத்தாறு, நூற்றிருபது அல்லது நூற்றுப்பதினாறு பகுதிகளாகப் பிரிக்க வரும் அங்குலம்.

இது உத்தம மத்திம அதம பேதங்களால் மூவகையாய் அமைந்தது. இது தாலங்களுக்கேற்ப வேறுபடும். தாலங்களின் எண்ணிக்கை விக்கிரகங்களுக்கு ஏற்ப வேறுபடும். தசதாலம் என்றால் பத்து தாலங்களை அளவாகக் கொண்ட அளவை.

விக்கிரகங்கள் தச (பத்து) தாலமாகவோ, நவ (ஒன்பது) தாலமாகவோ அன்றி, பஞ்ச (ஐந்து) தாலமாகவோ அமையும். இத்தாலங்களிலும் உத்தம மத்திம அதம பேதங்கள் உண்டு.

அதாவது தசதாலத்தில் உத்தமம்; தசதாலத்தில் மத்திமம்; தசதாலத்தில் அதமம் என்ற ஒழுங்கில், இவை தாலங்களில் தனித்தனி முப்பிரிவுகளையுடையவாறமையும். இங்கு விரிவாக விளக்கப்பட்ட உருவங்களில் நடராசமூர்த்தி, தக்ஷிணாமூர்த்தி ஆகிய இரு உருவங்களும் உத்தம தசதாலங்களில் அமைவன.

உமையினதும் ஆறுமுகத்தோனதும் விக்கிரகங்கள் மத்திம தசதாலப் பிரமாணம் பெறுவன. சுப்பிரமணியர் திருவுருவம் அதம தசதாலத்திற்கமையவும், சிவனடியார்கள் உருவங்கள் அதம நவதாலத்திற்கமையவும் உருவாக்கப்படுவன. விநாயகருக்குரிய அளவை பஞ்சதாலம். கின்னரர்களுக்கும் பூதங்களுக்கும் மூன்று தாலம் உரியது.

தசதால அளவை விபரம்; உத்தமம் (122)

நெற்றி	4
முகம்	13
கழுத்து	4
மார்பு	13
வயிறு	13
இடை	13
தொடை	27
முழந்தாள் பூட்டு	4
முழந்தாள்	27
பாதம்	4
	122

தசதால அளவை: மத்திமம் (120)

நெற்றி	4
முகம்	13
கழுத்து	4
மார்பு	13
வயிறு	13
இடை	13
தொடை	26
முழந்தாள் பூட்டு	4
முழந்தாள்	26
பாதம்	4
	120

நவதால அளவை: மத்திமம் (108)

நெற்றி	3
தலை	12
கழுத்து	3
மார்பு	12
வயிறு	12
இடை	12
தொடை	24
முழந்தாள் பூட்டு	3
முழந்தாள்	24
பாதம்	3
	108

பஞ்சதால அளவை: உத்தமம் (64)

நெற்றி	3
தலை	12

கழுத்து	2
மார்பு	11
வயிறு	12
இடை	6
தொடை	6
முழந்தாள் பூட்டு	3
முழந்தாள்	6
பாதம்	3
	64

உருவங்களின் உயரத்தை இதுவரை கூறியவாறு அளப்பது போன்று, அதன் சுற்றளவையும் கணக்கிட்டு அளக்கும் முறை ஆகமங்களிற்றெளிவாகக் கூறப்பட்டுள்ளது. இவ்வகை அளவை மானம், பிரமாணம், உன்மானம், பரிமாணம், உபமானம், லம்பமானம் என ஆறுவகைப்படும்.

உன்மானம் உருவத்தின் ஒவ்வொரு உறுப்பினதுங் கன அளவையாகும். பரிமாணம் சுற்றளவு, உபமானம் உறுப்புக்களின் இடை வெளியினளவு, லம்பமானம் நடுக்கோட்டை (மத்திய சூத்திரம்) மத்தியாகக் கொண்டு உறுப்புக்களின் உயர்வினதும் தாழ்வினதும் அளவையாகும்.

ஒவ்வொரு உருவமும் அதனதன் கையளவினால் எட்டுச் சாண்களைக் கொண்டமையும், மனித உடலையும் எண்சாணுடம்பெனக் கூறுவது நோக்கற்பாலது.

உச்சியிலிருந்து நாடிவரை ஒருசாண். நாடியிலிருந்து மார்புவரையும், மார்பிலிருந்து தொப்புள் வரையும், தொப்பிளிலிருந்து இடைவரையும் தனித்தனி ஒவ்வொருசாண் அளவினதான இடைவெளி இருத்தல் வேண்டும். இடையிலிருந்து முழந்தாள் வரையும், முழந்தாளிலிருந்து குதிக்கால் வரையும் தனித்தனி இரு சாணளவு பிரமாணமாகக் கூறப்பட்டுள்ளது.

உருவங்கள் நேரிதாக அமைவதற்காக அளவையைச் சரிவரக் கணக்கிடுவதற்குப் பயன்படத்தக்க கோடுகள் சில வரையப்படுவன. இவற்றிற்குச் சூத்திரங்கள் என்று பெயர். இச்சூத்திரங்கள் கீழிருந்து மேலாகவும், இடமிருந்து வலமாகவும் நேர் கோடுகளாயிருப்பன.

கீழிருந்து மேலே வரையப்படுவன பிரமசூத்திரம், மத்தியசூத்திரம், பார்சுவசூத்திரம், கக்ஷசூத்திரம், லம்பசூத்திரம் என்னும் ஐந்துமாம். இடமிருந்து வலமாக அமையுஞ் சூத்திரங்கள் புருவசூத்திரம், அக்ஷிசூத்திரம், ஹிக்காசூத்திரம், நாபிசூத்திரம், கடிசூத்திரம் என்னும் ஐந்துமாம்.

உருவங்கள் நிற்கும் நிலையினைக் கொண்டு, இவற்றை நூல்கள் மூவகையாகப் பிரிக்கின்றன. இவை சமபங்கம், அபங்கம், அதிபங்கம் என்பன. உருவம் வளையாது நேரே நிற்பது சமபங்கம்; ஒரு பக்கம் சரிந்து நிற்கும் நிலை அபங்கம்; ஒன்றுக்கு அதிகமான இரண்டு முதலிய வளைவுகள் கொண்ட நிலை அதிபங்கம். இது துவிபங்கம், திரிபங்கம் என உரியவாறு பெயர் பெறும்.

வேத காலத்திலிருந்து யாகத்திற்கு வேண்டிய கருவிகளைப் பெரும்பாலும் மரத்தாலும், வேதி முதலியவற்றைச் செங்கல்லாலும் அமைத்தனர். 'விண்ணையும் மண்ணையும் படைத்தோன் இப்படைப்பில் எந்தக் காட்டில் உள்ள மரத்தை வெட்டிப் பயன்படுத்தினான்?' என்று கருத்தாழம் நிறைந்த கேள்வியொன்று ஆக்க வேலைகளுக்கு மரம் பயன்பட்ட நிலையினைச் சுட்டுகின்றது என்பது முந்திய அத்தியாயத்திற் கூறப்பட்டது. அது இங்கே பழைய இந்தியச் சிற்ப சாத்திரங்கள் உருவங்களை அமைக்க மரத்தைக் குறிப்பிடுவதில் ஆச்சரியம் எதுவும் இல்லை.

வராகமிகிரர் பிருகத்சம்ஹிதையில் பிரதிமாலட்சணம் கூறியுள்ளார். இதையடுத்த அத்தியாயம் வனசம்ப்ரவேசாத்யாயம் எனப் பெயர் பெறுகின்றது. இதில் அக்காலத்தில் உருவமைப்பதற்கு வேண்டிய நுண்ணறிவு விளங்கியமை தெள்ளிற் புலனாகின்றது.

தெய்வங்களின் சிலை அமைக்கும் பொருட்டுக் காட்டி லிருந்து மரங் கொள்ளுவது எப்படி என விசாரணை இங்கு தொடக்கத்தில் நிகழக் காண்கின்றோம். சுபவேளையில் காட்டை யடைதல், தேர்ந்தெடுக்கவேண்டிய மரங்கள் இன்னவை என்னும் விபரங்கள், தவிர்க்கப்படவேண்டிய மரங்கள் இவையிவை என்பன போன்ற விஷயங்கள் இங்கு விளக்கம் பெறுகின்றன.

தேவதாரு, சந்தனம், சமீ, மதுகம், அசுவத்தம், கருங்காலி, வில்வம் முதலியன விக்கிரகம் அமைப்பதற்கு விதிக்கப்பட்ட மரங்கள். மரங்களைத் தறித்து வீழ்த்தமுன் நிகழ்த்தவேண்டிய கிரியைகள் உள. முதலில் தறிப்பதற்கு அநுசரணையாகவுள்ள அடையாளங்களை மரங்கள்மீது இடுதல் வேண்டும். பின்னர் மரத்திற் குடிகொண்டிருக்கும் தெய்வங்களையும், பிதிரர்களையும், அசுரர்களையும், கணங்களையும் அங்கிருந்து அகன்று செல்லும்படி வேண்டுதல் வேண்டும்.

இவ்விபரங்களை பவிஷ்ய புராணம், விஷ்ணு தர்மோத்ர புராணம், மத்ஸ்ய புராணம், மாநசாரம் முதலிய நூல்கள் கூறுகின்றன.

பவிஷ்ய புராணத்தில் பிராசாத லக்ஷணங் கூறும் அத்தியாயத்தில் பொன், வெள்ளி, செம்பு, மண், கல், மரம், துணி ஆகிய ஏழு பொருள்கள் விக்கிரகம் அமைப்பதற்கு உரியனவாய்க் கூறப்படுகின்றன. இவற்றுள் மரத்தால் அமையும் விக்கிரகம் சிறப்பாகக் குறிப்பிடப்பட்டுள்ளது. இதிலிருந்து மரத்தினால் விக்கிரகம் அமைக்கும் வழக்கம் மிகப்பழையதென்பது தெரிகின்றது.

விஷ்ணுதர்மோத்ரத்தில் ஒரு அத்தியாயம் முழுவதுமே தேவாலயார்த்ததாருபரீக்ஷணம் என்னும் தலைப்பு வாய்க்கப் பெற்றுக் கோவிலமைக்க மரம் சோதித்துத் தேர்ந்தெடுக்கும் முறையினை விளக்குகின்றது. மாநசாரமும் தாருசங் கிரகம் என்னும் தலையங்கத்தில் மரம் தேர்ந்தெடுக்கும் வகையைக் கூறும்.

மத்ஸ்ய புராணமும் மரந்தேடும் விதியை எடுத்து இயம்புகின்றது. இது உருவம் அமைக்கும் விபரங்களை எல்லாம் கூறும் ஆறு அத்தியாயங்களில் (258–263) விக்கிரகம் பற்றிய பல விபரங்களிடை, இதை அமைக்கப் பயன்படுத்தவேண்டிய பொருள்களைக் குறிப்பிடுகின்றது. விக்கிரகங்களின் பிண்டிகை கல்லாலும், மண்ணாலும், மரத்தாலும், கலப்பற்ற உலோகங்களாலும் உரியவாறு அமைவது முறை எனக் கூறப்படுகின்றது.

கோபாலபட்டர் என்னுமாசிரியர் தம் நூலில் வேறு சிற்ப நூல்களிலிருந்து காட்டும் மேற்கோள்களில் உருவங்கள் நாலு வகைப்படும் எனச் சுட்டுகின்றார். துணியில் தீட்டப்படுவது சித்திரஜம் எனப்படும்.

மண்ணால் அமைவது லேபஜம் என்று பெயர் பெறும். உலோகங்களால் உருக்கிப் பக்குவஞ் செய்து வார்க்கப்படுவது பாகஜம் என்றும், நுண் கருவிகளால் அமைக்கப்படுவது சஸ்திரோத்கீர்ண உருவம் என்றும் இவர் நான்கு வகைகளாக வகுத்துள்ளார். இவற்றை விரிவாகக் கூறும் வகையாக மிருண்மயம், தாருகடிதம், லோஹஜம், ரத்நஜம், சைலஜம், கந்தஜம், கௌசுமீ எனத் தனித்தனியே இந்நூல் குறிப்பிடுகின்றது.

மிருண்மயீ மண்ணாலமையும் உருவம். தாருகடிதம் மரத்தாற் செய்யப்படுவது. லோஹஜம் உருக்கி வார்க்கப்பட்டது. ரத்நஜம் இரத்தினங்களாலமைவது. சைலஜம் கல்லால் ஆக்கப்படுவது.

கந்தஜம் (வாசனைப் பொருள்களால்) சந்தனம் முதலியவற்றினால் ஆவது. கௌசுமீ பூக்களால் அமைக்கப்படுவது.

சுக்கிரநீதிசாரம் விக்கிரகம் அமைத்தற்குரிய எட்டுப் பொருள்களைக் கூறுகின்றது. இவை மணல், மா, மை, வரையப்படுந்துணி, களிமண், மரம், கல் என்பனவாம். இவை ஒன்றைக் காட்டிலும் மற்றது அதிக காலம் நிலைத்து நிற்கும் ஆற்றலுக்கேற்ப வரிசைப்படுத்திக் கூறப்பட்டுள்ளன.

சமராங்கண ஸூத்திரதாரம் என்னும் நூல் ஏழுவகை விக்கிரகங்களைக் கூறுகின்றது. இவ்வாறு நூல்கள் கூறும் பொருள்கள் எல்லாவற்றுள்ளும், மண்ணும், மரமுமே நெடுங்காலமாக விக்கிரகம் அமைப்பதற்காகப் பயன்பட்டு வந்திருக்கின்றன. பவிஷ்ய புராணமும் பிருகத் சங்கிதையும் மரத்தையே விக்கிரகம் அமைப்பதற்கு உரிய பொருளாகக் கூறுவது இந்நெடுங்கால வழக்கினையே சுட்டுகின்றது.

கட்டிடம், சிற்பம் முதலிய துறைகளில் வல்லவர்கள் கற்சிற்பங்களையும் கட்டிடங்களையும் இவ்வாறு முன்னர் தோன்றிய மரக்கட்டிடங்கள் அமைந்த வகையினை அடிப்படையாகக் கொண்டு உருவாக்கியுள்ளார்கள். கல்லில் சிற்பவடிவங்கள் அமைக்கப்பட்டன வெனினும், மரமும் மண்ணுமே வழக்கிற் பெரிதும் இருந்தன என்பது தெளிவாகத் தெரிகின்றது.

பழைய ஜைனநூல்களிலும், மரத்தினாலமைந்த உருவங்களைப் பற்றிய குறிப்புக்கள் இருக்கின்றன. கல், சிற்பத்துக்குப் பயன்படத் தொடங்கிய நெடுங்காலத்திற்குப் பின்னும், மரம் பயன்பட்டுவந்த நிலையினையே காண்கின்றோம். கல்லினாலும் சுதையினாலும் உருவாகும் உருவங்களுக்கும் வர்ணந்தீட்டுவதில் இருந்து, இது மரங்களுக்கு வர்ணந்தீட்டும் பழைய பழக்கம் தொடர்ந்து விளங்குவதையே சுட்டும் என்பர்.

உலோகத்தால் அமையும் உருவங்கள் பாகஜ இனத்தைச் சார்ந்தவை. வெண்கல உருவங்களை வடிப்பதில் இந்தியச் சிற்பிகள் எவ்வளவு கைதேர்ந்தவர்கள் என்பதற்குப் புராதன சிலைகளே சான்றாக விளங்குகின்றன. எனினும், விக்கிரகம் வார்க்கும் முறையினைச் சில நூல்களே கூறுகின்றன.

இவ்விபரமும் மிகச் சுருக்கமாக அமைந்துள்ளது. இவற்றைக் கூறவேண்டிய முக்கிய சிற்ப நூல்கள் ஒன்றுமே கூறாது விட்டுவிடுகின்றன. மரத்தாலும், மண்ணாலும் அமைக்க வேண்டிய விபரங்களைக் கூறுமளவிற்கு இது பற்றிக் கூறவில்லை. மண்ணும் மரமும் அதிகம் பொருட் செலவில்லாது எளிதிற்

பெறத்தக்க பொருள்களாயினமைபற்றி இவை பெருவழக்கில் இடம்பெறுவன என நினைந்து இவ்வாறு இவையிரண்டையும் மிகைப்படுத்திக் கூறியிருக்கலாம்.

எனினும், நிறுவும் உருவம் நெடுங்காலம் நிலவவேண்டும் என விரும்பும் வழிபடுவோன் உருவத்தைக் கல்லாலேயே சமைக்க விழைவான். புராணங்களிலும் ஆகமங்களிலும் உள்ள பகுதிகள் கல்லால் உருவம் அமைக்கும் முறையினையே விரிவாகக் கூறுவன.

பெருமளவினதான வடிவங்களை உலோகத்தால் அமைப்பதற்கு விரிவான ஆயத்தங்களும், பெரும் பொருளும், நீண்ட அனுபவமும், நுண்ணறிவும் வேண்டும். எனவே இவ்வகை உருவங்களை அமைத்தல் மிகவும் அருமையாகவே நிகழ்ந்தது எனலாம்.

கருவறையில் நிலைபெறும் வண்ணம் நிறுவும் விக்கிரகங்களை உலோகங்களில் அமைப்பதில்லை. உற்சவ விக்கிரகங்களையும், ஸ்நபன விக்கிரகங்களையும், பலி விக்கிரகங்களையுமே இவ்வாறு அமைப்பது உண்டு. இவை சிறு உருவங்களாகவே அமைவன.

மதூச்சிஷ்ட விதானம் என்னுந் தலையங்கத்தின்கீழ் இது பற்றிய விபரங்கள் இருக்கின்றன. மதூச்சிஷ்டம் என்பது தேன்மெழுகு. காரணாகமம், சுப்பிரபேதம், விஷ்ணுசங்கிதை ஆகிய நூல்களில் விக்கிரகம் வார்க்கும் முறை சற்று விரிவாகக் கூறப்பட்டுள்ளது.

வார்க்கப்படும் உருவம் முதலில் தேன்மெழுகால் செவ்வனே அமைக்கப்படுதல் வேண்டும். விக்கிரகம் உருவானபின் உள்ள தோற்றத்தினை இது பெறும் வண்ணம் மெழுகாலமையும் உருவத்தை நுண்ணியதாக அவதானித்து உருவாக்குவது அவசியம். இது கருவன்றோ! இதைப் பொறுத்தது இது வளர்ந்த நிலையில் உருவாகவிருக்கும் விக்கிரகம்.

கருவாயமைந்த மெழுகுருவத்தை மூடி மண் பூசுதல் அடுத்து நிகழ்வது. மண் காய்ந்ததும் மெழுகை வெளியேற்றிப் பொன் முதலிய உலோகங்களை உருக்கி அதனுள் வார்த்தல் வேண்டும். இதன் விளைவாக உலோக மயமான விக்கிரகம் கெட்டியான உருவத்தைப் பெறுகின்றது.

இவ்வாறு சிற்பிகள் விக்கிரகத்தை அமைப்பார்கள் என மாநசாரம் என்னும் நூல் அறுபத்தெட்டாம் அத்தியாயத்திற் கூறுகின்றது. வார்ப்பதுடன் தொடர்புற்ற கிரியைகளையும் இவ்வத்தியாயம் கூறும். எனினும், வார்க்குங்கலையைப் பற்றிச் சுருக்கமாகக் கூறும் இப்பகுதியும் தெளிவற்றது என்பது

வாசிப்பவர்களுக்கே தெரிகின்றது. நூல் சிதைவுற்றதனாலும் இவ்வாறு விளக்கக் குறைவு ஏற்பட்டிருக்கலாம்.

அபிலஷிதார்த்த சிந்தாமணி என்னும் நூலில் முதற் பிரகரணத்தில் தேவதாபக்தி என்னும் விஷயங்கூறும் சந்தர்ப்பத்தில் இருபத்தொரு பாட்டுக்களில் விக்கிரகம் வார்க்கும் நுண்கலையினை மிகச் சிறந்த முறையிற் கூறுகின்றார். இந்நூலை இயற்றியவர் சோமேஸ்வரபூலோக மல்லர்.

இவர் சாளுக்கிய மரபில் வந்தவர் என்பர் ஆராய்ச்சியாளர். இந்நூலுக்கு மாநசோல்லாசம் என்றும் பெயருண்டு. எமக்குக் கிடைக்க கூடிய நூல்களுள் விக்கிரகம் வார்ப்பதைப்பற்றி அதிக விபரமாகக் கூறும் நூல் இதுவேயாகும்.

முதலில் மெழுகில் உருவம் அமைப்பதையும், பிற்பக்கத்திலும், தோள்களிலும், கழுத்திலும், மகுடத்திலும் அமைக்கக்கூடியவாறு குழாய்களை மெழுகால் பொருத்தி உருவைத் தோற்றுவித்தலையும், பின்னர் நன்கு பதமாக்கப்பட்ட களிமண்ணால் அதை மூடிப் பூசிமெழுகுவதையும் கூறுகிறது.

இவ்வாறு பூசிய மண் நன்கு உலர்ந்ததும் அவ்வாறே மும்முறை பூசித் தனித்தனி நிழலில் உலர விடுவதையும், மும்முறை பூசும் பொழுதும் அதை நன்கு ஆறவிட வேண்டுமென்பதையும், உருவம் அமைக்குமுன் மெழுகை நிறுக்கவேண்டிய அவசியத்தையும், பின்னர் வார்ப்பதற்காகத் தேர்ந்தெடுக்கப்பட்ட உலோகத்தை நிறுக்கும் முறையினையும், பித்தளை, வெண்கலம் முதலிய உலோகங்கள் மெழுகின் நிறையைக் காட்டிலும் பதின்மடங்கு அதிகமாக இருக்க வேண்டுவதையும், வெள்ளியெனில் பன்னிரண்டு மடங்கும், பொன்னெனில் பதினாறு மடங்கும் மெழுகின் நிறையைக் காட்டிலும் இருக்க வேண்டுவதையும் இப்பகுதி தெளிவாக எடுத்துக் கூறுகின்றது.

இதன் பின்னர் தேங்காயின் (மூடியினது) தோற்றம் வாய்ந்த குகையை மண்ணால் அமைத்து அதனுள் உலோகத்தை வைத்து நெருப்பில் உருக்குதல் வேண்டும். மண்பூசி மெழுகியபின் நன்குலர்ந்த உருவத்தை நெருப்பிற் காய்ச்சி உள்ளிருக்கும் மெழுகு முழுவதும் உருகி வெளியோடும்படி செய்தபின், சூடு நன்கேறி நீரென உருகிய உலோகத்தை வெளியிற் பாயும்படி செய்வதற்காக இரும்புக் கம்பியால் உலையைத் துளைத்து, அதன் வழியே வரும் உருகிய உலோகத்தை குழாய் வழியே மண் அச்சினுள் ஊற்றினால் உள்ளே ஓடி எங்கணும் பரவும்.

உள்ளே பாய்ந்த உலோகம் சூடாறிக் குளிர்ந்து இறுகியதும் மேலே பூசப்பட்ட மண்ணாலான கவசத்தை மெதுவாக

உடைத்துக் கழற்றுதல் வேண்டும். மெழுகினால் முன் உருவாக்கிய உருவம் போன்ற உலோகமயமான உருவம் இந்நிலையிற் கிடைக்கின்றது. இவ்வுருவத்தில் மிகுதியாகப் பாய்ந்து காணப்படும் பகுதிகளையும் குழாய்களையும் அரத்தினால் அராவி அகற்றிவிடுதல் வேண்டும்.

பின்னர் சிற்பி பரம்பரையாக வந்த அநுபவத்தினாலும், தன் நுண்ணறிவினாலும், கை வண்ணத்தினாலும் உருவத்தின்மீது உளிகளைச் செலுத்தி உறுப்புக்களெல்லாம் நன்கு தனித்தனி விளங்கும் வண்ணம் விக்கிரகத்தினை உருவாக்குவான்.

சமையற் கலையிற் புகழ் பெறுபவன், சமைக்கும் வேளை அறுசுவைகளையும் தனித்தனியே உற்றுநோக்கித் தானே துய்த்துப் பரீட்சித்து, உண்டி உருசி மிக்கதாய்ச் சமைப்பது போன்று, சிற்பியும் தன் அநுபவத்தினாலும், நுண்ணறிவினாலும் விக்கிரகத்தின் ஒவ்வொரு அம்சத்தையும் உருவாக்குதல் வேண்டும்.

விக்கிரக லக்ஷணங்கள் கூறப்படினும் கூறப்படாவிடினும் அவை அவனுக்குத் தெளிவானவையே என்னுங் கருத்தினைக் கூறும் சுலோகம் சமராங்கண சூத்திரத்திற் பெறும் உண்மையை உணர்த்தி நிற்பது நோக்கற்பாலது. இவ்வாறு உருவான உருவத்தை மெருகூட்டி, அழகூட்டிப் பொலிந்து விளங்கச் செய்வது சிற்பியின் திறனைப் பொறுத்ததே. ஸ்ரீகுமாரன் இயற்றிய சிற்பரத்தினம் என்னும் நூலின் இரண்டாம் அத்தியாயத்திலும் (32–53 பாட்டுக்கள்) இம்முறை கூறப்பட்டுள்ளது.

கல்லினால் விக்கிரகம் அமைக்கவேண்டிய முறையினையும் சிற்ப நூல்கள் விரித்துக் கூறுகின்றன. விஷ்ணு தர்மோத்ரபுராணம், மரத்தால் அமையும் வகையினைக் கூறியபின், கல்லினால் ஸ்திர மான விக்கிரகங்களை அமைக்கும் முறையினைக் கூறுகின்றது.

விக்கிரகம் அமைக்கக் கல்லைத் தேர்ந்தெடுப்பதைச் சிலா பரீக்ஷணம் என்னும் தலைப்பினையுடைய பத்தொன்பதாவது அத்தியாயம் கூறுகின்றது.

ஸ்தபதி மலையை அடைந்து சில குறிப்பிட்ட பொருள்களைக் கல்லில் பூசிக் கல்லின் இயல்பை அவதானித்தறியும் நுணுகிய பரீட்சை சிலாலேபம் எனப்படும். கோபாலபட்டர் இயற்றிய ஹரிபக்தி விலாசம் என்னும் நூலில் சிலாகிரஹணம் (கல்லைத் தேர்ந்தெடுத்தல்) தனி அத்தியாயமாக அமைகின்றது.

காட்டில் நுழைந்து கல்லைத் தேடுவது முதல், தொடர்ந்து நிகழ்த்த வேண்டும் விஷயங்களை இது வரிசையாகக் கூறுகின்றது. இங்கு சில கிரியைகளும் நிகழ்வன. தெய்வங்களுக்குப் பூசை

நிகழும். முதலாவதாக அவற்றை அங்கிருந்து அகன்று வேறு இடங்களுக்குச் சென்றுவிடும்படி வேண்டுதல் நிகழும்.

வெட்டப்போகும் கல்லையும், வெட்டுவதற்குப் பயன்படவிருக்கும் ஆயுதங்களையும் அருச்சித்த பின்னர் உளியைக் கையிலெடுத்துச் சிற்பி தன் வேலையைத் தொடங்குவான்.

செய்யப்படவிருக்கும் உருவத்தின் பிரமாணத்தைக் காட்டிலும் அதிகமாகவே வெட்டப்படுங் கல்லின் அளவு அமைதல் வேண்டும். கல்லைக் கோவிலின் சமீபத்திற்குக் கொண்டுவந்தபின், விக்கிரகத்தை உருவாக்கும் யசமானன் சிறந்த சிற்பியைக் கொண்டு உருவாக்குதல் வேண்டும்.

சிலாலக்ஷணங் கூறும் அத்தியாயம் தேர்ந்தெடுக்கப்பட வேண்டிய கல்லின் தரத்தைப் பற்றிக் கூறும். புண்ணிய க்ஷேத்திரங்களில் இருந்தும், ஆறுகளின் நீரின் அடியிலிருந்தும், நிழல் மிகுந்த மரங்களிலிருந்தும், நிலத்துள்ளிருந்தும் சூரிய வெப்பத்தால் தாக்குறாததான கல் அழகான நிறம் வாய்ந்ததாய், சிவப்பு, மஞ்சள், வெண்சிவப்பு, கருமை முதலிய நிறங்களுள் ஏதேனும் ஒன்று வாய்ந்ததாய் இருப்பின், அது மிகவும் விரும்பத்தக்கது. பாலசிலை, யுவசிலை, மத்யசிலை எனக் கல்லினங்களைச் சிற்ப நூல்கள் மூவகைப் படுத்தும். பாலசிலையை விக்கிரகம் அமைக்கப் பயன்படுத்துவதில்லை.

சிலைகளும் பால்பாகுபாட்டுக்கமைய ஆண்சிலை என்றும், பெண்சிலை என்றும், அலிச்சிலை என்றும் மூவகைப்படும். கல்லிற் காணப்படும் வளையங்கள், பளபளப்பு, சுண்டும்பொழுது எழும் ஒலி முதலியவற்றைக் கொண்டு கல்லின் நிலை நிர்ணயிக்கப்படும். மூர்த்தியின் உருவம் ஆண்சிலையிலும், பீடம் பெண்சிலையிலும், ஆகக் கீழேயிருக்கும் பிண்டிகை அலிச்சிலையிலும் அமைவதே முறையாகும்.

இவ்வாறு கூறப்படுவதிலிருந்து, இம்மூன்று பகுதிகளும் தனித்தனி உருவாகிப் பின் ஒன்றாக மருவப்படுவன என்பது தெளிவாகின்றது.

முழுவதையும் ஒரேசிலையிற் செய்யும் முறையும் போதிய அளவிற்கு வழக்கிலிருந்து வருவதைக் காண்கின்றோம். கல்லைப் பிளந்து உளியாற் செதுக்கும் பொழுது வட்ட வளையங்கள் தென்பட்டால் அதை நீக்கிவிடுதல் வேண்டும். இவ்வகைக் கல்லால் உருவஞ் சமைத்தல் பெருந்தீங்கு விளைவிக்கும்.

பீடங்களைக் கல்லாற் பலவாறு அமைக்கலாம். அவ்வவற்றிற்குத் தனித்தனியே உரிய பெயர்களுக்கேற்ப அமைப்பு

வாய்ந்த பீடங்கள் ஸ்தண்டிலம், யக்ஷி, வேதி, மண்டலம், பூர்ணசந்திரம், வஜ்ரம், பத்மம், அர்த்தசசி, திரிகோணம் என்பன.

கருவறையின் வாயிலை எட்டுப் பங்காக வகுத்து, இரண்டு பங்கு உயரத்தில் விக்கிரகத்தையும், விக்கிரகத்தின் மூன்றிலொரு பங்கு உயரமாகப் பிண்டிகையும் அமைத்தல் வேண்டும்.

தனிமை வாய்ந்ததும் தூய்மையானதுமான பாதுகாப்பு மிகுந்த இடத்தில் நூல்கள் கூறும் பலவகையான நியமங்களை மேற்கொண்ட சிற்பி, உருவங்களைச் செதுக்குதல் வேண்டும். தான் செதுக்குந் தெய்வத்தைத் தியானித்தவாறே மனம் ஒருவழிப்பட நின்று தன் தொழிலில் ஈடுபடுதல் வேண்டும்.

தெய்வங்கள் பலவற்றையமைக்கும் முறையினைப் புராண இதிகாசங்களும், சிற்ப நூல்களும், ஆகமங்களும் பகர்வதை உற்று நோக்கினால் உருவங்களை உருவாக்கும் இந் நுண்கலை எவ்வளவு செவ்விதாக வளர்த்துப் பேணப்பட்டு வந்திருக்கிறதென்பதை ஊகித்தறியலாம்.

மேலும் ஸ்படிகம், பத்மராகம், வச்சிரம், வைடூரியம், பவளம், இரத்தினம் முதலியவற்றில் விக்கிரகங்கள் நுண்ணறிவு புகுத்தி மெச்சத்தக்க முறையில் உருவங்களாக அமைப்பது பற்றியும் சிற்ப நூல்கள் கூறுகின்றன.

துணிகளில் உருவங்களை ஓவியமாகத் தீட்டி வழிபடுவதும், புராணம் முதலியவை கூறும் பெரும் நிகழ்ச்சிகளை ஓவியங்களாகப் பிராகாரச் சுவர்களில் வரைவதும் தனிப்பெருங் கலைகள். இவற்றைப் பற்றிய விபரங்களைச் சிற்ப நூல்களிலிருந்து தேர்ந்தெடுத்து, கோவைப்படுத்தித் தனி நூலாகவே எழுதிவிடலாம்.

ஹயசீர்ஷம் என்னும் நூலிற் கோபாலபட்டர் குறிப்பிடுவதற் கிணங்க சுண்ணாம்பை முக்கிய உறுப்பாகக் கொண்ட கலவையை விக்கிரகம் அமைக்கப் பயன்படுத்தும் முறை பாரத நாட்டிற் பிரசித்தி பெற்றது. இந்நூல் இவ்வாறு சுதையில் விக்கிரகம் அமைப்பதை விளக்கியுள்ளது.

இங்கு பயன்படுத்தப்படும் பொருள் கரா எனக் குறிப்பிடப்பட்டுள்ளது. கரா, கர்கரா, சர்க்கரா என்பவை ஒரு பொருளையே குறிப்பன என விமரிசகர்கள் கூறுவார்கள். சப்தகல்பத்ருமம் என்னும் நூல் கர்கரா என்பது தூளாக்கப்பட்ட சிறு கற்றுண்டுகள் என விளக்கந் தருகின்றது. எனவே கர்கரா என்பது சிறு (சுண்ணாம்புக்) கற்களைக் குறிக்கலாம் என ஊகிக்கப்படுகின்றது.

செங்கல்லையும் இவ்வகைச் சுண்ணாம்பையுங் கொண்டு பல உருவங்களைக் கோவிலில் அமைத்துள்ளார்கள். ஸ்ரீரங்கம், திருவனந்தபுரம் முதலிய திருத்தலங்களிற் கருவறையிலுள்ள மூல விக்கிரகம் இவ்வாறு சுதை வேலையில் அமைந்திருப்பது நோக்கற்பாலது.

வைத்தீஸ்வரன் கோவிலில் விளங்கும் மகாசதாசிவமூர்த்தியும் இவ்வகைத்தே. இவ்வகையிலே அமைக்கப்பட்டிருக்கும் உருவங்களைக் கோபுரங்களிலும், கருவறையின் மேல் விமானங்களிலும் பெரிதும் விளங்கக் காணலாம்.

ஓவியக்கலை ஒரு தனிக்கலையாக வளரவில்லை. எனினும், அது இதுவரை கூறிய சிற்பத்தின் உறுப்பாகவே விளங்கிவருவதைக் காண்கின்றோம். சிற்பியாக விளங்குபவன் ஓவியத்திலும் கைதேர்ந்தவனே. சிற்ப நூல்களும் ஆகமங்களும் திருவுருவம் அமையும் முறையைக் கூறியதும், மூர்த்தியின் நிறத்தையும், அதே சந்தர்ப்பத்திற் குறிப்பிடுகின்றன.

இவை இரண்டையும் ஒருங்கு கூறுவதிலிருந்து சிற்பத்தை அமைப்பவனே ஓவியத்தையும் கையாண்டான் என ஊகிக்க முடிகின்றது. உருவங்களைக் கல்லாலோ மரத்தாலோ அமைத்த பிறகு அதற்குரிய வர்ணம் தீட்டி அழகுறுத்தினாற்றான் உருவம் நிறைவு பெறும். சாந்தினால் அமைக்கும் உருவமும் அவ்வாறே.

இந்தியச் சிற்ப நூல்களில் எவையாயினும் உருவமைக்குங் கலையையும், வர்ணந் தீட்டும் முறையையும் தனித்தனி பிரித்து வெவ்வேறு விஷயங்களாகக் கூறவில்லை. சிற்பி இருவகைத் தொழிலையும் ஒன்றன்பின்னொன்றாய் நிகழ்த்துதலையே கூறுவன.

இவ்வாறமைத்து உருவங்களுக்கு வர்ணம் பூசுவதிலிருந்து தேர்ச்சிமிக்க சிற்பி மட்டமான துணியிலோ சுவரிலோ வர்ணம் தீட்டியே உருவத்தைத் தோற்றுவிக்குங் கலையை உண்டு பண்ணியிருக்கலாம். நாளடைவில் இது தனிக்கலையாகச் செயற்படுவதைக் காண்கின்றோம்.

பிராகாரத்தை வலம் வரும்பொழுது, சுவர்களிலும் கூரையின் கீழ்த்தளத்தில் அண்ணாந்து பார்க்கும்பொழுது புலனாகக் கூடியவாறும் இறைவன் புகழ் சுட்டும் நிகழ்ச்சிகளை ஓவியமாகத் தீட்டும் நிலையைத் தென்னிந்திய ஆலயங்கள் சிற்பமாகச் சுட்டுவது முன்னர் கூறப்பட்டது.

திரைச்சேலைகள், தேரை அலங்கரிக்கும் தேர்ச்சேலைகள், மண்டபங்களை அலங்கரிக்கும் விரிப்புகள், மேற்கட்டிகள்

முதலியவற்றிலும், இறைவன் புகழ்கூறும் இதிகாச, புராண சம்பவங்களைச் சாயமேற்றியும் திறம்படச் சித்திரித்துள்ளார்கள். இதுவே தேவாலய வழிபாட்டினை அடிப்படையாகக் கொண்டு ஓவியக்கலை வளர்ந்த வரலாற்றின் சுருக்கம்.

திருவுருவங்கள் பற்றிக் கூறப்புகுந்த அத்தியாயத்தினிறுதியில் இவற்றை அமைக்கும் ஆற்றல் பூண்ட சிற்பிகளைப்பற்றிச் சிறிது கூறுதல் முறையே. இந்திய சிற்ப நூல்களுட் தலைசிறந்த மாநசாரம் என்னும் நூல் நான்குவகைச் சிற்பிகளைக் குறிப்பிடுவது சென்ற அத்தியாயத்திற் சுட்டிக் காட்டப்பட்டது.

பழைய இந்தியப் பண்பாட்டின்படி, ஒருவன் நினைத்த மாத்திரத்தே சிற்பியாதல் முடியாது. இத்தொழில் பரம்பரையாக வரவேண்டியது. மேலே சுட்டியவாறு தெய்வீக அடிப்படையானது. சாதி, குடும்பம் ஆகிய கட்டுப்பாட்டினுள் அடங்கியது.

இது மட்டுமன்று; நுண்ணரும் கலையறிவு படைத்தவன் முதிர்ந்த பிராயத்தில் கலை நூல்கள் கற்பதில்லை. சிறுபிராயமுதல் பயிற்சி பெறுகிறான். இதற்கு வேண்டிய சூழ்நிலையில் வளருபவனுக்குப் பயிற்சி வேண்டியதில்லை. ‘குலவித்தை, கற்றுப்பாதியும் கல்லாது பாதியும் கைவரும்‘ என்பது முதுமொழி.

மைந்தன் தந்தையின் கீழமைந்து பரம்பரையாகப் பேணப்பட்டுவரும் தொழிலினைப் பயில்வது சாதாரண நிகழ்ச்சியே. இப்பரம்பரை மரபைக் கொண்டு குறிப்பிட்ட குழுவினர் மத்தியில் மட்டுமே இக்கலை பழமை குன்றாது நெடுங்காலம் பேணப்பட்டு வந்தது.

இக்கலை வளர்ச்சியில் தனியொருவருக்கு இடம் இல்லை. பலதிறப்பட்ட சிற்பிகளின் கைவண்ணத்தாலேயே சிற்பம் உருவாகும். விரும்பியவாறு எவரும் இடம் பெறாது பரம்பரை உரிமையுடையோர்க்கே இக் கலையறிவு உரியதாகும் வண்ணம் வளர்ந்து வந்தது. இதுவே பழமை தழுவும் இந்தியப் பண்பாடு.

6

கிரியைகள்

சிவாலயங்களில் நிகழும் கிரியைகள் மூன்று வகையின. இவை நித்திய கிரியைகள், நைமித்திகக் கிரியைகள், காமியக் கிரியைகள் எனப் பெயர் பெறுவன. தினந்தோறும் நிகழும் கிரியைகள் நித்திய கிரியைகள். நிமித்தம் என்பது காரணம். எனவே, நைமித்திகக் கிரியைகள் காரணங்கொண்டு நிகழ்வன. பெறுபேற்றினை அவாவிச் செய்யப்படுங் கிரியைகள் காமியக் கிரியைகள் எனப்படும்.

பூசை என்னுஞ் சிறு கிரியையின் மிக விரிந்த நிலையே ஆகமக் கிரியை. இவ்வாகமக் கிரியையில் முன்னிரு அத்தியாயங்களிற் கூறியவற்றிற்கிணங்கக் கோவில் விரிந்தமைதலும் அங்கு முறைப்படி உருவாக்கப்பட்ட பல்வேறு உருவங்களை நிறுவுதலும் இன்றியமையாது நிகழ்வன.

இவ்விரு அம்சங்களையும் இவ்வளவு விரிவாக மூன்றாம் அத்தியாயத்தினிற் குறிப்பிடப்பட்ட பூசையில் காண்கின்றோமில்லை. எனினும், நித்திய, நைமித்திக, காமியக் கிரியைகளில் பூசை அடிப்படையாக விளங்கக் காண்கின்றோம். இனி, இம்மூவகைக் கிரியைகளை இந்நூல் இடந்தருமளவிற்கு விரிவாகக் கவனிப்போம்.

1. நித்திய கிரியைகள்

திருக்கோவில்களில் நிகழும் கிரியை, பூசை என மக்களிடையே பெரிதும் வழங்குகின்றது. இது நித்திய நைமித்திகக் கிரியைகளில் அவ்வந் நிலைக்கு ஏற்றவாறு விரிந்தும் சுருங்கியும் அமையும். பூசை

ஒவ்வொரு நாளும் அவ்வக் கோவில்களுக்கமைந்த வசதிகளுக்கும் மரபுகளுக்கும் ஏற்பப் பலமுறை நிகழும். திருச்செந்தூர் முதலிய கோவில்களில் பன்னிரு வேளைகள் பூசை நிகழ்வதைக் காண்கின்றோம்.

பெரும்பாலான கோவில்களில் நிகழ்வது ஆறுகாலப் பூசையாகும். இதைக் கிரியை நூல்கள் ஷட்கால பூசை எனக் குறிப்பிடுகின்றன. உஷக்கால பூசை, காலைசந்தி பூசை, உச்சிக்கால பூசை, சாயரட்சை பூசை, இரண்டாங்காலப் பூசை, அர்த்தயாமப் பூசை எனப் பெயர்கள் பெற்று இவை மக்களிடை வழங்குகின்றன.

உஷக்காலப் பூசை அதிவிடியற் காலையில் நிகழும். சூரியோதயத்தின்பின் நிகழ்வது காலைசந்திப்பூசை. நடுப்பகலில் நிகழ்வது மூன்றாவதான உச்சிக்காலப் பூசையாகும். சாயரட்சைப் பூசை என்பது மாலைவேளையில் நிகழும். இருள் படர்ந்து இரவானதும் நிகழ்வது இரண்டாங்காலப் பூசை. இது இவ்வரிசையில் ஐந்தாவதாக நிகழும் பூசையாகும்.

தினந்தோறும் இறுதியில் நிகழும் ஆறாவது பூசை அர்த்தயாமப் பூசை எனப்படும். இவ்வாறு ஆறு காலங்கள் பூசை நிகழ்த்த வசதியற்ற இடங்களில் சிலகாலப் பூசைகள் மட்டும் நிகழ்வதுண்டு. காலை, உச்சி, மாலை ஆகிய மூவேளைப் பூசை நிகழுங் கோவில்கள் சில. காலையிலும் மாலையிலும் ஆக இருவேளை மட்டிலும் நிகழும் கோவில்களுமுண்டு.

உஷக்காலப் பூசை

இப்பூசை சூரியன் உதிக்கு முன்பே மூன்றே முக்கால் நாழிகைகளுக்கு முன் நிகழ்வது. அருச்சகர் தமது நித்திய கர்மானுஷ்டானங்களை முடித்து வெண்பட்டு, உத்தரீயம், விபூதி, உருத்திராக்கம் முதலியவற்றால் அலங்கரிக்கப்பட்ட மேனியினராய்க் கோவிலை அடைவர். வாயிலில் கால்களையும் கைகளையும் கழுவிய பின்னர் வலமாகக் கோவிலினுள் நுழைந்து, திருநந்தி தேவரையும், பின்னர் துவாரபாலகரிரு வரையும் பிரார்த்தித்து, அவரனுமதியுடன் உட்சென்று புற மண்டபத்தையடைவர்.

அங்கு, சகளீகரணம் செய்து சாமான்யார்க்கியம் கூட்டி, அதன் நீரினால் தன் மீதும், புறத்தேயுள்ள பொருட்கள் மீதும் தெளித்து, அனைத்தையும் தூய்மையாக்குவர். இதைத் தொடர்ந்து பூதசுத்தி, அந்தர்யாகம், சிவோகம்பாவனை ஆகிய மூன்று கிரியைகள் நிகழும்.

இவ்வாறு சிவபூசைக்குத் தகுதிவாய்ந்தவராகத் தன்னை ஆக்கிக்கொண்டு, அருச்சகர் முதலில் பைரவரின் ஆலயம் புகுவர். பைரவரை முறைப்படி அருச்சித்ததும், முதனாளிரவு ஒப்புவிக்கப்பட்டு இதுகாறும் அவர் வயமிருக்கும் பள்ளியறை திறவுகோலினை அங்குச முத்திரையினால் எடுத்து, மங்கள வாத்தியங்கள் மெல்லிசை இசைக்கப் பள்ளியறைக்குச் செல்வர்.

மங்கள இசையினால் இறைவனைக் களிப்பித்துப் பள்ளி எழுந்தருளும் வண்ணம் திருப்பள்ளியெழுச்சிப் பாடல்களால் வெளியே நின்றவாறு இறைவனிடம் வேண்டுகோள் நிகழ்த்தியபின், துவார பூசை செய்து, கதவுகளைத் திறப்பதற்குக் காலகாலனது அனுமதி வேண்டி, கதவில் திறவுகோல் நுழைவதற்கென உரிய துவாரத்தைப் பிந்து வடிவினதாகத் தியானித்து, பின் அருச்சித்து, நாத வடிவினதான திறவுகோலை சிவசக்தி மந்திரத்தை உச்சரித்து உட்புகுத்தித் திறப்பர்.

பவித்திரமாக்கப்பட்ட அர்க்கிய நீரினால் உட்புறம் முழுவதையும் தெளித்து, நிர்மாலியங் களைந்து, இறைவனுக்குப் பாத்தியம், அர்க்கியம், ஆசமநீயம் ஆகியவற்றை முறையே கொடுத்து வெளியே எழுந்தருளும் வண்ணம் அவனைப் பிரார்த்தித்து நிற்பர். சக்தியை அங்கே இருக்க விடுத்து இறைவனை மட்டுஞ் சிவிகையில் ஏற்றிக் கோவிலை வலமாக எழுந்தருளச் செய்து மூலலிங்கத்தின் சந்நிதியை அடைவர்.

அங்கு இறைவன் முன் பூவைக் கையிலெடுத்து பள்ளியறை யிலிருந்து கருவறைக்கு எழுந்தருளி வந்திருக்கும் மூர்த்தியில் இருக்கும் இறைவனை உற்பவ முத்திரையால் மூலலிங்கத்திற் சேர்ப்பிப்பர். பின் ஸ்தானசுத்தி செய்து பூதேவியை வழிபட்டுத் திரவிய சுத்தியையும் முடித்துக் கணேசனையும், இலிங்கப் பெருமானையும், தேவியையும் திருமஞ்சன நீரால் முழுகுவித்து முறைப்படி உஷக்கால பூசையினை முடிப்பர்.

காலை சந்தி பூசை

இது காலைப்பூசை எனவும்படும். சூரியன் உதித்த பின் ஏழரை நாழிகைகளுக்கு முன் இப்பூசை நிகழ்தல் வேண்டும். இங்கு முதலில் சூரியபூசை இடம்பெறும். இதையடுத்துக் கணேசனது பூசையும் துவார பூசையும் நிகழும். பின்னர் மூல லிங்கத்திற்கும், பரிவார தெய்வங்களனைத்திற்கும் பூசை விரிவாக நிகழ்த்தப்படும்.

ஆவாகனம், அபிஷேகம், அலங்காரம், தீபாராதனை, அருச்சனை, தோத்திரம், நிருத்தியம் முதலியன பூசையின் அம்சங்கள். இவற்றைப் பின்னர் விரிவாகக் கவனிப்போம். இவ்வம்சங்கள், நித்திய கிரியைகளிலும் நிரந்தரமான அம்சங்களாக

விளங்குவதனால் இவை தனியே சிறு விளக்கவுரைகளுடன் பின்னர் கூறப்படும். பூசையின் முடிவில் நித்தியாக்கினிகார்யமும் நித்திய பலியும் நடைபெறும்.

உச்சிக்காலப் பூசை

இப்பூசை நடுப்பகலில் நிகழ்வது. அருச்சகர் நித்திய கடன்களை முடித்து, விக்கினேசுவர பூசை, புண்ணியாகம், பூதசுத்தி, அந்தர்யஜனம், தியானம், ஸ்தானசுத்தி, விஷேசார்க்கியம், திரவிய சோதனை, மந்திரசோதனை, சிவோகம்பாவனை முதலிய பூர்வாங்கக் கிரியைகளை முடித்து, ஸ்நபனபூசை செய்து, துவாரபாலகர்களை வணங்கி, உட்புகுந்து மூலவரை ஆதார சக்தி முதல் மானசாபிஷேகம் வரை முறையாக அருச்சித்து, எண்ணெய்க் காப்பு முதல் ஸ்நபனம் ஈறாக அபிஷேகித்து, வஸ்திரம் மாலை முதலியவற்றால் அலங்கரித்து, ஆவரணபூசை வரையும் முடித்து, தூப தீப ஆராதனைகளைச் செய்வர்.

பின்னர் நடேசர் சக்தியீறாகப் பூசை நிகழும். அபிஷேக அலங்காரம் முதலியன ஒவ்வொரு பூசையிலும் இடம்பெறுவது குறிப்பிடத்தக்கது. இவ்வாறு பூசை நிறைவேறியதும் சிவநிர்மாலியத்தைச் சண்டேசுவரரிடம் சமர்ப்பிப்பதுடன் உச்சிக்காலப் பூசை முடிவுறும்.

சாயரட்சை பூசை

இப்பூசைக்குச் சாயங்காலப் பூசை, பிரதோஷகாலப் பூசை என்னும் பெயர்களும் உண்டு. பிரதோஷம் இரவின் முகம் என நிகண்டு கூறும். எனவே, இரவின் தொடக்கமான மாலைப்பொழுதே பிரதோஷம் என்று பெறப்படுகின்றது. இப்பூசை சூரியன் அஸ்தமிப்பதற்கு மூன்றே முக்கால் நாழிகைக்கு முன் நிகழ வேண்டியது.

கணேசனையும், நடேசரையும், பின் மூவரையும், சிவபெருமானுடைய ஏனைய மூர்த்தி பேதங்களையும், அம்மையையும் உரியவாறு பூசித்தல் இப்பூசையின் முக்கிய அம்சமாகும். இங்கும் முன்னர் கூறியவாறு ஆவாகனம், அபிஷேகம் முதலியன நிகழ்வது கவனிக்கத்தக்கது.

இரண்டாங்காலப் பூசை

இது மேலே கூறப்பட்ட சாயங்காலப் பூசையிலிருந்து மூன்றே முக்கால் நாழிகையில் நிகழ வேண்டியது. நீராடித் தோய்த்துலர்ந்த ஆடை புனைந்து அருச்சகர், முதலில் விக்கினேசுவரனைப் பூசித்தபின் இறைவன் சந்நிதியினையடைந்து துவாரபூசை நிகழ்த்துவர்.

சிவோகம்பாவனை செய்து, ஐந்து ஆவரணங்களுடன் இறைவனைப் பூசித்து, வியோமவியாபி மந்திரத்தினால் எண்ணெய் முதல் ஸ்நபனம் வரை அபிஷேகித்து, ஆடையணிகலன்களால் அலங்கரித்து, பூமாலை புனைகித்து, தூபதீபம் முதலிய நிகழ்த்தி, தீபாராதனை அருச்சனை முடித்து, அவனை நிருத்தியம், கீதம், வாத்தியம் முதலியவற்றால் சந்தோஷிப்பித்தல் வேண்டும்.

பின்னர், தேவி முதலிய பரிவார தெய்வங்களுக்குப் பூசை நிகழும். நித்தியாக்கினிகார்யம், நித்தியோத்சவம், நித்தியபலி முதலியன இப் பூசையின் இறுதி அம்சங்கள். இரண்டாம்காலப் பூசை சண்டேசுவரரைப் பூசிப்பதுடன் நிறைவுறும்.

அர்த்தயாம பூசை

இரண்டாம்காலப் பூசையிலிருந்து மூன்றே முக்கால் நாழிகை வரை அர்த்தயாம பூசைக்கு உரிய காலம். இங்கு துவார பூசை கிடையாது. வாசனை கலந்த எண்ணெய் முதலிய அபிஷேகப் பொருட்களால் இலிங்கத்திற்கு அபிஷேகஞ் செய்து, பூமாலை முதலியவற்றால் அலங்கரித்து, பஞ்சாவரண பூசையுட்பட முடித்து, அப்பமீறான நிவேதனப் பொருட்களை நிவேதித்து, போக சக்தியைப் பூசித்து, பள்ளியறைக்கு ஏகுவதற்காக எழுந்தருளும் மூர்த்தியைச் சிவிகையிலுள்ள ஊஞ்சலில் ஏற்றி, தூப தீபங்களும் காட்டி, நிவேதனப் பொருட்களை நிவேதித்துப் பூசித்து, பின் வலமாகப் பள்ளியறையை யடைந்தபின் பள்ளியறையில் மூர்த்தியை எழுந்தருளச் செய்து, அங்கு பட்டு மெத்தை தலையணைகளுடன் கூடிய பல நுண்ணிய வேலைப் பாடமைந்த பொற்கட்டிலின் மீது தேவியின் வலப்பக்கத்தில் இறைவனை எழுந்தருளச் செய்து இருவரையும் பூசித்தல் வேண்டும்.

நறுமணம் கமழும் மலர் மாலைகளாலிருவரையும் அலங்கரித்துப் பாற்பாயசம், வடை முதலியவற்றை இறைவனுக்கும் இறைவிக்கும் நிவேதித்த பின்னர் ஏலம், இலவங்கம், சாதிபத்திரி, பச்சைக் கற்பூரம், பாக்கு முதலியவற்றுடன் இளந்தளிர் வெற்றிலை களைச் சமர்ப்பித்துத் திரையிட்டு அருச்சகர் வெளியேறுவர்.

பின்னர் இறைவனைப் பள்ளிகொண்டருளும்படி வேண்டி நிற்கும் பாடல்களைப் பாடச்செய்து தாழ்ப்பாழிடுவர். இதன்பின் சண்டேசுவரர் பூசை இடம் பெறும். இது முடிந்ததும், பைரவரது ஆலயமடைந்து முறைப்படி பூசை நிகழ்த்தித் திறவுகோலை அவர் முன்னிலையில் வைத்துக் கோவில் பாதுகாப்பை அவரிடம் ஒப்புவிப்பர்.

நித்தியாக்கினிகார்யம்

இதற்காக சுவாமியின் சந்நிதியில் நிரந்தரமாக அமைக்கப்பட்ட குண்டத்தினை அணுகி, நிரீக்ஷணம் முதலான நான்குவகைச் சம்ஸ்காரங்களைச்செய்து, குண்டத்தைக் கலாமயமாகக் கற்பித்து, எண்வகை மலர்களாலருச்சித்து, அவிச்சின்னமான அக்கினியைத் தியானித்து, பரிதிகளையும், விஷ்டரங்களையும் குண்டத்தில் உரிய இடங்களில் வைத்து, பரிதிகளில் பிரமா, விஷ்ணு, உருத்திரன், ஈசுவரன் ஆகிய நால்வரையும், விஷ்டரங்களில் இந்திரன் முதலிய திக்குப்பாலகர்களையும் அருச்சித்து, அர்க்கியங் கொடுத்து, சிருக்சுருவ சம்ஸ்காரங்களையும், ஆஜ்ய சம்ஸ்காரங்களையும் செய்தல் வேண்டும்.

அங்கு கனன்று மூண்டெழுந்து நிற்கும் அக்கினியைச் சிவாக்கினியாகப் பூசித்து, அக்கினியின் நடுவில் உள்ள இதயத் தாமரை மலரில் சிவனை ஆவரணங்களுடன் அருச்சித்து, மூல மந்திரத்தினாலும், பஞ்சபிரம மந்திரங்களினாலும் ஆகுதி செய்து, சருஹவனம் வரை அக்கினி கார்யத்தை நிறைவேற்றிப் பூர்ணாகுதி கொடுத்தல் வேண்டும்.

பின்னர் பரிதி விஷ்டரங்களில் உருண்டை வடிவான அன்னத்தினால் பலியிட்டுப் புஷ்பங்களை அஞ்சலியாய் எடுத்து ஜபம் செய்து, மூலலிங்க சமீபமடைந்து உற்பவ முத்திரையால், "நான் செய்தது செய்யவிருப்பது அனைத்தும் நற்செயலாய் அமைதல் வேண்டும். நீ அனைத்தையும் காப்பவன்; நீயே ஒப்புயர்வற்ற கதி" என்னும் பொருள்படும் சுலோக வடிவான க்ஷமாபண மந்திரம் கூறி, இறைவனுடைய வரதஹஸ்தத்தில் சமர்ப்பித்தல் வேண்டும். நித்தியாக்கினிகார்யம் முடிந்ததும், நித்திய உற்சவம் நிகழ்தல் முறை.

நித்திய பலிதானம்

தினந்தோறும் மூன்று வேளைகளிலாயினும், இரு வேளைகளிலாயினும், ஒரு வேளையாயினும் நித்திய பலி இடுதல் வேண்டும். நம: என்பதை இறுதியாகக் கொண்டு அருச்சித்தலையும், சுவாஹா என்பதை இறுதியாகக் கொண்டுவரும் மந்திரத்தினால் பலியையும் இடுவது முறை.

மயில் முட்டையின் அளவு கொண்ட, உருண்டை வடிவான அன்னத்தினால் அமையும் பலி உருண்டை உத்தமமானது. எலுமிச்சம்பழமளவு பெரியது மத்திமமானது. நெல்லிக்காயளவான தாகும் உருண்டை அதமமானதாகும். பிரமாணம் எவ்வாறா யிருப்பினும் உருண்டைகள் வட்டவடிவினதாக இருத்தல் அவசியம்.

நித்தியாக்கினி முடிந்ததும் சிவிகையிலேற்றிய பலி நாயகரைப் பரிசாரகன் தோளில் சுமந்து, உள் வீதிவழியே வர, ஆசாரியார் ஒரு கையில் அர்க்கிய பாத்திரத்தையும், மற்றக் கையில் மணியையும் தாங்கி, மணியை விட்டு விட்டு ஒவ்வொரு முறையாக அடித்துக்கொண்டு, இறைவன் சந்நிதியை அடைந்து, அங்கு பூமியில் நீரைத் தெளித்து, பரிசாரகர் தரும் உருண்டைகளால் வாசல் முன்னிலையில் துவாரபாலகர் அனைவருக்கும் பலிகொடுத்தல் வேண்டும்.

வாயிலின் முன் உள்ள பலிபீடத்திலும், பின்னர் நந்தி முதலானவர்களுக்கும், இந்திரன் முதலிய திக்குப் பாலகர்களுக்கும் பலியிட்டு, துவஜஸ்தம்பத்திற்கு அருகில் உள்ள பத்திரலிங்கமாகிய மகாபலிபீடத்தில் உரிய தெய்வங்களுக்குப் பலி இடுதல் வேண்டும். இவ்வாறு பலியிடுதல் காலையிலும் மாலையிலும் நிகழ்தல் உத்தமம்.

பலியைத் தொடர்ந்து சுத்த நிருத்தம் நிகழ்த்துவிப்பது முறை. அடுத்துச் சண்டேசுவர பூசை முடிந்ததும் இறைவனை வலம்வந்து வணங்கி, இயன்ற அளவு ஜபம் செய்து கிரியைகளில் நிகழ்ந்த குறைவுகளை நிறைவு செய்யும்படி க்ஷமாபண மந்திரங் கூறிப் பூசையைச் சமர்ப்பித்தல் வேண்டும்.

2. நைமித்திகக் கிரியைகள்

நைமித்திகக் கிரியையெனினும், விஷேச கிரியையெனினும் ஒன்றே. இவ்வகைக் கிரியைகள் குறிப்பிட்ட விஷேச தினங்களில் மட்டும் நிகழ்வன. இவ்விஷேச தினங்கள் வாரத்திற்கு ஒருமுறை அல்லது இரு வாரங்களுக்கு ஒருமுறை நிகழலாம். சில மாதத்திற்கு ஒருமுறை அல்லது சில மாதங்களுக்கு ஒருமுறை நிகழ்வன. வருடமொருமுறையும் பல வருடங்களுக்கொருமுறையும் நிகழும் நைமித்திகக் கிரியைகளுமுண்டு.

தினந்தோறும் நிகழும் கிரியைகளே, வாரம் ஒருமுறை விரிவாக நிகழும் சந்தர்ப்பங்களும் நேரிடலாம். இத் தினங்களில் முன்னர் கூறப்பட்ட அபிஷேகம், அலங்காரம், அருச்சனை, ஆராதனை முதலியனவும் உற்சவங்களும் விரிவாக நிகழ்வன. குறிப்பிட்ட வாரங்கள் சிறப்பித்துக் கூறப்படுவதனால், அவ்வவ்வாரங்களில் பூசை நிகழும் வேளை சுவாமி தரிசனம் செய்தல் விசேஷசமாகக் கருதப்படும்.

சுக்கிர வாரம் எனப்படும் வெள்ளிக்கிழமை தோறும் சுவாமி தரிசனம் செய்ய, அடியவர்கள் பெருங்கூட்டமாகக் கோவிலுக்குச் செல்வது பெருவழக்காகும். இவ்வாறே குருவடிவினனான

முருகனையோ, தக்ஷிணாமூர்த்தியையோ வழிபட வியாழக்கிழமை தோறும் மக்கள் அவ்வக் கோவில்களுக்குச் செல்வார்கள். சோமவாரம், சிவனை விஷேசமாக வழிபடுவதற்குரிய வாரந்தோறும் வருந்திருநாள்.

இருவாரங்களுக்கொருமுறை வருவது பிரதோஷம் முதலான விஷேச நாட்களாகும். இத்தினங்களில் விரதம் அனுஷ்டிக்கும் சைவ மக்கள், அன்று நிகழும் விஷேச பூசைகளைத் தரிசிப்பதற்காகப் பெருந்தொகையினராய்க் கோவில்களிற் கூடுவர். கிருத்திகை, சதுர்த்தி, சஷ்டி, மாதப்பிறப்பு முதலிய விஷேச தினங்கள் மாதமொருமுறை வருவன. சங்கிராந்தி முதலிய தினங்கள் மாதங்களுக்கு ஒருமுறை நிகழ்வன.

மாதப் பிறப்பிலும், கிரகணம் நிகழும் தினங்களிலும் விஷேச தீர்த்தோற்சவம் முதலியன நிகழும். நடேசரபிஷேகங்கள் ஒவ்வொரு ஆண்டும் ஆறுமுறை நிகழ்வன. ஆடிப்பூரம், ஆவணிச் சதுர்த்தி, ஆவணிமூலம், நவராத்திரி, விஜயதசமி, கந்தசஷ்டி, திருக்கார்த்திகை, கிருத்திகா தீபம், கார்த்திகைச் சோமவாரம், மார்கழித் திருவாதிரை, தைச்சங்கிராந்தி, மாசி மகம் முதலியனவும், பிரமோற்சவமும் வருடமொருமுறை நிகழும் நைமித்திக நிகழ்ச்சிகளாகும்.

மகாமகம் பன்னிரண்டு வருஷங்களுக்கொருமுறை நிகழ்வது. அர்த்தோதயம், மகோதயம் முதலியனவும் கும்பாபிஷேகமும் பல வருஷங்களுக்கு ஒருமுறை வருவன. இவற்றுள் பிரதிஷ்டை எனப்படும் கும்பாபிஷேகமும் பல வருஷங்களுக்கொருமுறை வருவன.

இவற்றுள் பிரதிஷ்டை எனப்படும் கும்பாபிஷேகம் மிக விரிவான கிரியை ஆனதாலும், இதைப் பற்றி ஆகமங்களில் தனிப்பிரிவு ஒன்று விரிவாக இருப்பதனாலும், மிகப்பெரியதான இந்நைமித்திகக் கிரியையினைப் பின்னர் தனித் தலையங்கத்தின் கீழ் நோக்குவோம்.

வாரபூசை, அஷ்டமீ பூசை, பிரதோஷ பூசை, அமாவாஸ்ய பூசை, நட்சத்திர பூசை, மாச பூசை, கிருத்திகா தீபவிதி, தநுர்மாத பூசை, ஆர்த்ராவிரத பூசை, குங்குமபூசை, புஷ்யமாசகந்த பூசை, மாகமாச கிருதகம்பள பூசை, சிவராத்திரி பூசை, பால்குன பூசை, சைத்திர உடுபோத்சவம், ஆஷாட பவித்ரோத்சவம், பவித்ராரோகணம், பூரகர்மம், சிராவண பூசை, ஆஸ்விஜகிருத பூசை, அன்ன பூசை, தீப பூசை, லாஜபூசை, சங்கிரமபூசை, கிரகணபூசை, விஷேசபூசை முதலியன பூர்வகாரணாகமம் குறிப்பிட்டு விளக்கும் நைமித்திகக் கிரியைகளாம்.

பிரதோஷ பூசை, கிருத்திகாமாச பூசை, தநுர்மாசகிருதகம்பள பூசை, பால்குன பூசை, ஆஷாடமாச பூசை, சிம்ஹமாச பூசை, பாத்திரபதமாச பூசை, ஆஸ்வீஜமாச பூசை, அமாவாஸ்ய பூசை, உபராகோத்ஸவ பூசை, அஷ்டமீ பூசை முதலிய நைமித்திகக் கிரியைகளை உத்தரகாரணாகமம் விளக்குகின்றது.

இவற்றுள் அதி முக்கியத்துவம் பெற்று ஆலயங்களனைத்திலும் பெரிதும் கடைப்பிடிக்கப்படுவன பிரதோஷம், நவராத்திரி, கிருத்திகாதீபம், தநுர் மாத உஷப்பூசை, ஆர்த்திரா உற்சவம், சிவராத்திரி ஆகியன. இவை மட்டுமே இந்நூலில் இடம்பெறுகின்றன. ஏனையவற்றின் விளக்கங்களை விரிவான நூலில் விரிப்போம்.

பிரதோஷம்

தேவர்களும் அசுரர்களும் ஒருங்கு சேர்ந்து மந்தர மலையை மத்தாகவும், வாசுகியைக் கயிறாகவும் கொண்டு பாற்கடலைக் கடைந்தனர். அவ்வாறு கடையத் தொடங்கியபின் பதின்மூன்றாம் நாளில் ஆலகாலவிஷம் பிறந்தது.

இது எங்கணும் பரவி, உலகையழிக்காதிருக்கும் வண்ணம் ஆன்ம கோடிகள் மீது மேற்கொண்ட கருணையினால், இறைவன் தம் உள்ளங் கையிலதனை ஏற்றுப் பருகியருளினார். இந் நஞ்சு பருகப்பட்ட வேளை பிரதோஷ வேளை. சுக்கிலபக்ஷம், கிருஷ்ணபக்ஷமாகிய இரு பக்ஷங்களிலும் பதின்மூன்றாம் நாளில் வரும். இப்பிரதோஷ காலத்தில் எம் நன்றியுணர்ச்சி தோன்ற இறைவனைப் பூசிப்பதனையே ஆகமங்கள் விதித்துள்ளன.

ஒவ்வொரு திரயோதசியன்றும் பகற்பொழுதின் இறுதியான பிரதோஷப் பொழுதில் இறைவனுக்கு விசேஷ அபிஷேகம் நிகழ்த்தி, வெண்பட்டு அணிவித்து, பலவகை ஆபரணங்களாலும் மலர் மாலைகளாலும் அவனை அழகுற அலங்கரித்து, அஷ்ட புஷ்பங்களால் அருச்சித்து, நிவேதனம் சமர்ப்பித்து, தூபம் தீபம் முதலியவற்றாலும் விஷேச தீபங்களாலும் ஆராதித்து, கண்ணாடி முதலிய உபசாரப் பொருட்களால் உபசரித்து, கீதம் நிருத்தியம் முதலியவற்றால் இறைவனைக் களிப்பித்தபின், இறைவியையும் அவ்வாறே விரிவாகப் பூசித்துப் பின் விருஷாரூடரை வீதிவழியே உலாக்கொண்டருளச் செய்து மண்டபத்தில் எழுந்தருளுவித்தல் வேண்டும். இதன் பின்னர் நித்திய பூசை நிகழும்.

நவராத்திரி

ஐப்பசி மாதத்தில் (சாந்திரமானப்படி) சுக்கில பக்ஷத்திலே பிரதமை முதல் வரும் ஒன்பது தினங்கள் நவராத்திரி தினங்களாகும்.

தேவியின் கையில் காப்புக் கட்டி துர்க்கை, லக்ஷ்மி, சரஸ்வதி ஆகிய மூவரையும் பூசித்தல் நவராத்திரி கிரியையின் முக்கிய அம்சமாகும். தேவியை இவ்வொன்பது தினங்களிலும் வெவ்வேறு கோலங்களில் அலங்கரித்து வைத்தல் வேண்டும்.

பலவகை நைவேத்தியங்களுடன் தூபதீபம் முதலான தீபாராதனையையும் அருச்சனையையும் நிகழ்த்தி, பகல் இரவு ஆகிய இருவேளைகளிலும் ஹோமம் செய்தலும் ஆகமங்களில் விதிக்கப்பட்டுள்ளது. ஹோமம், உற்சவம் ஆகிய இரண்டினையும் நீக்கி, விரதம் பூசை ஆகியவற்றை மட்டும் மேற்கொள்ளும் வழக்கமும் கையாளப்படுவதுண்டு.

கற்ப நூல்களில் கூறப்பட்டவாறு தேவியின் பல அம்சங்களை விரிவாகப் பூசித்தலும், வாத்தியம், கீதம், நிருத்தியம் முதலியவற்றைச் சிறப்புற நிகழ்த்தி வைப்பதும், பலவகை தோத்திரங்களைக் கூறி வழிபடுதலும் ஆகமங்களில் விதிக்கப்பட்டுள்ளன.

பத்தாம் தினத்தன்று ஆயுத பூசை, கிராமபிரதக்ஷிணம் முதலியன நிகழும். நவமியன்று ரக்ஷஸீசூத்திரத்தை விசர்ஜனஞ் செய்து, தசமியன்று சமீபூசை நிகழ்த்துதல் வேண்டும். குதிரை வாகனத்தில் சந்திரசேகரமூர்த்தியை எழுந்தருளச் செய்து, தசமி உற்சவத்தை நிகழ்த்தும் முறையினை ஆகமங்கள் கூறியுள்ளன. இது மானம்பு உற்சவம் எனப் பிரசித்தி பெற்றுள்ளது.

கிருத்திகை உற்சவம்

கிருத்திகைத் தீபம் கார்த்திகை மாதத்தில் நிகழ்வது. விநாயகன், சிவன், தேவி, விஷ்ணு, கார்த்திகேயன் ஆகியோருக்குத் தனித்தனியே அவரவருக்குரிய நாட்களில் இவ்வுற்சவம் நிகழும். இவ்வுற்சவம் நிகழவேண்டிய வேளை, சூரியன் மறைந்துகொண்டிருக்கும் சாயங்கால வேளை. விநாயகன், சிவபெருமான், தேவி எழுந்தருளியிருக்குந் தலங்களில் பௌர்ணிமைத் தினத்தில் இவ்வுற்சவம் நிகழும்.

இவ்வுற்சவ தினத்திற்கு முன்னாளிரவு அங்குரார்ப்பணஞ் செய்து தீபபூசை நிகழ்த்தி, தீபத்தை அதிவாசம் செய்தல் வேண்டுமென ஆகமங் கூறுகின்றது. சம்பகம், தென்னை, தாலம், கருங்காலி, அர்ஜுநம் முதலிய மரங்களுள் ஏதாவதொன்றால் தீபதண்டம் அமைத்தல் வேண்டும். இது பிரசாதம் அளவோ அல்லது கபோதமளவோ உயரமாக இருத்தல் வேண்டும்.

இத்தண்டத்தைச் சுற்றிலும் நூறு, ஐந்நூறு அல்லது ஆயிரம் தீபகீலங்கள் அமைத்தல் வேண்டுமென ஆகமங் கூறுகின்றது. சுற்றிலும் ஓலையினால் வளைத்து வட்டவடிவமாகக் கட்டும்

மரபு உண்டு. இதற்குச் சொக்கப்ப(லீ)னை என்னும் பெயர் மக்களிடை வழங்கி வருகின்றது.

சிவனுக்குமுன் குண்டம் நிறுவி, அக்கினியை முறைப்படி வளர்த்து, நெய், சரு, பருத்தி, பால் முதலிய விசேஷ திரவியங் களை உரிய மந்திரங்களால் ஹோமம் செய்து, ஒன்பது தீப பாத்திரங்களைத் தேர்ந்தெடுத்து, அவற்றில் நெய் நிறைத்து, குண்டத்தில் உள்ள அக்கினியினால் தீபங்களை ஏற்றுதல் வேண்டும்.

குண்டத்தின் முன் தண்டிலங் கற்பித்து, அதன்மீது நெல்லைப் பரப்பி, எட்டு இதழ்களால் அமையுந் தாமரை மண்டலம் ஒன்று கீறி, அதன் மீது தர்ப்பை மலர்கள் முதலியவற்றைத் தூவி, அதன் நடுவில் ஒரு தீபத்தையும் கிழக்கு முதல் வடகிழக்கு வரையுள்ள எட்டுத் தளங்களிலும் எட்டுத் தீபங்களையும் வைத்தல் வேண்டும்.

தீபங்களைச் சந்தனம், புஷ்பம் முதலியவற்றால் அருச்சித்து அவற்றில் நவசத்திகளை ஆவாகித்தல் வேண்டும். ஹோமத்தைப் பூர்ணாகுதியுடன் நிறைவேற்றி அக்கினியில் ஆவாகிக்கப் பட்ட இறைவனை மூல லிங்கத்தில் ஒடுக்கியபின் வெளியில் நிர்மாணிக்கப்பட்ட தீப தண்டத்தை அணுகி அதற்குக் கௌதுகபந்தனம் செய்தல் வேண்டும்.

கிருத்திகா தீபோற்சவத்திற்குரிய மாலைப் பொழுதில் எழுந்தருளும் மூர்த்தியை அலங்கரித்து, பூசை முதலியன நிகழ்த்தி, திருவுலாக் கொண்டருளச் செய்து, தீப தண்டம் நிறுவப்பட்ட இடத்தைச் சமீபித்ததும், முன் ஒன்பது பாத்திரங்களில் இருக்கும் தீபங்களை நடுப்பாத்திரத்தில் ஒன்றாகச் சேர்த்து, ஒரு தீபமாக்கி, அதைத் தருணதீபமாக அருச்சித்து, அதைத் தீபதண்டத்தின் உச்சியில் வடக்கு முகமாக விளங்குமாறு வைத்தல் வேண்டும்.

பின்னர் தண்டத்தைச் சுற்றி வளைந்து அமையும் சொக்கப்ப(லீ)னை சுவாலைவிட்டுப் பெரும் ஒளிப்பிழம்பாய்த் தோற்றும் வண்ணம் சுவாலித்தெரியத் தீ மூட்டல் வேண்டும்.

கருவறையின்மேல் விளங்கும் பாலிகை, கபோதம், மகாநாசிகை, விருஷபதலம், ஸ்தூபி ஆகிய இடங்களெல்லாம் தீபங்களைப் பிரகாசமாக ஏற்றிவைத்தல் வேண்டும். பொருளுக்கேற்றவாறு தீபாலங்காரங்களுடன் உற்சவம் சிறப்பாக அமையும்.

தநுர்மாத பூசை

தை மாதம் முதல் ஆறு மாதங்கள் தேவர்களுக்குப் பகற் காலம். ஆடி மாதம் முதல் ஆறு மாதங்கள் இரவு.

ஆகவே, ஒவ்வொரு மாதமும் தேவர்களுக்கு ஐந்து நாழிகைப் பொழுதாகின்றது. தனு ராசியில் சூரியன் நிற்கும் வேளை, ஐந்து நாழிகைக்கு முன்னதான வைகறைப் பொழுதாகத் தேவர்களுக்கு மார்கழிமாதம் விளங்குமாற்றையும், அக்காலத்தில் விஷேச பூசை நிகழ்த்த வேண்டுவதனையும் காரணாகமம் கூறுகின்றது.

விடியற்காலம் நிகழவேண்டிய இப்பூசைக்குரிய மலர்களை முதனாளிரவே பாதி ராத்திரியின் பின் தேடிச் சேமித்துக் கொள்ளல் வேண்டும். நீலோற்பலம், கமலம், துளசி, வில்வம் முதலியவை முதனாள் எடுக்கப்பட்டவையாயினும் பூசைக்கு விலக்கப்பட்டவையல்ல என விதி உண்டு.

இப் பூசைக்குப் பயற்றஞ்சாதம், நெய்ச்சாதம், தயிர்ச்சாதம் முதலியன விசேஷ நைவேத்தியப் பொருட்களாகக் கூறப்பட்டுள்ளன. ஆயிரம் தினங்கள் தொடர்ந்து நிகழ்த்தும் பூசைகளின் பலனை, மார்கழி மாதம் விடியற் காலையில் ஒருவேளைப் பொழுது மட்டும் நிகழ்த்தும் இப்பூசை அடைப்பிக்குமென ஆகமங் கூறுகின்றது.

ஆர்திரா பூசை

மார்கழி மாதம் திருவாதிரை தினத்திற்கு முதனாள் பின்னேரம் கௌரி பூசை விரிவாக நிகழ்த்துதல் வேண்டும். கௌதுக பந்தனம் நிகழ்ந்தபின் நடராசமூர்த்தியைத் திருவுலாக் கொண்டருளச் செய்தல் முறை. மார்கழித் திருவாதிரைத் தினத்தன்று அதி விடியற்காலை மகா ஸ்நபனமும், விரிவான அபிஷேகமும் நடராசப் பெருமானுக்கு நிகழ்த்தி, விசேஷ அலங்காரங்களாலும், விசேஷ நைவேத்தியம், தீபாராதனை, அர்ச்சனை, பூசை முதலியவற்றாலும், உபசாரப் பொருள்களாலும் உபசரித்து, தசதரிசனங்களை நிகழ்த்துதல் வேண்டும்.

முதனாளிரவு பதினெட்டு நாழிகைக்குப் பின் உள்ள காலம் அபிஷேகத்திற்கும், இருபத்தினான்கு நாழிகைகளுக்குப் பின் உள்ள காலம் நிவேதனத்திற்கும் உரிய காலங்கள் என உத்தர காரணாகமம் கூறுகின்றது. இது அபிஷேகம் விரிவாக நிகழ்த்துவதற்கும், அலங்காரத்திற்கும் நாழிகைகள் உரியன எனக் குறிப்பாயுணர்த்தி நிற்கின்றது. இதன் பின் தூபதீபம், விசேஷ தீபாராதனை முதலியன முடித்த பின்னரே தர்சனமும், அதைத் தொடர்ந்து கிராமத்தை வலம் வருதலான உற்சவமும் கூறப்பட்டுள்ளது.

முதனாளிரவு திருவூஞ்சல் நிகழ்வது ஆர்த்திரா பூசையின் முக்கியமான அம்சமாக ஆகமம் குறிப்பிட்டுள்ளது. ஊஞ்சல் அமைய வேண்டும் முறையினைத் தொடக்கமாகக் கொண்டு

சோமாஸ்கந்தமூர்த்தியைத் திருவூஞ்சலில் எழுந்தருளிவித்து ஊஞ்சல் நிகழ்த்தும் வைபவம்வரை விரிவாகக் காரணாகமம் எடுத்துரைக்கின்றது.

சிவராத்திரி

மாசி மாதத்தில் கிருஷ்ணபக்ஷ சதுர்த்தசி நாள் சிவராத்திரி தினமாகும். இத்தினம் உபவாசம் மேற்கொள்ள வேண்டிய திருநாள். இத்தினத்தில் நித்திரை விழித்தல் மிகவும் அவசியம். இதை ஆகமங்கள் வற்புறுத்திக் கூறுகின்றன. நியமங்களைக் கடைப்பிடித்து இவ்விரதத்தினை உரியவாறு மேற்கொள்வதனால் விரும்பியவற்றைப் பெறுதல், மேற்கொள்ளுங் காரியங்களில் சித்தி, ஆயுள், செல்வம், புகழ், வீடுபேறு முதலிய இம்மைப் பேறுகளும், மறு பேறுகளும் கிட்டுமென்பது ஆகமவாக்கு.

விரதம் மேற்கொண்டவர்கள் நித்திரை கொள்வரேல் அவர்க்கு எவ்வகைப் பலனும் கிட்டாது. நித்திரை விழிப்பவர்க்கே பலன் உண்டு. சிவராத்திரி தினத்தன்று இரவில் நான்கு யாமங்களிலும் பூசைகள் நிகழ்வன. ஒவ்வொரு யாமத்திலும் பூசை அமையும் முறையினை ஆகமங்கள் கூறுகின்றன.

முதல் யாமத்தில் அஷ்டோத்திரசதஸ்நபனமும், இரண்டாம் யாமத்தில் நாற்பத்தொன்பது கலசங்கள் வைத்து நிகழ்த்தும் ஸ்நபனமும், மூன்றாம் யாமத்தில் இருபத்தைந்து கலசங்களாலும், நான்காம் யாமத்தில் பதினாறு கலசங்களாலும் ஸ்நபனம் நிகழ்த்துதலும் காரணாகமத்தில் விரித்துக் கூறப்பட்டுள்ளன.

முதல் யாமத்திற்கு வில்வமும், இரண்டாம் யாமத்திற்குத் தாமரையும், மூன்றாம் யாமத்திற்கு நந்தியாவர்த்த மலரும் அருச்சித்தலின் பொருட்டு விசேஷமாக உரியவை. பஞ்ச வில்வங்களால் அருச்சித்தல் மிக விசேஷம். பயற்றன்னம், பாயசான்னம், எள்ளன்னம், சுத்தான்னம் ஆகியன நாலு யாமங்களுக்குமுரிய விசேஷ நைவேத்தியப் பொருட்கள். இவை தனித்தனியே குறிப்பிடப்பட்டுள்ளன. சுத்தான்னம் நான்கு காலங்களுக்கும் உரியது.

சிவராத்திரி பூசை விளக்கந்தரும் காரணாகமம், ஐந்து முகங்களுக்கும் அன்னவகைகள் இன்னவை எனத் தனித்தனியே கூறுகின்றது. பயற்றன்னம், பாயசான்னம், எள்ளன்னம், சர்க்கரையன்னம், சுத்தான்னம் என்பன ஈசானம் முதலிய ஐந்து திருமுகங்களுக்கும் உரிய அன்னங்கள்.

இதிலிருந்து நான்கு யாமப் பூசைகளிலும் பஞ்சமுகார்ச்சனை, ஆராதனை முதலியன நிகழ வேண்டுவது குறிப்பாக உணர்த்தப்படு

கின்றது. எல்லா யாமங்களிலும் இவ்வாறு நிகழ்த்த முடியாத இடத்தும், நான்காம் யாமமான இலிங்கோற்பவ காலத்தில் பஞ்சமுக பூசை, அருச்சனை முதலியவற்றை நிகழ்த்துதல் அவசியமாகும்.

கிரகண பூசை

கிரகணங்கள் நிகழும் வேளைகளிலும், அயனம், விஷு, புண்ணியகாலம், சங்கிராந்தி, அமாவாசை, ஷடசீதி முதலிய புண்ணிய காலங்களிலும் சிவபெருமானை விசேஷமாகப் பூசித்தல் வேண்டும். இவ்வாறு நிகழும் விசேஷ கிரியையில் புண்ணியாகவாசனம், பஞ்சகவ்ய பூசை, ஸ்நபனம், சாந்தி ஹோமம் முதலியன இடம்பெறும். சிவனை விசேஷ திரவியங்களால் அபிஷேகித்து பாயசம், சர்க்கரை அன்னம், அபூபம் முதலியவற்றை நிவேதித்து, விசேட தீபாராதனை ஆகியன நிகழ்த்துதல் வேண்டும்.

3. காமிய கிரியைகள்

வழிபாடு நிஷ்காமியமாக அமைவதே சிறப்பு. பலனெதையும் அவாவாது, கடமையுணர்ச்சியுடன் செய்யப்படும் வழிபாடு நிஷ்காமிய வழிபாடு ஆகும். பலனை அவாவியே ஒவ்வொரு நிகழ்ச்சியையும் நிகழ்த்துவது மானிடரான எமது இயல்பு. உயர்நிலை எய்திய ஒருசிலர் மட்டுமே செய்பவற்றைப் பலன்கருதாது செய்பவர்கள்.

எனவே, பலன் அவாவிக் கிரியைகள் நிகழ்த்தும் பெரும்பாலோர்க்கு உரியவாறும் கிரியைகளை ஆகமங்கள் விதித்துள்ளன. இது கிரியை விளக்கங்களினிறுதியில் அவைதரும் பலன்களை ஆகமங் கூறுவதிலிருந்து நாம் உணர முடிகின்றது. பல நிலைப்பட்ட மக்களுக்கு, அவரவர் நிலைக்கேற்ப வழிகாட்டும், உகந்த நூல்களல்லவா ஆகமங்கள்!

கிணறு தோண்டுதல், குளம் வெட்டுதல், தேவாலயங்களைக் கட்டுவித்தல், அன்னதானம் செய்தல், தோட்டங்களை நடுவித்தல் முதலிய நற்செயல்கள் பெரும்பலனை அளிக்கும் என நூல்கள் கூறுகின்றன.

தேவர்களுக்கு அவி சொரிந்து வீரர்களான மக்களையும், பசுக்களையும், பெருஞ்செல்வத்தினையும் பலனாக எதிர்பார்த்து வேட்கும் சூழ்நிலை வேதகாலம் முதல் விளங்கக் காண்கின்றோம். ஆகமங்களிலேயும் கிரியைகளை விரித்துக் கூறுமிடங்கள் பலவற்றில், கிரியைகள் அடைப்பிக்கும் பலவித பயன்கள் ஈற்றில் கூறப்பட்டுள்ளன.

நித்திய கிரியைகளும், நைமித்திய கிரியைகளும் இவ்வாறு பலனை அவாவிச் செய்யின் காமிய கிரியைகளாகும். குறிக்கோளைக் கொண்டு நித்தியார்ச்சனை செய்வித்தல் காமியத்தின் பாற்படும் நித்திய கிரியையாகும். விசேட தினங்களில் இவ்வாறு நிகழ்த்தும் அருச்சனையும் காமியத்தின் பாற்படும் நைமித்தியமாகும்.

இவ்வாறு நூல்கள் வகுத்துக் கூறாவிடத்தும் இவ்வுண்மை யினை நாம் ஊகித்தறிய முடிகின்றது. அபிஷேகம், அலங்காரம் நிவேதனம், தீபாராதனை, உற்சவம் ஆகிய கிரியைகள் அனைத்தும் பலனை அவாவிச் செய்யப்படுகின்ற கிரியைகளாகவும் அமையலாம்.

இவற்றுள் ஸ்நபனாபிஷேகம், அஷ்டோத்தரசதகலசாபிஷேகம், சஹஸ்ரகலசாபிஷேகம், உருத்திராபிஷேகம், சங்காபிஷேகம் முதலிய அபிஷேகங்களும், விசேஷ திருவிழாக்களும் குறிப்பிடத் தக்கன.

குறிக்கோளொன்றினை மனதிற் கொண்டு, அது நிறைவேறும் வரை காத்திருந்து, அது நிறைவேறியதும், முன்னரே சங்கற்பித்துக் கொண்டவாறு, தாம் கருதிய அபிஷேகம், திருவிழா முதலியவற்றைச் செய்விக்கும் வழக்கம் நம் நாட்டில் பெரிதும் பயின்று வருகின்றது.

கிரியைகளைப் பலனை நோக்காகக் கொண்டு செய்யுமிடத்து, நாம் அவனருளாலேயே அவன்தாள் வணங்கும் தன்மையினர் என்பதனை நன்குணர்ந்து, கிரியைகளை நிகழ்த்தி முடிக்கும்பொழுது, நாம் பெறவிருக்கும் பலன்களனைத்தையும் சிவார்ப்பணமாக அவனிடம் சமர்ப்பித்தல் எமக்குப் பெரும் மனச்சாந்தியினையும் பேருய்வையு மடைப்பிக்கும்.

4. பூர்வாங்க கிரியைகள்

பெருங் கிரியைகளின் உறுப்புக்களாகப் பெரும்பாலும் அவற்றின் தொடக்கத்தில் இடம்பெறுஞ் சிறு கிரியைகள் சில உள. அடிக்கடி நிகழ்வதனால் இவற்றைப் பற்றிச் சிறிது அறிதல் அவசியம். இவை முன்னர் கூறப்பட்ட நித்திய கிரியைகளிலும், இனிக் கூற இருக்கும் கிரியைகளிலும் குறிப்பிடப்பட்டிருப்பது நோக்கற்பாலது. இவற்றைப் பற்றிய சுருக்கமான விபரங்கள் பின்வருமாறு:

சங்கற்பம்

இது பெருங் கிரியைகளுக்குத் தொடக்கமான உறுப்பாக விளங்குவது. தர்பையாலமைந்த பவித்திரத்தை வலது

கை மோதிர விரலில் தரித்து, அமர்ந்திருக்கும் ஆசனம் தர்ப்பையாலமையாதிருப்பின், தர்ப்பைகளை ஆசனமாகக் காலின்கீழ் இட்டு, சில தர்ப்பைகளை வேறாக எடுத்து, அதே மோதிர விரலில் மடித்து, கைக்கு வெளியே இருக்குமாறு வைத்து, வலது தொடையின்மீது விரித்து வைக்கப்பட்ட இடக் கையின்மேல் மூடியிருக்கும் வலது கையைத் தர்ப்பை வெளியே இருக்கும் வண்ணம் வைத்து, நிகழ்த்த இருக்கும் கிரியையினைக் குறிப்பிட்டு, 'இதனை நிறைவேற்றப்போகின்றேன்' எனச் செவ்வனே நினைந்து மனதில் உறுதி கொள்ளுங் கிரியையாகும்.

இவ்வாறு உள்ளத்தில் நினைத்து உறுதிப்படுத்தும் வேளை, தொடக்கத்தில் கணேசனை நினைந்து, உரிய மந்திரங்கூறித் தலையிற் குட்டித் தியானித்துச் சங்கற்பிப்பது முறையாகும். இறைவனருளை முன்னிட்டு இன்ன இடத்தில், இன்ன வேளையில் இன்ன நோக்குடன், இன்ன கிரியை நிகழ்த்தப் போகின்றேன் எனக் கிரியை நிகழும் இடம், வருஷம், மாதம், திகதி, கிழமை, நக்ஷத்திரம், யோகம், கரணம், இலக்கினம் முதலியவற்றைக் கூறும் வகையாக சங்கற்பம் எப்பொழுதும் அமைந்திருக்கும்.

விக்கினேசுவர பூசை

சந்தனத்தினாலாயினும், கூர்ச்சத்தினாலாயினும், அல்லது மஞ்சளாலோ, கோமயத்தினாலோ பிடித்துருவாக்கப்பட்ட பிள்ளையார் உருவத்திலாயினும் விக்கினேசுவரனை உரிய மந்திரங் கூறி ஆவாகித்து ஆசனம், பாத்தியம், அர்க்கியம், ஆசமநீயம், வஸ்திரம், பூணூல், சந்தனம் முதலிய உபசாரங்களைக் கொடுத்து, அவர் திருநாமங்களைக் கூறி, மலர்களால் அருச்சித்து, சாவதானமாகத் தேர்ந்தெடுக்கப்பட்ட மஞ்சள் பூசப்பட்ட தேங்காயைக் கையில் எடுத்து, இடையூறு அகலல் வேண்டும் எனச் சிவன் மைந்தனை இரந்து வேண்டி, இரு நேர்ப் பாதிகளாகப் பிளந்து உடைத்தல் வேண்டும்.

"விக்கினேசுவரனே, பெருந்தலைவனே, உலகில் உள்ளோர் அனைவராலும் ஏத்தி வழிபடப்படுபவரே, என்னால் தொடங்கப்பட்டுள்ள இக்காரியம் இடையூறு நிகழாது, இனிது நிறைவேறும் வண்ணம் தங்களைப் பிரார்த்திக்கின்றேன்" என வழிபடுதல் இப்பூசையின் இறுதியானதும் முக்கியமானதுமான அம்சமாகும்.

வைதிகக் கிரியைகளில் விக்கினேசுவரனை ஆவாகித்துப் பூசித்த பின்னரே சங்கற்பம் மூலமாகத் தம் விருப்பத்தைக் குறிப்பிட்டுத் தெரிவிப்பர். சங்கற்பம் முடிந்ததும் விநாயகரைப் போகவிடுப்பர்.

புண்ணியாகவாசனம்

தண்டிலம் கற்பித்து, கும்பம் ஒன்று வைத்து, அதில் வருணனை ஆவாகித்து, ஆசனம் முதல் அருச்சனை ஈறாக உபசாரங்கள் நிகழ்த்தி, பழங்களையும் தாம்பூலத்தையும் நிவேதித்து, கற்பூர நீராஞ்சனம் செய்தபின் புண்ணியாக ஜபத்திற்காக இருத்துவிக்குகளை நியமித்து, புண்ணியாக ஜபம் நிகழ்த்தி, வருண கும்பத்தை அபிமந்திரித்து, புண்ணியாக ஜபம் நிறைவேறியதும் வருணனை அங்கிருந்து போகும்படி விடுத்து, கும்பநீரினால் பெருங்கிரியை நிகழும் இடங்கள் எங்கணும் புரோக்ஷித்தல் வேண்டும். இது திரவியசுத்தி, தல சுத்தி முதலிய பல சுத்திகளை நிகழ்த்துவிக்கும் கிரியையாகும்.

பஞ்சகவ்ய பூசை

தண்டிலத்தில் ஒன்பது பதங்கள் கீறி, நடுவில் உள்ள சிவதத்துவ கோஷ்டத்தை அருச்சித்து, அதில் சுப்பிரதிஷ்டபாத்திரத்தில் பாலையும், கிழக்கில் உள்ள சதாசிவதத்துவகோஷ்டத்தை அருச்சித்து சுசாந்த பாத்திரத்தில் தயிரையும், தெற்கில் வித்யாதத்துவகோஷ்டத்தில் தேஜோவத்பாத்திரத்தில் நெய்யையும், வடக்கில் புருஷதத்துவ கோஷ்டத்தில் ரத்நோதகபாத்திரத்தில் கோமூத்திரத்தையும், மேற்கில் காலதத்துவ கோஷ்டத்தில் அமிருதாத்மகபாத்திரத்தில் கோமயத்தையும், ஈசானத்தில் பிரகிருதி தத்துவகோஷ்டத்தில் அவ்யக்தபாத்திரத்தில் தர்ப்பை தோய்ந்த நீராகிய குசோதகத்தையும் உரிய மந்திரங்களால் நிரப்பி, அருச்சித்து, எல்லாவற்றையும் கோமயம் முதலாகக் குசோதகம் வரை படிப்படியாகச் சேர்த்து ஒன்றாக்குதல் வேண்டும்.

அக்கினியில் பிருதுவிதத்துவகோஷ்டத்தில் வியக்தபாத்திரத்தில் அரிசிமாவையும், நிருருதியில் அப்தத்துவகோஷ்டத்தில் சூர்யபாத்திரத்தில் நெல்லிமாவையும், வாயுதிக்கில் வாயுதத்துவகோஷ்டத்தில் அவ்யக்தபாத்திரத்தில் மஞ்சள் மாவையும் உரிய மந்திரங்களால் நிரப்பி அருச்சித்தலும் கூறப்பட்டுள்ளது. இவ்வாறு நிகழும் பஞ்சகவ்ய பூசை அபிஷேகத்துக்கு உரிய அங்கமாக இது விளங்குவதைக் காட்டும்.

பஞ்சாமிருத பூசை

ஒன்பது கோஷ்டங்கள் வகுத்து, அதில் பாத்திரங்களை வைத்து, அருச்சித்து நடுவில் தேனையும், கிழக்கில் பாலையும், தெற்கில் தயிரையும், வடக்கில் சர்க்கரையையும், மேற்கில் நெய்யையும், ஈசானத்தில் கந்தோதகத்தினையும், அக்கினி திக்கில் வாழைப்பழத்தையும், நிறுதி திக்கில் பலாப்பழத்தையும்,

வாயுதிக்கில் மாம்பழத்தையும் உரிய மந்திரங்கள் கூறி நிரப்பி அருச்சித்தல் வேண்டும்.

இங்கு இரசபஞ்சாமிருதம், பழபஞ்சாமிருதம் ஆகிய இரண்டும் இடம் பெற்றுள்ளன. இவற்றுள் ஒன்றினை மட்டுங் கொள்ளும் மரபும் உண்டு.

கண்டா பூசை

கண்டா என்பது மணி எனப் பொருள்படும். கோவில்களில் பெரிய மணி, சிறுமணி, கொத்துமணி முதலிய பலவகை மணிகள் அவ்வவற்றிற்குரிய காலங்களில் அடிக்கப்படும். கிரியை நிகழும் வேளை மணிக்குச் செய்யப்படும் பூசை இன்றியமையாதது. மணி ஓசை கிரியை நிகழும் இடத்திற்குத் தேவர்களை அழைத்து வருவது. மணி இனிய நாதம் வாய்க்கப்பெற்று அமைதல் அவசியம். இடையூறுகளை அகற்றும் ஆற்றல் மணி ஓசைக்கு உண்டு என நூல்கள் கூறுகின்றன.

மணியை சந்தனம், அக்ஷதை, மாலை முதலியவற்றால் அலங்கரித்து, மலர்களால் அருச்சித்து, உரிய மந்திரங்கூறி மும்முறை அடிப்பது கண்டா பூசையின் முக்கிய அம்சமாகும். "தேவர்களின் வருகைக்காகவும், அரக்கர்கள் இங்கிருந்து அகன்றோடுவதற்காகவும் மணியை அடிக்கின்றேன்" என்ற வேண்டுகோளுடன் கண்டா பூசையின் பொழுது மணி ஒலிக்கப்படுகின்றது.

கலச பூசை

பூசைக்கு இன்றியமையாத நீரைச் சேகரித்து வைப்பதற்கு உரியது கலசமாகும். சிறந்த இலட்சணங்களுடன்கூடிய கலசத்தை எடுத்து, உரிய மந்திரத்தினால் கழுவி, புண்ணிய தீர்த்தங்களால் நிரப்பி மாங்கொத்து, சந்தனம், மாலை முதலியவற்றால் அலங்கரித்தல் வேண்டும். கங்கை, யமுனை முதலான ஏழு நதிகளின் தீர்த்தங்கள் கிடைக்காத இடத்துப் பரிசுத்தமான நீரினால் மந்திரங் கூறி, நிரப்பி அந்நீரில் புண்ணிய தீர்த்தங்களை ஆவாகித்தல் வேண்டும்.

கலசத்தின் முகத்தில் உருத்திரனும், கழுத்தில் விஷ்ணுவும், அடியில் பிரமனும், நடுவில் மாதிரு கணங்களும், உதரத்துள் சாகரங்களனைத்தும், ஏழு தீவுகளால் சூழப்பட்ட பூமியும், இருக்கு, யசுர், சாமம், அதர்வம் என்னும் நான்கு வேதங்களும் இருப்பதாகக் கிரியை நூல்கள் கூறுவன. கங்கை, யமுனை, கோதாவரி, சரஸ்வதி, நருமதை, சிந்து காவேரி ஆகிய சப்த கங்கைகளும், ஏனைய நதிகளும், கடல்களும் சிவபூசை நிகழும்

வேளை, பூசை நிகழ்த்துவோனின் வேண்டுகோளுக்கமையத் தவறாது சாந்நித்தியமாகிக் கலசத்தில் சமூகம் அளிப்பன.

தீப பூசை

கலையழகு பொலியும் வண்ணம் தீபங்களைப் பல உருவங் களில் குத்துவிளக்காகவும், மாடவிளக்காகவும், சரவிளக்காகவும், தூண்டாவிளக்குகளாகவும், சட்டவிளக்குகளாகவும், பதுமை விளக்காகவும், பஞ்சலோகங்களிலும், பித்தளையிலும், வெள்ளியிலும் வார்க்கும் நுண்ணறிவு படைத்த சிற்பிகளால் தீபங்கள் உருவாக்கப்பட்டுத் தேவாலயங்களில் இடம்பெறுகின்றன.

கிரியைகள் நிகழும்வேளை தீபம் இடைவிடாது எரிதல் வேண்டும் என்பது விதி. எனவே, தீப பூசையும் எல்லாக் கிரியைகளிலும் தனி இடம் பெறுகின்றது.

சந்தனம், குங்குமம், பட்டு, மாலை இவற்றால் அலங்கரித்த திருவிளக்கில் தீபலக்ஷ்மியை ஆவாகித்து, உபசாரங்களை நிகழ்த்திப் பூசித்துக் கிரியை முடியும்வரை இடையீடின்றி ஒளிபரப்பி நிற்கும்படி பிரார்த்தித்தல் வேண்டும்.

தீபதேவி சர்வஸ்ரூபியாக விளங்குபவள்; அனைத்திற்கும் தலைவியாக இருப்பவள்; எவ்வகை ஆற்றலும் படைத்தவள்; செல்வம், ஆயுள், ஆரோக்கியம் என்னும் பெரும் பேறுகளைத் தரவல்லவள். இந்நிலையில் இவளைத் தியானிப்பதற்குரியவாறு அமைந்துள்ளது இவளைப் பூசிக்கும்பொழுது பிரயோகிக்கப்படும் தியான சுலோகம்.

சகளீகரணம்

அங்கநியாசம், கரநியாசம் என்னும் இரு உறுப்புக்களைக் கொண்டமைவது சகளீகரணம் எனப்படும்.

வலது கையை முதலிலும், இடது கையைத் தொடர்ந்தும், மேற்புறத்திலும் கீழ்ப்புறத்திலும் ஒவ்வொரு முறை மாறிமாறித் துடைத்து, இருகரங்களும் அமிர்தத்தினாற் கழுவப்பட்டவை களாகக் கொண்டு, இரு கட்டை விரல்களாலும் இரு உட்கைகளையும் தடவி, கட்டை விரல்களால் அவ்வக் கையிலுள்ள தர்ச்சனி, மத்தியமை, அநாமிகை, கநிஷ்டிகை முதலியவற்றை வருடுவதனாலும், இருகரங்களின் நடுவிரல்கள் மூன்றினையும் உள் மடக்கி ஏனையவற்றை மடக்காதவாறு நீட்டி ஒன்று கூட்டுவதனாலும், சக்திதத்துவம் வியாபித்து நிற்பதனால், நடுவில் பிராசாத மந்திரத்தை ஆவாகித்தும், கநிஷ்டிகை முதல் அங்குஷ்டம்வரை நியாசஞ் செய்து இரு

கரங்களையும் ஒன்று சேர்த்து, உரிய மந்திரத்தினால் பரமீகரணம் செய்தல் கரநியாசமாகும்.

இருதயத்தில் ஆசனம் மூர்த்தி இரண்டையும் வலக்கை, அங்குஷ்டம், அநாமிகை இரண்டினாலும் நியாசம் செய்து, விரல்களை மடக்கிக் கட்டை விரலை மட்டும் வெளியே நீட்டித் தலையிலும், ஏனைய விரல் ஒவ்வொன்றாலும் முகம், கண், குய்யம், பாதம் ஆகிய இடங்களையும், நடு மூன்று விரல்களால், நெற்றியுட்பட மூன்று கண்களிலும் இருதயம், சிரசு, சிகை ஆகிய அங்கங்களிலும் நியாசம் செய்தல் வேண்டும்.

பின்னர் தர்ச்சனிவிரல்கள் இரண்டாலும் கழுத்தின் பின்பக்கத்தில் தொடங்கி, வலம் இடம் ஆகிய இரு பக்கங்களிலும் அவ்வக் கரங்களால் இரு ஸ்தனங்களின் நடுவரை செய்யப்படும் நியாசம் கவச நியாசம். இரு கரங்களையும் ஒன்று சேர்த்துக் கைகொட்டுவது அஸ்திர நியாசம். தலையைச் சுற்றிப் பத்துத்திக்கு களிலும் சோடிகை என்னும் முத்திரையினால் கை நொடிப்பது திக்கு பந்தனம். வலது தர்ச்சனி விரலால் தலையைச்சுற்றிக் காட்டுவது அவகுண்டனம். இவ்வாறு அங்க நியாசம் அமையும்.

சாமான்யார்க்கியம்

அர்க்கிய பாத்திரத்தை நிரீக்ஷணம் முதலிய சம்ஸ்காரங்களால் சுத்தமாக்கி, கலசத்தில் உள்ள நீரால் நிறைத்து, அர்க்கியத் திரவியங்களை இட்டு சந்தனம், அக்ஷதை, பூ முதலியவற்றால் உரிய மந்திரங்கூறி அருச்சித்து, அபிமந்திரித்தல் சாமான்யார்க்கியம் கூட்டும் முறையாகும்.

பூதசுத்தி

ஐந்து பூதங்களாலான தூலதேகத்தை மந்திரம், பாவனை முதலிய சாதனங்களால் தகித்து, சூக்குமதேகத்தைத் தூய அம்சங்களுடன் கூடிய புது உருப்பெற அமைப்பது இக்கிரியையின் நோக்கம்.

இக்கிரியை நிகழும் வேளை சிவாசாரியர் தர்ப்பை, மான்தோல் முதலிய தோல்கள், கம்பளி, வெண்பட்டு முதலியவற்றால் விரிக்கப்பட்ட கூர்மாசனத்தின் மீது நிமிர்ந்த உடம்பினனாகவும், தனக்கு இயைந்த சௌம்யாசனத்தின னாகவும் இருந்து கண்களை மூடியவாறு அந்தர்முகமாக இதனை நிகழ்த்துவர்.

சிவாசாரியர் பிருதுவி, அப்பு, தேயு, வாயு, ஆகாயம் ஆகிய ஐந்து பூதங்களால் அமைந்த தன் பௌதிக சரீரத்தை ஐந்து

பூதங்களை வித்தாக உடையதாகவும், பிரம்மவிஷ்ணுக்களால் நட்டு வளர்க்கப்பட்டதாகவும், தன்னையேதான் முளையாக உடையதாகவும், புண்ணிய பாப கர்மங்களையே வேர்களாக உடையதாகவும், ஈதிபாதைகள் எதுவும் இன்றி நன்கு வளர்ந்து வருவதாகவும் விளங்கும்.

இது காலம் முதலிய தத்துவங்களை எருவாக உடையதாகவும், சப்தம் முதலிய விஷயங்களை இலைகளாகவும், கர்மேந்திரியம், ஞானேந்திரியம் முதலான சகல இந்திரியங்களை பெருங் கொம்பர்களாகவும் சிறுகிளைகளாகவும், தர்மம் முதலான பாவங்களை பூக்களாகவும், புத்தியினது அத்தியவசாயத்தைப் பழங்களாகவும், விஷயங்களை இரசமாகவும் கொண்டு புருஷனாகிய பறவையினால் அநுபவிக்கத்தக்கதாகவும், மேல் நோக்கிய வேர்களையும் கீழ் நோக்கிய கொம்பர்களையுடையதாகவும் விளங்கும் ஆலமரமாகச் சிந்தித்தல் வேண்டும்.

பின் பூரகம், ரேசகம், கும்பகங்களை நிகழ்த்துதல் வேண்டும். இவை நிகழும் வேளையை இருபாதிகளாகக் கிரியை நூல்கள் குறிப்பிடுவன. பூரகம் நிகழும்வேளை இவ்விருபாதிகள் முறையே பூரகத்தின் முன்னரை என்றும் பூரகத்தின் பின்னரை என்றுங் குறிப்பெய்துவன. இவ்வாறே ரேசகத்திற்கும் கும்பகத்திற்கும் முன்னரை பின்னரை ஆகிய இரு பகுதிகள் உண்டு. இப்பிரிவின் அடிப்படையிலேயே பூதசுத்தி அமைந்திருப்பதைக் கீழே காணலாம்.

பூரகம் செய்து, பூரகத்தின் முன்னரையினால் நிவிருத்தி கலாபீஜ மந்திரத்தை ஐந்து முறை உச்சரித்து, மேலே குறிப்பிட்ட மரம், தன் இலை, பூ, பழம் முதலியவற்றை உதிர்த்து அசைவற நிற்பதாயும், பூரகத்தின் பிற்பாதியினால் பிரதிஷ்டா கலாபீஜத்தை நான்கு முறை உச்சரிப்பதனால் அம்மரத்தை அழகானதாகவும், பத்திர புஷ்பங்களுடன் கூடியதாகவும் சிந்தித்தல் வேண்டும்.

கும்பகம் செய்து, கும்பகம் முற்பாதி பிற்பாதி இரண்டும் நிகழும் வேளைகளில் வித்யாகலாபீஜ மந்திரத்தை மும்முறை உச்சரித்து, வலது காற் பெருவிரலிலிருந்து எழும் காலாக்கினி யினால் மரம் தகிக்கப்பட்டு, இலை முதலியன அற்றதாகப் பாவித்தல் வேண்டும்.

பின்ரேசகம் செய்து, ரேசகம் முற்பாதி நிகழும் வேளை சாந்திகலாபீஜ மந்திரத்தை இருமுறை உச்சரித்தலால் மரம் எரிந்து சாம்பராகிப் பத்துத் திக்குகளிலும் பரந்தொடுங்கியதாகப் பாவித்து, ரேசகத்தின் பிற்பாதியினால் சாந்திகலையின் பீஜமந்திரத்தை ஒருமுறை உச்சரித்தலால் அது சுத்தமான பளிங்கு நிறமுடையதாகவும் ஆகாய வடிவினதாகவும் கருதுதல் வேண்டும்.

பின்னர், உரிய மூல மந்திரத்தை, மூலாதாரம் முதல் துவாதசாந்தம் வரை உச்சரிப்பதனால் உலகிற்கு உபாதான காரணமாக விளங்கும் குடிலையாகிய சக்தியை அசைவுறச் செய்யும் பொழுது, சிகையின் நடுவில் கீழ் நோக்கியவாறு அமைந்து விளங்கும் சஹஸ்ர கமலத்திலிருந்து அமிர்தம் பெருகிப் பிரவாகிக்கும். அவ்வமிர்தப் பெருக்கு நாடிகளனைத்தினூடாகப் பாய்ந்து எங்கணும் ஓடி உள்ளுடலையும் புறவுடலையும் அவை தன்னுள் அமிழ்ந்தும்படியாக நனைக்கின்றது.

பின்னர், இருதயத்தில் தாமரை மலரைப் பாவனையால் உருவாக்கி, பூரகஞ் செய்வதனால் துவாதசாந்தத்தில் இருக்கும் சிவமயமான ஆன்மாவைக் கொணர்ந்து, அதன் மேல் இருத்தி, மீண்டும் அமிர்தப் பெருக்கை நிகழ்த்தி அவ்வமிர்தத்தினால் அபிஷேகித்தல் வேண்டும்.

5. கிரியைகளின் பொது அம்சங்கள்

கிரியைகள் நித்தியமானவை ஆயினும், நைமித்திகமானவை ஆயினும், காமியமானவை ஆயினும் சில அம்சங்களைப் பொதுவாகக் கொண்டுள்ளன. இவை பலமுறை அங்கங்கே குறிப்பிடப்படுவதனால் ஒவ்வொரு முறையும் அவற்றின் விளக்கந்தராது அவற்றைத் தனியே எடுத்துத் தொகுத்து இங்கே விளக்குவது முற்றிலும் பொருந்தும் எனக் கொண்டே இவ்வம்சங்கள் இங்கு விளக்கம் பெறுகின்றன.

பொதுவான இவ்வம்சங்கள் ஒன்பதாகும். இவை பூதசுத்தி, அந்தர்யஜனம், ஆவராணாந்தமான பூசை, அபிஷேகம், அலங்காரம், நைவேத்தியம், தீபாராதனை, அருச்சனை, தோத்திரங்கூறி வாழ்த்துதல், கீத வாத்தியத்துடன் நிகழும் நிருத்தியம் என்பன. இவற்றுள் பூதசுத்தி பூர்வாங்கக் கிரியைகள் என்னுந் தலைப்பின் கீழும், அந்தர்யஜனம் எட்டாம் அத்தியாயத்திலும், ஆவரணபூசை ஈறாக உள்ள கிரியைகள் இவ்வத்தியாயத்தில் யாகபூசை நிகழும் இடத்திலும் விளக்கமாகக் கூறப்படுவதால் அவற்றின் விளக்கம் இங்கு இடம்பெறவில்லை. ஏனைய அம்சங்களை ஒவ்வொன்றாகக் கவனிப்போம்.

அபிஷேகம்

அபிஷேகத்திற்கென இரு நாழிகைகள் ஒவ்வொரு பூசையிலும் ஒதுக்கப்படல் வேண்டுமென ஆகம விதி கூறுகின்றது. அபிஷேகத்திற்கு இன்றியமையாதது பரிசுத்தமான தீர்த்தம். பெரும் வசதியமைந்த கோவில்களில் அருச்சகர் பரிசாரகர் முதலியோர் ஆற்றையடைந்து, அபிஷேகத்தின் பொருட்டு

நீர்மொண்டு, குடத்தை நிரப்பி, அதனை யானை மீது ஏற்றிக் கொடி, குடை முதலிய விருதுகளுடன் தினந்தோறும் கோவிலுக்குக் கொண்டு வருவர்.

இவ்வாறு நதி தீர்த்தம் கிடைக்காத இடத்தில் கிடைக்கக்கூடிய வேறு நீர் நிலையங்களிலிருந்து சேகரிக்கப் படும் நீரினை மந்திரரூபமாகப் புனிதமாக்கிப் பூசைக்குப் பயன்படுத்தும் மரபு உண்டு. சப்த நதிகளையும், எல்லாச் சமுத்திரங்களையும், தீர்த்தங்களையும், சிவபூசை நிகழ்த்தும்வேளை பயன்படுவதற்காகப் பூசை நிகழுமிடத்திற்கு சேகரிக்கப்பட்டுள்ள நீரில் சாந்நித்தியம் கொள்ளும்படி வேண்டுகோள் வடிவாக மேற்கூறிய மந்திரம் அமையும்.

இவ்வாறு தூய்மை பெற்ற நீர் அபிஷேகத்திற்கும் பூசைக்கும் பயன்படும். பாடலம், உற்பலம், தாமரை, அலரி முதலிய மலர்களை அபிஷேக நீரில் இடுதல் வேண்டும். இவை, நீருக்குக் குளிர்ச்சியையும் நறுமணத்தையும் ஊட்டும்.

அபிஷேகத்திற்கு உரிய திரவியங்கள் எண்ணெய், அரிசிமா, மஞ்சள்மா, பஞ்சகவ்யம், பஞ்சாமிருதம், பால், தயிர், நெய், தேன், கருப்பஞ்சாறு, பழவகைகளின் சாறு, இளநீர், அன்னம், வெந்நீர், விபூதி, குங்குமம், சந்தனம், பன்னீர், கும்பஜலம், கங்கை முதலிய புண்ணிய நதிதீர்த்தம் என்பன. இவற்றின் அளவு ஆகமங்களிற் கூறப்பட்டுள்ளது.

பஞ்சகவ்யம், பஞ்சாமிருதம் இரண்டினையும் சேகரித்துப் பூசிக்கும் முறை இவ்வத்தியாயத்தில் வேறு இடத்தில் விளக்கப்பட்டுள்ளது.

அபிஷேகம் தொடங்கும் பொழுதும், அதன் முடிவிலும், நைவேத்தியங் கொடுக்கத் தொடங்கும் வேளையிலும், நைவேத்தியத்திற்குப் பின்னரும், தூபதீபங் காட்டும் வேளைகளிலும் பாத்தியமும் ஆகமநீயமும் கொடுத்தல் வேண்டும். பூசையின் தொடக்கம், அபிஷேகத்தின் முடிவு, பூசையின் முடிவு ஆகிய இம்மூன்று காலங்களிலும் அர்க்கியம் கொடுத்தல் வேண்டும்.

பாத்தியம் காலிலும், ஆசமநீயம் வாயிலும், அர்க்கியம் தலையிலும் கொடுக்கப்படுவன. இலாமிச்சை வேர், சந்தனம், அறுகு, வெண்கடுகு என்பன பாத்தியத் திரவியங்கள்; ஏலம் கிராம்பு, பச்சைக் கற்பூரம், ஜாதிக்காய் என்பன ஆசமநீயத் திரவியங்கள்; எள், நெல், தர்ப்பைநுனி, நீர், பால், அக்ஷதை, வெண்கடுகு, யவநெல் என்னும் எட்டும் அர்க்கியத் திரவியங்கள்.

அபிஷேகம் நடக்கும்பொழுது வேதகோஷஞ் செய்தல் வேண்டும். சதருத்திரியம், சமகம், புருஷசூக்தம், ருத்ரசூக்தம்

முதலிய சூக்தங்களும், பஞ்சசாந்தி, கோஷசாந்தி முதலியனவும் இவ்வேத கோஷத்தில் இடம்பெறற்குரியன.

அபிஷேகம் தொடங்கும் வேளை முதல் உத்வர்த்தனம் எனப்படும் ஈரந்துவட்டும் கிரியை நிகழும்வரை இடையீடு சிறிதுமின்றி அபிஷேகத்தைத் தொடர்ச்சியாகச் செய்தல் மிகவும் அவசியம்.

முதலில் தைலம் அபிஷேகஞ் செய்யுமுன் வாசனையூட்டப் பட்ட எண்ணையை இரு கைகளாலும் அள்ளி எடுத்து இறைவனின் உருவம் முழுவதும் நன்கு சுவறும் வண்ணம் பூசி, தலை, இரு கண்கள், கை நகங்கள், கால் நகங்கள், காதுத் துவாரங்கள் ஆகிய இடங்களில் எண்ணெய் நன்கு புகும்படி 'சாத்தி', இறைவனின் கைகால்களை மெல்லென வருடிப் பின்னர் சந்தனாதி எண்ணெயினால் திருவுறுப்புக்கள் அனைத்துந் தோயும் வண்ணம் அபிஷேகஞ் செய்வர்.

இவ்வாறு எண்ணெய் சாத்தும் வேளை இறைவனுக்குச் சிரமந் தோன்றாதிருக்க வேண்டி இரு மருங்கிலும் பரிசாரகர் களைக் கொண்டு பன்னீர் தெளித்த இலாமிச்சை வெட்டிவேர் முதலியவற்றாலமைந்த விசிறிகளால் வீசுவிப்பதும், இரு மருங்கிலும் சாமரைகளை இரட்டச் செய்தலும் அபிஷே வேளைகளில் அனுஷ்டிக்கப்படும் மரபுகளாகும். ஒவ்வொரு திரவியமும் அபிஷேகமானதும், பாத்தியமும் ஆசமநீயமும் கொடுத்துப் புஷ்பத்தால் அருச்சித்துப் பழமும் தாம்பூலமும் நிவேதித்து நீராஜனம் செய்வதும் அபிஷேகத்தின் பொழுது கடைப்பிடிக்கப்படும் ஒழுங்காகும்.

அலங்காரம்

அபிஷேகம் முடித்ததும், தோய்த்துலர்ந்த திருவொற்றாடை யால் ஈரந்துவட்டி, நறுமணங் கமழும் சந்தனத்தினைத் திருவுருவம் முழுதும் பூசுதல் வேண்டும். வாசனைப் பொருட்கள் கலந்த சந்தனமே இவ்வாறு பூசுவதற்குரியது.

அகில், சந்தனம், கோஷ்டம், குங்குமப்பூ, பச்சைக் கற்பூரம் ஆகியவற்றைப் பன்னீரிற் தோய்த்தரைத்தெடுத்த சந்தனக் கலவை இறைவனுக்குச் சாத்துதற்கு உரியது. இதன்பின் ஆடையாபரணங் களால் இறைவனை அலங்கரித்தல் வேண்டும். அலங்கரித்தல் தனிக்கலை.

இக்கலையில் துறை தோய்ந்தவர் அலங்கரணாசாரியர் எனப்படுவர். இவரது கைவண்ணத்தின் விளைவே இறைவன் அழகு பொலிந்து கவர்ச்சிமிக்கத் தோற்றமளிப்பது. அலங்காரத்திற்கு

உரிய பொருட்கள் வஸ்திரம், உத்தரீயம், ஆபரணங்கள், மாலை வகைகள் ஆகியன. அலங்காரத்தைப் பற்றித் தனி நூலெழுதின் அலங்காரப் பொருள் ஒவ்வொன்றின் விபரங்களும் ஒவ்வொரு அத்தியாயமாக விரியும் இயல்பு வாய்ந்தவை.

பட்டு வஸ்திரங்கள், பல நிறம் வாய்ந்த பல்வகை ஆடைகள், பஞ்சு நூலாலமையும் உடைகள் ஆகியன அலங்காரத்திற்கு உரியவை. பகல் வேளையில் இறைவனுக்கு அணிவித்தற்குரியது வெண்பட்டு. மாலைப்பொழுதில் அணிவித்தற்கேற்றது மஞ்சள் பட்டு. அர்த்த யாமத்திற்குகந்தது கரிய நிறம் வாய்ந்த ஆடை என நூல்கள் பகருகின்றன. பூணூலும் இறைவனுக்கு அணிவித்தற்கு உரியதாகும்.

ஆபரணங்கள், பொன்னாலும் நவரத்தினங்களாலும் அமைக்கப்பட்டவை. இன்ன கிழமையில் இன்ன நவரத்தினம் பதித்த ஆபரணங்கள் அணிவித்தற்குரியவை என்னும் விபரங் கூறும் விதிகளும் ஆகமங்களில் இடம்பெற்றுள்ளன. சிவலிங்கத்தை அலங்கரிப்பதற்கு வெள்ளி முதலிய உலோகங்களால் அமைந்த நாகாபரணம் மிக விசேஷமாக உரியது.

இறைவனுக்கு அணிவிக்கப்படும் மாலைகள் பலவகைப் பட்டன. இவற்றைக்கட்டுவதே தனிக்கலையாகும். ஆரமாகவும், சரமாகவும், இண்டை மாலையாகவும், தொங்குமாலையாகவும் தனித்தனி நிறங்களிலும், ஒன்றோடொன்று விரவிக் கலந்துவரும் பல நிறங்கள் அமைவனவாயும், அரும்புகளாலும், அலர்ந்த மலர்களாலும் வாழைநார் கொண்டு சுறுசுறுப்பாய் அசையும் விரல்களால் மாலைகளைக் கட்டுவோர் மலர்மேல் மலரை நிரைநிரையாக வைத்துக் கட்டும் அழகே தனியழகு.

'சரிகை' முதலிய அலங்காரங்களால் மாலையைக் கவர்ச்சி மிக்க அழகுடன் அமைக்கும் மரபும் உண்டு. உரிய புஷ்பங்களைக் கொண்டே மாலைகள் அமைக்கத்தக்கன.

நைவேத்தியம்

நைவேத்தியத்தின் பொருட்டு அன்னம் சமைப்பதற்குரிய இடம் பாகசாலை. இதற்கு நியமிக்கப்படுபவர்கள் பாசகர்கள் எனப்படும் பரிசாரகர்களாகும். இவர்கள் சிவதீட்க்ஷ பெற்றவர்களா யிருத்தல் வேண்டும்.

தினந்தோறும் நீராடித் தோய்த்துலர்ந்த ஆடை தரித்து, நித்தியகடன்களை முடித்து, தர்ப்பை தரித்தவர்களாக மடைப்பள்ளியிற் புகுந்து நிவேதனப் பொருட்களை விதிப்படி பக்குவஞ் செய்தல் இவர்களது கடமை.

அரிசியை நீரில் கழுவிச் சுத்தஞ் செய்தல், வடிகட்டிச் சுத்தமாக்கியநீரைக் கலயத்திற் பெய்து அடுப்பேற்றல், அரிசியைப் பாகம் செய்தல் முதலிய விஷயங்களைக் காமிகாகமம் விரித்துக் கூறுகின்றது.

அரிசியின் மட்டத்திற்கு அரைப்பங்கு அதிகமாகப் பாத்திரத்தில் நீர்விட்டு சாணி முதலியவற்றால் மெழுகப்பட்ட அடித்தளத்தினையுடையதும், தர்மம் அதர்மம் எனப்படும் இரு புயங்களையுடையதுமான அடுப்பின் மீது வாமதேவ மந்திரத்தினால் அதனை ஏற்றுதல் வேண்டும் எனக் காமிகாகமம் கூறுகின்றது.

பின்னர் அகோர மந்திரத்தினால் அடுப்பு மூட்டி, எறும்பு முதலியவற்றால் தாக்கப்படாத விறகை மாட்டி அஸ்திர மந்திரத்தினால் எரியச் செய்தல் வேண்டும்.

நெல்லிற் பல வகைகள் இருப்பதனையும், அதனை உரலில் இட்டு உமி நீக்கித் துப்பரவு செய்தலையும், நெல்லின் அளவையும் உத்தம மத்திம அதமமான நைவேத்தியப் பிரமாணங்களையும் ஆகமங் கூறுகின்றது. கிரியைகளை ஒட்டியே அவற்றிற்குரிய நைவேத்தியம் நித்திய நைவேத்தியம், நைமித்திக நைவேத்தியம், காமிக நைவேத்தியம் என மூவகைப்பட்டு அமையும்.

சுத்தோதனம் என்பது நன்கு சமைக்கப்பட்ட வெறும் அன்னமாகும். அரிசியைக் காட்டிலும் மூன்று மடங்கு பாலும், பாலில் பாதியளவு நீரும், நீரில் பாதியளவு பயற்றம் பருப்பும், நெய்யும் கலந்து பக்குவமாகச் சமைத்தால் அது பாயசான்னமாகும்.

அரிசியின் பாதி பருப்பும், உரிய உப்பும், மிளகுப் பொடியும், எள்ளுப்பொடியும் கலந்த அன்னம் எள்ளன்னமாகும். அரிசியில் மூன்றிலொரு பங்கு பருப்பும், முன்கூறிய அளவு பாலும் கலந்து சமைப்பது பயற்றன்னம்.

பாலில் பாதியளவு வெல்லமும், அதில் பாதியளவு நெய்யும், வாழைப்பழமும் கலந்தமைவது சர்க்கரையன்னம். இவ்வாறு அன்னங்களை ஐவகைப்படுத்தி பஞ்சஹவிஸ் என ஆகமங்கள் தொகுத்துக் கூறுவன.

நிவேதனத்திற்குரிய சிற்றுண்டிகள் (உபதம்சங்கள்) பாகமாக்கப்படும் வகையும் ஆகமங்களில் விரிவாகக் கூறப்பட்டுள்ளது. பலவகைக் கலைகளுடன் சமையற் கலையும் மிளிர்வதற்குக் கோவில் இடந்தருவது கூர்ந்து நோக்கற்பாலது.

நைவேத்தியத்தை மூன்று பங்காக்கி, இரண்டு பங்கை நிவேதித்தல் வேண்டும். பாத்திரத்தில் ஒரு பங்கு மிச்சமாக இருக்கும். உபதம்சம், நெய், கறி, தயிர், தாம்பூலம், அப்பம் முதலியன நிவேதனப் பொருட்களாகக் கூறப்பட்டுள்ளன.

நிவேதிப்பதற்கென வகுக்கப்பட்ட அன்னம் முதலியவற்றை மேலும் எட்டுப் பங்காகப் பிரித்து இருபங்குகள் சிவனுக்கும், ஒன்று சக்திக்கும், ஒன்று கணேசனுக்கும், இன்னொன்று கந்தனுக்கும், ஒன்று பலியிடுவதற்கும் அக்கினி கார்யத்திற்கும், ஒரு பங்கு தேசிகனுக்கும், ஒரு பங்கு பாத்திரசேஷமாக இருப்பதற்கும் உரியன என ஆகமத்தில் கூறப்பட்டுள்ளது. பாத்திரசேஷமாக இருப்பது பரிசாரகர் முதலியோர்க்கு உரியதாகும்.

நீர் நிரம்பிய தேங்காயைக் 'குடுமி'யுடன் சமமான இரு பாதிகளாக உடைத்துப்பின்னர் 'குடுமி'யைக் களைந்து நிவேதனம் செய்தல் வேண்டும். மாதுளை முதலிய பழங்களும், தானே பழுத்த வாழைப்பழம், மாம்பழம், பலாப்பழம் என்னும் முக்கனிகளும் நிவேதனத்திற்குகந்தவை.

தீபாராதனை

பூசை வேளையில் நிகழும் நிகழ்ச்சிகளில் தீபாராதனை மிக முக்கியமானதாகும். வழிபடும் மக்கள் பூசை நிகழும்வேளை ஏனைய அம்சங்களைத் தவறவிடினும் தீபாராதனை நடக்கும்பொழுது வீசும் தீப ஒளியில் இறைவன் திருக்கோலங் கண்டு தரிசிப்பர். தீபாராதனையின் போது தரிசித்தல் பெரும் பேறுகளையளிக்கும்.

தூப தீபங்காட்டி நைவேத்தியம் நிகழ்ந்ததும் தீபாராதனை தொடங்கும். பெருவழக்கில் உள்ள தீபங்கள் அடுக்குத் தீபம், நட்சத்திர தீபம், பஞ்சமுகதீபம், வில்வதீபம், நாகதீபம், விருஷப தீபம், புருஷாமிருக தீபம், ஒற்றைத் தீபம், கும்ப தீபம், ஈசானாதி தீபங்கள், கற்பூர தீபம்; பஞ்சாராத்திரிகைக்குரிய தீபம் என்பன. இத் தீபங்களைக் காட்டும் முறை ஆகமத்தில் கூறப்பட்டுள்ளது.

பரிசாரகர் தரும் தீபத்தை நிரீக்ஷணம் முதலிய சம்ஸ்காரங்கள் செய்து, புஷ்பத்தால் அருச்சித்துக் கையில் வாங்கி சுவாமிக்கு நேரே உயர்த்தி, முதலில் இடது கண்ணுக்கு நேரிலும், பின்னர் வலதுகண், நெற்றி ஆகிய இடங்களிலும், காலிலிருந்து தலைவரையும் மூன்று முறை சுற்றிக் காட்டல் வேண்டும். தலையிலும், நெற்றியிலும், கழுத்திலும், மார்பிலும், பாதங்களிலும் தனித்தனி பிரணவாகாரமாகச் சுற்றிக் காட்டும் முறை தெளிவாகக் கூறப்பட்டுள்ளது.

புருஷாமிருக தீபம்

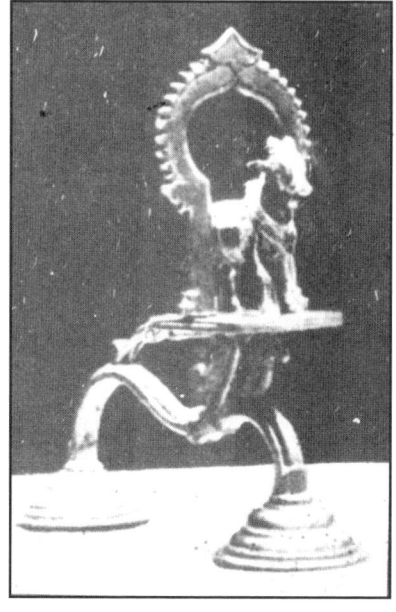

விருஷப தீபம்

நாக தீபம்

கும்ப தீபம், ஈசானாதி பஞ்சதீபங்கள்

கற்பூர தீபம்

பஞ்சாராத்திரிகை

அடுக்குத் தீபம்

பஞ்சமுக தீபம்

கா. கைலாசநாதக் குருக்கள்

கொடி

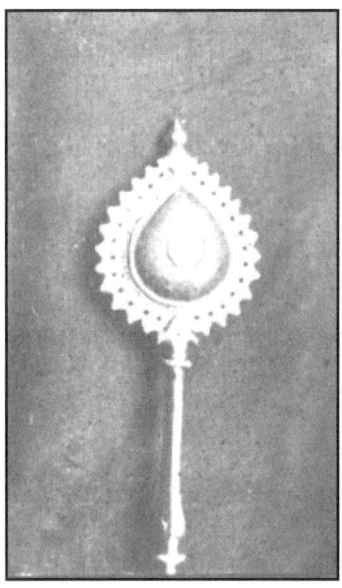

ஆலவட்டம்

நட்சத்திர தீபம்

வில்வ தீபம்

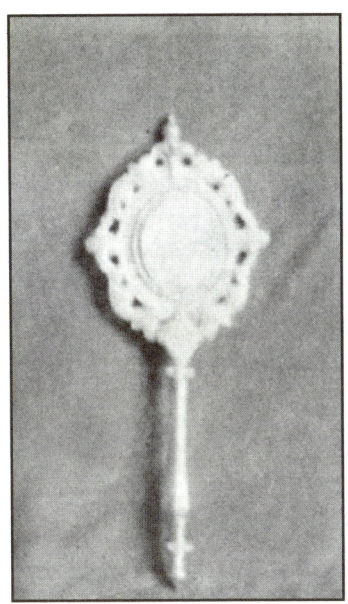

கண்ணாடி

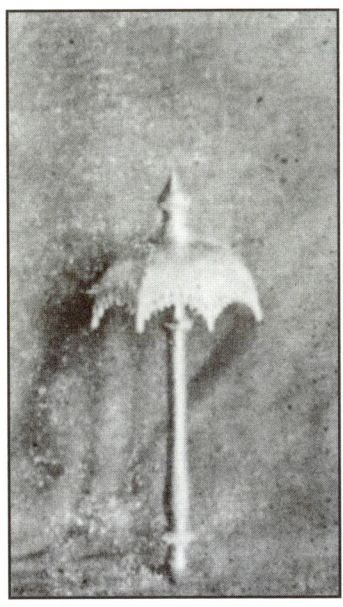

குடை

சாமரை

விசிறி

தீபங்கள் காட்டும்பொழுது கற்பூர நீராஜனம் இவ்வரிசையில் இறுதியாக இடம்பெறும். இதையடுத்து இடம்பெறுவது பஸ்மரவீக்ஷ. நெற்றிக் கண்ணுக்கு மேல் தலைப்பாகை பொருந்தும் பட்டபந்தனம் எனப்படும் இடத்திலும், மேல்முகத்தில் வட்டவடிவமாகவும், கிழக்கு முகத்தில் திரிபுண்டர வடிவமாகவும், தெற்கு முகத்தில் சூலவடிவமாகவும், மேற்கு முகத்தில் நாற்கோண வடிவமாகவும், வடக்கு முகத்தில் தீப சுவாலை வடிவமாகவும், பின்னர் இறைவனின் இரு கரங்களிலும் கொப்புளிலும், இரு கால்களிலும், அதைத் தொடர்ந்து உடம்பெங்கணும் உத்தூளனமாகவும், உரிய மந்திரங்களுடன் இரட்சை சாத்துதல் விதியாகும்.

இரட்சை நிகழ்த்தும் இறைவனுக்கு உபசாரங்களை வழங்குதல் வேண்டும். கண்ணாடி, குடை, சாமரை, விசிறி, கொடி, ஆலவட்டம் என்பன உபசாரப் பொருட்கள். இவற்றையும் தீபங்களைப்போல் காட்டி உபசரிக்கும் மரபு நிலவி வருகின்றது.

தீபங்களை மூன்றுமுறை சுற்றிக் காட்டல் வேண்டும் எனக் கூறும் ஆகமம். முதலில் சுற்றிக் காட்டுவது உலக நன்மைக்காகவும், இரண்டாவதாகச் சுற்றிக் காட்டுவது கிராமத்தின் நன்மைக்காகவும், மூன்றாவதாகக் காட்டுவது உயிர்களின் நன்மைக்காகவும் எனக் குறிப்பிடுகின்றது.

தீபாராதனையின் பொழுது அவ்வத்தீபத்துக்கு உரிய மந்திரங்களை முறைப்படி வேதாத்தியயனம் பயின்ற அத்தியனப்பட்டர் ஓதுவர். மங்கல வாத்தியமும் ஏனைய இசைக் கருவிகளும் இவ்வேளை ஒலிக்கப்படும்.

அருச்சனை

இறைவன் பெயர்களை ஒவ்வொன்றாகக் கூறி மலர்தூவி அருச்சித்தல் ஆகமவழக்கு ஓங்கி விளங்கும் தென்பாரதத்திற்கே சிறப்பாக உரியது. யசுர்வேதத்தில் உள்ள சதருத்திரியத்தில் இறைவனுடைய நாமங்கள் கூறப்பட்டுள்ளன. இவை நூறு ஆனமையால் இதற்கு இப்பெயர் உண்டாயிற்கு.

நூறு முந்நூறாகவும், ஆயிரமாகவும், இலட்சமாகவும், கோடியாகவும் பெருகி நிற்கும் நிலையில் இறைவன் நாமங்களை எண்ணிறந்த அளவிற்குக் கூறி அருச்சிக்கும் முறை பாரதத்தின் தென்னகத்தவர்கள் உரிமை பாராட்டும் சொத்து ஆகும். திருமால் இவ்வாறு இறைவன் பெயர்கள் ஆயிரத்தினையும் கூறி ஒவ்வொரு பெயருக்கும் ஒவ்வொரு மலரைச் சாத்தி அருச்சித்த வேளை ஒரு மலர் குறையக்கண்டு, தம் கண்ணைப் பிடுங்கி மலராய்

அருச்சித்தார் என்னும் புராண வரலாறு அதன் மகத்துவத்தை நன்கு எடுத்துக் காட்டுகின்றது.

யசுர் வேதத்தில் இருப்பது போன்று வணக்கத்தைக் குறிக்கும் நம: என்பதை இறுதியாகக்கொண்டு நான்காம் வேற்றுமை உருபினை ஏற்று வரும் சிவாய நம: என்பது போன்று இறைவன் நாமங்கள் அனைத்தும் அருச்சிக்கும் வேளை கூறப்படுவன.

"ஒருவழிப்பட்டு இறைவனை இவ்வாறு அருச்சனை செய்தலை மட்டுங் கடைப்பிடிக்கும் ஒருவனுக்கு உலகில் வேண்டப்படுவது யாது உளது? நூல்களினறிவும் அவனுக்குப் பயனற்றதே" என அருச்சித்து வழிபடும் இம் முறையினை வியந்து ஆதிசங்கரர் சிவானந்தலஹரி என்னும் தோத்திர நூலில் பாடியுள்ளார்.

அருச்சனையில் ஈடுபடுபவனின் மனம் இறைவன் பாததாமரையில் படிகின்றது. வாய் அவன் புகழ் பாடுவதில் ஈடுபடுகின்றது. கரங்கள் இரண்டும் அவனை அருச்சித்தலில் தொழிற்படுகின்றன. அவன் புகழ் கூறும் ஒவ்வொரு நாமமும் காதில் விழும்பொழுது காது அதைக் கேட்டுப் பெரும் பயனெய்துகின்றது.

அவனைத் தியானிப்பதிற் புத்தி செல்கின்றது. இரு கண்களும் அவன் திருக்கோலத்தின் வைபவத்தினால் ஈர்ப்புண்டு அதன் வயமாகி அசைவற்று நிற்பன. இவ்வாறு நிற்கும் நிலையில் இவன் நூல்களைப் படிப்பதனால் ஆவது யாது? நூல்களாயிரங் கற்றுவரும் அறிவிலும் இறைவனை இவ்வாறு அருச்சித்தல் அரும்பெரும் பேற்றினை எய்துவிக்கும். இவ்வனுபவத்தைச் சங்கரர் தம் பாடலில் அழகாகக் கூறியுள்ளார்.

இவ்வருச்சனை நித்திய பூசையிலும், நைமித்திக, காமியக் கிரியைகளிலும் இடம்பெறுவன. அருச்சனை நிகழும் பொழுது ஒவ்வொரு நாமத்தின் முன்னும் பிரணவத்தையும் பீஜாட்சரத்தையும் சேர்த்து உச்சரித்தல் முறை. பதினாறு, நூற்றெட்டு, ஆயிரம், இலட்சம், கோடி என்னும் எண்ணிக்கை களைக் கொண்டு பலவகைப்பட்டு இவ்வருச்சனை விரிவாகக் கிரியைகளில் இடம்பெறும்.

அருச்சனையின் இறுதியில் வேதமந்திரங்கூறி புஷ்பாஞ்சலி செய்தல் மரபு. இது விரிவாக நிகழும் பொழுது சுவர்ண புஷ்பாஞ்சலி, மந்திர புஷ்பாஞ்சலி, லாஜபுஷ்பாஞ்சலி என விரியும். இதனைத் தொடர்ந்து பஞ்சாராத்திரிகை நிகழும்.

தோத்திரம்

பூசையின் நிகழ்ச்சி நிரலில் பஞ்சாராத்திரிகைக்குப் பின் தோத்திரம் இடம்பெறும். தோத்திரங்களில் தலை சிறந்தவை வேதங்கள். நான்கு வேதங்களையும், வேதாங்கங்களையும் இறைவனின் உயர்வு காண்பதில் அதிகம் முனைந்த ஆறு தரிசனங்களின் சூத்திரங்களையும் புராண இதிகாசங்களை யும் தேர்ந்தெடுக்கப்பட்ட மிகச் சிறிய அளவிற்கு ஓதிய பின் நாயன்மார் முதலியோர் இறைவன் திருவருள் பெற்று பாடிய தேவாரம், திருவாசகம், திருவிசைப்பா, திருப்பல்லாண்டு, புராணம் முதலியன ஓதப்பெறும்.

நாட்டியம்

தௌர்யத்திரிகம் என்பது நிருத்தியம், கீதம், வாத்தியம் என்னும் மூன்றினையுந் தொகுத்துச் சுட்டும். இம்மூன்றாலும் இறைவனை வழிபட வகுக்கப்பட்டமுறை இந்நுண்கலைகளைப் பேணத் திருக்கோவில் வழிபாடு வழிகோலியதைக் காட்டுகின்றது.

இவற்றுள் வாத்தியங்கள் அபிஷேகத்தின் பொழுதும், ஆராதனையின் பொழுதும் மீட்டப்பட வேண்டியன. இவை மத்தளம், தாளம், படஹம், பேரி, டக்கா, காஹலீ, சல்லரி, கும்பவாத்தியம், நாடி, குழல், சங்கு, நிருத்த வாத்தியம் முதலியன. நாதசுரம், மேளம் முதலியவற்றால் அமையும் மங்கல வாத்தியம் மட்டும் பெரும் வழக்கில் நிலவ, ஏனைய வாத்தியங்கள் சிறிது சிறிதாக வழக்கில் அருகிக் கொண்டே வருகின்றன.

சாமகானத்தில் ஸ்தோபங்கள் அமைத்துக் கானம் இசைக்கும் பொழுதும், தேவாரங்களைப் பண்ணோடு இசைக்கும் வேளையும், ஏனை திருமுறைப்பாக்களை உரிய இராகங்களிற் பாடுங்காலத்திலும் கீதத்தால் இறைவனின் நாதோபாசனை நிகழும். கீதம், வாத்தியம் என்னும் இரண்டின் பின் இடம்பெற வேண்டியது நிருத்தியமாகும்.

பரதநாட்டியக் கலை உலகில் விளங்கும் கலைகளில் உயர்ச்சி மிகுந்த கலை. பார்ப்பவர்களுக்குப் பரவசமூட்டும் நுண்கலை. இக்கலை சிலை வடிவில் நடராசத்தோற்றம் பெறும்வேளை அதனழகில் மயங்காதவர்களே இல்லை. இதனைக் கண்டு மேனாட்டு மக்களும் வியப்பெய்துவர்.

எம் இறைவனுக்கும் பரதநாட்டியத்திற்கும் உள்ள தொடர்பினை நாட்டிய சாஸ்திரம் கூறும். அவ்வக் காலத்திற்கு உரிய நிருத்தங்களை அவ்வப் பூசை முடிவில் உரியவாறு

இடம்பெறச் செய்தல் ஆகம மரபு. இவ் வழக்கு சிறிது சிறிதாக மறைந்து இற்றைச் சூழல்நிலையில் அருகிக் காணப்படுவது விசனத்திற்குரியதே.

6. பிரதிஷ்டை

ஆகமங்கள், கிரியைகளை நான்கு பிரிவுகளாக வகுத்தமைத்துள்ளன. இவை கர்ஷணம், பிரதிஷ்டை, உற்சவம். பிராயச்சித்தம் முதலானவை. இவற்றின் விளக்கங்கள் பல தொகுதிகள் உள்ள பெரும் நூலாக விரியும் இயல்பின. எனினும் இந்நூலிடந் தருமளவிற்கு மிகவும் சுருக்கி இதன் முக்கிய அம்சங்களை மட்டும் கவனிப்போம்.

கர்ஷணம் என்பது நிலத்தை மட்டமாக்கிக் கோவில் கட்ட ஆயத்தங்களைத் தொடங்கும்பொழுது நிகழ்த்தப்படும் உழுங் கிரியையாகும். யாகசாலை அமைக்கும்பொழுது இவ்வாறு கர்ஷணம் செய்தல் முறை. வேதங்களில் யாகம் நிகழும்முன் உழுதல் ஒரு அம்சமாக விளங்குவது நோக்கற்பாலது.

பிரதிஷ்டை அநாவர்த்தனம், ஆவர்த்தனம், புனராவர்த்தனம், அந்தரிதம் என நான்கு வகைப்படும். தேவாலயங்கள் இல்லாத இடத்துத் தேவாலயங்களை ஆகம விதிப்படி புதியவகையாக அமைத்து அங்கு இறைவனைப் பிரதிஷ்டித்தல் அநாவர்த்தன பிரதிஷ்டை எனப் பெயர் பெறும்.

பன்னெடுங்காலத்திற்குமுன் நிர்மாணிக்கப்பட்ட தேவாலயத்தில் நெடுங்காலமாக நித்திய நைமித்தியங்கள் நிகழ்ந்து வரும்வேளை எதிர்பாராதாவாறு காடுபடர்தல், மண்மாரி தீ பரவுதல் முதலியவை நிகழ்ந்து ஆலயம் மறைக்கப்பட்ட பொழுது, அதனை வெளியாக்கியோ அல்லது முன்போல் தேவாலயம் ஒன்றைப் புதிதாக நிர்மாணித்தோ நிகழ்த்தும் பிரதிஷ்டை, ஆவர்த்தனப் பிரதிஷ்டை எனப் பெயர் பெறும்.

நித்திய நைமித்தியங்கள் நடைபெற்று வரும்வேளை விமானம், கோபுரம், மண்டபம், பிராகாரம், ஆலய விக்கிரகங்கள் ஆகியவற்றில் எவையேனும் வெடித்தோ, பிளந்தோ சிதிலமடையின் பாலஸ்தாபனஞ் செய்து பழுதடைந்த கட்டிடங்களை முன்போல் அழகாகவும், பலம் வாய்ந்ததாகவும், திடமானதாகவும் அமைத்து பிரதிஷ்டை செய்வதனை புனராவர்த்தனப் பிரதிஷ்டை என நூல்கள் கூறும்.

புனராவர்த்தனப் பிரதிஷ்டை நிகழ வேண்டிய இடத்துப் பாலஸ்தாபனஞ் செய்யாது ஜீர்ணோத்தாரணம் செய்தல் தகாது. ஜீர்ணோத்தாரணம் என்பது பழுதடைந்தவற்றைத்

திருத்தி அமைத்தல். தூலம், சூக்ஷமம், அதிசூக்ஷமம், காரணம், மகாகாரணம் என இலிங்கங்கள் ஐவகைப்படும். இவற்றுள் விமானம் தூலலிங்கமாகும். மூலலிங்கம் மகாகாரணலிங்கம் எனக் கிரியை நூல்கள் கூறுகின்றன.

பாலஸ்தாபனத்திற்குரிய இலிங்கம் மகாகாரணலிங்கமாகும். ஏனைய நான்கு இலிங்கங்கள் இங்கு கொள்ளத்தக்கனவல்ல. தேவாலயத்தினுள் மக்களெவரேனுமிறப்பினும், மிருகங்கள் கொல்லப்படினும், வீட்டுக்கு விலக்கான பெண்கள் நுழையினும், வருணாசிரம தர்மம் தவறி பிரவேசம் நிகழினும், கள்ளர், பைத்தியகாரர், நாய், கழுதை, பன்றி, குரங்கு, சமயப்பிரஷ்டர்கள், மிலேச்சர்கள், வேதாகமங்களை நிந்திப்பவர்கள் நுழையினும் செய்யப்படும் பிரதிஷ்டை அந்தரிதப் பிரதிஷ்டையாகும்.

அநாவர்த்தனப் பிரதிஷ்டைக்கு உரிய அம்சங்கள் பல. அவை முகூர்த்த நிர்ணயம், சல்ய உத்தாரணம், திரவியவிபாகம், கர்ப்பநியாசம், கணேசபூசை, அனுஞ்ஞை, கிராமசாந்தி, பிரவேசபலி, ரஸீக்ஷுலீக்னஹோமம், திசாஹோமம், சாந்திஹோமம், மூர்த்திஹோமம், வாஸ்துஹோமம், நவக்கிரகமகம், மிருத்சங்கிரகணம், அங்குரார்ப்பணம், ரக்ஷுலீபந்தனம், ஜலாதிவாசம், தான்யாதிவாசம், நயனோன்மீலனம், கிராமபிரதக்ஷிணம், சயனாரோபணம், அக்கினிகார்யம், நாமகரணம், பிம்பசுத்தி, பிம்ப பிரதக்ஷிணம், கர்ப்பக்கிருகபதவின்யாசம், ரத்னநியாசம், யந்திரஸ்தாபனம், பிம்பஸ்தாபனம், அஷ்டபந்தனம், ஷடத்துவநியாசம், சாங்கோபாங்க பிரத்தியங்கநியாசம், யாக முடிவில் ஸ்பர்சாகுதி, யாத்ராதானம், கும்ப உத்வாசனம், ஸ்தூபி; பிராசாதம் துவாரம், மண்டபம் பிராகாரம், துவஜம், பலி பீடம் முதலியவற்றின் தாபனங்கள் இலிங்கத்திற்கு நவதநுகல்பனம், சகளீகரணம், ஆவாகனம், கும்பாபிஷேகம், ஆசீர்வாதம், ரக்ஷுலீவிசர்ஜனம், அவபிருதம், ஆசார்யோத்சவம், மண்டலபூசை, மண்டலபூஜோத்சவம், மண்டலபூர்த்தி என்பனவாம்.

ஆவர்த்தனப் பிரதிஷ்டைக்கு சல்யோத்தாரணம், ஜலாதிவாசம், தான்யாதிவாசம், நயனோன்மீலனம், புரப்பிரதக்ஷிணம், சயனாரோபணம், நாமகரணம் ஆகிய கிரியைகள் கிடையா.

புனராவர்த்தனப் பிரதிஷ்டைக்கு ஆவர்த்தன பிரதிஷ்டையிற் போன்று கிரியைகள் உண்டு. சாங்கோபாங்கப் பிரத்தியங்கம் எனப்படும் மூவகையனுஞ்ஞைகளும் உண்டு. தாபனமாகியுள்ள மூர்த்தியை விடுத்து வேறு வகையாகக் கலாகர்ஷணம் ஒரு பொழுதும் செய்யக்கூடாது.

எவ்வெச் சமயங்களில் எவ்வெவ்வாறு பிராயச்சித்தவடிவ மாகப் பிரதிஷ்டை நடைபெறல் வேண்டுமோ அவற்றை அவ்வாறு அனுசரித்துச் செய்வது அந்தரிதப் பிரதிஷ்டையாகும். அந்தரிதப்பிரதிஷ்டைக்கு சுபமுகூர்த்த நிர்ணயம் கிடையாது. முதற்கூறிய மூன்று பிரதிஷ்டைகளும் சுபமுகூர்த்தத்திலேயே நிகழல் வேண்டும்.

ஆகம விதிப்படி முகூர்த்தம் நிர்ணயிக்கப்படல் வேண்டும். திதி, வாரம், நட்சத்திரம், யோகம், கரணம் ஆகிய ஐந்து உறுப்புக்களான பஞ்சாங்க சுத்தம் முகூர்த்தத்தில் இருப்பது அவசியம். இலக்கினம் ஸ்திரராசியாக அமைவது உத்தமம்; உபயராசி மத்திமம்; சரராசி அதமமாய் விலக்கப்பட்டது. கிரகங்கள் அநுகூலமான இடங்களில் இருப்பது நன்று.

சைவர்கள் அநாதிசைவர், ஆதிசைவர், மகாசைவர், அநுசைவர், அந்தரசைவர் என ஐவகைப்படுவர். ஆதிசைவர்கள் தாபனாதி கிரியைகள் செய்வதற்குத் தகுதி வாய்ந்தவர். மகாசைவர்களும், அநுசைவர்களும், அந்தரசைவர்களும் ஆத்மார்த்தபூசைக்குத் தகுதி வாய்ந்தவர்.

இவர்கள் பரார்த்த பூசை செய்தல் கூடாது. ஆதிசைவர்கள் ஆத்மார்த்தம், பரார்த்தம் இரண்டிக்கும் உரியவர்கள். தாபனம், யஜனம் முதலியவற்றிற்குரிய ஆதிசைவர்கள் பரமாசாரியர்கள் எனப்படுவர். ஓதல், ஓதுவித்தல், வேட்டல், வேட்பித்தல், ஏற்றல், கொடுத்தல் எனும் அறுதொழிற்குரியவர்கள்.

'சிறந்த பிரதிஷ்டைக் கிரியை நிகழ்த்துவதற்குரியவன் சைவ சித்தாந்த தத்துவங்களை அறிந்தவன்; தேவர்களிடத்தும் அக்கினியிடத்தும், குருவிடத்தும் பக்தியுள்ளவன்; நல்லொழுக்கம் மிகுந்தவன்; சிறந்த தபஸ்வி; மக்களது அன்பிற்குப் பாத்திரமானவன்; எவ்வகை இன்னலையுந் தாங்கும் திறன் வாய்ந்தவன்; செல்வம் மிக்கவன்; புலனடக்கியவன்; ஆசையற்றவன்; வேதப்பொருள் சுட்டுந் தத்துவமறிந்தவன்; தத்துவவாதத்தில் நிலைநிற்பவன்; தருமம், கிரியைகள் முதலியவற்றில் நிபுணன்; பற்றற்றவன்; பெருமையற்றவன்; மற்றவர்களை இகழ்ந்து அபவாதங்கூறும் இயல்பற்றவன்; உயரிய தத்துவத்தையே சதா தியானிப்பவன்; சிவனின் கட்டளையை நிறைவேற்றுதலிலேயே ஈடுபாடுமிக்கவன்; சாஸ்திரங்களனைத்தையும் நன்கு கற்றவன்; சமயாசாரங்களைப் பேணுபவன்; பார்ப்பதற்கு அழகாய் விளங்குபவன்; குடுமி உடையவன்; தாடி, மீசை, உரோமம் முதலியன களையப்பெற்றவன். நல்ல உடல்நிலை வாய்ந்தவன்; தீக்ஷை பெற்றவன்; சைவ மந்திரங்கள், கிரியைகள், முத்திரைகள் ஆகியவற்றை

நன்கறிந்தவன்; பதம், வாக்கியப் பிரமாணங்களையறிந்தவன்; வாஸ்து வித்தையில் பயிற்சி மிக்கவன்; சிற்பக் கலையறிவு வாய்ந்தவன்; சாமுத்திரிகாலக்ஷணங்களுடன் கூடியவன்' என ஆகமங்கள் ஆசார்ய லக்ஷணம் கூறும்.

ஸ்தாபகராக விளங்கும் சிவாசாரியருக்குத் தேசிகர்கள், சாதகர்கள், மூர்த்திபர்கள், இருத்துவிக்குகள் அனுசரணையாக இருந்து கிரியைகள் நிகழ்த்தத் துணைபுரிபவர்.

ஆசார்யவரணம்

இது, கோவிலைப் பரிபாலிக்கும் யஜமானன் பிரதிஷ்டைக் குரிய சிவாசாரியாரைத் தேர்ந்தெடுத்து அவரிடம் பிரதிஷ்டை செய்யும் பொறுப்பினை ஒப்புவிக்கும் கிரியையாகும்.

சிவாசாரியர், போதகர், சாதகர், இருத்துவிக்குகள் முதலானோருடன் ஆஸ்தான மண்டபத்தை அடைவர். மண்டபத்தில் நடுவில் வேதிகையில் நெல், அரிசி, எள் முதலிய தானியங்களைப் பரப்பி, கிழக்கு நோக்கியும், வடக்கு நோக்கியும் பத்துக் கோடுகளால் கோஷ்டங்கள் கீறிப் பதங்களை வகுத்து, நடுவில் உள்ள ஒன்பது பதங்களையும் ஒன்றாக்கி அதில் தாமரை வடிவான மண்டலம் கீறி, அதன் வெளியே கிழக்கிற்கும் வடக்குக்கும் நடுப்பதத்தில் விபூதிப் பாத்திரத்தை வைக்க வேண்டும்.

பிரதிஷ்டைக்குரிய திரவியங்களை ஒருங்கு சேர்த்து, நிரீக்ஷணம் முதலிய சம்ஸ்காரங்களால் பரிசுத்தமாக்குவர்; பத்ம மண்டலத்தின்மீது ஆசனத்தை விருஷபாசனமாக அருச்சித்து அதன்மீது, சுகாசனம் கொண்டு அமருவர். மண்டலத்திற்கு வெளியே சிவாசாரியர் முன்னிலையில் போதகர் அமருவர். பதத்திற்கு வெளியே கிழக்கில் மஞ்சள்மாவால் வரையப்பட்ட பத்ம மண்டலம் யஜமானனுக்கு உரிய இடம். யஜமானன், சிவாசாரியரை எட்டுறுப்புந்தோய விழுந்து வணகியதும் அவர் வழங்கும் விபூதியைப் பெற்று தரிசிக்கவும்.

சிவாசாரியரை விழித்து "தத்துவங்களனைத்தையும் அறிந்த குருமூர்த்தியே, சிவயாகத்தின்பொருட்டு சேமித்து வைத்திருக்கும் பொருள்கள் அனைத்தையும் ஏற்றருளி என்னை உய்வியுங்கள்" எனக் கூறிப் பொருள்களனைத்தையும் ஒப்புவிப்பன். தன்னாலளிக்கப்பட்ட பட்டு, குண்டலம், பூணூல், பொன்னரைஞாண், மோதிரங்கள், தலைப்பாகை, சந்தனம், புஷ்பம், மாலை முதலியவற்றை அணிந்தபின் ஆசனத்தில் திரும்பவும் வந்தமரும் ஆசாரியரை யஜமானன் ஆதாரசக்தி

முதல் விமலாசனம் வரை அருச்சித்துச் சிவனாக அவரைத் தியானித்துத் தோத்திரிப்பன்.

குருவாக விளங்குவது எவரோ அவர் சிவனேயாவர்; சிவனாக எமக்கு விளங்கும் இறைவனும் குருவே. குருவுஞ் சிவனும் அறிவுச் சுடராகிய அக்கினிக்குச் சமனானவர். சிவனே வித்தை; வித்தையே குரு. சிவன், வித்தை, குரு ஆகிய மூவரையும் வழிபடுவது ஒரே பலனைத் தரும். இவ்வடிப்படையில் குருமூர்த்தியான சிவாசாரியாரைத் தியானித்ததும் சிவாசாரியார் யஜமானின் நெற்றியில் விபூதி அணிவிப்பர். 'என்னால் தேடப்பட்ட இவை சிவ திரவியங்களாகும். ஆகமங்களிற் கூறும் விதிக்கிணங்க பிரதிக்ஷ்டை முதலிய கிரியைகளை மந்திரம், தந்திரம் பாவனைகளால் உரியவாறு நிகழ்த்தி என்னைச் சிவபக்தியில் முன்னணியில் நிற்பவனாக ஆக்கியருளல் வேண்டும்." என வேண்டி நிற்பன்.

திரவிய விபாகம்

நூதன பிரதிஷ்டை நிகழ்த்துவதற்குப் புது ஆலயத்தினை நிர்மாணிக்க வேண்டிய திரவியங்களைச் சேகரித்தும் அதை மூன்றாகப் பங்கிடல் வேண்டும். இம்மூன்றினுள் ஒரு பங்கு ஆலயம் நிறுவுஞ் செலவிற்குரியது. எஞ்சிய இருபங்கினுள் ஒன்றினை கிராமத்தை அலங்கரிப்பதற்கும், நித்திய, நைமித்திகப் பூசைகளுக்குமாக வேறாக எடுத்து வைத்தல் வேண்டும். எஞ்சிய மூன்றாவது பங்கு கும்பாபிஷேகத்திற்குரியது.

பொன்னாலமைந்த தட்டினைப் பட்டு, பீதாம்பரம் முதலியவற்றால் அலங்கரித்து, சிவதர்மத்திற்குரிய பொருளை அதன்மீது வைத்து, யானை மீது அல்லது சிவிகைமீது அத்தட்டினை ஏற்றி ஆசாரியரும் யஜமானரும் பலவகை மங்கல வாத்தியங்களுடனும் நிருத்தம், கீதம் முதலியவற்றுடனும் பட்டணத்தை வலம் வந்து தேவாலயத்தை அடைந்து, மண்டபத்தின் நடுவில் அமைந்த வேதிகையின்மீது நவதானியங்களைப் பரப்பி அதன்மீது அஷ்டதளமுடைய தாமரையினையும் கோஷ்டங்களையும் அமைத்தல் வேண்டும். அவற்றைச் சந்தனம், அக்ஷதை, சுவர்ணபுஷ்பம், கூர்ச்சம், மாலை முதலியவற்றால் அலங்கரித்து, யஜமானனை அழைத்து, ஈசுவரனுக்கு அர்ப்பணம் செய்யும் முறையில் சிவாசாரியரின் கையில் பொருட்களைக் கொடுக்கச் செய்தல் வேண்டும்.

சிவாசாரியர் அதைப் பெற்று, ஆசிகூறி யஜமானனைப் போகவிடுத்து, வேதிகையில் முன் வரைந்த மண்டபத்தின் நடுப்பதத்தில் பிரணவம் எழுதி அதன் மேலும், நடுவிலும்,

கீழேயும் பதினொரு பங்காக்கப்பட்ட பொருளில் ஒரு பங்கை வைத்தல் வேண்டும். எஞ்சிய எட்டுப் பங்குகளையும் அதைச் சுற்றிலும் எட்டுக் கோஷ்டங்களில் தனித்தனியே வைத்தல் வேண்டும்.

அந்தக் கோஷ்டங்களில் நவரத்தினங்களையிட்டு பூசித்துப் பின்வருமாறு திரவிய விபாகம் செய்தல் வேண்டும். திரவிய விபாகம் என்பது பொருளை உரியவாறு பங்கிடுதல். இப்பொருளில் இரண்டு பங்கு யாகத்திற்குரியது. ஒரு பங்கு அபிஷேகத்திற்கும் ஒரு பங்கு சிவாச்சாரியருக்கும், இரண்டு பங்கு இருத்துவிக்குகளுக்கும், ஒரு பங்கு வேதாத்யயனத்திற்கும், ஒரு பங்கு தக்ஷணை முதலியவற்றிற்கும், ஒரு பங்கு பிராமணபோசனம், அன்னதானம் முதலியவற்றிற்கும், ஒரு பங்கு பரிசாரகர், வாத்தியக்காரர், சிற்பி, தாசி பரிசனங்களுக்கும், ஒரு பங்கு யாகத் திரவியங்களுக்கும் அமையும்படி பங்கிடும் கிரியையே திரவிய விபாகம். திரவிய விபாகம் நிகழ்ந்தபின் திரவிய சுத்தி செய்தல் வேண்டும்.

திரவியசுத்தி

சிவாசாரியர் நித்திய கடமைகள் முடித்து மூர்த்திபர்களுடன் பிராசாத மண்டபத்தை அடைந்து கிழக்கு முகமாக அமர்ந்து சாமான்யார்க்கியம் கூட்டியபின் மேடையில் தானியங்களைப் பரப்பிப் பொன் தட்டில் மஞ்சள்பூசிய தேங்காய், அரிசி, பழம், வெல்லம், தாம்பூலம், பொன், வெள்ளி, சந்தனம், புஷ்பம், அக்ஷதை, பத்ரம், தர்ப்பை, பவித்திரம், கூர்ச்சம், மஞ்சள், பட்டு, தூபதீபம் முதலிய திரவியங்களை வைத்து இவற்றையும், இவற்றிற்குரிய அதிதெய்வங்களையம் பூசித்தல் வேண்டும்.

பின்னர் பரிசாரகனை அழைத்து அவன் தீவீக்ஷயற்றவனாயிருப் பின் உடன் நயனதீவீக்ஷ செய்து அவனைப் பரிசுத்தனாக்கி நெற்றியில் நீறணிவித்துப் பாத்திரத்தை அசையாதவாறு அவன் தலையில் ஏற்றி வைத்து சகல வாத்தியங்களுடன் கிராம பிரதக்ஷிணம் செய்து, ஸ்தாபனத்திற்குரிய மண்டபத்தை அடைந்ததும் ஆசாரியர் அனுஞ்ஞை செய்தல் வேண்டும்.

அனுஞ்ஞை

அனுஞ்ஞை மூவகைப்படும். அவை சாங்கானுஞ்ஞை, உபாங்கானுஞ்ஞை, பிரத்தியங்கானுஞ்ஞை என்பன. ஆசாரியர் ரூபத்தால் சிவாகாரமாக விளங்குபவர். எனவே முதல் நிகழ்வது ஆசாரியனுஞ்ஞை. இது முதலுறுப்பாக உள்ள அனுஞ்ஞை. விக்னேசுவரர், தக்ஷிணாமூர்த்தி, சுப்பிரமணியர், நந்திகேசுவரர்,

சண்டேசுவரர் ஆகிய ஐவரிடம் பெறும் அனுஞ்ஞை உபாங்கானுஞ்ஞை. சாங்கானுஞ்ஞை பரமேசுவரனிடமிருந்தும் அம்பிகையிடமிருந்தும் பெறும் அனுஞ்ஞை. அனுஞ்ஞை தொடங்குமுன் முதலில் நிகழ்வது விக்னேசுவர பூசையாகும்.

அதைத் தொடர்ந்து சுத்தியேற்படவேண்டிப் புண்ணியாக வாசனம் நிகழும். பூத சுத்தியும், அந்தர்யஜனமும் செய்து விக்கினேஸ்வர அனுஞ்ஞை தொடங்குதல் வேண்டும். ஆசனமூர்த்தி மூலம் விக்கினேஸ்வரனை அருச்சித்து, மஞ்சள் பூசிய இரு தேங்காய்களைக் கையில் எடுத்து "விக்கினராஜனே, சிவகுமாரனேவிக்கினம் நிவாரணமாகும் வண்ணம் தேங்காயை உடைக்கின்றேன்." என வேண்டி சமமாக இருபாதியாகும்படி உடைத்து, மோதகம், அப்பம், அவல், விளாம்பழம், கரும்பு, பலாப்பழம், மாம்பழம், மாதுளங்கனி, எலுமிச்சை முதலிய முக்கிய பழங்களையும் அறுசுவையுண்டியினையும் நிவேதித்து, பொன்னறுகு, பொற்றாமரை முதலியவற்றால் அருச்சித்து ஷோடசோபாரபூசை நிகழ்த்துதல் வேண்டும்.

பின்னர் கண தாளத்துடன் கண நிருத்தம் நிகழ்வித்து, நீராஜனம் செய்து, பக்தஜனங்களுடன் விக்னேசுவரனை வணங்கி, தட்டைக் கைகளில் ஏந்தி, எல்லா வாத்தியங்களும் பெரிதும் முழங்க ஆசாரியர் அனுஞ்ஞை பெறுதல் வேண்டும். தக்ஷிணாமூர்த்தி, சுப்பிரமணியர், சிவன், தேவி, நந்திகேசுவரர், சண்டேசுவரர் ஆகியவர்களிடமிருந்து இவ்வாறே விரிவாகப் பூசித்துத் தேங்காயுடைத்து அனுஞ்ஞை பெறல் வேண்டும்.

கிராம சாந்தி

புதிதாகக் கோவில் கட்டும்பொழுதும் வீடு கட்டும்பொழுதும், பிரதிஷ்டை நிகழ்த்தும்பொழுதும் உற்சவகாலத்திலும் கிராம சாந்தி நிகழ்த்துதல் வேண்டும். ஒவ்வொரு வருஷமும் நகரில் இவ்வாறு கிராமசாந்தி நிகழ்த்துதல் அரசனுக்கு வெற்றியை அளிக்கும்.

இவை பீடைகளனைத்தையும் அகற்றும். கிராமத்தில் வசிக்கும் பிரமராக்ஷசர்கள், பைசாசங்கள், பூதங்கள் முதலியவற்றால் வரும் தோஷங்களைக் களைவதற்காகவே கிராமசாந்தி நிகழ்த்தப்படுவது. கிராமம், நகரம், இராஜதானி ஆகிய இடங்களில் இது நிகழ்த்தலாம். கிழக்கு, தெற்கு, மேற்கு, வடக்கு ஆகிய திக்குகளும் இவற்றிற்கிடையே உள்ள திக்குகளும் கிராம சாந்திக்குரிய இடங்களாகும்.

அறுபத்துநான்கு, முப்பத்திரண்டு அல்லது பதினாறு தூண்களாலமைந்த மண்டபம் நிறுவி, அவற்றைக் கரிய பூக்களால்

அலங்கரித்துக் கறுப்புக் கொடிகளை நான்கு வாயில்களிலும் கட்டி மண்டபத்தை அலங்கரித்து, நடுவில் வேதியமைத்தல் வேண்டும்.

அதன் முன்னால் குண்டமும் நடுவில் மண்டலமும் அமைத்து வாயு திக்கில் கும்பம் வைத்து மண்டலத்தில் யந்திரம் வரைதல் வேண்டும். ஆசாரியர் அஸ்திரராஜனை சிஷ்யன் கையில் ஏந்திவர சகல வாத்தியங்களுடன் மண்டப வாயிலை அடைந்து சங்கற்பித்து புண்ணியாகம் முடித்து சகளீகரணம் செய்து சாமான்யார்க்கியம் கூட்டி நான்கு துவாரங்களையும் அதற்குரிய தேவதைகளையும் பூசித்து ஒவ்வொருவருக்கும் பலிகொடுத்தல் வேண்டும்.

பால், நெய், வெல்லம், தேன் இவை கலந்த அன்னத்தாலான பலி உருண்டைகள் பலியிடுவதற்கு உரியவை.

வேதிக்குத் தெற்கில் கூர்மாசனத்தில் இருந்து பூதசுத்தி சகளீகரணம், நியாசம் முதலியன செய்து நடுவேதிகையில் தானியம், அரிசி, பொரி முதலியனவற்றைப் பரப்பி அதில் வடுகயந்திரம் உரியவாறு வரைதல் வேண்டும்.

அறுகோணம், ஐங்கோணம், முக்கோணம், அஷ்டதளம், முப்புரங்கள் ஆகியன யந்திரத்தின் உறுப்புக்கள். நடுவில் பைரவரை ஆவரணங்களுடன் விரிவாகப் பூசித்தல் வேண்டும். வாயு திக்கிற்கு அருகில் இருக்கும் கும்பத்தில் வடுகரைப் பூசித்தல் வேண்டும்.

யாக ரக்ஷையின் பொருட்டு அஸ்திர கும்பங்கள் இரண்டையும் பூசித்தபின் அக்கினி கார்யம் செய்து, பலிகொடுத்துத் தேவாலயத்தில் எட்டுத் திக்குகளிலும் பலிஇட்டு பூர்ணாகுதி கொடுத்து அக்கினி விசர்ஜனம் செய்தல் வேண்டும்.

பிரவேச பலி

இடையூறுகள் நீங்கவும், உபத்திரவங்கள் அகல்வதற்கும், அரிஷ்டங்கள் நிவர்த்தியாகவும், அசுரர்கள், ராக்ஷசர்கள், பைசாசங்கள், பிரம்மராக்ஷசர்கள் முதலியவற்றை உச்சாடனம் செய்வதற்கும் பிரவேச பலி நிகழ்த்தப்படுவது.

விக்னேஸ்வரர் பூசையையும் புண்ணியாகவாசனத்தையும் முடித்து பஞ்ச கவ்வியம் சேர்த்த பின் வேத கோஷத்துடன் அஸ்திரபிம்பத்தைப் பூசித்து நாற்காலியைப் பிரமஸ்தானத்தில் வைத்து செங்கற்பொடி, மஞ்சள், சங்குசூர்ணம், அஷ்டதளபத்மம் கீறி மத்தியில் லக்ஷ்மியையும் ஏனை பரிவாரங்களையும் பூசித்துச் சுத்தான்னத்தால் பலிகொடுத்தல் வேண்டும்.

இவ்வாறே இந்திரஸ்தானத்தில் நாற்காலியில் வைத்து அதில் எண்கோணத்தில் யக்ஷகர்களையும், அக்கினிஸ்தானத்தில் திரிகோண மண்டலத்தில் ராக்ஷசர்களையும் யமஸ்தானத்தில் ஐங்கோணம் அல்லது பஞ்சகோணம் அமைத்து அதில் பூதங்களையும், நிருதிதிக்கில் எண்கோணம் அல்லது பதினொரு கோணம் அமைத்துப் பைசாசங்களையும், வருணஸ்தானத்தில் பத்து அல்லது பதினொரு கோணங் கீறிப் பிரமராக்ஷசர்களையும் வைக்க வேண்டும்.

வாயுஸ்தானத்தில் பன்னிரண்டு அல்லது பதினாறு கோணம் கீறிக் காளியையும் உத்தரத்தில் திரிகோண மண்டலத்தில் சரளியையும், ஈசான திக்கில் திரிகோணம் அல்லது முப்பத்தாறு கோணம் அமைத்து வடுகரையும் முறையாகத் தியானித்து, தனித்தனி தேங்காய், பழம், பொரி, கமுகம்பூ, முதலியவற்றால் அலங்கரித்துப் பூசித்து, உரிய மந்திரங்களை உச்சரித்துப் பலியிடுதல் வேண்டும்.

ரஸீக்ஷலீக்னஹோமம்

விக்கினேசுவரபூசை, புண்ணியாகம், சகளீகரணம் முதலியவற்றை முதலில் நிகழ்த்தி, பாத்தியம் அர்க்கியம் இரண்டுங்கூட்டி, ரஸீக்ஷலீக்ன ஹோமத்தின் பொருட்டு யாகசாலையின் மத்தியில் வேதியில் தானியம் பரவி, அஷ்டதள பத்மங்கீறி, நடுவில் நிறுவிய கும்பத்தில் ரஸீக்ஷலீக்ன தேவதையை ஆவாகித்தல் வேண்டும்.

கும்பத்திற்குத் தெற்கிலும் வடக்கிலும் தண்டிலங்கள் அமைத்து, அவற்றின் மேல் பலகையில் வலப்பக்கத்தில் வெள்ளை வஸ்திரத்தையும் இடப்பக்கத்தில் சிவப்பு வஸ்திரத்தையும் வைத்து, அதன் மேலே அரிசியைப் பரப்பி, ஆறு தளங் கீறி வலப்பக்கத்தில் தேங்காயையும் இடப்பக்கத்தில் கத்தியையும் வைத்து, வலப்பக்கத்தில் சக்திவரை அருச்சித்து சதாசிவஸ்வரூபத்தைத் தியானித்தல் வேண்டும்.

இடப்பக்கத்தில் தளங்களில் நவசக்திகளைப் பூசித்து, நடுவில் உள்ள சங்கேசரைத் தியானித்து, அபிஷேகப் பொருள்களால் அபிஷேகித்து, அஷ்ட பைரவர்களைப் பூசித்து, அஸ்திரமந்திரம் ஜபித்த பின் கும்பத்தின் முன் தண்டிலத்தில் ஒன்பது கோஷ்டங்கள் கீறி நடுவில் ரஸீக்ஷலீக்ன தேவரை ஆவாகித்து, சிவந்த பூக்களால் அருச்சித்து அஷ்ட பைவரர்களுக்குச் செந்நிறம் பொருந்திய அன்னத்தால் பலிகொடுத்தல் வேண்டும்.

பூசணிக்காயையும் பலியாகக் கொடுத்தல் கூறப்படுகின்றது. மண்டலத்திற்கு முன் உள்ள குண்டத்தில் சம்ஸ்காரங்கள்

செய்து, தீ வளர்த்து, அக்கினிகார்யம் நிறைவேற்றி அக்கினியில் ரஸீக்ஷுலீக்னமூர்த்தியை ஆவாகித்து, ரஸீக்ஷுலீக்ன மந்திரத்தால் ஆகுதிகள் கொடுத்து நாயுருவி முதலிய சமித்துக்களால் ஹோமம் செய்து, பலிகரண ஹோமம் நிகழ்த்தி, பருத்தி, மிளகு, எள், வெண்கடுகு முதலிய திரவியங்களால் ரஸீக்ஷுலீக்ன மந்திரங்கள் கூறி, ஹோமம் செய்து பூர்ணாகுதி முடித்தபின், அக்கினியில் ஆவாகித்த தெய்வத்தைக் கும்பத்திலும், கத்தியிலும் இருந்த தெய்வங்ககளை இதயத்திலும் ஒடுக்கிக் கொள்ளல் வேண்டும்.

திசாஹோமம்

ஆலயத்தின் முன்பக்கத்தில் சங்கற்பம், விக்னேசுவர பூசை, சகளீகரணம், புண்ணியாகவாசனம் முதலியன முடித்து, புண்ணிய நீரைப் புரோக்ஷித்த பின் எள், அரிசி, நெய் முதலியவற்றைப் பரப்பி, எள்ளில் தாமரை எழுதி, வஸ்திரம் முதலியவற்றால் அலங்கரிக்கப்பட்ட கும்பத்தை வைத்து, அதில் சிவாஸ்திரத்தை ஆசன மூர்த்திமூலம் அருச்சித்து, கும்பத்துக்குமுன் குண்டத்தில் அக்கினிகார்யம் முறைப்படி செய்து, சிவாஸ்திரதேவரை ஆவாகித்து, பிரதான ஆகுதிகள் கொடுக்க வேண்டும்.

பின் சத்துமா, நெய், சரு முதலியவற்றால் தனித்தனி ஆகுதி செய்து பூர்ணாகுதி நிறைவேற்றி, அந்தர்பலி, பஹிர்பலிவரையும் குண்டத்திலிட்டு, அக்கினியில் உள்ள தேவரை கும்பத்தில் சேர்த்து அந்நீரால் எங்கும் புரோக்ஷித்தல் வேண்டும். இவ்வாறு தெற்கு, மேற்கு, வடக்கு ஆகிய திக்குகளிலும் தனித்தனியே அகோராஸ்திரர், பாசுபதாஸ்திரர், பிரத்தியங்கிர தேவர் ஆகியோரைக் கும்பத்தில் ஸ்தாபித்து அவ்வக் குண்டங்களில் கிழக்கில் போன்று அக்கினி கார்யம் முதலிலும், அக்கினியில் ஆவாகனம் அதைத் தொடர்ந்தும் நிகழ்த்தி, கிழக்கிற் போன்றே திரவியஹோமம் முதலியவற்றைப் பூர்ணாகுதி ஈறாகச் செய்து அந்தர்பலி, பஹிர்பலி கொடுத்து அக்கினியில் உள்ள தெய்வத்தை அவ்வக் கும்பங்களில் முறையே ஒடுக்கி, நீரால் புரோக்ஷித்தல் வேண்டும். ஹோமம், புரோக்ஷணம் கிழக்கு முதல் ஒவ்வொரு திக்காக நான்கு திக்குகளிலும் நிகழ்த்துதல் வேண்டும். கும்பஜலத்தினைச் சுவாமிக்கு அபிஷேகம் செய்யும் முறையும் உண்டு.

சாந்தி ஹோமம்

மண்டலத்தின் நடுவே தண்டிலத்தில் நவதானியங்களை ஒன்றன்மேல் ஒன்றாகப் பரப்பி, நடுவில் ஒரு கும்பத்தையும் சுற்றிலும் எட்டுக் கும்பங்களையும் வைத்து, கணேசபூசை புண்ணியாகவாசனம், சகளீகரணம் சாமான்யார்க்கியம்

கூட்டுதல் ஈறாக முடித்து, நடுக் கும்பத்தில் ஸ்திராசனத்தைப் பூசித்து, பாசுபாதாஸ்திர மூர்த்தியையும் எட்டுக் கும்பங்களிலும் வஜ்ரம், சக்தி, தண்டம், கட்கம், பாசம், துவஜம், கதை, திரிசூலம் முதலிய ஆயுதங்களையும் பூசித்தல் வேண்டும்.

முன்னே அமைக்கப்பட்டுள்ள குண்டத்தில் அக்கினி கார்யம் செய்து அக்கினியில் பாசுபதாஸ்திரரை ஆவாகித்து, பலாசு, அரசு, ஆல், வில்வம், கருங்காலி, அத்தி, நாயுருவி வன்னி முதலியவற்றைப் பாலில் தோய்த்து, உரிய மந்திரங்களினால் ஆகுதி செய்தல் வேண்டும். அவ்வாறே நெய்யினாலும் பால் கலந்த எள்ளினாலும் அறுகினாலும் ஹோமம் செய்தல் வேண்டும்.

சரு, பொரி முதலியனவும் இங்கு சிறப்பாகக் கொள்ளத்தக்க ஹோம திரவியங்கள். ஏனைய திரவியங்களையும் பாசுபத மூல மந்திரத்தினால் ஹோமம் செய்யலாம். கும்ப ஜலத்தை இலிங்க சுத்தியின் பொருட்டு இலிங்கத்திற்கு அபிஷேகிக்கலாம். பிராயச்சித்த விஷயமாயின் கும்பத்தில் ஆவாகிக்கப்பட்ட பாசுபத மூர்த்தியை துவாதசாந்தத்தில் சேர்த்து நீரைப் புரோக்ஷணம் செய்தல் வேண்டும்.

சம்ஹிதாஹோமம்

கும்பத்தில் சிவனைப் பூசித்து, சம்ஹிதா மந்திரங்களால் அருச்சித்து, அக்கினிகார்யம் நிகழ்த்தி, சம்ஹிதாமந்திரங்களால் தனித்தனி பலாசு முதலிய சமித்துக்களாலும் ஏனைய திரவியங்களாலும் ஹோமம் செய்து, பூர்ணாகுதி முடித்து, அக்கினியைக் கும்பத்தில் ஒடுக்கியபின் சுவாமிக்கு அபிஷேகித்தல் வேண்டும். பிராயச்சித்த விஷயமானால் சுவாமியை இதயத்தில் ஒடுக்கி, நீரைப் புரோக்ஷித்தல் வேண்டும்.

மூர்த்தி ஹோமம்

வேதியில் தானியங்களைப் பரப்பி, நடுவில் சிவ கும்பத்தினையும் பக்கத்தில் வர்த்தனி கும்பத்தினையும், அவ்விரண்டையும் சுற்றி எட்டுக் கும்பங்களை வைத்து, நடுவில் சிவனை ஆவரணாந்தமாகவும், எட்டுக் கும்பங்களில் வஜ்ராதி சக்திகளையும் ஆவாகித்துப் பூசித்து, வர்த்தனி கும்பத்தில் அகோராஸ்திர சக்தியை அருச்சித்தபின் அகோராஸ்திர மந்திர ஜபம் செய்தல் வேண்டும்.

முன்னிலையில் அமைக்கப்பட்ட விருத்த குண்டத்தில் அக்கினிகார்யம் செய்து, அக்கினியில் அகோராஸ்திரரை ஆவாகித்து சமித்து, நெய், எள், பால், தேன், அன்னம் முதலிய

திரவியங்களால் ஹோமம் செய்து, தர்ப்பணம், தீபனம் முதலியன நிகழ்த்திப் பூர்ணாகுதி முடித்தல் வேண்டும். பின்னர் அக்கினியைக் கும்பத்தில் ஒடுக்கி, கும்பநீரை சுவாமிக்கு அபிஷேகம் செய்தல் வேண்டும்.

நவக்கிரகமகம்

கர்ஷணம் முதலிய கிரியைகள் நிகழும் வேளையும், பாலஸ்தாபனம், தேவதாஸ்தாபனம், ஜீர்ணோத்தாரணம், அஷ்டபந்தனம், அதிகமழை, மழையின்மை, பிறர்சேனையால் பயம், உயிர்களுக்கு அபாயம், அம்மை நோய் முதலியவற்றினால் பீடை ஆகியன நிகழும் வேளையிலும் நவக்கிரக மகம் செய்வது முறையாகும்.

நவக்கிரக மண்டலத்தை முறைப்படி அமைத்து நடுவில் வட்டத்தில் சூரியனையும், கிழக்கே சதுரத்தில் சந்திரனையும், தெற்கில் பாணவடிவமான மண்டலத்தில் புதனையும், மேற்கே நீள்சதுர மண்டலத்தில் வியாழனையும், வடக்கே ஐங்கோண மண்டலத்தில் சுக்கிரனையும், அக்கினி திக்கில் திரிகோண மண்டலத்தில் செவ்வாயையும், நிருருதி திக்கில் தனுர் மண்டலத்தில் சனியையும், வாயு திக்கில் சூர்ப்பாகார மண்டலத்தில் ராகுவையும், ஈசான திக்கில் துவஜாகார மண்டலத்தில் கேதுவையும் வைக்க வேண்டும்.

உரிய புஷ்பங்களால் அதிதேவதை, பிரத்தியதி தேவதைகளுடன் உரிய மந்திரங்களால் ஆவாகித்துப் பூசித்தபின், வெளிப்பதங்களில் அமைக்கப்பட்டிருக்கும் நட்சத்திர கும்பங்களில் நட்சத்திரங்களின் அதி தெய்வங்களைப் பூசித்தல் வேண்டும்.

குண்டத்தில் அக்கினிகார்யம் செய்து அக்கினியில் நவக்கிரகங்களையும் நட்சத்திர தெய்வங்களையும் ஆவாகித்து, அவற்றிற்குரிய அன்னம், தானியம், சமித்து ஆகியவற்றால் ஹோமம் செய்து, கிரகங்களை அக்கினியிலிருந்து மண்டலங்களில் ஒடுக்கி, நட்சத்திர தெய்வங்களை விசர்ஜனம் செய்து சிவாக்கினியாக அக்கினியைக் கற்பித்து, மிருத்துஞ்சயரை ஆவாகித்து, ஹோமம் செய்யவேண்டும்.

ஜயாதிஹோமம் செய்து, பூர்ணாகுதி, அந்தர்பலி, பஹிர்பலி, அக்கினி விசர்ஜனம் முதலியன முடித்தபின் மண்டலத்தில் பூசை நிகழ்த்தி பராங்முகார்க்கியம் கொடுத்து கிரகப் பிரீதியின் பொருட்டு நவக்கிரகதானம், தசதானம் முதலியவற்றைக் கொடுப்பித்தல் வேண்டும்.

வாஸ்துசாந்தி

தண்டிலம் அமைத்து, அதன் நடுவில் அறுபத்துநான்கு பதங்களால் அமையும் வாஸ்து மண்டலத்தை வரைந்து, ஈசானத்தில் வாஸ்து கும்பம் வைத்தல் வேண்டும். மண்டலத்தின் முன் குண்டம் அமைத்தல் வேண்டும். சாமான்யார்க்கியம், விக்னேசுவரபூசை, புண்ணியாகவாசனம், பஞ்சகவ்வியபூசை, முதலியவற்றை நிகழ்த்துதல் வேண்டும்.

மண்டலத்தில் வெளியே உள்ள பதங்களில் ஈசானகோணம் முதல் அக்கினிகோணம்வரை ஈசானாதிதேவர்கள் எண்மரையும், அக்கினி கோணம் முதல் நிருருதி கோணம் வரை அக்கினி முதலாய எண்மரையும், நிருருதி கோணம் முதல் வாயு கோணம் வரை நிருருதி முதலிய எண்மரையும், வாயுகோணம் முதல் ஈசான கோணம் வரை வாயு முதலிய எண்மரையும், நடுப்பதத்தில் நாலு பதங்களுக்கு வெளியே ஈசான கோணத்தில் அரைப்பதங்கள் இரண்டிலும் ஆபன், ஆபவத்சன் இருவரையும், அக்கினி கோணத்தில் இவ்வாறே சவிதா, சாவித்தரகன் இருவரையும், நிருருதி கோணத்தில் இந்திரன், இந்திரஜயன் இருவரையும், வாயு கோணத்தில் உருத்திரன், உருத்திரஜயன் இருவரையும் கிழக்கு முதலான ஆறு பதங்களில் மரீசி முதலியவர்களையும், நடுப்பதத்தில் பிரமனையும் ஆவாகித்துப் பூசித்தல் வேண்டும்.

தெற்குக் கும்பத்தில் காயத்திரியையும், வடக்குக் கும்பத்தில் சாவித்திரியையும் கோண சூலங்களில் அவற்றின் அதிதெய்வங்களையும் பூசித்தல் வேண்டும்.

பூர்வசூத்திர மத்தியத்தில் முத்கான்னத்தினால் நெல்லிக் காயளவு கொண்ட பலி உருண்டைகளால் ஈசானர் முதல் அந்தரிக்ஷர் வரையும், தெற்குத் திக்கில் உள்ள சூத்திர மத்தியில் சர்க்கரையன்னத்தினால் அக்கினி முதல் மிருகராஜன் வரையும், மேற்குச் சூத்திரத்தின் மத்தியில் எள்ளன்னத்தினாலும், நிருருதிமுதல் ரோகதேவர்வரையும், வடக்கு சூத்திர மத்தியில் தயிரன்னத்தால் வாயு முதல் ஆதித்தர் வரையும், இருபாதிகளாக அமையும் விஷேச பதங்கள் இரண்டிலும் தனித்தனி எள்ளன்னத்தால் ஆபன் முதல் உருத்திரதாசன் வரையும் உள்ள தெய்வங்களுக்குப் பலியிடுதல் வேண்டும்.

கிழக்கு முதலான ஆறு பதங்களில் பாயசான்னத்தில் மரீசி முதல் தராதரர் வரைக்கும் பலி இடுதல் வேண்டும். தயிர், நெய், வெல்லம் கலந்து தேங்காயளவு பலி உருண்டையினால் பிரமாவுக்கும், பயற்றன்னத்தால் விளாம்பழமளவு பெரிய பலி உருண்டைகளால் சூலங்களின் அதிதெய்வங்களுக்கும் பலியிடுதல் வேண்டும்.

ஈசான திக்கில் வேதிகையில் தானியங்களைப் பரப்பி, அஷ்ட தளபத்மம் வரைந்து, அதன் மேல் கும்பமும் இரு பக்கங்களும் வர்த்தனீகலசங்களையும் வைத்து, நடுவில் பிரமனையும் இரு பக்கங்களிலும் காயத்திரி, சாவித்திரி, இருவரையும் பூசித்தல் வேண்டும். ஐசான்ய திக்கில் சிவம் வர்த்தனீ கும்பங்களில் இறைவனையும் தேவியையும் பூசித்தல் வேண்டும்.

குண்டத்தில் அக்கினிகார்யம் நிகழ்த்தி, அங்கு வாஸ்து நாதரைப் பூசித்து, சமித்து, திரவியங்கள் முதலியவற்றால் ஹோமம் செய்தல் வேண்டும். நாடீசந்தானம் செய்து சம்பாதாகுதி, ஸ்விஷ்டகிருது ஹோமம், ஸ்பர்சாகுதி, ஜயாதிஹோமம் முடித்துப் பின் பூசனிக்காயைப் பலியிட்டு, அதன் விதைகளைக் ஹோமம் செய்து, பூர்ணாகுதி கொடுத்து, அக்கினியில் ஆவாகிக்கப்பட்டோரைக் குண்டத்திலிருந்து மண்டலத்திலும், மண்டலத்திலிருந்து கும்பத்திலும், கும்பத்திலிருந்து இதயத்திலும் சம்யோஜனம் செய்தல் வேண்டும்.

பலாசு, அத்தி, அரசு, முதலியவற்றின் காய்ந்த சருகுகளாலும் தர்ப்பை முதலியவற்றாலும் நான்கு முழ அளவான உருவம் செய்து, அதில் வாஸ்து புருஷனை ஆவோதிக்க வேண்டும்.

அவ்வுருவத்தின் தலைப்பக்கத்தில் ஹோமாக்கினி பற்றிக்கொள்ளும்படி வைத்ததும், பரிசாரகன் அவ்வாஸ்து புருஷனின் கால்களைப் பற்றியவாறு வலது கையில் பலியிட்ட பூசனிக்காயை எடுத்துக்கொண்டுவலமாக மண்டபங்கள் வீதிகள் வழியே இழுத்துச் சென்று ஈசானத்தில் தடாகத்தையடுத்து விசர்ஜனம் செய்தல் வேண்டும். சாதகாசாரியர் பிரம்மகும்ப நீரால் தொடர்ந்து புரோக்ஷித்துச் செல்லுதல் வேண்டும்.

மிருத்சங்கிரகணம்

அஸ்திரராஜருடனும், பூஜோபகரணங்களுடனும் மிருத்சங்கிர கணத்திற்குரிய இடத்தினையடைந்து சகளீகரணம் செய்து, சாமான்யார்க்கியம் கூட்டியபின், அர்க்கியநீரினால் புரோக்ஷணம் செய்யவேண்டும்.

நிரீக்ஷணம் முதலிய சமஸ்காரங்களால் இடத்தைச் சுத்தி செய்து, விக்கிநேசுவர பூசை புண்ணியாகவாசனம் ஆகிய இரு கிரியைகளின் பின், புண்ணியாக நீரினால் ஸ்தானசுத்தியானதும், அஸ்திரராஜருக்கு முன் ஒன்பது கோஷ்டங்களையமைக்க வேண்டும்.

அஸ்திரராஜரைப் பூசித்து, நவகோஷ்டங்களின் நடுவில் பிரம்மனையும் சிவதத்துவம், சதாசிவதத்துவம், ஈசுவரதத்துவம்,

வித்தியாதத்துவம், மாயாதத்துவம், காலதத்துவம், நியதிதத்துவம், புருஷதத்துவம், பிரகிருதிதத்துவம் ஆகிய தத்துவங்களைச் சுற்றியுள்ள எட்டுக் கோஷ்டங்களிலும் பூசிக்கவேண்டும்.

அனந்தன் முதலிய பரிவார தெய்வங்களுக்கும் சுவாஹா என்பதை ஈற்றில் வரும் அவ்வவ் மந்திரங்களினால் பலிகொடுத்து, பலி மண்டலத்திற்கு முன் சதுர மண்டலம் கீறி, நடுவில் எட்டுத் தளங்களுடைய பத்மம் வரைந்து, நடுவில் பூமிதேவியைத் தியானித்து ஆவாகித்தல் வேண்டும்.

பின்னர் மண்வெட்டியைப் புரோக்ஷித்து, நால்வகை சம்ஸ்காரங்களைச் செய்து, மாவிலை, கூர்ச்சம், வஸ்திரம் ஆகியவற்றால் அலங்கரித்து, தைலம் முதலிய அபிஷேகப் பொருட்களால் அபிஷேகித்து, அதன் உறுப்புக்களில் உரிய தெய்வங்களைப் பூசித்தல் வேண்டும்.

அஸ்திரராஜரைப் பூசித்து, மண்வெட்டியால் ஆசாரியர் அஸ்திர மந்திரத்தை உச்சரித்தவாறு கிழக்கு முகமாக நின்று மூன்றுமுறை மண் அகழ்ந்து அதற்குரிய தட்டத்தில் நிரப்பல் வேண்டும்.

பின்னர் நெல், மண், சாணகம், பருத்தி முதலியவற்றால் குழியை நிரப்பி, சப்த சமுத்திரங்களைக் கும்பத்தில் பூசித்து, அக்கும்ப நீரால் மண்ணை நனைத்து, மண்ணை அருச்சித்து, மலர் தூவி, மேலே தர்ப்பைகளைப் பரப்பி, வஸ்திரம் முதலியவற்றால் அலங்கரித்து, பரிசாரகன் தலையிற் சுமந்துவர வலமாக யாகசாலைக்கு எடுத்துச் செல்லுதல் வேண்டும்.

அங்குரார்ப்பணம்

சிவோத்ஸவம், கும்பாபிஷேகம் முதலிய கிரியைகள் நிகழும் பொழுது அதற்கு ஒன்பது, ஏழு, ஐந்து, மூன்று, ஒன்று ஆகிய நாட்களுக்கு முன் இரவில்அங்குரார்ப்பணம் செய்தல் வேண்டும். உடனே நிகழும் அங்குரார்ப்பணமாயின் பகலிலும் செய்யலாம்.

மங்களகரமான கிரியைகளில் தொடக்கத்தில் அங்குரார்ப்பணம் இடம்பெறும். பயிர்களுக்கு அதிபன் சந்திரன் ஆனபடியால் இரவு அங்குரார்ப்பணத்திற்கு உரிய காலமாகும்.

பத்ராங்குரம், க்ஷுத்ராங்குரம் என அங்குரம் இருவகைப்படும். கிழக்கு நோக்கியும், வடக்கு நோக்கியும் எட்டுச் சூத்திரங்கள் கீறி நடுவில், ஒன்பது பதங்களை ஒன்றாக்கி, அவற்றின் நடுவில் சோம கும்பத்தையும், இருபக்கங்களில் கிருத்திகை, ரோஹிணி இருவருக்குரிய கும்பங்களையும் வைத்தபின், வெளியே சுற்றியுள்ள

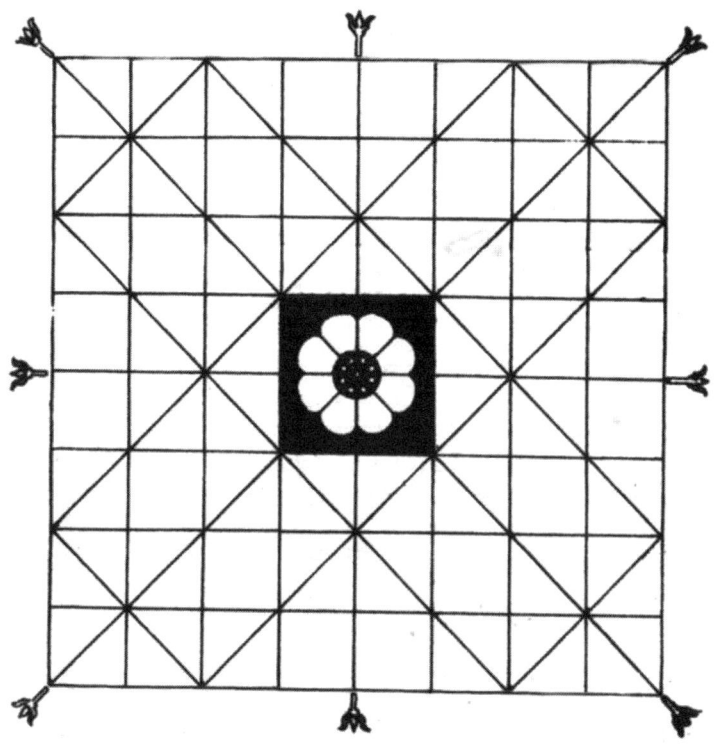

வாஸ்து மண்டலம்

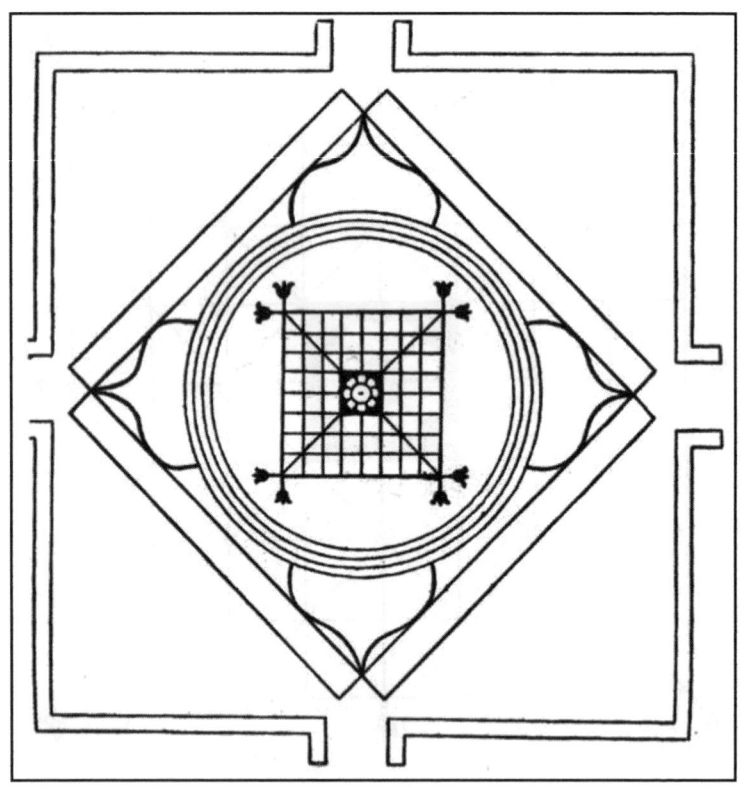

வாஸ்து மண்டலம்
(இன்னொரு வகை)

இருபத்துநான்கு பதங்களிலும் இருபத்துநான்கு பாலிகைகளைச் சுற்றி வைத்தல் வேண்டும்.

சகளீகரணம், பூதசுத்தி, அந்தர்யஜனம், நியாசம், ஸ்தானசுத்தி, திரவியசுத்தி, மந்திரசுத்தி முதலியன அங்குரார்ப்பணத்திற்குப் பூர் வாங்கக் கிரியைகள். நடுக்கும்பத்தில் சோமனையும், பக்கத்தில் கிருத்திகை, ரோஹிணி இருவரையும் ஆசனமூர்த்தி மூலமாக ஆவரணம்வரை பூசித்து, கோஷ்டங்களை உரிய மந்திரங்களால் தனித்தனி அருச்சித்தல் வேண்டும்.

பாலிகைச் சட்டிகளில், பலாசு, அரசு, ஆல், சிரீஷம், வில்வம் முதலிய மரங்களின் தளிர்களைச் சுற்றிலும் வைத்து நூலால் கட்டி, வெண்மணல், சாணி முதலியவற்றாலும் மிருத்சங்கிரகணத்தின் போது சேகரித்த மண்ணாலும் நிரப்பவேண்டும்.

பின்னர் பாலில் நனைந்தூறிய தானியங்கள் உள்ள பாத்திரங் களைக் கையிலெடுத்து, ஓஷதிசூக்தம் ஓதி, அபிமந்திரித்து, எழுந்து நின்றபடி ஆசாரியார் தானியங்களைக் கையிலெடுத்து, உரிய மந்திரங்களைக் கூறி பாலிகைச் சட்டியில் தனித்தனி விதைத்தல் வேண்டும்.

பாலிகைகளைச் சோமகும்ப ஜலத்தினால் நனைத்துப் பின் சோமகும்பத்தைச் சாங்கமாகப் பூசித்தல் வேண்டும். பாலிகைகளைத் தர்ப்பையால் மூடல் வேண்டும். பாலிகைகளின் எண்ணிக்கை வசதியையொட்டி இருபத்தினான்காகவோ, பதினாறாகவோ, எட்டாகவோ, நான்காகவோ, ஒன்றாகவோ இருக்கலாம்.

ரக்ஷாபந்தனம்

விக்கிநேசுவரபூசை, புண்ணியாகவாசனம், சாமான்யார்க்கியம் கூட்டுதல் முதலியன பூர்வாங்கமான கிரியைகளாம். முக்காலியின் மேல் தட்டத்தில் அரிசி, வெற்றிலை, தேங்காய் விபூதி, காப்புக் கட்டுவதற்குரிய ரக்ஷஸீசூத்திரம் முதலியன வைத்து, கும்பத்தில் சிவனை ஆவாகித்து, பூசித்து ஹோமம் முடித்து, விபூதி மடலில் விபூதி, சூத்திரம் ஆகியவற்றைப் பூசித்து, சம்பாதஹோமம் செய்து, பூர்ணாகுதி முடித்து, ஆவாகிக்கப்பட்ட மூர்த்தியை அக்கினியிலிருந்து கும்பத்திற்கும், கும்பத்திலிருந்து மூலலிங்கத்திலோ அல்லது தனது இதயத்திலோ ஒடுக்கியபின், சிவாசாரியர் சாதகாசிரியரைக் கொண்டு தனது வலது கை மணிக்கட்டில் சூத்திரத்தைக் கட்டுவித்தல் வேண்டும்.

பின்னர் மூர்த்திபர்களுக்கும், யஜமானனுக்கும் ஆசாரியர் சூத்திரத்தைக் கட்டுவர். ரக்ஷஸீபந்தனம் பொன், வெள்ளி, நூல்,

பட்டு ஆகியவற்றில் ஏதாவதொன்றால் அமையலாம். ஹோமம் செய்து இக்கிரியை நிகழ்த்தல் உத்தமம்; கும்பபூசையுடன் மட்டும் நிகழின் மத்திமம்; கும்பமும் ஹோமமும் இல்லாது நிகழின் அதமமாகும்.

நயனோன்மீலனம்

மெழுகப்பட்ட இடத்தில் கோலம் இட்டு நெல், அரிசி முதலியன பரப்பி மேலே அஷ்டதளபத்மம் கீறி, நடுவில் பிம்பத்தைக் கிழக்கே தலையும் மேல்நோக்கிய முகமாகவும் அமையுமாறு வைத்து அதன்மேல் அரிசி, நெல் பரப்பி, சங்கற்பித்து, சகளீகரணம், சாமான்யார்க்கியம், விக்கிநேசுவரபூசை புண்ணியாகவாசனம், பஞ்சகவ்யம், பஞ்சாமிருதம் முதலிய பூசைகளைச் செய்து, இந்திராதி அஷ்டகும்பங்கள் சுற்றி இருக்குமாறு நடுவில் பிரம்ம கும்பம் வைக்கவேண்டும்.

அவர்களைப் பூசித்து முன்னே அமைந்துள்ள தண்டிலத்தில் அக்கினிகார்யம் செய்து விசேஷ ஹோமம் நிகழ்த்துதல் வேண்டும்.

ஹோமத்தின் முடிவில் திரையிட்டு, இறைவனைத் தியானித்த வாறு வலதுகண், இடதுகண், நெற்றிக் கண் ஆகியவற்றில் சிற்பியின் உதவியுடன் பக்ஷ்மரேகை, கிருஷ்ணமண்டலம், ஜ்யோதிர் மண்டலம் முதலியவற்றைக் கீறியபின் சிற்பிக்குச் சன்மானமளித்துப் போகவிடுத்து, தானியங்களின் மீது விக்கிரகத்தை இருத்திப் பொன், அறுகு, தேன், கன்றோடு கூடிய பசு, தானியங்களின் குவியல், வேதமோதும் விப்பிரர்கள், விப்பிரகன்னிகைகள், பக்தஜனங்கள் ஆகியோரைப் படிப்படியாக விக்கிரகத்தின் பார்வை விழும் வண்ணம் முன் தரிசனத்திற்காக நிறுத்துதல் வேண்டும்.

அஷ்டமிருத், எட்டுவகைப் பட்டைகள் ஆகியன ஊறிய நீரினாலும் மஞ்சள், சந்தனம், நீர், வில்வம், நீறு முதலியவற்றாலும் ஏனைய அபிஷேகத் திவியங்களாலும் அபிஷேகித்து, அலங்கரித்து, நிவேதனம் செய்து, விக்கிரகத்தைச் சிவிகையிலேற்றிக் கிராமப் பிரதக்ஷிணம் செய்வித்தல் வேண்டும்.

ஜலாதிவாசம்

நதி, தடாகம், புஷ்கரிணி ஆகிய நீர் நிலையங்களின் கரையில் சுத்தமான இடத்தில் குழிதோண்டி, சிறுகிணறாக அகழ்ந்தெடுத்து அதைக் கோமயத்தினால் மெழுகி , அலங்கரித்து, விக்கினேசுவர பூசை, புண்ணியாகவாசனம் முதலியன முடித்து, புனித தீர்த்தங்களால் புதிதாகமைந்த கிணற்றினை நிரப்பி,

ஜலாதிவாசத்தின் பொருட்டு மூர்த்தியைப் பஞ்ச கவ்வியத்தால் அபிஷேகித்து, லம்பகூர்ச்சம் கட்டி, கீழே பலகையின் மேல் கழுத்தளவு நீரில் கிழக்கு நோக்கியவாறு இருக்கச் செய்தல் வேண்டும்.

நீரில் பொன்னாலான மத்ஸ்யம், மண்டூகம், சர்ப்பம், விருச்சிகம் முதலிய நீர்வாழ் ஜந்துக்களை இடுதல் வேண்டும். ஐந்து நாட்களாகவோ, மூன்று நாட்களாகவோ, அல்லது ஒரு நாள் மட்டுமோ இவ்வாறு ஜலாதிவாச நிலையில் விக்கிரகம் இருத்தல் வேண்டும்.

அங்கு தீபம் அணையாது எரிவது அவசியம். எட்டுத் திக்குகளிலும் லோக பாலகர்களையும், எட்டு பைரவர்களையும், எட்டுச் சக்திகளையும் பூசித்தல் வேண்டும். தொடர்ந்து பலதினங்கள் அதிவாசம் நிகழின் தினந்தோறும் பூசித்தல் வேண்டும்.

அதன் பின் சாந்திஹோமம் நிகழ்த்தல் வேண்டும். ஜலாதிவாசம் முடிந்ததும் எட்டுத் துரோணம்தானியத்தாலும், பாதியளவு அரிசியாலும், அதிற் பாதி எள்ளாலும் விக்கிரகத்தை மூடி தான்யாதிவாசம் செய்தல் வேண்டும்.

பிரசன்னாபிஷேகம்

பிரசன்னாபிஷேகத்தில் சங்கற்பம், சகளீகரணம், விக்கிநேசுவர பூசை, புண்ணியாகவாசனம், பஞ்சகவ்யபூசை, பஞ்சாமிருதபூசை முதலியன பூர்வாங்கமான கிரியைகள். நடுவில் சிவகலசத்தையும் வர்த்தனீகலசத்தையும் சுற்றிவர அஷ்டவித்யேசுவர கலசங்களையும் நிறுவி, கும்பபூசை, அக்கினிகார்யம் நிகழ்த்தி, பூர்ணாகுதி முடித்தபின் அக்கினியிலுள்ள தெய்வத்தைக் குண்டத்திலிருந்து கும்பத்திலொடுக்கி, சுவாமிக்கு எண்ணெய் முதலிய திரவியங்களால் அபிஷேகித்துக் கும்பத்தை அபிஷேகம் செய்தல் வேண்டும். இதைத் தொடர்ந்து அலங்காரம், தீபாராதனை முதலிய நிகழும்.

கடஸ்தாபனம்

மூலலிங்கத்துக்கு முன் நெல், அரிசி, எள், பொரி, நவதானியங் களால் தண்டிலம் செய்து, தர்ப்பை, பூ முதலியவற்றை உரிய மந்திரங்களுடன் படிப்படியாகப் பரவி, அஷ்டதளத்துடன் தாமரை எழுதவேண்டும்.

பின் பொன், வெள்ளி, பஞ்சலோகம் ஆகியவற்றில் ஒன்றால் அமைக்கப்பட்ட குடத்தினைச் சுத்தஞ்செய்து, நூல்சுற்றி

அதனுள் தூபங் காட்டி, அதைக் கவிழ்த்து வைத்து, பின் அதனை நிமிர்த்தி, உள்ளே பவித்திரம் வைத்து, நீர் நிறைத்து, சந்தனம் முதலிய திரவியங்களால் நிரப்பி, அந்தஹ்கூர்ச்சம் வைத்து, சுவர்ணத்தாலான பிரதிமை, நவரத்தினம், மாந்தளிர், தேங்காய் முதலியவற்றைப் பொருத்திக் கும்பத்தை உருவாக்கி பின் கும்பத்திற்குப் பட்டு, பூணூல், வெளியே அலங்கரிக்கும் அலங்காரகூர்ச்சம், சந்தனம், புஷ்பம், மாலை முதலியவற்றைச் சாத்தி, வர்த்தனீகலசத்தையும், அஷ்டவித்தியேசுவர கும்பங் களையும் நிறைவுற உருவாக்குதல் வேண்டும்.

இவ்வாறு கும்பங்ளை உருவாக்கும்பொழுது, தானியங்களைப் பரப்புவதிலிருந்து கும்பத்தை மாலையால் அலங்கரிப்பதுவரை நிகழும் கிரியைகளுக்குத் தனித்தனி வேத மந்திரங்களுண்டு.

கலாகர்ஷணம்

தர்ப்பை, புஷ்பம் முதலியவற்றால் பரிஸ்தரணஞ் செய்து, லம்பகூர்ச்சத்தை இலிங்கத்தின்மீது வைத்து, ஆசனம் முதலாக ஆவரணபூசை வரை அருச்சித்து, நீராஜனம் செய்து கும்பத்தில் சலாசனங் கற்பித்து, அங்கும் ஆசனமூர்த்தி மூலம் அருச்சித்துத் தர்பையினால் நாடீசந்தானஞ் செய்து, நியாசங்களை விரிவாகச்செய்து, குருவினால் உபதேசிக்கப்பட்ட முறையினுக்கமைய மந்திரோச்சாரணத்தினால் இலிங்கத்தில் உள்ள இறைவனைக் கும்பத்தில் சேர்ப்பித்தல் வேண்டும்.

பின்னர் பீட சக்தியை வர்த்தனீ கலசத்திலும், பூர்வாதி கும்பங்களில் அஷ்டவித்தியேசுவரர்களையும் இவ்வாறு சேர்ப்பித்தல் வேண்டும். பிம்பத்தில் உள்ள கலைகள் அனைத்தை யும் ஆகர்ஷித்துக் கும்பத்தில் சேர்ப்பிக்கும் கிரியை ஆதல் பற்றி இது கலாகர்ஷணம் எனப் பெயர் பெற்றது.

முன்னால் உள்ள தண்டிலத்தில் அக்கினிகார்யம் செய்து, யாத்திராஹோமம் முடித்ததும் முக்கனிகளாலும், தேன், பால், நெய் முதலியவற்றாலும் மிருத்துஞ்சயஹோமம் செய்தல் வேண்டும். தொடர்ந்து க்ஷணஹோமமும் உரிய மந்திரங்கள் கூறி நிகழ்த்த வேண்டியன.

பூர்ணாகுதி கொடுத்து, அக்கினியில் உள்ள மூர்த்தியைக் கும்பத்தில் சம்யோஜனம் செய்து, யாத்திராதானம் செய்து, கும்பத்தை வலமாக எழுந்தருளிவித்து யாகசாலையில் பிரதான வேதிகையில் வைத்தல் வேண்டும். வர்த்தனீ அஷ்டவித்யேசுவர கும்பங்களையும் அவ்வாறே வேதியில் உரிய இடங்களில் அமைத்தல் வேண்டும்.

ரவிசூத்திரகிரம யாகசாலை அமைப்பு

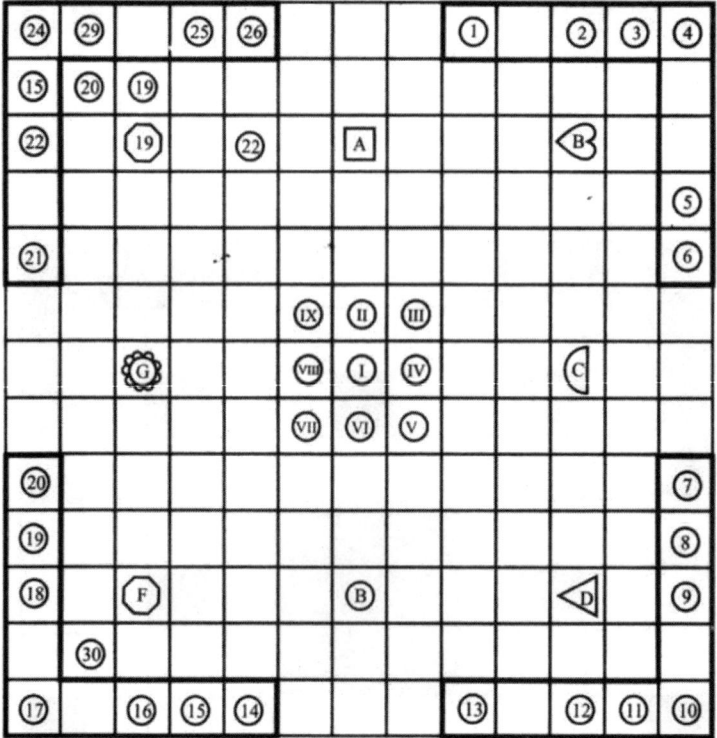

மநுசூத்திரக்கிரம யாகசாலை

மநுசூத்திரக்கிரம யாகசாலை விளக்கம்

i. பிரதான குடும்பம்
ii. அனந்தர்
iii. சூக்ஷமர்
iv. சிவோத்தமர்
v. ஏகநேத்திரர்
vi. ஏகருத்திரர்
vii. திரிமூர்த்தி
viii. ஸ்ரீ கண்டர்
ix. சிகண்டி

01. மகாகாளர்	16. மஹாலக்ஷ்மி
02. இந்திரன்	17. வாயு
03. சூரியன்	18. விநாயகர்
04. அக்கினி	19. பிரதிஷ்டாகலை
05. வித்தியாகலை	20. தேவி
06. பிருங்கி	21. சண்டேசுவரர்
07. விநாயகர்	22. குபேரன்
08. யமன்	23. சப்தகுரு
09. வாஸ்து அதிபதி (பிரமா)	24. ஈசானர்
10. நிருதி	25. பிரமா
11. விஷ்ணு	26. சாந்திகலை
12. நிவிருத்தி கலை	27. நந்தி
13. விருஷபம்	28. யாகேசுவரன்
14. ஸ்கந்தர்	29. யாகேசுவரி
15. வருணன்	30. சந்திரன்

குறிப்பு

25க்கும் 26க்கும் இடையில் க்ஷேத்திரபால கும்பம் வைக்கும் மரபும் உண்டு.

A. சதுரகுண்டம்

B. யோநிகுண்டம்

C. அர்த்தசந்திரகுண்டம்

D. முக்கோணகுண்டம்

E. விருத்தகுண்டம்

F. ஷட்கோணகுண்டம்

G. பத்மகுண்டம்

H. அஷ்டகோணகுண்டம்

I. விருத்தகுண்டம் (பிரதானகுண்டம்)

யாகசாலாலக்ஷணம்

யாகசாலை பிரகாரத்திற்கு வெளியே இருத்தல் கூடாது. முதலாம், இரண்டாம், மூன்றாம் பிரகாரங்களுக்குள் இருக்கலாம். ஈசானம், அக்கினி, வடக்கு ஆகிய திக்குகள் உத்தமம்; மேற்கு மத்திமம்; நிருருதி திக்கு, வாயு திக்கு ஆகியன அதமம்; தெற்கு அதமாதமம். யாகசாலை ஐம்பது ஹஸ்தங்களாயின் உத்தமம்; நாற்பது ஹஸ்தங்கள் மத்திமம்; முப்பது ஹஸ்தங்கள் அதமம்; பன்னிரண்டு ஹஸ்தங்கள் அதமாதமம்.

பூமியை ஒருமுழ ஆழத்திற்குத் தோண்டி மண்ணை அகற்றிப் புதுமண் இட்டு நிரப்பி, யாகசாலை நடுவில் வேதி அமையும் இடத்தில் ரத்தினநியாசம் செய்தல் வேண்டும். பின் யாகசாலை முழுவதையும் மட்டமாக்கி, மெழுகி, கண்ணாடிபோல் பளபளப்பாக இருக்கும்படி பூசியபின் அந்நிலப்பரப்பின்மேல் மா தோய்ந்த நூல்கொண்டு சூத்திரங்களை அடித்தல் வேண்டும். இவ்வாறு செய்தல் சூத்திரபதம் எனப்படும்.

யாகசாலை ஐந்து வகைப்படும். கிழக்கு நோக்கியும் வடக்கு நோக்கியும் நாற்பத்துநான்கு சூத்திரங்களை இடுவதனால் அமைவது ருத்திரசூத்திரக் கிரமம் ஆகும். விஷ்ணுசூத்திரக் கிரமமாக யாகசாலை அமையும்பொழுது முப்பத்து நான்கு சூத்திரங்கள் அடிக்கப்படுவன. இருப்பத்துநான்கு சூத்திரங்களை அடிக்க அமைவது பிரம்மசூத்திரக் கிரமமான யாகசாலை. பதினான்கு சூத்திரங்களை அடிக்கவரும் யாகசாலை அநுசூத்திரக் கிரமமாகவும் பன்னிரண்டு சூத்திரங்களை அடிக்கப் பிறக்கும் யாகசாலை ரவிசூத்திரமாகவும் அமையும் என நூல்கள் கூறுகின்றன.

இவ்வகை யாகசாலைகளும் ஆயிரத்து எண்ணூற்றி நாற்பத்தொன்பது, ஆயிரத்து எண்பத்தொன்பது, முன்னூற்றிருபத் தொன்பது, நூற்றிஅறுபத்தொன்பது, நூற்றிஇருபத்தொன்று பதங்களை முறையேகொண்டு அமைவன.

ருத்திர சூத்திரக் கிரமசாலையின் நடுவில் இருக்கும் பதம் சிவபதம் எனப் பெயர்பெறும். இதைச் சுற்றியுள்ள எட்டுப் பதங்கள் சக்திபதங்கள். சக்தி பதத்தைச் சுற்றியுள்ள பதினாறு பதங்கள் நாதபதங்கள் எனப்படுவன.

நாதபதங்களைச் சுற்றி இருபத்துநான்கு பிந்துபதங்களும், பிந்து பதங்களைச் சுற்றி முப்பத்திரண்டு சதாசிவ பதங்களும், அவற்றைச் சுற்றி மாகேசுவரபதங்கள் நாற்பதும், அவற்றைச்சுற்றி அஷ்டவித்தியேசுவரர் பதங்கள் நாற்பத்தெட்டும், அவற்றைச் சுற்றி ஈச பதங்கள் ஐம்பத்தாறும், அவற்றைச் சுற்றி சுத்தமாயா

பதங்கள் அறுபத்துநான்கும், அவற்றைச் சுற்றி மந்திரபதங்கள் எழுபத்திரண்டும், அவற்றைச் சுற்றி எண்பது வர்ணபதங்களும், அவற்றைச் சுற்றி எண்பத்தெட்டுக் கணபதங்களும், அவற்றைச் சுற்றி பிரகிருதிபதங்கள் தொண்ணூற்றாறும், அவற்றைச் சுற்றி காலபதங்கள் நூற்றிநான்கும், அவற்றைச் சுற்றி கலாபதங்கள் நுற்றிப்பன்னிரண்டும், இவ்வாறே வித்தியாபதங்கள் நூற்றிருபதும், வைஷ்ணவபதங்கள் நூற்றிஇருபத்தெட்டும், அவித்தியா பதங்கள் நூற்றிமுப்பத்தாறும். விகிருதிபதங்கள் நூற்றிநாற்பத்துநான்கும், பிரம்மபதங்கள் நூற்றிஐம்பத்திரண்டும், தைவபதங்கள் நூற்றறுபதும், ராக்ஷசபதங்கள் நூற்றறுபத்தெட்டும் வரிசையாக ஒன்றைச் சுற்றி மற்றது தொடர்ந்து அமையும் வண்ணம் இடம்பெறுவன.

நடுவில் சிவபதம் முதல் நூற்றிருபத்தெட்டுப் பதங்களாலான வைஷ்ணவபதங்கள் சுற்றியமையும்வரை உள்ள ஆயிரத்து எண்பத்தொன்பது பதங்களுடன் யாகசாலை அமையும்பொழுது அது விஷ்ணுசூத்திரக்கிரமம் எனப்படும். சிவபதம் முதல் கணபதமீறாக உள்ள ஐந்நூற்றிருபத்தொன்பது பதங்களால் யாகசாலை அமையும்பொழுது பிரமசூத்திர யாகசாலை ஆகும்.

அஷ்டவித்யேசுவரர் பதமீறாக நூற்றறுபத்தொன்பது பதங்களால் ஆவது மநுசூத்திரக்கிரம யாகசாலை. நூற்றி இருபத்தொரு பதங்களால் அமைவது ரவிசூத்திரக்கிரம யாகசாலையாகும்.

ருத்திரசூத்திரக்கிரம யாகசாலையில் பிந்து சதாசிவபதங் களுக்கு நடுவில் எட்டுக் குண்டங்களும், சுத்தமாயை மந்திரங்களுக்கிடை எட்டுக் குண்டங்களும், கால பதங்கள் கலாபதங்களுக்கு இடை எட்டுக் குண்டங்களும், விகிருதி பிரம பதங்களுக்கிடை எட்டுக் குண்டங்களும் பிரதான குண்டம் ஒன்றுமாக முப்பத்துமூன்று குண்டங்கள் இடம்பெறும்.

விஷ்ணுசூத்திரக்கிரம யாகசாலையில் முப்பத்துமூன்று குண்டங்களுள் வெளியே எட்டுக் குண்டங்கள் குறைவதனால் இருபத்தைந்து குண்டங்களும், பிரமசூத்திரக்கிரமத்தில் இன்னும் எட்டுக் குண்டங்கள் குறைவதனால் பதினேழு குண்டங்களும் இடம்பெறுகின்றன. மநுசூத்திரக்கிரம யாகசாலைக்கும் ரவிசூத்திரக்கிரம யாகசாலைக்கும் ஒன்பது குண்டங்கள் உண்டு.

ஒவ்வொரு வரிசையிலும் கிழக்கே சதுரவடிவான குண்டமும், அக்கினி திக்கில் யோநிகுண்டமும், தெற்கில் அர்த்தசந்திர குண்டமும், நிருதி மூலையில் திரிகோண குண்டமும், மேற்கில் விருத்த குண்டமும், வாயுதிக்கில் அறுகோண குண்டமும்,

வடக்கில் பத்மகுண்டமும், ஈசான திக்கில் எண்கோண குண்டமும் அமைவன.

வரிசை ஒன்றாயிருப்பினும் பலவாயிருப்பினும் குண்டங்களமையும் முறை இதுவேயாகும். உள் வரிசையில் மட்டும் ஈசானத்திற்கும் கிழக்குக்கும் இடையில் பிரதானகுண்டம் இடம்பெறும். பிரதானகுண்டத்தை நடு வேதிகைக்குமுன் அமைப்பாருமுளர்.

ருத்திரசூத்திரக்கிரம யாகசாலையில் நூறு தூண்கள் உண்டு; விஷ்ணுசூத்திரக்கிரம யாகசாலையில் அறுபத்துநான்கு தூண்களும், பிரமசூத்திரகிரம யாகசாலையில் முப்பத்து ஆறு தூண்களும் ஏனைய இரண்டிலும் பதினாறு தூண்களும் இடம்பெறுவன. இவை இடம்பெறுமாற்றை வரைபடத்தில் காண்க.

தோரணங்கள், தர்ப்பைமாலைகள், புஷ்பமாலைகள், விதான துவஜங்கள், முத்துமாலைகள், சாமரைகள், பட்டுக்கள் முதலியனவும், கமுகு, நாரத்தை, எலுமிச்சை, கரும்பு, மூங்கில், இளநீர் முதலியனவும், பெரும் தீபங்களும் யாகசாலையை அலங்கரிப்பன.

நான்கு திக்குகளிலும் உள்ள வாயிலொவ்வொன்றிற்கும் தோரணமும் நடுவில் ஒரு சூலமும் இரு பக்கங்களிலும் தனித்தனியே சூலங்களும் கதவுகளும் உண்டு. தோரணங்களின் நுனிகளில் ஏழு, ஐந்து அல்லது மூன்று தர்ப்பைகளால் இருபது அங்குல நீளமான தர்ப்பை மாலைகள் தொங்கும்.

எட்டுத் திக்குகளிலும் எட்டுக்கொடிகள் உள்ளன. கிழக்கே இருப்பது மஞ்சள் நிறக்கொடி. அக்கினி திக்கில் இருக்கும் கொடியின் நிறம் சிவப்பு. ஏனைய ஆறுதிக்குகளின் கொடிகள் முறையே நீலம், புகைநிறம், வெள்ளை பலநிறங்கொண்ட கலப்புநிறம், பொன்நிறம், பளிங்குநிறம் ஆகிய நிறங்களை உடையன. இக்கொடிகளில் அவ்வத்திக்குகளுக்குரிய யானை எழுதப்படும்.

தாமிரத்தினாலாவது மரத்தினாலாவது உருவாக்கப்பட்ட அஷ்ட மங்கலங்களுள் தர்ப்பணம், பூரணகும்பம் ஆகிய இரண்டும் கிழக்கில் இடம்பெறுவன; விருஷபம், ‘இரட்டைச் சாமரங்கள்’ வடக்கிலும், ஸ்ரீவத்சம், ஸ்வஸ்திகம் இரண்டும் மேற்கிலும், சங்குந் தீபமும் வடக்கிலும் வைக்கப்பட வேண்டியன.

இம் மங்கலப் பொருட்கள் எட்டினையும் தெய்வ மாதர்களான ஊர்வசி, மேனகை, ரம்பை, திலோத்தமை, சுமுகி,

சுந்தரி, காமுகி, காமவர்த்தனி ஆகியோர் தாங்கி நிற்பதாகச் சித்தரிக்கப்படுவன. வஜ்ரம் முதலிய தசாயுதப் பலகைகளும் உரிய இடங்களில் இடம்பெறுவன.

வேதிகை சதுரமாகவும், விருத்தமாகவும், எண்கோண வடிவாகவும், அறுகோண வடிவாகவும் அமையலாம். சதுரவடிவான வேதிகை ஸ்திதி வேதிகை எனவும், அறுகோண வடிவினது யான வேதிகை எனவும் கூறப்படும்.

வேதிகையில், அதோபட்டிகை, மத்யபட்டிகை, அஷ்டகஜங்கள், அஷ்டநாதங்கள், கும்பகண்டம், ஊர்த்துவபட்டிகை, ஜகனதிரயம், பங்கஜம் முதலிய வர்க்கங்கள் இடம்பெறுதல் உத்தமம். அகலம், நீளம், உயரம் ஆகிய மூன்றும் சமமாக அமையும் வண்ணம் பூசப்பட்டுக் கண்ணாடிபோல் விளங்கும். இதுவும் யாகத்திற்குகந்தது என ஆகமம் கூறும். இனி, குண்டங்கள் அமையுமாற்றைக் கவனிப்போம்.

சதுரகுண்டம்

நீளம், அகலம் என்னும் இரண்டும் ஒரே அளவாக அமைவது சதுரகுண்டம். குண்டமமைப்பதற்கென உரிய பதம் இச்சதுரகுண்டம். இச்சதுரம் ஏனையகுண்டங்கள் எட்டுக்கும் அடிப்படையானது. இதைத் தொடக்கமாகக் கொண்டே மற்றைய குண்டங்கள் உருவாக்கப்படுவதைக் கீழே காணலாம்.

யோநிகுண்டம்

PQRS அடிப்படையான சதுரம். PQ முதலான அதன் நான்கு பக்கங்களின் நடுப்புள்ளிகளாக A, B, C, D என்பன உள்ளன. CAயைச் சேர்த்து நுவரை ACஇன் ஐந்திலொரு பாகத்தால் நீட்டுதல் வேண்டும். Dஐயும் Eயுடன் இணைத்து CD, CB ஆகிய இரண்டினையும் விட்டமாகக் கொண்டு இரு அரைவட்டங்கள் வெளிப்புறத்தில் வரைய EBRCSDE என்னும் யோநிகுண்டம் பிறக்கும்.

அர்த்தசந்திரகுண்டம்

PQRS அடிப்படையான சதுரம். Aயும் Cயும் முறையே PQ வினதும் SR இனதும் நடுப்புள்ளிகள். ACயின் ஒன்பதிலொரு பாகமாக AE, FC, SH, RI முதலியவற்றைச் சமமாகக் கொள்ளவும். Fஐ நடுவாகவும் FEயை ஆரமாகவும் கொண்டு அரைவட்ட வடிவம் வரைதல் வேண்டும். HIயை இரு பக்கங்களிலும் நீட்டி, அந்த அரை வட்டத்தை நிறைவாக்கல் வேண்டும். இவ்வரைவட்டமே அர்த்தசந்திரகுண்டம்.

நாகாபரணம்

சிருக்சுருவம்

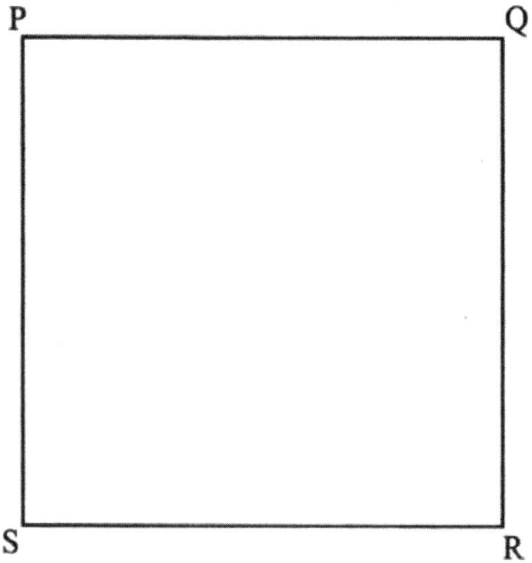

சதுரகுண்டம்

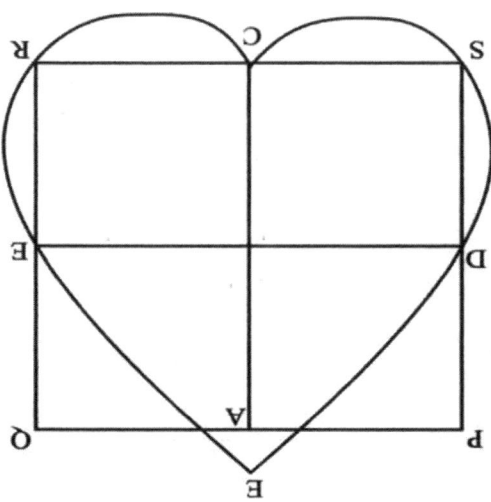

யோநிகுண்டம்

சைவத் திருக்கோவிற் கிரியை நெறி

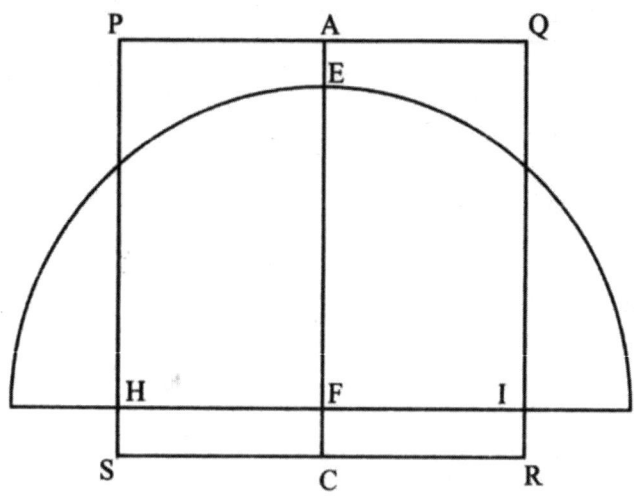

அர்த்தசந்திரகுண்டம்

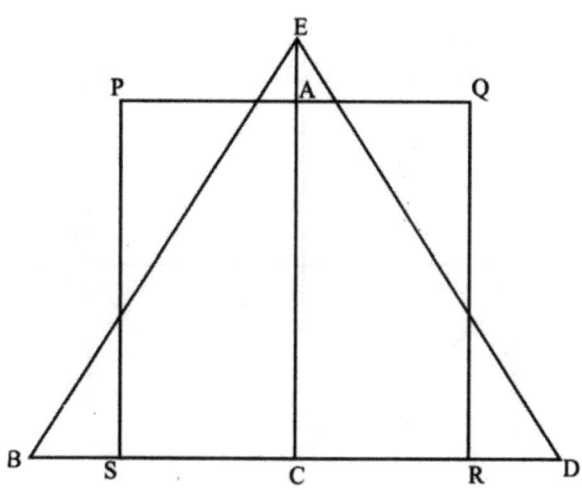

திரிகோணகுண்டம்

கா. கைலாசநாதக் குருக்கள்

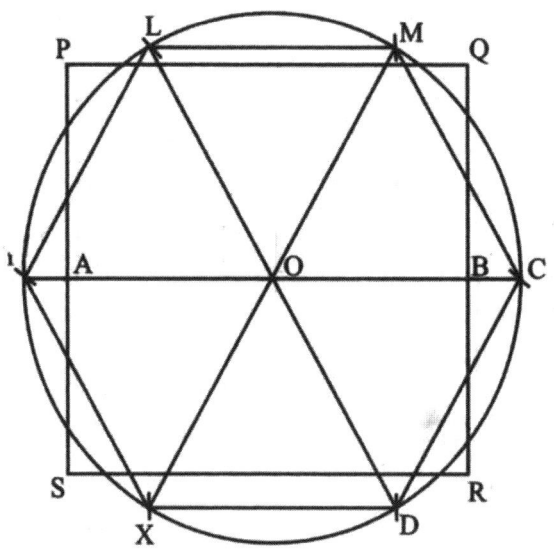

ஷட்கோணகுண்டம்

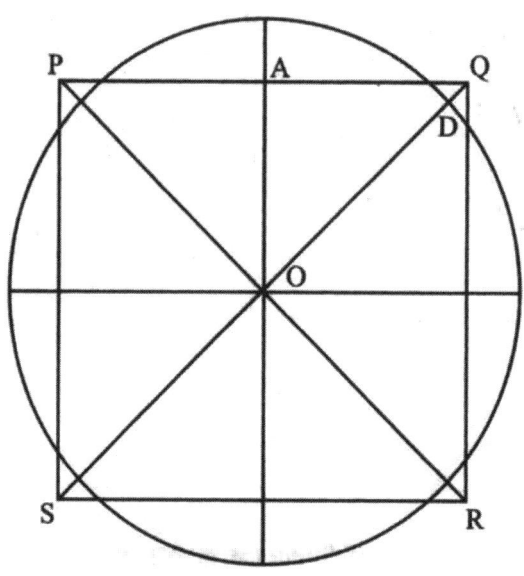

விருத்தகுண்டம்

சைவத் திருக்கோவிற் கிரியை நெறி

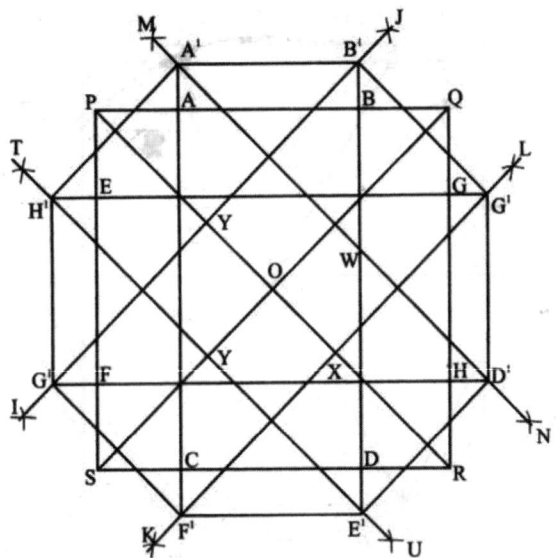

அஷ்டகோணகுண்டம்

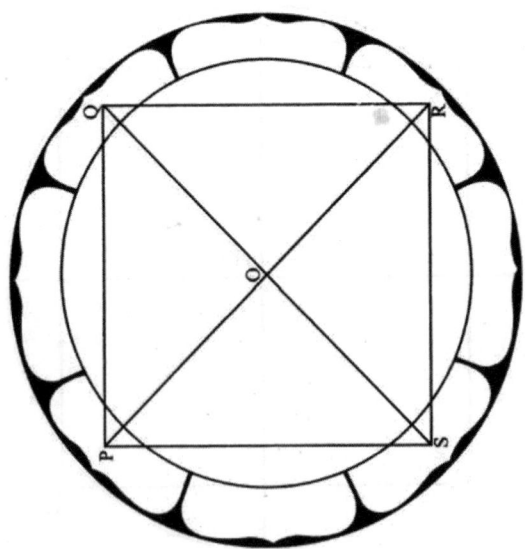

பத்மகுண்டம்

கா. கைலாசநாதக் குருக்கள்

திரிகோணகுண்டம்

PQRS அடிப்படையான சதுரம். Aயும் Cயும் முறையே PQ வினதும் RS இனதும் நடுப்புள்ளிகள். CAஐ Eவரை AEயின் ஆறிலொரு பாகத்தால் நீட்டல் வேண்டும். Sஐயும் Rஐயும் முறையே Bக்கும் Dக்கும் AEயின் அளவாக நீட்டுதல் வேண்டும்.

ஷட்கோணகுண்டம்

PQRS அடிப்படைச் சதுரம். Aயும் Bயும் முறையே PS இனதும் QR இனதும் நடுப்புள்ளிகள். ABஐ PQயினது ஆறில் ஒரு பாகத்தால் C வரை நீட்டுதல் வேண்டும். ABயினது நடுப்புள்ளி O ஆகும். Oவை நடுவாகவும் OCயை ஆரமாகவும் கொண்டு வட்டம் வரைதல் வேண்டும். OCயை ஆரமாகவும் Cயை நடுவாகவும் கொண்டு, வட்டத்தில் D என்னும் புள்ளியில் வெட்டுமாறு குறியிடவும்.

இவ்வாறே Dயை நடுவாகக் கொண்டே முன்கொண்ட அளவினையுடைய ஆரத்தால் Xஐ வட்டத்தில் குறியிடவும். இவ்வாறே, Y, L, M ஆகிய புள்ளிகளை வட்டத்தில் குறியிடவும். Cஐ Dயுடனும், Dஐ Xயுடனும், Xஐ Yஉடனும், Yஐ Lலுடனும், Lஐ Mஉடனும், Mஐ Cயுடன் தொடுத்தல் வேண்டும். CDXYLM ஷட்கோணமாகும்.

அஷ்டகோணகுண்டம்

PQRS அடிப்படைச் சதுரம். PQஇல் Aயும் Bயும் இரு புள்ளிகள். PA, BRக்குச் சமமாகவும், PQவில் நாலில் ஒரு பங்காகவும் இருக்கும். QRஇல் Gயும் Hம் இரு புள்ளிகள். QG, HRக்குச் சமமானதாகவும் PQயில் நாலிலொரு பங்கானதாகவும் இருக்கும். RSஇல் Dயும் Cயும் இரு புள்ளிகள். RD, CSக்குச் சமமாகவும் PQவில் நாலிலொருபங்காகவும் அமையும். SPயில் Fம் Eம் இருபுள்ளிகள். SF, EPக்கும் சமமானதாகவும் PQவில் நாலிலொரு பங்காகவும் அமையும்.

SQவையும் PRஐயும் இணைத்தல் வேண்டும். PRக்குச் சமாந்தரரேகைகளாக MNஐயும் TUவையும் வரையும்பொழுது அவை SQஐ Wஇலும் Vஇலும் சந்திக்கும். அவ்வாறே, IJ, KL இரண்டும் SQக்குச் சமாந்தரரேகைகளாக அமையும் பொழுது அவை PRஐ முறையே Yயிலும் Xஇலும் சந்திக்கும். OV, OY, OW, OX என்னும் நான்கும் PAக்குச் சமமானவை. ACயை இரு பக்கங்களிலும் நீட்டும்பொழுது அது MNஐயும், KLஐயும் முறையே A1இலும் F1இலும் சந்திக்கும். அவ்வாறே, Bயை இருபக்கங்களிலும்

நீட்டும்பொழுது அது IJயையும் TUவையும் B1இலும் E1இலும் சந்திக்கும். GEயை இருபக்கங்களிலும் நீட்டும் பொழுது அது TUஐ H1இலும் KLஐ C1இலும் சந்திக்கும். HFஐ இரு பக்கங்களிலும் நீட்டும்பொழுது IJஐ G1இலும் MNஐ D1இலும் சந்திக்கும். A1, B1, C1, D1, E1, F1, G1, H1 அஷ்ட கோண குண்டமாகும்.

விருத்தகுண்டம்

PQRS அடிப்படைச் சதுரம். PR, QS என்னும் இரண்டும் Oவில் சந்திக்கின்றன. OQவில் PQவின் பதினாறிலொரு பங்காக DQஐ வெட்டுதல் வேண்டும். Oவை நடுவாகவும் ODயை ஆரமாகவும் கொண்டு ஒரு வட்டங் கீறினால் விருத்தகுண்டம் பிறக்கும்.

பத்மகுண்டம்

விருத்தகுண்டம் கீறியபின் வட்டத்திற்கு வெளியே உரியவாறு எட்டு இதழ்கள் அமையுமாறு உருவாக்கும்பொழுது பத்மகுண்டம் தோற்றும்.

குண்டங்களுக்கு ஒன்பது உறுப்புக்கள் உண்டு. இவற்றின் அளவு ஒரே தன்மையானது. தலை, இருதயம், நாபி, கண்டம், யோநி, மூன்று மேகலைகள், பரிஸ்தரணம் என்பன இவ்வுறுப்புக்கள். குண்டத்திற்கு அக்கினி தலை; அதன் நடுவில் கர்ணிகையுடன் இணைந்த தாமரை அதன் இதயம்.

இதற்கு ஒரே அளவினதான எட்டு இதழ்களும், கர்ணிகையும் உண்டு. கர்ணிகையின் மத்தியில் ஒன்பது பீஜங்கள் (வித்துக்கள்) உண்டு. குண்ட நடுவில் உள்ள பத்மத்திற்கு வெளியில் வட்டவடிவமாகச் செய்யப்படுவது நாபியாகும்.

குண்டத்தின் உயரத்தில் நடுப்பாதியில் உட்புறமாகக் குண்டத்தைச் சுற்றித்திரணையாக அமைவது கண்டமாகும். மேல் மேகலையில் அரசிலை வடிவமாய் கண்டம்வரை கீழ்நோக்கி இருப்பது குண்டயோநி. இது கிழக்கு, அக்கினிமூலை, தெற்கு முதலிய திக்குகளில் உள்ள குண்டங்களுக்கு வடக்கு முகமாகவும் ஏனையவற்றிற்குக் கிழக்கு முகமாகவும் இருத்தல் வேண்டும்.

கண்டத்தின் வெளியில் குண்டவடிவாகச் சூழ்ந்து மேகலை அமையும். ஒவ்வொரு குண்டத்திற்கும் மூன்று மேகலைகள் உண்டு. இவை மேலிருந்து முறையே, நான்கு, மூன்று இரண்டு அங்குலங்கள் உயரமும் அவ்வவ்வளவு அகலமும் வாய்ந்தவை.

குண்டத்தைச் சுற்றி இடப்படும் தர்ப்பைகள் பரிஸ்தரணங்கள் எனப் பெயர் பெறும். இதற்கு விஷ்டரம் என்னும் பெயரும்

உண்டு. யோநிகுண்டத்திற்கு மட்டும் குண்டயோநி கிடையாது. அவ்வாறே பத்மகுண்டத்திற்கும் இதய பத்மம் வேண்டுவதில்லை.

விஷேசசந்தி

பிரதான ஆசாரியரும் மூர்த்திபர்களும் நித்திய கர்மானுஷ்டானம் முடித்தபின் தினந்தோறும் யாகபூசைக்குமுன் விஷேசசந்தி நிகழ்த்துதல் வேண்டும். ஆசமனம் செய்து, பவித்திரம் தரித்து, சகளீகரணஞ்செய்து அங்கநியாசம் முதலியன முடித்து சங்கற்பம் செய்த பின் காயத்திரிஜபம், சம்ஹிதாதர்ப்பணம், வித்யேசுவரதர்ப்பணம், தத்துவாதிதர்ப்பணம், தேவதர்ப்பணம், இருஷிதர்ப்பணம், சப்தமனுஷ்யதர்ப்பணம், பூததர்ப்பணம், தேவபிதிருதர்ப்பணம், விஷேசபிதிருதர்ப்பணம், பிரேத பிதிருதர்ப்பணம் முதலிய தர்ப்பணங்களைச் செய்வர். இவ்வம்சங்களைக் கொண்டமைவதே விஷேசசந்தியாகும்.

யாகபூசை

விஷேசசந்தி முடித்து, மூர்த்திபர்களுடன் யாகசாலையுள் வலமாக நுழைந்து, கூர்மாசனத்திலிருந்து சகளீரகரணஞ் செய்து, சாமான்யார்க்கியம் கூட்டி சங்கற்பித்து, விக்கிநேசுவர பூசை, புண்ணியாகவாசனம் ஆகிய இரு கிரியைகளைச் செய்தல் வேண்டும்.

பின்னர் சூரியபூசையும், நான்கு துவாரங்களுக்குப் பூசையும் இடம்பெறும். கிழக்குத் துவாரத்தில் தோரணம், அதன் அதிதெய்வம், தோரணசாகை, திரிசூலங்கள், வாயிலின் வலது, இடது, நடு ஆகிய மூன்று பக்கங்கள், வாயிலுக்கு வலதுபக்கத்தில் விளங்கும் கொடி உத்தரசாகை, தக்ஷிணசாகை ஆகியவற்றையும் அவ்வவற்றின் அதி தெய்வங்களையும் பூசிக்கவேண்டும்.

பின் துவாரத்திற்கு வடக்குக் கும்பத்தில் சாந்திகலையினையும், அதற்கு வடக்கே நந்தியையும் மகாகாளரையும், உதும்பரம், இரு கபாடங்கள், துவாரத்திற்கு மேலே விளங்கும் கொடி ஆகியவற்றையும், அவற்றின் அதிதெய்வங்களையும் பூசித்தல் வேண்டும்.

இவ்வாறே நான்கு துவாரங்களின் பல அம்சங்களுக்கும், உபவேதியில் அமைந்திருக்கும் கும்பங்களுக்கும் நான்கு கோணங்களிலுள்ள கொடிகளுக்கும், அவற்றிற்குரிய அதிதெய்வங் களுக்கும், யாகசாலை அமைப்பை அநுசரித்து வரிசையாகப் பூசை நிகழும்.

பின்னர் ஒவ்வொரு வாயிலிலும் வலப்பக்கம் விளங்கும் வேதகும்பங்களைப் பூசித்து, யாகசாலையின் அம்சங்களாக விளங்கும் ஸ்தம்பங்கள், கம்பம், திருணம், பந்தம், வம்ஸம், ஸ்தூணம், சூலிகை, விதானம், தரங்கம், தர்ப்பமாலை, கங்கணங்கள் முதலியவற்றையும், அவற்றின் அதி தெய்வங்களையும் பூசித்தபின், மூன்று துவாரங்களையும் பூட்டி, முக்கியமான மேற்குத் துவாரத்தை மட்டும் திறந்தவாறிருக்க விடுத்து. அங்கு துவாரதேவதைகளை விரிவாகப் பூசித்துப் பிரதக்ஷணமாக நிருதியில் பிரமனையும், பின்னர் அஷ்டமங்கலங்களையும் பூசித்தல் வேண்டும்.

பின்னர் பூதசுத்தி, நியாசங்கள், அந்தர்யஜனம், ஸ்தானசுத்தி, சிவார்க்கியம் சேர்த்தல், திரவியசுத்தி, ஆத்மபூசை, மந்திரசுத்தி, சிவஹஸ்தம் முதலிய கிரியைகளை நிகழ்த்தி, பஞ்சகவ்ய பூசை செய்து, விகிரத்துக்குரிய பொருட்களைத் தொகுத்து வைத்துக்கொண்டு, மண்டபப் பொருட்களைத் தொகுத்து வைத்துக் கொண்டு, மண்டபசம்ஸ்காரங்களை மந்திரவடிவாகச் செய்தல் வேண்டும். மண்டப சம்ஸ்காரங்கள் நிரீக்ஷணம், புரோக்ஷணம், தாடனம், அப்யுக்ஷணம், கனனம், அவகீரணம், பூரணம், சமீகரணம், சேசனம், குட்டனம், சம்மார்ஜனம், லேபனம், அப்யர்ச்சனம், திரிசூத்ரவேஷ்டனம், சம்பூஜனம், ரேகாதிரயம், வஜ்ரீகரணம், சதுஷ்பதநியாசம் என்னும் பதினெட்டுமாம். விகிரத்துக்கு உரிய பொருள்களை அபிமந்திரித்து, பரவத் தூவி நைருதி பூர்வகும்பத்தில் பிரமாவைப் பூசித்தல் வேண்டும்.

வாயுவுக்குத் தெற்கிலுள்ள கும்பத்தில் மகாலக்ஷ்மியையும் பூசித்தல் வேண்டும். பின்னர் அஸ்த்ரகும்ப பூசை செய்து பத்துலோக பாலகர்களையும் பூசித்து, அவர்களுக்கு யாகம் முடியும்வரை யாகத்தைச் சாவதானமாகக் காத்து நிற்கும் வண்ணம் இறைவன் ஆணையைத் தெரிவித்து அவர்கள் ஆயுதங்களையும் பூசித்தல் வேண்டும். அஸ்திரகும்ப, வர்த்தனிகும்பங்களை யாகசாலையைச் சுற்றி இடைவிடாது வர்த்தனிகும்ப நீர் ஒழுகும் வண்ணம் வலமாகக் கொணர்ந்து, மறுபடியும் அதே இடத்தில் வைத்து, ஸ்திராசனமாகப் பூசித்து, யாக பாதுகாப்புக்காக ஞானகட்கத்தைச் சமர்ப்பித்தல் வேண்டும். வாயுகும்பத்தில் விக்கிநேசுவரரையும் ஈசானத்துக்கு மேற்குப் பக்கத்தில் சதாசிவன் முதலான சப்த குரவர்களையும் பூசித்தல் வேண்டும். ஈசான தக்ஷிணகும்பத்தில் ஸீக்ஷத்திரபாலகரை அருச்சிப்பதுடன் பரிவாரபூசை முடிகின்றது.

பின்னர் பிரதான வேதிகையில் பிரதான கும்பபூசை தொடங்கும். ஐந்தாசனங்கள் முதலிற் பூசித்தற்குரியன. அவை

ஆதாராசனம், சிம்ஹாசனம், யோகாசனம், பத்மாசனம் என்பனவும், சூரியன் அக்கினி சந்திரமண்டலங்களின் மேலே விளங்கும் விமலாசனம் என்பதுமாம்.

இதன்மேல் சிவாசனத்தைப் பூசித்து, சிவனது தோற்றத்தினை அவ்யக்த நிலையிலிருந்து வ்யக்த நிலைக்குப் படிப்படியாகப் புலனாகிவரும் வண்ணம் தியானித்தல் வேண்டும். இதற்காக முண்டபங்கி, வக்திரபங்கி, கலாபங்கி முதலிய நியாசங்களையும், தத்துவ தத்வேசுவர நியாசங்களையும், திரிகண்ட நியாசம், மூர்த்தி மூர்த்தீசுவர நியாசம், அந்தர்மாதிருகாநியாசம் பஹிர்மாதிருகா நியாசம், ஷடத்துவநியாசம், ஆகம நியாசம், பஞ்சாக்ஷர நியாசம் முதலிய பலவகை நியாசங்களையும் இயற்றுதல் வேண்டும்.

சிவனை விரிவான தியானபூர்வமாக ஆவாகித்து, வித்யாதேகம் கற்பித்து, அவன் எழுந்தருளியிருப்பதாகக் கொண்டு, ஆவாகனாதி முத்திரைகளைக் காட்டி, சுவாகதார்க்கியம் கொடுத்து கும்பாபிஷேகம் முடியும்வரை சாந்நித்தியமாகக் கும்பத்திலெழுந்தருளவேண்டி, பாவனாபிஷேகம் நிகழ்த்தி, வஸ்திரம், சந்தனம் மாலை முதலிய உபசாரங்களைக் கொடுத்து, தத்துவத்திரயங்களைப் பூசித்து, லயாங்க பூசை செய்து ஆவரண பூசை நிகழ்த்துதல் வேண்டும்.

அக்கினிகார்யம்

சிவாசாரியர் கும்பத்தில் சிவனை எழுந்தருளச் செய்து பூசித்ததும் உத்தரவு பெற்றுக் குண்டத்தை வலமாக வந்து, குண்டநாபி தனக்கு முன் அமையுமாறு குண்டத்தின் முன் அமர்ந்து அர்க்கியங்கூட்டி, குண்டசம்ஸ்காரங்கள் பதினெட்டினையும் செய்தல் வேண்டும். இவை முன்னர் கூறப்பட்ட நிரீக்ஷணம் முதலியவைகளாம்.

குண்டத்தின் நடுவில் கூர்ச்சரூபமான விஷ்டரத்தில் வாகீசுவரன் வாகீசுவரியை உரியவாறு தியானித்து, சூரியகாந்தம், அரணி என்பவற்றிலிருந்து தோற்றிய அக்கினி லௌகிகாக்கினி ஆகியவற்றுள் ஏதேனும் ஒன்றைத் தருவித்து, அதிலிருந்து ராக்ஷசரின் பொருட்டு ஒரு துண்டை நிருருதியில் எடுத்தெறிந்து, அக்கினியை நிரீக்ஷணம் முதலிய நான்கு சம்ஸ்காரங்களால் சோதித்து, லௌகிகாக்கினியைத் தியானித்து, சம்ஹார முத்திரையால் பூதாக்கினியையும் நாபியக்கினியையும் சுழிமுனை வழியாக ஒருங்கு சேர்த்து, பிங்கலை வழியாக ரேசகம் செய்து, உத்பவ முத்திரையால் வெளிக்கொணர்ந்து, பூதாக்கினி, பிந்துவக்கினி, ஜடராக்கினி என்னும் மூவகை அக்கினிகளையும் வெளியில் இருக்கும்

அக்கினியுடன் ஒன்றுகூட்டி, அவ்வக்கினியை சம்ஹிதையால் பூசித்து, சம்ரக்ஷணம் அவகுண்டனம் என்னும் இரண்டினையும் செய்து, தேனுமுத்திரை காட்டி, அக்கினியைக் கையில் எடுத்து, குண்டத்தின் மீது வலமாக மும்முறை சுற்றி, அதை சிவபீஜமாகத் தியானித்து, குண்டத்தில் இருதுமதியாக ஆவாகிக்கப்பட்ட வாகீசுவரியின் கர்ப்பநாடியில், வாகீசுவரரால் வைக்கப்படுவதாக நிலத்தில் முழந்தாளூன்றியவாறு ஆத்மசமுகமாகக் குண்டத்தில் சேர்ப்பித்தல் வேண்டும்.

பின்னர் சௌசாசமனத்தின் பொருட்டு தோயபிந்துவைக் கொடுத்து, சமித்துக்களை நெருக்கி அழைத்து, அக்கினியை ஜ்வலிக்கச் செய்து, கர்ப்பத்தின் பாதுகாப்பின் பொருட்டு தேவியின் இடது கையில் ஜபிக்கப்பட்டதும் தர்ப்பையிலமைந்ததுமான அஸ்திரகங்கணம் கட்டுவதாகக் கற்பித்து, அதைத் தெற்கு மேகலையில் வைத்து, மூன்றாம் மாதம் நிகழும் பும்ஸவனத்தின் பொருட்டும், ஆறாம் மாதம் சீமந்தத்திற்காகவும், பத்தாம் மாதம் ஜனனத்திற்காகவும், ஜாதகர்மம், ஆசௌசநீக்கம் முதலியவற்றிற்காகவும் தனித்தனி உரியவாறு ஆகுதி கொடுத்து, தேவியின் கையில் இருக்கும் தர்ப்பைக் காப்பை அவிழ்த்துத் தேவியைப் பொன்காப்பணிந்திருப்பவளாகத் தியானித்தல் வேண்டும்.

அக்கினியின் இரட்சையின் பொருட்டு பரிதி விஷ்டரங்களை மேகலைகள் மீது வைத்து, அக்கினி வளரும் பொருட்டு நெய்யில் நனைக்கப்பட்ட ஐந்து சமித்துக்களை ஹோமம் செய்து பரிதி விஷ்டரங்களுக்கு அதி தெய்வங்களையும் தசதிக்கு பாலகர்களையும் பூசித்து, நெற் பொரியினால் அந்தர்பலி அர்க்கியம் முதலியன கொடுத்துப் 'பாலகனைக் காப்பாற்றுங்கள்' என்று சிவனிட்ட கட்டளையை அவர்கள் காதில் விழும்படி சொல்லுதல் வேண்டும்.

இதன்பின் சிருக்சுருவசம்ஸ்காரமும் பதினெட்டு வகையான ஆஜ்யசம்ஸ்காரமும் சத்யோஜாதாதி வக்திரங்களை ஒன்றாக்கும் வக்திரைகீகரணம் என்னுங் கிரியையினையும் ஜிஹ்வாதீபனம் என்னுங் கிரியையினையும் முடித்து, 'நீ சிவாக்கினியாக விளங்குவாயாக' என நாமகரணமும் பாலாக்கினியாதல், உபநிஷ்கிரமணம், அன்னப் பிராசனம், சௌளம், உபநயனம், யௌவனப்பிராயமெய்தல், விரதசமாவர்த்தனம், விவாகம் முதலிய நிகழ்ச்சிகளை வரிசையாக நிகழ்வதாகச் சங்கற்பித்து உரிய ஆகுதிகளைக் கொடுத்தல் வேண்டும்.

வாகீசுவரி வாகீசுவரர்களுக்கு ஆகுதி கொடுத்து விசர்ஜனம் செய்த பின், விவாகாந்த சம்ஸ்கார பூர்த்திக்காக பூர்ணாகுதி கொடுத்தல் வேண்டும்.

சிருக்கை நெய்யினால் நிரப்பி, அதன்மீது கீழ்நோக்கியவாறு சுருவத்தை வைத்து மூடி அதன் நுனியில் பூவை வைத்துச் சங்குபோல் (புரிகள் அமையுமாறு) இறுகப்பற்றிய இருகைகளால் அவை இரண்டையும் எடுத்துக்கொண்டு, கால்கள் நிமிர்ந்து நேராக நிற்கும் வண்ணம் எழுந்துநின்று வளையாத உடம்பினனாய், சிருக்சுருவத்தை நாபிக்குக் குறுக்கே நீட்டியவாறும், சிருக்கின் நுனியில் பார்வையைப் பதித்தவாறும், வௌஷட் என்பதை இறுதியிற் கொண்டமையும் மூல மந்திரத்தை உச்சரித்துக் கொண்டு, தனது வாமஸ்தனம் வரை சிருக்கின் மூலம் வருமாறு அடிப்பக்கத்தினை உயர்த்தி, சலனமற்ற மனத்துடன் இடையீடில்லாது ஒழுகும் வண்ணம் யவப்பிரமாணமான தாரையாக நெய் முழுவதையும் ஆசாரியர் ஆகுதி செய்தல் வேண்டும். இதுவே பூர்ணாகுதியாகும்.

சிவாக்கினி, ஆகவனீயம், தக்ஷிணாக்கினி, கேவலாக்கினி, கார்ஹபத்யாக்கினி, விருத்தாக்கினி, சாமான்யாக்கினி, யௌவனாக்கினி, பாலாக்கினி, சூக்ஷமாக்கினி, காலாக்கினி ஆகிய அக்கினியின் அங்கங்களுக்குத் தனித்தனி ஆகுதி கொடுத்தல் வேண்டும்.

பிரதான குண்டத்தில் அக்கினியை ஒன்பதாகப் பாகம் செய்த பின் அவ்வவ்விடத்தில் உள்ள அக்கினியை எடுத்து அதே திக்குகளில் இருக்கும் ஏனைய எட்டுக் குண்டங்களில் சேர்ப்பித்தல் வேண்டும்.

ஏனைய குண்டங்களில் இவ்வாறு அக்கினி சேர்க்கப்படுமுன், சம்ஸ்காரங்களை அவ்வம் மூர்த்திபர்கள் செய்வர். தாமே பிரதான குண்டத்தில் ஆசாரியரிடம் அக்கினியைப் பெற்று அவ்வக் குண்டங்களில் உரியவாறு சேர்ப்பிப்பர். மேலும், பிரதான குண்டத்திற்கு மேற்கில் சருபாகம் செய்வதற்காக கார்ஹபத்யாக்கினியைப் பிரித்து, வேறு இடத்தில் வைத்து, நடு அம்சத்தைச் சுவாலிக்கச் செய்தல் வேண்டும்.

பிரதான குண்டத்தில் அக்கினியால் சதாசிவனையும், ஏனைய குண்டங்களில் அஷ்டமூர்த்தீசுவரர்களையும் பூசித்தல் வேண்டும். அக்கினியின் ஹ்ருத்பத்மத்தில் ஆதார சக்தி முதல் ஆவரணமீறாக சிவமூர்த்தியைப் பூசித்து, சிவ வக்த்ரஅக்கினி வக்த்ர சந்தானம் செய்து சிவஜ்யோதியை தியானித்து கும்பம்,

குண்டம் ஆசாரியர் ஆகிய மூவரும் தொடர்புறும் வண்ணம் நாடிசந்தானம் செய்தபின் மந்திரதர்ப்பண மந்திரதீபன ஆகுதிகள் கொடுத்தல் வேண்டும்.

பின்னர் நிகழ்வது ஸ்தாலீபாகம். தாமிரத்தினாலோ மண்ணாலோ அமைந்த சட்டியைக் கழுவி, சமஸ்காரங்கள் செய்து கழுத்தில் தர்ப்பையைப் புரியாகக் கட்டி, கோமயத்தால் மெழுகிய இடத்தில் மண்டலத்தில் வைத்துப் பூசித்து, ஸ்தாலியை வைத்து, நெய்யினால் அதைத் தடவித் துடைத்து பால் நிரப்பி, யாகத்துக்குரிய தானியங்களையும், அரிசி முதலானவற்றை உரிய மந்திரத்தினாற் கழுவி, அதனுள் இட்டு, குண்டத்திற்குத் தெற்கில் அல்லது மேற்கில் முன் எடுத்து வைக்கப்பட்ட அக்கினியின் மீது ஸ்தாலியை மேலேவைத்து, நல்ல விறகு கொண்டு அக்கினியை எரியச் செய்து, சருவைப் பக்குவமாகச் சமைத்தல் வேண்டும். இதற்குப் பயன்பட்ட அக்கினி உடனே விசர்ஜனம் செய்யப்படும்.

குண்டத்திற்கு மேற்கே சருஸ்தாலியை வைத்து, சம்பாதஹோமம் செய்து, இறைவனுக்கர்ப்பணம் செய்தபின் அதனை மூன்று பாகமாக்கி, தனக்குரிய பங்குடன் நெய்யையும், ஏனைய இரு பங்குகளுடன் தேன், நெய் இரண்டினையும் சேர்த்து, சிவனுக்குரியதைச் சிவனுக்காக வேறாகவும், அந்தர்பலி, பஹிர்பலி முதலியவற்றிற்கு வேறாகவும் தனித்தனிப் பாத்திரங்களில் எடுத்து வைத்தல் வேண்டும். தனக்கும் இருத்துவிக்குகளுக்கும் உரிய பங்கினையும் ஆசாரியர் வேறாக வைத்தல் வேண்டும்.

பிராயச்சித்தத்தின் பொருட்டு நூற்றெட்டு ஆகுதிகள் செய்து முன்போல் பூர்ணாகுதி செய்தல் வேண்டும். ஒவ்வொரு குண்டத்திற்கும் நிவேதனம் செய்வதுடன், விசேஷ திரவியங்களால் ஹோமம் செய்தல் வேண்டும்.

பலாசு, கருங்காலி, அரசு, அத்தி, சந்தனம், ஆல், வன்னி, வில்வம், எருக்கு, நாயுருவி, மா, பாடலி, மூங்கில், பலா, அறுகு, தர்ப்பை, நெய், சரு, பாலன்னம், எள்ளன்னம், மிளகு அன்னம், தயிரன்னம், பயற்றன்னம், உழுந்தன்னம், பாயசம், தேனன்னம், கடுகன்னம், எள்ளு, வெண்கடுகு, உழுந்து, நெற்பொரி, சத்துமா, பால், தயிர், வெல்லம், வாழைப்பழம், மாம்பழம், பலாப்பழம், விளாம்பழம், மாதுளம்பழம், பேரீச்சை, நாரத்தை, எலுமிச்சை, திராவீக்ஷ, தேங்காய், பயறு, கடலை, மொச்சை, கோதுமை, மூங்கிலரிசி, தினை, நெல்வகைகள், அரிசி, கரும்பு, கீரை தேன், சர்க்கரை, அவல், லட்டுகம், அபூபம், தேவதாரு, ராஜமாஷம், கிழங்குவகைகள், இலாமிச்சை, கராம்பு, ஏலம், லவங்கம், ஜாதிக்காய், பன்னீர், கற்பூரம், சந்தனம், புனுகு, சவ்வாது, கஸ்தூரி,

கோரோசனை, குங்குமப்பூ, புஷ்பங்கள், பத்திரங்கள், வில்வம், நீலோத்பலம், தாமரை முதலியன, வாசனைத் திரவியங்களுடன் கூடிய தாம்பூலம் என்பன விசேஷ ஹோமத் திரவியங்களாகும்.

சயனாரோபணம்

யாகசாலையில் கிழக்கில் அல்லது வடக்கில் நெல் அரிசி முதலிய தானியங்களை ஒன்றன்மேலொன்றாகப் பரவி, அதன் மேல் கவரிமான் மயிர், பறவையிறகு, இலவம் பஞ்சு, பருத்தி, தோல் முதலிய பொருள்களால் தனித்தனி அமைந்த மெத்தைகளை விரித்து, தலையணை விரிப்பு முதலியவற்றுடன் படுக்கையை அமைத்தல் வேண்டும்.

ஐந்து மெத்தைகளிலும் ஐந்து தத்துவங்களைப் பூசித்த பின் மூர்த்தியை எழுந்தருளச் செய்து, கிழக்கே தலையும் மேல் நோக்கிய முகமும் இருக்கும்வண்ணம் சயனிக்கவைத்துச் சிவந்த வஸ்திரத்தால் மூடுதல் வேண்டும்.

காலடியில் பிண்டிகையையும் ஆதாரசிலையையும் அவ்வாறே வைப்பது முறை. பின் தத்துவதத்துவேசுவரநியாசம், திரிகண்டநியாசம் முதலிய நியாசங்களைச் செய்தல் வேண்டும். தலைக்குப் பக்கத்தில் நித்திரா கும்பமும், வர்த்தனீ கும்பமும், வித்யேசுவர கும்பங்களும் வைத்து, உரியவாறு பூசித்து, லோகபாலர்களை அருச்சித்து காவல் காக்கும் பணியில் அவர்களை நியமித்தல் வேண்டும்.

தீபஸ்தாபனம்

மண்டபத்தில் கும்பம் வைத்து, அழகான தீபத்தை சந்தனம் மாலை முதலியவற்றால் அலங்கரித்து, நெய்விட்டு ஏற்றி வைத்து, விக்கிநேசுவர பூசை, புண்ணியாகவாசனம் செய்து தீபத்தில் பஞ்சபிரமபூசை செய்து, சந்தனம் புஷ்பம் முதலியவற்றால் அருச்சித்து, வியோமவியாபிமந்திரம் ஜெபித்து, தூப தீபங்களால் ஆராதித்து, தீபத்தை சுமங்கலிப் பெண் கைகளால் தாங்கி வீதியை வலம்வரும்படி செய்து கருப்பக்கிருகத்தில் வைத்தல் வேண்டும்.

ஸ்தூபிஸ்தாபனம்

சிற்பி, ஸ்தூபிஸ்தாபனம் நிகழ்த்தியதும் ஸ்தூபியாகத்தில் பூசிக்கப்பட்ட கும்பத்தை ஸ்தூபிக்கு அபிஷேகஞ் செய்தல் வேண்டும். ஆயினும், கும்பாபிஷேகத்தினத்தன்றே ஸ்தூபி கும்பாபிஷேகம் நிகழும் வழக்கம் அனுஷ்டானத்தில் இருந்து வருகின்றது.

ரத்னஸ்தாபனம்

ஆதார சிலையை சிருஷ்டிமார்க்கமாக நிறுவிய பின், இரத்தினங்கள், தானியங்கள், ஓஷதிகள், உலோகங்கள், தாமரை வகைகள், தானியங்கள் முதலியவற்றைப் பீடத்தில் இருக்கும் குழிகளில் தனித்தனியே உரிய மந்திரங்களுடன் வரிசையாக வைத்தல் வேண்டும். இவை கிடைக்காவிடின் இவற்றின் பிரதிநிதியாக வஜ்ரம், பொன், அரிதாலம், சகதேவி, யவம் ஆகியவற்றை இடுதல் வேண்டும்.

நவரத்தினங்கள் இடும்பொழுது நடுவில் மாணிக்கமும், கிழக்கு முதலாக எட்டுத் திக்குகளிலும் வைடூர்யம், நீலம், மரகதம், முத்து, கோமேதகம், வச்ரம், புஷ்பராகம், பவளம் ஆகியவற்றை இடுதல் வேண்டும். பொன் தகட்டில் யந்திரம் எழுதிப் பூசித்துவந்த தகட்டையும் இவ்வேளையில் இங்கு வைப்பதும் வழக்கமாகும்.

பிம்பஸ்தாபனம்

புஷ்பாஞ்சலியினால் சயனத்திலிருக்கும் இலிங்கத்தைப் பூசித்து, எழுந்தருளுமாறு வேண்டி, சிவிகையில் ஏற்றி, வாத்திய கோஷத்துடன் வீதிவலமாக எடுத்து, வாயிலை அடைந்து, பத்திரபீடத்தில் வாயிலைப் பார்த்தவாறு விக்கிரகத்தை அமைத்துப் பீடத்தில் ஏற்றி, அர்க்கியங்கொடுத்து புண்ணியாகவாசனஞ் செய்து, சுபமுகூர்த்தத்தில் பண்டிகையுடன் கூட இலிங்கத்தை லயாந்தமாக மூலமந்திரத்தை உச்சரித்துக் கொண்டு, இலிங்கம் என்னும் உருவில் விளங்கும் தேஜோரூபமான பரமசிவனைக் குழியில் நிறுவி, இலிங்கம் சிலை இரண்டையும் அஷ்டபந்தனத்தினால் பொருத்துதல் வேண்டும்.

அஷ்டபந்தனம்

கணேசபூசை, புண்ணியாகம் இரண்டும் முடித்து, பலிமேளத்துடன் உரல் உலக்கையைப் பூசித்து, அஷ்டபந்தன திரவியங்களைத் தட்டில் வைத்து, உரிய மந்திரங்களால் அபிமந்திரித்து அருச்சித்து உரலில் இட்டு, இறுகப் பற்றிய கைகளால் இடிப்பித்தல் வேண்டும்.

சுக்கான்கல், குங்கிலியம், கொம்பரக்கு, தேன்மெழுகு, நற்காவி, செம்பஞ்சு, எருமைவெண்ணெய், சாதிலிங்கம் என்பவை அஷ்டபந்தனத்துக்குரிய திரவியங்களாகும். ஆசனமும் மூர்த்தியும் நன்கு ஒன்றி இணையும் வண்ணம் அஷ்டபந்தனத்தைச் சாத்துதல் வேண்டும். இவற்றை முன்னரே

பதப்படுத்தி உருண்டைகளாக வைத்திருந்து, தேவையான பொழுது மறுபடி இடித்துப் பயன்படுத்துவதே வழக்கமாக இருந்து வருகின்றது.

எண்ணெய் சாத்துதல்

அஷ்டபந்தனம் நிகழ்ந்தபின் சிவபக்த ஜனங்கள் சுவாமிக்கு எண்ணெய் சாத்துவார்கள். இது பிம்பசுத்திக்குமுன் நிகழ வேண்டியது.

பிம்பசுத்தி

அஷ்டபந்தனம் நிகழ்ந்தபின் கருப்பக்கிருகத்தில் இலிங்கத்திற்கு முன்னால் மண்டபத்தில் தண்டிலம் அமைத்து, அதில் பதினாறு கோஷ்டங்கள் கீறி, நடு நாலு பதங்களில் அஷ்டமிருத்திகைகளின் கஷாயம், பத்ரோதகம், காந்தோதகம், மூலோதகம், மார்ஜநோதகம், பரிமார்ஜநோதகம், கந்தோதகம், புஷ்போதகம், பலோதகம், ரத்நோதகம், தான்யோதகம், லோஹோதகம், மான்யோதகம், சிருங்கோதகம், அஸ்திரோதகம் ஆகியவற்றை உரியவாறு கலசங்களில் நிரப்பி மாவிலை முதலியவற்றால் அலங்கரித்துப் பூசித்தபின், கும்பத்துக்குக் கிழக்கில் பஞ்சகவ்யம், பஞ்சாமிருதம், இரண்டுங்கூட்டி, அக்கினிகார்யஞ் செய்து, பிராயச்சித்த ஆகுதி கொடுத்து, பூர்ணாகுதி நிகழ்த்தல் வேண்டும். ஆசாரியர் மூர்த்திபர்களுடன் துவார பூசை நிகழ்த்தி, உட்சென்று, இலிங்கத்தைப் பஞ்சகவ்யம் பஞ்சாமிர்தம் முதலானவற்றால் அபிஷேகித்து, பிம்பசுத்தியின் பொருட்டு, முன் பூசிக்கப்பட்ட பதினாறு கும்பங்களையும் சாந்திகும்பங்களையும் தனித்தனி அபிஷேகித்தல் வேண்டும்.

இலிங்கம் பீடம் இரண்டிலும் சந்தனம், அகில், கற்பூரம், குங்குமம், இலாமிச்சை, கோரோசனை முதலியவை கலந்து உரைத்த சந்தனத்தைப் பூசி, வலது கையால் இலிங்கத்தைத் தொட்டவாறு வியோமவியாபி முதலிய மந்திரங்களை ஜபித்தல் வேண்டும். இதைத் தொடர்ந்து நியாசங்கள் விரிவாக நிகழும்.

ஸ்பர்சாகுதி

விசேஷதிரவியஹோமம் நிகழ்ந்தபின் யாகசாலையில் நிகழும் கிரியை ஸ்பர்சாகுதியாகும். குண்டசமீபத்தில் வலப்பக்கத்தில் அரிசி பரப்பி அதன்மேல் சாந்தி கும்பம் வைத்து, ஆசனமூர்த்திமூலம் சிவனை ஆவாகித்து பாசுபதாஸ்திர கும்பங்களையும் அந்தந்தக் குண்டங்களுக்கு அருகில் வைத்தல் வேண்டும். குண்டத்தில் பரமேசுவரனையும், மேகலை

களில் நிவிருத்தி முதலிய நாலு கலைகளையும், நாபியில் கிரியாசக்தியையும், ஓஷ்டத்தில் நாதத்தையும் பூசித்து, கும்பம் அக்கினி மூர்த்தி ஆகிய மூவரையும் தொடுக்கும் நாடி சந்தானம் செய்தல் வேண்டும்.

முதலில் குண்டத்தில் ஆத்தும தத்துவத்தைப் பூசித்துப் பின் அஷ்டமூர்த்திகளையும் மூர்த்தியதிபர்களையும் பூசித்துச் சம்பாத ஹோமம் நிகழ்த்தல் வேண்டும். பின் மூர்த்திபர்கள் எண்மரும் தத்தம் குண்டங்களில் ஆத்மதத்துவத்தையும் அதற்கு அதிபரையும் தத்தம் மூர்த்திகளையும், மூர்த்தீசுவரர்களையும் பூசித்துச் சாந்திகும்ப சம்பாத ஹோமம் பூர்ணாகுதியீறாக நிகழ்த்தல் வேண்டும். பிறகு ஆசாரியரும் மூர்த்திபர்களும் சாந்திகும்பத்தில் ஜபித்து ஜபசங்கியையால் ஹோமம் செய்வர்.

ஆசாரியர் சிருக்கில் ஆத்மதத்துவத்தையும் தத்துவாதிபரையும் மூர்த்திமூர்த்தீசுவரர்களையும் பூசித்தல் வேண்டும். மூர்த்திபர்கள் தத்தம் மூர்த்திமூர்த்தீசுவரரை அவ்வாறு பூசித்தல் வேண்டும். பின் பூர்ணாகுதிக்கு உரியவாறு ஆயத்தம் செய்து ஆத்மதத்துவாதிபதியாகிய பிரமனுக்கு ஹோமம் செய்தல் வேண்டும். மந்திரத்தின் இறுதியில் வரும் ஸ்வாஹா என்பதில் 'ஸ்வா'வை மட்டுமே உச்சரித்து, சிருக்கில் சிறிதுநெய் எஞ்சும்படியாக பூர்ணாகுதி செய்தல் வேண்டும்.

எஞ்சிய நெய் இருக்கும் சிருக்சுருவங்களுடன் சாந்திகும்பத்தைப் பரிசாரகர் கொண்டுவர, மூர்த்திபர்கள் பின்தொடர இலிங்கத்தையடைந்தபின் எல்லோரும் தத்தம் தானங்களில் நின்று இலிங்கத்தின் பிரமபாகத்தைத் தர்ப்பையினால் தொட்டு ஹோமசங்கியையளவு ஜபிப்பர். மூர்த்தியின் ஆத்மதத்துவத்தையும் அதிபரையும் பூசித்து, மீதியாயிருக்கும் நெய்யுடன் கூடிய சிருக்கசுருவத்தை எடுத்து முன்கூறிய 'ஸ்வா'வைவிட எஞ்சிநிற்கும் 'ஹா' என்பதை உச்சரித்து, அவ்வெஞ்சிய நெய்யை பிரமபாகத்தில் ஆகுதி செய்தல் வேண்டும். இப்படியே விஷ்ணு பாகத்துக்கும், அதன் பின் ருத்திரபாகத்திற்கும் தனித்தனி உரிய மந்திரங்களால் ஸ்பர்சாகுதி நிகழ்த்தல் வேண்டும்.

பூர்ணாகுதி

மூர்த்திபர்கள் பின்னர் யாகசாலையை அடைந்து, குறைதல், தவறுதல் முதலிய தோஷங்கள் இதுகாறும் அறிந்தும் அறியாதும் நேர்ந்திருப்பினும் அவற்றைச் சமப்படுத்தப் பிராயச்சித்தமாக இயன்ற அளவு மூலமந்திர ஹோமம் செய்து, கிழக்கு முதலான

குண்டங்களில் அக்கினிகார்யத்தை முடிவாக நிகழ்த்தி பூர்ணாகுதி செய்தல் வேண்டும்.

தூபதீபங்களால் அருச்சித்து மேகலைகளில் பிரமாமுதலியோருக்குப் பலிகொடுத்து, பஹிர்பலியும் கொடுத்தல் வேண்டும். அந்தந்தக் குண்ட தேவதைகளை நாடி சந்தானம் வழியே புஷ்பம் அக்ஷதை தர்ப்பையுடன் எடுத்து, பிரதான குண்டத்தில் சிவனிடத்து ஒடுக்கி, அஷ்டபுஷ்பங்களால் வித்யேசுவரர்களை அருச்சித்தல் வேண்டும்.

அக்கினியை வீசி எரியச் செய்து ஜயாதிஹோமம் நிகழ்த்துதல் வேண்டும். பின்னர் பிரதான குண்டத்தில் விரிவாக மகாபூர்ணாகுதி நிகழ்த்துதல் வேண்டும்.

பின்னர் வியாஹிருதிஹோமம் பரிதிவிஷ்டரங்களில் பலி முதலியவற்றை முடித்து அக்கினியில் இருக்கும் மூர்த்தியை புஷ்பம், அக்ஷதை, தர்ப்பைகளைக் கையிலேந்தி நாடி சந்தான வழியே அக்கினியிலிருந்து கும்பத்தில் சேர்ப்பித்து அர்க்கியம் கொடுத்தல் வேண்டும்.

சுவாமியைக் கும்பத்தில் நிறுத்தும் பாவனையில் நிரோத முத்திரை காட்டி நிரோதார்க்கியம் கொடுத்தல் வேண்டும். விஸ்டரம், பரிஸ்தரணம் ஆகியவற்றை அக்கினியிலிட்டு தர்ப்பையில் பிறக்கும் சாம்பரை ரவீக்ஷயாக நெற்றியில் தரித்தல் வேண்டும்.

யாத்ராதானம்

கும்பத்தை யாகசாலையிலிருந்து எழுந்தருளச் செய்யுமுன் யாத்திராஹோமம் நிகழ்த்தி, யாத்திராதானமும் முகூர்த்தமும் நன்கமைய நவக்கிரகதானம், தசதானம், மனக்கல்பிததானம் முதலியவற்றைச் செய்தல் வேண்டும். தசதானங்கள் பசு, பூமி, எள், பொன், நெய், வஸ்திரம், தானியம், வெல்லம், வெள்ளி, உப்பு என்பன.

கும்ப உத்தாபனம்

ஆசாரியர், சிவதீக்ஷை பெற்ற இரு பரிசாரகர்களை அழைத்து, பட்டு உருத்திராக்கம் மாலை முதலியவற்றால் அவர்களை அலங்கரித்து, பிரதானகும்பம், வர்த்தனிகும்பம் இரண்டினையும் அவர்கள் தலைமேல் வைத்து, மூர்த்திபர்கள் எண்மரும் அஷ்டவித்தியேசுவர கும்பங்களை எடுத்துவர, வேத கோஷங்களுடன் தேவார திருவாசகங்கள் திருமுறைகள் ஒலிக்க, வாத்தியங்கள் முழங்க, கொடி குடை சாமரங்கள்

முதலிய சகல ராஜஉபசாரங்கள் நிகழ, கூர்ச்சத்தினால் பிரதான கும்பத்தைத் தொட்டவாறு மூலமந்திரத்தை உச்சரித்துக் கொண்டு கும்பங்களுடன் வீதிவலம் வருவர். வாயிலில் லாஜபுஷ்பம் இறைத்து, கும்பங்களைக் கருப்பக்கிருகத்துட் கொண்டுசென்று, இலிங்கத்தின்முன் அமைத்திருக்கும் தண்டிலத்தின்மேல் வைப்பர்.

இக்கும்பங்கள் வீதிவலம் வரும்பொழுது ஸ்தூபிகும்பத்தையும் அதைப் பிரதிஷ்டை செய்யும் சிவாசாரியர் எடுத்து விமானத்தில் மேலிருக்கும் ஸ்தூபியை அடைந்து அபிஷேகிப்பர்.

கும்பாபிஷேகம்

ஆசாரியர் சகளீகரணம் செய்து, ஆசன மூர்த்தி மூலம் அருச்சித்து ஷட்திரிம்சத்கலாநியாசம் செய்து, கும்பத்தி லிருந்து பீஜத்தைக் கூர்சத்துடன் எடுத்து, லயாங்கமாக மூலமந்திரரோச்சாரணத்துடன் மூர்த்தியில் சேர்ப்பித்து, கும்ப ஜலத்தை வேத கோஷங்களுடனும் வாத்தியங்கள் முழங்க அபிஷேகித்தல் வேண்டும். இதன்பின் மஹாஹவிர் நிவேதனமும் தசதர்சனமும் நிகழும். பரிவார தெய்வங்களின அபிஷேகங்களும் வரிசையாக நடைபெறும்.

பின்னர், யாகசாலையை அடைந்து, ஸ்திராஹுதி செய்து, பரிவார தெய்வங்களுக்கும் இயன்றவாறு ஆகுதிகள் கொடுத்து, அவர்களை விசர்ஜனம் செய்து ஆத்மசமாரோபணம், பரிதிவிஷ்டர விசர்ஜனம், சிருக்சுருவவிசர்ஜனம் முதலியவற்றைச் செய்தல் வேண்டும்.

பின் மூலலிங்கத்தின் சமீபமடைந்து கிரியைகள் நிறைவேறியதை விண்ணப்பித்தல் வேண்டும். இதைத் தொடர்ந்து சண்டேசுவரரது கும்பாபிஷேகம் நடைபெறும். அதன் பின்னர் யஜமானபிஷேகமும் ஆசார்யபூசையும் மகாபிஷேகமும் நிகழ்வதற்குரியன. மாலை கல்யாண மகோற்சவத்துடன் கும்பாபிஷேகக் கிரியை இனிது நிறைவேறும்.

7. உற்சவம்

உற்சவம் என்னுஞ் சொல் பஞ்சகிருத்தியங்களில் ஒன்றான சிருஷ்டியைக் குறிக்கும் எனக் கிரியை விளக்கங்கூறும் நூல்கள் பகருகின்றன. உற்சவம் ஆறுவகைப்படும். இவை பைதிருகம், சௌக்யம், ஸ்ரீகரம், பார்த்திவம், சாத்துவிகம், சைவம் என்பன. பைதிருகம் பன்னிரண்டு நாட்கள் நிகழும் உற்சவம். சௌக்கியம் ஒன்பது நாட்களும், ஸ்ரீகரம் ஏழு நாட்களும், பார்த்திவம் ஐந்து நாட்களும், சாத்துவிகம் மூன்று நாட்களும், சைவம் ஒரு நாளும் நடக்கும் உற்சவங்களுமாம்.

கிரியை நூல்கள் உற்சவங்களை இன்னும் வேறு வகைகளாகவும் பிரித்துக் கூறுகின்றன. இவ்வாறு காணப்படும் வேறுபாடுகள் உற்சவங்கள் நிகழுந் தினங்களின் தொகை வேறுபடுவதைச் சுட்டுகின்றன. பத்து நாட்கள் உற்சவம் நிகழும் முறையே பெரிதும் வழக்கில் இருக்கின்றது.

உற்சவங்களும் நித்தியம், நைமித்தியம், காமியம் என மூவகையாக வகுக்கப்பட்டுள்ளன. தினந்தோறும் நிகழும் உற்சவம் நித்தியோற்சவம் எனப்படும். வாரோற்சவம், பிரதோஷோற்சவம், கிருத்திகோற்சவம் முதலியன நைமித்திக உற்சவங்களே. கொடியேற்றிய பின் நிகழும் பிரமோற்சவம் நைமித்திக உற்சவங்களில் தலைசிறந்தது. பலனைக் குறிக்கோளாகக் கொண்டு உற்சவம் நிகழின் அது காமியோற்சவம் ஆகும். இது மிகவும் அருகியே வழக்கிற் காணப்படுகின்றது.

விக்கிரகங்கள் வெவ்வேறாக அமையும் முறை முன்னர் கூறப்பட்டது. இவற்றுள், சிலையாலமையும் விக்கிரகங்கள் கருவறையில் மட்டும் நிரந்தரமாக இடம்பெறுவன. இவை ஆதார சிலையுடன் அஷ்டபந்தனம் என்னுங் கிரியையினால் அசைக்க முடியாதவாறு பிணைக்கப்பட்டுள்ளன. சுதையினால் அமையும் விக்கிரகங்களும் அசைக்க முடியா நிலையினவே. மரத்தில் விக்கிரகம் செய்து வழிபடும் முறை அருகியே காணப்படுகின்றது.

உலோகங்களில் வார்க்கப்படும் விக்கிரகங்கள் குறிப்பிட்ட இடத்தில் நிலைநிற்கும்படி வைக்கப்படுவதில்லை. இவை இடத்துக்கு இடம் எடுத்துச் செல்லப்படத்தக்கன. இவ்வியல்பு பற்றி இவை சலவிக்கிரகங்கள் எனப்படும். சலவிக்கிரகத்தை உற்சவமூர்த்தி என்று கூறும் மரபும் உண்டு. உலோகங்களில் வார்க்கப் பட்டிருக்கும் உருவங்கள் இவ்வாறு உற்சவங்களுக்கே உரியவையாக விளங்கக் காண்கின்றோம்.

ஆகம விதியினுக்கமைய கிரியைகள் கர்ஷணம், பிரதிஷ்டை, உற்சவம், பிராயச்சித்தம் முதலிய நால்வகைக் கிரியைகளாக விரிந்து நிகழ்வதைத் தென்னாட்டிலேயே காண்கின்றோம். இவற்றுள் பிரதிஷ்டை அடிக்கடி நிகழ்வதில்லை. உற்சவமோவெனின் அப்படியன்று.

இது நித்தியகிரியையாக நாள்தோறும் அமைவதுடன் வாரம், பக்ஷம், மாதம் முதலிய காலங்களில் அவ்வப்போதும், ஆண்டாண்டுதோறும் பிரமோற்சவம் எனப் பெயர்பெற்றும் நிகழ்வதனால் உற்சவங்களைப் பற்றி மக்கள் நன்கு அறியவும், அது மிகவும் பிரசித்திபெறவும் வாய்ப்பு அதிகம் இருந்து வருகின்றது. ஆண்டுக்கொரு முறை நிகழும் மகோற்சவம்

பெருந்திருவிழாவாதல் பற்றி பிரமோற்சவம் என்னும் பெயர் பெற்றுள்ளது.

பிரமோற்சவத்தின் உறுப்புக்கள் பதினெட்டு. இவற்றைக் கிரியை நூல்கள் பின்வருமாறு வரிசைப்படுத்தியுள்ளன. அவை விருஷயாகம், துவஜாரோஹணம், பிருஹத்தானம், அங்குரம், மகாயாகம், அஸ்திரயாகம், பலிதானம், யானக்கிரமம், பரிவேஷம், விராஜனம், கௌதுகம், தீர்த்தசங்கிரஹம், சூர்ணோத்சவம், தீர்த்தம், அவரோஹணம், ஸ்நபனம், விவாகம், பக்தோத்சவம் என்பன.

பிரமோற்சவம், தொடங்கும் முறையையிட்டு மூன்று வகையாகக் காரணாகமத்தில் கூறப்படுகின்றது. உற்சவத்தில் கொடியை ஏற்றிய பின் பேரிதாடனம் அங்குரம் ஆகிய கிரியைகள் நிகழின் துவஜாரோகணபூர்வகமான உற்சவமாகும்.

முதலில் பேரிதாடனம் நிகழ பிறகு துவஜாரோகணமும் அங்குரார்ப்பணமும் தொடரின் அவ்வுற்சவம் பேரிதாடன பூர்வமான உற்சவமாகும். முதலில் அங்குரமும் பின் பேரிதாடனமும் பிறகு துவாஜாரோகணமும் நிகழ்ந்தால், அவ்வுற்சவம் அங்குரார்ப்பணபூர்வகமான உற்சவம் எனப்படும்.

பிரமோற்சவத்தில் பிரதிஷ்டையிற் போன்று விக்கினேசுவரபூசை, அநுஞ்ஞை, கிராமசாந்தி, வாஸ்துசாந்தி, மிருத்சங்கிரகணம், அங்குரார்ப்பணம், ரக்ஷபந்தனம் என்னும் கிரியைகள் இடம் பெறுகின்றன.

இங்கும் யாகசாலை உண்டு. இது வருஷந்தோறும் நிகழும் கிரியை. எனவே இவ்யாகசாலை கோவிலில் கிழக்கும், வடகிழக்குக்கும் இடையில் நிரந்தர இடம் பெறுகின்றது. யாகசாலைக்குரிய லக்ஷணங்கள் பிரதிஷ்டையிற் கூறப்பட்டனவே. இங்கு ஒரு குண்டம் மட்டும் உளது. அதுவும் மேற்குப் பக்கத்தில் அமையும்.

நந்திக்குப் பின்னால் துவஜஸ்தம்பம் இடம்பெறும். இதில் நிகழும் கொடியேற்று வைபவமே துவஜாரோகணம் எனப்படுவது. கொடிச்சீலையில் சிவனுக்கு உரிய அடையாளமான விருஷபமும், அவனது சிறந்த படைக்கலமான சூலமும் இடம்பெறும். துவஜாரோகணம் நிகழும் கோவிலை ஒட்டி இவை உரியவாறு வேறுபடுவன.

விநாயகருக்கு உற்சவம் நிகழின், மூஷிகமும், அங்குசமும், இடம் பெறுவன. சுப்பிரமணியருக்கு துவஜாரோகண உற்சவம் நிகழின் மயூரமும், சக்தியும் இவ்வாறு கொள்ளப்படுவன.

கொடிச்சீலையில் இவ்விரண்டுடனும் கண்ணாடி, பூர்ணகும்பம் முதலிய அஷ்டமங்கலப் பொருள்களும் இடம் பெறுவன.

விருஷபம், துவஜஸ்தம்பம், பலிபீடம், அஸ்திரராஜர் ஆகிய தெய்வங்களுக்குப் பிரதிஷ்டையின் பொருட்டு யாகங்கள் செய்து பிரதிஷ்டைகள் நிகழ்த்திய பின், சிவாசாரியர் துவஜஸ்தம்பமீறாக ரக்ஷாபந்தனம் செய்வர். இதையடுத்த பேரிதாடனம் என்னுங் கிரியை, துவஜாரோகணம் நிகழப் போவதையும் அதற்குத் தேவர்களைச் சமுகமளிக்க வேண்டுவதையும் பறைசாற்றுவதாகும்.

உற்சவ மூர்த்தியை அலங்கரித்து வலமாக துவஜஸ்தம்பத்திற்கு முன் எழுந்தருளுவித்த பின், கொடிச்சீலையை, கோவிலை வலமாகக் கொண்டு வருவித்து, கொடி மரத்தில் உள்ள கயிற்றில் பிணைத்து சமஸ்ததேவதாவாஹனம் என்னுங் கிரியையினை நிகழ்த்துதல் வேண்டும்.

இக்கிரியையில் தேவர்கள் அனைவரும் துவஜதண்டத்தில் திருவிழா முடியும்வரை சாந்நித்தியங் கொண்டருளுமாறு வேண்டப்படுகின்றனர். பின் கொடியை சகல வாத்ய கோஷங்களுடன் ஏற்றி, வலமாகச் சுற்றி, தர்ப்பையைச் சுற்றிலும் பரப்பி இணைத்துக் கட்டி அலங்கரித்த பின் விருஷபயாக கும்பத்தைத் துவஜதண்டத்தினடியில் அபிஷேகம் செய்தல் வேண்டும்.

பின்னர் அன்னத்தினாலான உருண்டைகளால் பலியிட்டு, தூபதீபங்களால் அருச்சித்து, பண்மாலை, சூர்ணிகை, உரிய தாளங்கள் முதலியவற்றைப் படித்தபின் அஸ்திரதேவரைப் பிரதிஷ்டித்து ஆவாகித்து, மகாசீர்வாதம் நிகழ்த்தி உற்சவேசரையும் பூசித்த பின் பிரமசந்தி முதலான சந்தியாவாகனம் நிகழ்த்துதல் வேண்டும். திக்குகள் அனைத்திலும் அவ்வத்திக்குக்குரியவரைத் தியானித்து அவரவர்க்குரிய வேதமந்தரம், ராகம், பண், தாளம், வாத்தியம், நிருத்தம் முதலியவற்றுடன் ஆவாகித்தல் வேண்டும். சங்கீதம், நாட்டியம் இரண்டும் இக்கிரியையில் விரிவாக இடம்பெறுவது கூர்ந்து நோக்கற்பாலது.

தினந்தோறும் இரு வேளைகளிலும் யாகபூசையும், துவஜஸ் தம்பத்திற்கு அபிஷேகம், பூசை, பலியும், திக்குகளில் பலியும் நிகழும். இதையடுத்து உற்சவமூர்த்திக்கு அபிஷேக அலங்காரமும், விசேஷ தீபாராதனையும், அதைத்தொடர்ந்து கொடி, குடை, ஆலவட்டம் முதலிய சகல விருதுகளுடனும், வேதகோஷம், திருமுறை ஓதுதல் முதலியவற்றுடன் திருவுலாவும் நடைபெறும். வீதிவலமாக சுவாமி ஈசான மூலையையடைந்ததும் யாகத்தில் பூர்ணாகுதியும், ஆராதனையும் நடைபெறும்.

ஒவ்வொருநாளுக்கும், ஒவ்வொரு வாகனமும் ஒவ்வொரு வகை அலங்காரமும் உரியது. உற்சவமும் வெவ்வேறுபடும். 'முதனாள் பகலில் விமானமும் சூரியப் பிரபையும்; இரண்டாம் நாள் அவ்வாறே பூதமும் நாகமும்; மூன்றாம் நாள் பல்லக்கும் கேடகமும்; நான்காம் நாள் ரதமும் பல்லக்கும்; ஐந்தாம் நாள் புருஷாமிருகமும் சிங்கமும்; ஆறாம்நாள் சந்திரபிரபையும், அன்னமும்; ஏழாம்நாள் விருஷபமும் கைலாச வாகனமும்; எட்டாம்நாள் யானையும் கற்பகவிருக்ஷமும்; ஒன்பதாம் நாள் குதிரையும் பல்லக்கும் எனப் பத்ததிகள் பலவாறு வேறுபடுத்திக் கூறுவன.

பத்ததிகளில் இவ்வாறு கூறப்பட்டிருப்பினும் அவ்வக் கோவில்களுக்குரிய ஐதிகத்திற்கும் வழமைக்குமேற்ப இவற்றை அனுசரித்துக் கொள்ளுவதையே வழக்கிற் காண்கின்றோம்.

முதனாள் சுயமாக இருக்கும் நிலையிலும், இரண்டாம் நாள் அமர்ந்தவாறும், மூன்றாம் நாள் சயனித்தவாறும், நான்காம் நாள் நிருத்தியம் இயற்றும் நிலையிலும், ஐந்தாம் நாள் ஹரரூபமாகவும், ஆறாம் நாள் விசுவரூபம் கொண்ட நிலையிலும், ஏழாம் நாள் அட்டகாசம் புரியும் கோலத்திலும், எட்டாம் நாள் தியானம் புரியும் நிலையிலும், ஒன்பதாம் நாள் யோகம் வீற்றிருக்குமாறும், பத்தாம்நாள் சம்ஹார கோலத்திலும் அலங்கரித்துத் திருவுலா நிகழ்த்தும்படி நூல்கள் கூறுகின்றன. அலங்காரம் செய்யும் முறை ஐதிகத்தையும் அவ்வக் கோவில் வழக்கத்தையும் பொறுத்ததே. தேர்த்திருவிழாவும், தீர்த்தத் திருவிழாவும் உற்சவ தினங்களுள் முக்கியமானவை.

தீர்த்த உற்சவம் நிகழுமுன் மஞ்சள் முதலிய திரவியங்களை உரலில் இட்டுத் தூளாக இடித்து, சாணம், தைலம், நெய் முதலியவற்றுடன் கலந்து சுவாமிக்குச் சாத்தும் சூர்ணோத்சவம் நடைபெறும். உற்சவமூர்த்திக்கு ஆராதனை நிகழ்ந்ததும், தீர்த்தம் கொடுக்கும் இடத்திற்கு அஸ்திரதேவருடன் உற்சவேசரை வலமாக எடுத்துச்சென்று அஸ்திரதேவருக்கு முறைப்படி அபிஷேகமும் நிகழ்த்துதல் வேண்டும். பின் தீர்த்த நிலையத்தில் ஆசாரியரும் அஸ்திரதேவருடன் நீரில் மூழ்கி ஸ்நானம் செய்யும் வேளை அடியவர்களும் அவ்வாறு செய்வர்.

சுவாமி வீதிவலம் வந்தபின் கோவிலுக்குத் திரும்பியதும், யாக கும்பங்களை மூலமூர்த்திக்கு அபிஷேகித்தல் வேண்டும். இரவு துவஜாவரோகணமும், சமஸ்ததேவதாவிசர்ஜனம், சந்திவிசர்ஜனம், சண்டேசுவர உற்சவம், ஆசார்ய உற்சவம் ஆகியனவும் நிகழும்.

உற்சவங்களும் தேவாலயங்களில் வசதிகளுக்கேற்பப் பலவகையாக விரியும். நித்யோத்சவம், வாரோத்சவம், பக்ஷோத்சவம், மாசோத்சவம், சம்வத்சரோத்சவம், பவித்ரோத்சவம், கிருஷ்ணகந்தோற்சவம், டோளோத்சவம், உடுபோத்சவம், வசந்தோத்சவம், புஷ்யோத்சவம், பூஜோத்சவம், விஜயோத்சவம், மஹோத்சவம், சைத்ரோத்சவம், மகாரதோத்சவம் என பலதிறத்தன.

திருக்கல்யாணம் முக்கிய உற்சவங்களுள் ஒன்று. இது சிவனுக்கும் பார்வதிக்கும் நிகழும் கல்யாண வைபவத்தைச் சித்திரிப்பது. இங்கு அங்குரார்ப்பணம், ரக்ஷாபந்தனம், கன்யாதானம், பாணிக்கிரகணம், மாங்கல்யசூத்ரதாரணம், அக்கினிபிரதக்ஷணம், லாஜஹோமம், ஆசீர்வசனம் முதலியன முக்கிய அம்சங்களாக விளங்கக் காண்கின்றோம்.

சிவனுடைய அட்டவீரட்டங்களை உணர்த்தும் வரலாறுகளைச் சித்திரிக்கும் முறையில் உற்சவம் நிகழ்த்தும் விதி ஆகமங் கூறும். திரிபுரதகனம், யமசம்ஹாரம், பிரமசிரச் சேதனம், காமதகனம் முதலிய உற்சவங்கள் நிகழ்த்தற்குரியன.

சுப்பிரமணியர் கோவில்களில் சூரசம்ஹாரமும் பிள்ளையார் கோவில்களில் கஜமுகசம்ஹாரமும் இம்மரபினை ஒட்டி நிகழ்வது கவனிக்கற்பாலது. நல்லூர்ச் சிவன் கோவிலில் இம்முறையினுக்கமையவே ஆண்டுதோறும் யமசம்ஹார உற்சவம் நிகழ்ந்து வருகின்றது.

அறுபத்துநான்கு திருவிளையாடல்கள் நடந்ததாக ஐதிகம் வாய்ந்த மதுரையில் அவ்வத்திருவிளையாடல்களை உற்சவங்களாக நிகழ்த்தும் மரபு இன்றும் விளங்கக் காண்கின்றோம்.

உற்சவங்கள் சிருஷ்டியைச் சிறப்பாகக் குறிப்பிடுவது என முன்னர் கூறப்பட்டது. எனினும் இதன் பிரிவுகள் பலவகைக் கிருத்தியங்களைச் சுட்டியமைவன. இது கிரியை விளக்கந் தரும் நூல்களின் கருத்து.

அங்குரார்ப்பணம், திருக்கல்யாணம், துவஜாரோகணம், ரக்ஷாபந்தனம் ஆகியன சிருஷ்டியையும், வாகனங்களில் இவர்ந்து உலாவுதல், ஹோமம், பலி என்பன திதியையும், சூர்ணோத்சவம், ரதாரோகணம் என்னுமிரண்டும் சம்ஹாரத்தையும், மௌனோற்சவம் திரோபாவத்தையும், ஊடல் திருவிழா அநுக்கிரகத்தையும் குறிக்கும் என்பது நூல்கள் கருத்து.

பிராயச்சித்தம், பிரதிஷ்டை, உத்சவம் ஆகிய இரு கிரியைகளின் இறுதியில் இன்றியமையா அம்சமாக இடம்

பெற்றுள்ளது. பல காரணங்களால் கிரியைகளை உரியவாறு நிகழ்த்தாது தவறு ஏற்படச் சந்தர்ப்பங்கள் நேரிடுவது உண்டு.

இவை தெரிந்தும் தெரியாமலும் நிகழலாம். இவற்றைச் சாந்தப்படுத்திக் குறைகளைக் களைந்து கிரியைகளை நிறைவுபெறச் செய்யவே பிராயச்சித்தக் கிரியைகள் கூறப்பட்டுள்ளன.

இவை நிகழ்ந்த கிரியைகளுக்கும், தவறுகளுக்கும் ஏற்ப ஜபமாகவும், அபிஷேகமாகவும், ஹோமமாகவும் அமையும், திசாஹோமம், சம்ஹிதாஹோமம், மூர்த்தி ஹோமம் ஆகியன முக்கியமானவை. இவை பலவகைக் குறைகளை நீக்க உரிய காலங்களில் நிகழ்த்தப்படுவன.

7

பரிவார தெய்வங்கள்

கிரியைகளை விளக்கிக் கூறிய ஆறாம் அத்தியாயத்தில் கிரியைகளில் சிவனை ஆவாகிக்கும் பொழுதெல்லாம் ஆவரணபூசை நிகழ்த்தும் முறை தெளிவாகக் கூறப்பட்டுள்ளது. இறைவனைத் தனியே பூசிக்கும் மரபு தென்னாட்டிற் கிடையாது. ஆகமங்கள் காட்டும் நிலை இதுவே. சிவபூசையில் ஐந்து ஆவரணங்கள் கூறப்படுகின்றன.

சக்தி வழிபாட்டிலும் இந்நிலையே காணப்படு கின்றது. எனினும் சக்தி நவாவரணங்களுடன் ஸ்ரீ சக்கிரத்தில் ஆவாகனஞ் செய்யப்படுகின்றாள். ஆகமங்கள் இவளது பூசையில் ஐந்து ஆவரணங்களைக் குறிப்பிடுகின்றன.

ஆவரணம் என்னுஞ் சொல் சூழ்ந்து நிற்பதைக் குறிக்கின்றது. தங்கடமையாற்றல் வேண்டிச் சுற்றி நிற்கும் பரிசனங்களை நிகர்ப்பன பரிவார தேவதைகள். இத்தேவதைகள் இறைவனது பணியாள ராகத் தத்தமக்குரிய குற்றேவல்களைப் புரிந்து நிற்பன.

அரசன் மாளிகையில் அவனைச் சூழ்ந்து பணியாளர் நிற்பதையொத்தது இறைவனைச் சூழ்ந்து பரிவார தெய்வங்கள் இடம் பெற்று விளங்குவது. இறைவன் வெளியே புறப்படும் பொழுதும் உசிதம் போன்று இவையும் உடன் செல்வன.

பிராசாதம் அரசமாளிகையையும் தெய்வமாளிகையையும் உணர்த்தும் பொதுச் சொல் என்பது இங்கும் உன்னற்பாலது. கோவில் உள்ளேயும் வெளியேயும் இறைவன் அரசனுக்குரிய பெரும் உபசாரங்களுடனேயே விளங்குகின்றான். சைவாகமங்கள் இறைவனை இத்தனிப்பெரும் நிலையில் வைத்து வழிபட வழிவகுத்துள்ளன.

திருக்கோவிலுள் நுழைந்து அதன் அமைப்பினை நோக்கும் பொழுதுதான் பரிவார தெய்வங்கள் வழிபாட்டில் வகிக்கும் நிலையினை உணரமுடியும். சைவத்தில் இன்றியமையா இடம் வகிக்கும் தேவி சிவனுக்கு இடது பக்கத்தில் தனிக்கோவிலில் இடம்பெறுகின்றாள்.

இறைவனுக்கு இடப்பக்கத்தில் கணபதிக்கும் வலப்பக்கத்தில் கந்தவேளுக்கும் தனித்தனி கோவில்கள் இருக்கின்றன. வாயிலில் அடி வைத்து உள்ளே நுழைந்ததுமே நந்திதேவரைக் காண்கின்றோம். இவரனுமதிகோரி உள்ளே நுழைவதே முறை. வாயிலுக்கு அருகாமையில் கோவிலின் உட்புறத்தில் பாதுகாவலனாக இறைவன் சந்நிதியை நோக்கியவாறு பைரவர் வீற்றிருப்பார்.

இறைவன் சந்நிதானத்திற்கெதிரே வலப்புறம் சூரியனும் இடப்புறம் சந்திரனும் இறைவனை எதிர்நோக்கி வீற்றிருப்பர். நவக்கிரகங்களும் பரிவார தெய்வங்களே. இவற்றிற்கும் தனிக்கோவில் உண்டு. சிவனின் அடியவர்களான அறுபத்துநான்மரும் பிராகாரத்தில் நடராசமூர்த்தி சந்நிதியில் நடராசப் பெருமானை நோக்கியவாறு தமக்கென நிறுவப்பட்ட தனி அறையில் இடம்பெறுவர்.

சிவபெருமானது மூர்த்தி பேதங்களான சந்திரசேகரர், சோமாஸ்கந்தர், இலிங்கோற்பவர், பிக்ஷலீடனர், தக்ஷிணாமூர்த்தி, நடராசர், வீரபத்திரர் முதலியோரும் இறைவன் இலிங்கத் திருமேனி கொண்டெழுந்தருளியிருக்கும் கருவறைக்குப் புறம்பாய்ச் சுற்றிலும் உள்ள தனி இடங்களில் இடம்பெறுவதை நோக்கும் வழிபடுவோர்க்கு, இவர்கள் பரிவார தெய்வங்களோ என்றும் ஐயம் ஏற்படுவது இயற்கையே.

கோவில் வாயிலில் காவல் புரியும் துவாரபாலகர்களும் பரிவார தெய்வங்களே. இது மட்டுமன்று கோவிலை உருவாக்கப் பயன்படும் ஒவ்வொரு பொருளும் கோவிலின் உறுப்பாயமைந்ததும் தெய்விகம் வாய்க்கப் பெற்றுத் தத்தமக்குரிய அதி தெய்வங்களை உடையனவாய் விளங்குவன. இவ்வதிதெய்வங்களும் பரிவார தெய்வங்களே.

இந்திரன் முதலிய திக்குப்பாலகர்களும் உருவம்பெற்றுக் கோவிலில் நிறுவி வழிபடப்படாதவரெனினும் உரிய வேளைகளில் பரிவாரங்களாகப் பூசிக்கப்படுகின்றனர்.

பாரத நாட்டில் நிலவுஞ் சமயங்களைப் பற்றியமையும் மூலநூல்கள் ஆறு மதங்களைக் குறிப்பிடுகின்றன. இவை காணபத்தியம், கௌமாரம், சௌரம், சாக்தம், வைஷ்ணவம், சைவம் என்பன. சிறப்புமிக்க சைவ மதம் தனித்தனியாகக் கூறப்படும் ஏனைய ஐந்து மதங்களையும் உள்ளடக்கி அத்தெய்வங்களைப் பரிவாரங்களாக மேற்கொண்டது.

இத்தெய்வங்கள் பரிவார தெய்வங்களாக இடம்பெறுவதைச் சிவாலயங்களில் காண்கின்றோம். இத்தெய்வங்கள் சைவக் கோவில்களில் வகிக்கும் நிலையினையும் சிவ வழிபாட்டில் இடம் பெறுமாற்றையும் இவ்வத்தியாயத்தில் சுருக்கமாகக் கவனிப்போம்.

சக்தி சைவத்தின் இன்றியமையா உறுப்பு. இறைவன் திருக்கோலங்களுள் ஒன்று அர்த்தநாரீசுவர வடிவம். இங்கு சிவன் மாதொருபாகனாக விளங்குகின்றான். சிவமும் சக்தியும் பிணைந்து ஒருருப்பெற்ற நிலை சைவத்தில் சக்தியின் இன்றியமையாமையைச் சுட்டுகின்றது.

பரிவார தெய்வங்களைப் பற்றிக் கூறாதுவிடின் சைவக் கிரியைகளைப் பற்றிய வரலாறு நிறைவுறாது. இவ்வைந்து தெய்வங்களுந் தனித்தனி உயரிய தெய்வங்களாக விளங்கியதற்குத் தொல் நூல்கள் சான்று பகருகின்றன.

இங்கு கூறப்படுந் தெய்வங்கள் பரிவார தெய்வங்களாக விளங்குமிடத்தும், அவை தனித்தனிக் கோவில்கள் பெற்று அங்கு பெருந்தெய்வங்களாக விளங்கும் நிலையினையுடையன. எனவே பிள்ளையார், சுப்பிரமணியர், தேவி ஆகிய தெய்வங்கள், தனித்தனி கோவில்களில் உயரிடம் வகிப்பவர்களாய், வழிபடப்பட்டு வரக் காண்கின்றோம்.

தேவியின் வெவ்வேறம்சங்களான காளி, துர்க்கை, சாமுண்டி முதலிய தெய்வங்களுக்குந் தனிக் கோவில்கள் உள. இக்கோவில்கள் பெருமளவிற்குச் சிவாலயத்தையே நிகர்த்து விளங்குவன.

இக்கோவில்களிலும் பரிவார தெய்வங்கள் மிகமிகச் சிறு அளவிற்கு விளங்கக் காண்கின்றோம். சிவாலயத்தில் நந்தி விளங்கும் இடத்தில் பிள்ளையார் கோவிலெனின் மூஷிகம் இடம்பெறும்; சுப்பிரமணியர் கோவிலில் மயில் நந்தியின் இடத்தை வகிக்கின்றது; அம்மன் கோவிலில் இவ்வாறு இருப்பது

சைவத் திருக்கோவிற் கிரியை நெறி

சிங்கம். இத்தகைய கோவில்களில் சிவனுக்கும் சக்திக்கும் இடம் உண்டெனினும் இவ்விருவரும் பரிவார தெய்வங்களாக ஒரு பொழுதுங் கருதப்படமாட்டார்கள்.

பிள்ளையார், சுப்பிரமணியர் ஆகியோருக்கு உரிய தனிக் கோவில்களில் சிவனும் சக்தியும் உயரிடம் வகிப்பதற்கு எடுத்துக்காட்டாக இலங்கையிலும் இந்தியாவிலும் கோவில்கள் இருக்கின்றன.

இந்தியாவில் திருச்சிராப்பள்ளியில் உள்ள உச்சிப்பிள்ளையார் கோவிலையும், சுவாமி மலையில் உள்ள முருகன் கோவிலையும், இலங்கையில் கொழும்பில் செட்டியார் தெருவில் இருக்கும் முத்துவிநாயகர் கோவிலையும், அங்கு ஜிந்துப்பிட்டி வீதியில் காணப்படும் சுப்பிரமணிய சுவாமி கோவிலையும், யாழ்ப்பாணத்து நல்லூர் கைலாசப் பிள்ளையார் கோவிலையும் உதாரணங்களாக எடுத்துக் காட்டலாம்.

பிள்ளையாருக்கும், கந்தனுக்கும் முறையே அமைந்த இவ்வாலயங்களில் சிவனும் உமையும் பரிவாரங்களுடன் கோவில் கொண்டு உயர்நிலையில் எழுந்தருளியிருக்கக் காண்கின்றோம். எனினும், இலங்கையில் சிவன் பார்வதி இல்லாத தனிக் கோவில்கள் பல. முருகனுக்கும், பிள்ளையாருக்கும், காளிக்கும், துர்க்கைக்கும், தேவிக்கும், வீரபத்திரருக்கும் வெவ்வேறாக உண்டு. சிவன் கோவில்களில் கருவறையில் மூலமூர்த்தியாகச் சிவலிங்கத் திருவுருவே நிறுவப்படும்.

பிள்ளையார், முருகன், தேவி ஆகியோரின் தனிக் கோவில்களிலோவெனின் அவ்வம்மூர்த்திகளின் உருவத் திருவுருவங்களே கருவறையில் மூலவிக்கிரகங்களாக நிறுவப்படுவன. சிவாகமங்கள் அனைத்தும் சிவனை முக்கிய இடத்திலும் ஏனையோரைப் பரிவார தெய்வங்களாகச் சுற்றிலும் அமைக்கும்படி விதித்துக் கூறுவன. இதிகாச புராணங்களும் இந்நிலையினையே தெளிவாகச் சுட்டக் காண்கின்றோம்.

சக்தி

சக்தி வழிபாடு மிகவும் புராதனமானது என்பதைச் சரித்திர ஆராச்சியாளர் மொகஞ்சதாரோ முதலிய இடங்களிற் கண்டெடுக்கப் பட்ட புதைபொருள்களை ஆதாரமாகக் கொண்டு கூறியுள்ளார்கள். சக்தி வழிபாடு தனி வழிபாடாகப் பாரதத்தில் வழங்கி வந்தது.

சாக்த மதம் சக்தியை உயரிய தெய்வமாகக்கூறும். 'நிர்க்குணப்பிரமத்தின் சகுண நிலை சக்தி' என்பது சாக்தர்கள்

கருத்து. உயரிய நிலையில் கூறப்படும் சக்தி, மஹாதிரிபுரசுந்தரி, பராபட்டாரிகை எனப் பெயர்கள் பெறுவாள்.

அவள் பேரரசி; உலகை ஈன்றெடுத்த அன்னை. ஏனைய தெய்வங்கள் இவள் ஆணைக்கு அடங்கியவை. அர்த்தநாரீசுவர வடிவில் இவள் இறைவனுடலில் பாதியினைக் கொள்கின்றாள். இது சைவமும் சாக்தமும் ஒன்றிக் கலக்கும் நிலையினைக் காட்டுகின்றது. சாக்தக் கொள்கைகள் சிலவும், வழிபடு முறைகள் பலவும் சைவத்தில் நிரந்தர இடம் பெறுகின்றன.

புராணங்களில் சக்தியின் தோற்றமும் சிறப்பியல்புகளும் விரிவாக விளக்கப்பட்டுள்ளன. இவள் தக்கனின் புத்திரி. எனவே, தாட்சாயணி என்னும் பெயர் பெற்றாள். பிரமனின் கட்டளைக்கமைய தக்கன் தன் புதல்வியைச் சிவனுக்கு மனைவியாகத் தாரைவார்த்துக் கொடுத்தான்.

பின்னொருகால் தக்கன் சிவனை மதியானாய்த் தான் நிகழ்த்தும் வேள்வியில் சிவனுக்கு அவி கொடுக்க மறுத்தான். தந்தை கணவனை நிந்திக்கும் நிலையினைப் பொறுக்கும் ஆற்றலற்றவளாய்த் தாட்சாயணி யோகாக்கினியால் தன்னுடலைத் தகித்தழித்துப் பர்வதராாசன் புதல்வியாகத் திருவவதாரஞ் செய்து பார்வதி என்னும் பெயருடன் விளங்கினாள். சிறு பிராய முதலே கடுந்தவமியற்றி உரிய காலத்தில் சிவபிரானைப் பதியாகப் பெற்றாள்.

இவள் நிறம் கரியது. இதனால் காளி எனப் பெயர் பெற்றாள். பின்னர் பிரமனை நோக்கித் தவம் புரிந்து கரிய நிறம் நீங்கி வெண்ணிறம் அடைந்தாள். இதனால் இவளுக்குக் கௌரி என்னும் பெயர் உண்டாயிற்று. அரக்கர் பலரை இவள் அழித்த வைபவத்தினைப் புராணங்கள் விரிவாகக் கூறுகின்றன.

மஹிஷன், இரக்தபீசன், சும்பன், நிசும்பன், பண்டாசுரன் என்பவர்களே இவள் கையாலழிந்தொழிந்தவர்கள். ஆன்மாக்களுய்ய இவ்வரக்கர்களை அழித்தவேளை அவள் கொண்ட கோலம் பெரும் அச்சம் விளைவிக்கும் தோற்றம் வாய்ந்தது. பயந்தரும் படைக்கலங்களைத் தாங்கி நிற்பவளாய் இவளின் உக்கிர வடிவம் சித்திரிக்கப்படும்.

இவளுக்கென உரிய ஊர்தி பார்ப்போரை நடுங்க வைக்குஞ் சிங்கம். முப்பெருந் தேவர்களைக் காட்டிலும் ஆற்றல் மிகுந்தவளாகத் தேவி பாகவத புராணம் இவளை வருணிக்கின்றது. இம் மூவருடைய சக்தியனைத்தும் ஒருங்கு திரண்டு சண்டிகையாக உருவெடுத்தது. இவர்கள் மூவரும்

தத்தமக்குச் சிறப்பாக உரிய படைக்கலங்களை இவளுக்கு ஈந்து மஹிஷாசுரனுடன் பொருது வெற்றி ஈட்ட உதவினர்.

இவள் சிவனின் சக்தி; விஷ்ணுவின் தங்கை. இதனால் பத்மநாபசகோதரி, நாராயணி என்னும் பெயர்களும் இவளுக்கு உண்டு, தவஞ் செய்வதில் இவள் ஈடுஇணை அற்றவள் என்பதும், இதனால் இவளுக்கு உமை என்னும் பெயர் ஏற்பட்டது என்பதும், புராணங்கள் தரும் விபரங்களாக முன்னர் கூறப்பட்டுள்ளன.

இமயமலையரசன் தன் புதல்வியைச் சிவபிரானுக்கு வதுவை செய்துவைத்த நிகழ்ச்சியைப் புராணங்கள் அழகாகச் சித்திரித்துள்ளன. இந்நிகழ்ச்சிதாம் இறைவன் கல்யாண சுந்தரமூர்த்தியாகக் கோலங் கொண்டருளும் நிலையினையும், திருக்கோவிலில் திருக்கல்யாணம் என்னுங் கிரியை நிகழ்வதற்கு வழியினையும் தோற்றுவித்துள்ளது.

சக்தியை மிகவும் உயர் நிலையில் வைத்து ஏனைய தெய்வங்களைத் தாழ்த்தும் சாக்த தத்துவம் லலிதாம்பிகையை காமேசுவரரின் ஒப்புயர்வற்ற சக்தியாகவும், காமேசுவரரால் அணிவித்து முடிச்சிடப்பட்ட மாங்கல்ய சூத்திரத்தைக் கழுத்திலணிந்து விளங்குபவளாகவும் கூறுகின்றது.

இங்கு காமேசுவரர் என்பது தத்துவங்களனைத்தையுங் கடந்த பரமசிவனையே. புராணங்கள் சிவனின் பரிவார தெய்வமாகவும் சிவனுக்குட்பட்டிருப்பவளாகவும் தேவியைக் குறிப்பிடக் காண்கின்றோம். தேவி இறைவனை நோக்கித் தவஞ் செய்ததைப் புராணங்கள் திரும்பத் திரும்பக் கூறுகின்றன.

திருக்கோவில்களில் இறைவனுருவங்கள் இடம் பெறும் பெரும்பாலான இடங்களில் தேவியும் பக்கலில் இடம் பெறுகின்றாள். இது சைவ வழிபாட்டில் சக்தி வகிக்கும் முக்கிய நிலையினைக் காட்டுகின்றது. அர்த்தநாரீசுவர வடிவமும் இதனையே மேலும் வலியுறுத்துமாறு தொடக்கத்திற் கூறப்பட்டது.

தென்னிந்தியக் கோவில்களில் சக்தி ஒரு திருமுகத்துடனும், இருகரங்களுடனும் விளங்குவதையே மிகுதியாகக் காண்கின்றோம். ஒரு கரம் தாமரை மலரினை ஏந்தி நிற்கும். மற்றைய கரம் கீழே தொங்கியவாறு அமையும். நான்கு திருக்கரங்களுடன் மனோன்மணியாக விளங்கும் பொழுது இவற்றைவிட அதிகமாக இருக்கும் இருகரங்கள் அபய வரதமாக விளங்கும்.

இத்திருவுருவமும் பல கோவில்களில் இடம்பெறக் காண்கின்றோம். இவ்வுருவங்கள் இவள், பரதந்திர சக்தியாக, இறைவனின் பரிவாரத் தெய்வமாக விளங்கும் நிலையினைச்

சுட்டுகின்றன. நான்கு கரங்களில் பாசம், அங்குசம், வில்லு, அம்பு ஏந்தி நிற்பவள் சுதந்திர சக்தி. இந்நிலையில் இறைவி கோலங்கொண்டெழுந்தருளியிருப்பதைக் காஞ்சிபுரம் காமாட்சியம்மையாலயத்திற் காண்கின்றோம்.

கோவில்களில் நிறுவுவதற்காக ஆகமங்கள் குறிப்பிடும் தேவியின் திருவுருவங்களைப் பற்றிச் சுருக்கமான குறிப்புக்கள் பின்வருமாறு:

கௌரி

சக்தி கௌரியாக விளங்கும் பொழுது தனது இருகை களுள் ஒன்றில் தாமரையைத் தாங்கி நிற்பாள். இடக்கரம் தொங்கியவாறு இருக்கும். சிற்ப நூல்கள் இவ்வாறு தொங்கும் கையை லம்பஹஸ்தம் எனக் கூறும். இவள் தலையிற் கரண்ட மகுடம் சூடி விளங்குவாள். இவள் சிவபிரானுக்கு உட்பட்ட சக்தியாவள்.

பரமேசுவரி

இவளது நிறங்கறுப்பு. வலது கரத்திற் செந்தாமரை இருக்கும். இடது கரம் தொங்கிய கரமாகும். இவள் திரிபங்க நிலையில் நிற்பாள். இவளது வலது கால் பத்மாசனத்தில் மீது நிமிர்ந்தவாறு நேரே நிற்பது. இடது கால் சிறிது வளைந்து திரிபங்கம் ஏற்பட அநுகூலமாக நிற்கும். இவளது ஸ்தனங்கள் பொற்கலசங்களை நிகர்த்துப் பருத்து விளங்குவன.

மனோன்மணி

மனோன்மணி சந்திரனின் நிறம் வாய்ந்தவள். இவளுக்கு மூன்று கண்கள் உண்டு. தலையைச் சடாமகுடம் அழகுறுத்தும். நான்கு திருக்கரங்களுள் பின் வலக்கரம் தாமரையைத் தாங்கும். பின் இடக்கரம் தொங்கி நிற்கும். முன்னுள்ள வலக்கரமும் இடக்கரமும் அபயவரத கரங்களாக அமையும்.

சாமுண்டேசுவரி

இவள் மண்டையோடுகளாலான மாலை தரித்திருப்பவள். இவளது கழுத்தைச் சுற்றிப் பாம்புகள் வளையம் இட்டிருக்கும். இவளின் இடது கால், கீழே கிடக்கும் ரக்தபீஜன் என்னும் அரக்கன் மீது ஊன்றியவாறு அமையும். தலையில் பிறை உண்டு.

கருமை படர்ந்த முகமும் பயந் தோற்றுவிக்குங் கண்களும் இவளுக்குரிய அம்சங்கள். விக்கிரகத்தைச் சுற்றிப் பிரபாமண்டலம் உண்டு. சாமுண்டியின் விக்கிரகம் நின்ற நிலையிலும் வீற்றிருக்கும்

நிலையிலும் அமையலாம். இவளுக்கு நான்கு கரங்கள் உண்டு. பாசம், உடுக்கை, சூலம், கபாலம் என்பன இவற்றில் விளங்கும் படைக்கலங்கள்.

துர்க்கை

துர்க்கையின் விக்கிரகம் பிரதிட்டைக்காக உருவாக்கப்பட வேண்டியது என மட்டும் கூறிக் காரணாகமம் இது சிலையிலும் கல்லிலும் அமையலாம் எனக் குறிப்பிட்டுள்ளது. விக்கிரகலக்ஷணங்களும் ஏனைய பிரமாணங்களும் இங்கு கூறப்படவில்லை.

மகாமாரி

மாராசுரனை சங்கரித்ததனால் மகாமாரி என்னும் பெயர் சக்திக்கு உண்டாயிற்று எனக் காரணாகமம் கூறும். இவளுக்கு மூன்று கண்கள் உண்டு; கரங்கள் நான்கு; இவளுக்குரியது சாந்தமான தோற்றம். எனினும், தலையைச் சுற்றிலும் அக்கினிச் சுவாலைகள் வீசும். இவள் கபாலம், கத்தி, பாசம், உடுக்கு என்னும் நான்கு ஆயுதங்களையும் ஏந்தி ஆசனத்தில் வீற்றிருக்கும் நிலையிலேயே இவள் உருக்கொண்டருளுவள்.

இடக்கால் குத்திட்டவாறு ஆசனத்தின்மீது இருக்க, வலது கால் கீழே தொங்கியவாறு அமையும். தோளிற் பூணூலும், காதுகளிற் காதணிகளும், தாடங்கங்களும் உண்டு. இவளைச் சுற்றிப் பிரபாமண்டலம் விளங்கும்.

தனியே விளங்கும் சாக்த மதத்தில் வாமமார்க்கம், தக்ஷிணமார்க்கம் என இரு மார்க்கங்களுண்டு. புராணங்களில் வாமமார்க்கம் இடம்பெறாது மறைவதைக் காண்கின்றோம். சிவாலயங்களில் இடம்பெறும் சக்தியை வழிபடும் முறை சிவபிரானை வழிபடும் முறையுடன் இயைந்ததே.

இது சரியை முதலிய நான்கு வழிகளாலமைந்தது. இவற்றுட் கிரியையும், கர்ஷணம் முதலான நான்கு பிரிவுகளைக் கொண்டது. சாக்த தந்திரங்கள் சக்தி வழிபாட்டினை ஸ்ரீவித்யோபாசனை எனக்கூறும். இங்கு ஸ்ரீ சக்ர வழிபாடு முக்கிய இடம்பெறும்.

இவ்வழிபாட்டில் அர்க்கியம் சேர்த்தல், பூதசுத்தி, அந்தர்யஜனம், நியாசம், குருவந்தனம், நவமுத்திரைகள், நவாவரண பூசை முதலியன உறுப்புக்களாய் விளங்குகின்றன. சதுராயதனபூசை, ஷடங்கபூசை, ஆவாகனம், அறுபத்துநான்கு உபசாரங்கள், தூபதீபம், மங்களாராத்திரிகம், பலிபிரதக்ஷிணம், தோத்திரம் முதலியனவும் ஸ்ரீ சக்ரபூசையின் தனி அம்சங்கள்.

விக்கிநேசுவரர்

ஸ்ரீ சக்கிரயந்திரம்
(மேருப்ரஸ்தாரம்)

ஸ்ரீ சக்ரயந்திரம் பூப்பிரஸ்தாரமாகவும், கைலாச பிரஸ்தாரமாகவும், மேரு பிரஸ்தாரமாகவும் தாபிக்கப்படுவன.

தென்னிந்தியக் கோவில்கள் சிலவற்றில் மேருயந்திரம் பிரதிஷ்டிக்கப்பட்டிருக்கக் காண்கின்றோம். இலங்கையில் பூப்பிரஸ்தார யந்திரம் பல இடங்களில் இருக்கின்றன. எனினும், நல்லூர் கைலாசநாதஸ்வாமி கோவிலில் கமலாம்பிகை முன்னிலையில் கைலாச பிரஸ்தார யந்திரமும், முன்னேஸ்வரத்தில் வடிவழகியம்பிகையின் சந்நிதியில் மகாமேரு யந்திரமும் சிறப்பாகப் பூசிக்கப்பட்டு வருவதைக் காணலாம். இவ்விரு இடங்களிலும் நயினை நாகபூஷணி அம்மன் கோவிலிலும் சக்கிர பூசை சிறப்பாக நடைபெற்று வருகின்றது. முன்னேஸ்வரத்தில் நடக்கும் ஸ்ரீ சக்ரபூசை முக்கியமாகக் குறிப்பிடத்தக்கது.

விநாயகர்

சக்திக்கு அடுத்தாற்போல் விநாயகர் சைவ வழிபாட்டில் பெரும் இடம் வகிப்பதைக் காண்கின்றோம். இந்தியச் சமயங்களனைத்திலும் கணபதிக்கு முக்கிய இடம் உண்டு. விநாயகருக்குத் தமிழ் நாட்டில் பிள்ளையாரெனும் பெயருண்டு. இதைவிட விக்கிநேசுவரர், கணேசர் என்னும் பெயர்களும் வழங்குகின்றன. இறைவனுக்கு ஏவலாளர்கள் பலர் கூட்டங் கூட்டமாக விளங்குவர்.

இவர்கள் சிவகணங்கள் எனப் பெயர் பெறுவர். பிரமத கணங்கள் என்னும் பெயரும் இவர்க்கு உண்டு. இவர்க்குத் தலைவராகக் கணபதியைத் தேவர்கள் தேர்ந்தெடுத்தார்கள். பிரமதேவன் கணபதியைக் கணங்களின் தலைவனாக அபிடேகித்த வைபவத்தைப் புராணங்கள் வருணிக்கின்றன. இக்கணங்களுக்கு நந்தியைத் தலைவனாகக் கூறும் பகுதிகளும் புராணங்களில் உள.

விநாயகன் என்னுஞ் சிறப்புப் பெயர் கணபதிக்கு உண்டு. எங்கணும் முதலிடம் வகிப்பதால் இவன் தலைவன் அற்றவன் என்னுங் கருத்தை இப்பெயர் உணர்த்துகின்றது. விக்கினங்கள் நிகழவொட்டாது தடுப்பதில் இவன் திறமைமிக்கவன். திரிபுரதகனம் நிகழும் வேளை தேரிற் புறப்பட்ட இறைவன் தடை நிகழக் கண்டு, தன் மைந்தன் விக்கிநேசுவரனை நினையாது புறப்பட்டதை உணர்ந்து, அக்குறையை நீக்க ஆவன செய்ததாகப் புராண வரலாறு கூறும்.

கஜாசுரன், திரைபுரன் முதலிய அரக்கர்களை அழித்து அடியவர்க்கருள் செய்வதில் இம்மைந்தன் தந்தையை நிகர்ப்பவன். கணேசனை அறிவுக்கு அதி தெய்வமாகக் கருதும் மரபும் உண்டு.

கல்வி கற்கத் தொடங்கும் வேளை விநாயகரை விசேடமாக ஆராதிக்கும் வழக்கம் பாரதமெங்கணும் கடைப்பிடிக்கப்படுவது.

சிவாலயங்களில் கணேசனுக்குத் தனி இடம் அளிக்கப் பட்டுள்ளது. இவன் சிவனது பரிவார தெய்வங்களுள் ஒருவன். இம்மட்டோடமையாது சிவபூசையில் இவனுக்கு முதலிடம் உண்டு. இவனை வழிபட்ட பின்னரே சிவனது வழிபாடு நிகழும்.

விநாயகனின் வாகனம் மூஷிகம். இவனுக்குத் தொந்தி வயிறும் ஆனைமுகமும் உண்டு. விநாயகனுக்குத் தனிக் கோவிலெடுத்து வழிபடும் மரபு மஹாராஷ்டிரத்திலும், தென்னிந்தியாவிலும் உண்டு. சித்தி, புத்தி என்னுமிருவரும் விநாயகனின் இரு சக்திகளாகக் கூறப்படினும் இவர்களின்றித் தனியனாகவே இவன் தென்னாட்டுக் கோவில்களில் இடம் பெற்றுள்ளான்.

மேற்கொள்ளுங் காரியங்களில் வெற்றியையும், அறிவையும் கொடுப்பதனால் இவை இரண்டும் சித்தி, புத்திகளாகவும் இவன் சக்திகளாகவும் கூறப்படும் எனச் சிலர் இதற்கு விளக்கங் கூறுவர்.

கணேசனின் உருவத்தில் சிறப்பாக உரிய அம்சங்களைப் புராணங்கள் கூறுகின்றன. இவை யானைத்தலை, நான்கு கரங்கள் அவற்றில் உள்ள பாசம், அங்குசம், ஒடித்தகொம்பு, மோதகம் என்பனவாகும். விநாயகர் உருவம் அமைய வேண்டும் முறையினை ஆகமங்கள் கூறியுள்ளன.

விநாயகரது உடல் மனித உடல்போன்றது. தலையும் காதும் யானையின் தலையையும் காதையும் நிகர்ப்பன. வயிறு பெரிதாகவும், உடம்பு பருத்ததாகவும், ஒடிக்கப்பட்ட கொம்பு ஒரு கரத்ததாகவும், கண்கள் பயம் விளைவிப்பனவாகவும், உதடு தொங்கும் நிலையினதாகவும் அமையும். பாம்புகள் முப்புரி நூலாக விளங்கும்.

கரண்ட மகுடம் தலையினையும், பலவகை ஆபரணங்கள் உடலினையும் அழகு செய்யும். அங்குசம், நாகம், பாசம், மோதகம் என்னும் நான்கும் கைகளில் விளங்கும். கையிலேந்திய மோதகத்தினை தும்பிக்கை தொட்டவாறு அமைவது முறை. இவ்விலக்கணங்களுக்கமைய சிற்பி உரிய அளவைப் பிரமாணங் களுடன் விநாயகனின் திருவுருவஞ் சமைத்தற்குரியவன்.

சிவனின் மைந்தனான கணேசனிடம் தந்தையிடம் காணும் இயல்புகள் சில காணப்படுவன. கணேசனின் பல வகைத் திருவுருவங்களிலொன்று ஐந்து முகங்களுடனும் பத்துக் கரங்களுடனும் விளங்கும் உருவம், ஒவ்வொரு முகத்திற்கும் இரு கண்கள் உண்டு. மேனி செந்நிறம் வாய்ந்தது.

சுப்பிரமணியர்

பாம்பு பூணூலாக விளங்கும். தலையைக் கரண்ட மகுடம் அழகு செய்யும். இடது கால் தொங்கியபடி இருக்கும். வலது கால் ஆசனத்தில் மடிக்கப்பட்டிருக்கும். இத்திருவுருவம் பத்மாசனத்தில் அமர்ந்தவாறமையும். தந்தம், குடாரம், பாசம், சக்கிரம், முசலம், அபூபம், டங்கம், சூலம், துவஜம் முதலியன திருக்கரங்களிற் காணப்படுவன.

கணேசனின் இன்னொரு வகையுருவமும் ஆகமத்தில் கூறப்பட்டுள்ளது. இது ஒருமுகமும் பதினாறு கரங்களுங் கொண்டமைவது. பாசம், அங்குசம், குடாரம், பீஜம், தண்டம், முசலம், கண்டா, பிண்டி, பாலம், நாகம் ஆகியவை இக்கரங்களில் விளங்கும் ஆயுதங்கள். ஒருகையால் மடியிலமர்ந்திருக்கும் சக்தியை அணைத்தவாறு இவ்விக்கிரகம் உருவாக்கப்படும்.

மூர்த்திகளுள் பெருவழக்கில் நாம் காணும் மூர்த்தி பாசம், அங்குசம், தந்தம், மோதகம் ஆகியவற்றை நான்கு கரங்களில்

ஏந்தி, யானை முகத்துடன் விளங்குவதாகும். எனினும் இம்மூர்த்தியின் இலக்கணங் கூறும் ஆகமம் மோதகத்திற்குப் பதிலாக மாம்பழத்தைக் குறிப்பிடுகின்றது.

வீட்டில் நிகழுங் கிரியைகளனைத்திலும் தொடங்கப் போகுங் காரியம் இடையூறின்றி இனிது நிறைவேறக் கணேசனை வழிபடுதல் இன்றியமையா வழக்காக இன்றுவரை நிலவி வருகின்றது. இக்கிரியைகளில் விக்கிநேசுவரரை ஆவாகித்துப் பூசித்ததும் தொடங்கிய கருமம் நிறைவுற வேண்டிப் பிரார்த்தித்து இன்ன கருமம் நிகழ்த்தப் போகின்றேன் எனக்கூறி, விக்கிநேசுவரன் முன் சங்கற்பித்த பின் அங்கிருந்து போய் வருமாறு வேண்டுவது வழக்கம்.

விநாயகர் சிவாலயங்களில் இருப்பவராயினும், தனிக் கோவில் கொண்டெழுந்தருளியிருப்பவராயினும், அவரை ஆகமங்கள் கூறும் முறையினுக்கமைய வழிபடும் மரபே தென்னாட்டில் காணப்படுகின்றது. இவ்வழிபாட்டில் ஆவாகனம், அபிஷேகம், அலங்காரம், நைவேத்தியம், தீபாராதனை முதலியன முக்கிய அம்சங்கள். ஆகம முறையினுக்கமைய கர்ஷணம், பிரதிஷ்டை, உற்சவம், பிராயச்சித்தம் முதலிய கிரியைகளால் விநாயக வழிபாடு அமையும்.

சுப்பிரமணியர்

சுப்பிரமணியரது வழிபாடு கௌமாரம் என்னும் பெயர் வாய்ந்தது. ஒரு காலத்தில் இதுவும் தனிவழிபாடாக நிலவிற்று. இலக்கியச் சான்றுகள் இவ்வுண்மையினை நிரூபிக்கும். நாளடையில் இது சைவத்தின் இன்றியமையா உள்ளுறுப்பாக ஆயிற்று என்பது நூல்களை ஆராய்ந்தவர்களது கருத்து. இதிகாச புராணங்களிற் கார்த்திகேயரது வரலாறு உள்ளது.

ஏறக்குறைய எல்லா நூல்களிலும் முருகன் சிவகுமாரனாகக் கூறப்படுகின்றான். சைவவழிபாட்டில் இவன் பரிவார தெய்வமாக இடம்பெறுகின்றான். கணேசனும், முருகனும் இடம் பெறாத சிவாலயங்களைத் தென்னாட்டிற் காணல் அரிது.

அரக்கர்கள் கடுந்தவமியற்றி வரங்கள் பெற்றுத் தேவர்களைத் துன்புறுத்தினர். தேவர்க்கு அரசனான இந்திரன் செய்வதின்னது என அறியாது திகைத்து நின்றான். அவனது பலம் மிகுந்த சேனையைத் தலைமைதாங்கிப் போருக்குச் செலுத்த உரிய தலைவன் கிடைத்திலன். பகைவரைப் பூண்டுடன் அழிக்க ஒப்புயர்வற்ற சேனைத் தலைவனாக விளங்கும் ஆற்றல் படைத்தவன் சிவனின் மதலை ஒருவனே என்பதை நன்குணர்ந்த இந்திரனும் ஏனைய தேவர்களும், மன்மதனின் துணையால்

இறைவனும், பரமனை நோக்கித் தவம் மேற்கொண்டு நிற்கும் இறைவியுங் கூடுவதற்கு ஏற்ற சூழ்நிலையைத் தோற்றுவித்தனர்; இதில் வெற்றியுங் கண்டனர்.

சிவனுடைய தேஜஸிலிருந்து முருகன் தோன்றினான். ஆறு பொறிகளாலமைந்த இத்தேஜஸை அக்கினி தாங்கிச் சரவணப் பொய்கையில் இட்டனன். குழந்தையும் பிறந்தது; அது குழவிப் பிராயத்திலே ஆற்றல் மிக்கு விளங்கியது. தேவர்கள் குழந்தைக்குப் பரிசில்கள் பல வழங்கினர். இந்திரன் தன் சேனைப் பாதுகாப்பினை இச் சிவசுதனிடம் ஒப்புவித்தான்.

ஒப்பற்ற இத்தலைவன் அரக்கரையழித்து ஆன்மாக்களை உய்யவைத்த வரலாற்றினைப் புராணவாயிலாக நாம் விரிவாக அறிகின்றோம். சிவனின் தேஜஸ் ஆறு பொறிகளால் அமைந்ததனால் ஒவ்வொன்றும் ஒவ்வொரு குழவியாயிற்று. ஆறு குழந்தைகளையும் ஒருங்கு சேர்த்து உமை இறுகத் தழுவிய வேளை முருகன் ஒரே வடிவுகொண்டு ஆறுமுகத்தோனாய்ப் பன்னிரு கரங்களுடன் உருவாயினன் என்பதும் புராண வரலாறு.

சிவனின் மூத்த மைந்தன் கணங்களுக்குத் தலைவனாகிக் கணபதி எனப் பெயர் பெற்றான். இளைய புதல்வன் தேவர்களின் சேனைக்குத் தலைவனாகித் தேவசேனாதிபதியாயினன். கோவிலில் எமக்குக் காட்சி தரும் கந்தனின் கோலத்தினை நாம் உரியவாறு உணரப் புராணங்கள் துணை செய்வன.

இவன் தோற்றத்தின் ஒவ்வொரு அம்சத்தினையும் புராணங்கள் தனித்தனி வரலாறு கூறி விளங்க வைப்பன. இவனுக்குச் சக்தி சிறந்த படைக்கலமாக விளங்குகின்றது. இதனை ஏவித் தாரகன் வலியினை அழித்தான். கிரௌஞ்சமலையினைப்பிளந்தது, சூர்தடித்தது எல்லாம் இவ்வேற்படையினாலேயாகும். மயில் இவனுடைய ஊர்தி. சில புராணங்களில் கோழியும், இவனுடைய ஊர்தியாகச் சில இடங்களிற் கூறப்படினும் இது இவன் கொடியில் விளங்கும் அடையாளமாயிருக்கக் காண்கின்றோம்.

ஆட்டினையும், இவன் வாகனமாகக் கொண்டுள்ளான். "இவையனைத்தையும் தேவர்கள் இவன் குழந்தையாக விளையாடும் பருவத்தில் விளையாட்டுப் பொருள்களாகக் கொடுத்தனர்" என்று புராணங்கள் கூறுகின்றன.

இதிகாச புராணங்களில் கார்த்திகேயன் ஆறுமுகங்களுடனும் பன்னிரு கரங்களுடனும் விளங்குகின்றான். தனித்தனி ஆறு குழவிகளாக இருந்து ஆறு கார்த்திகைப் பெண்களின் வேண்டுகோட்கிணங்க அவர்களாற் பாலூட்டப்பட்ட வரலாறும் இங்கு உண்டு.

குமாரன் என்னும் பெயருடன் சிவனுக்கும், விசாகன் என்னும் பெயர் பூண்டு உமைக்கும் சாகனெனப் பெயர் தாங்கி கங்கைக்கும், நைகமேயன் என்னும் பெயர் வாய்ந்தவனாய் அக்கினிக்கும் தன் குழவிப் பருவத்தில் இன்பம் விளைவித்ததாக இவ்வரலாறுகள் கூறும்.

முருகன் பெயர்கள் அவன் பெருமைகூறும் வரலாற்று அடிப்படையிலேயே அமைவன. சரவணத்தில் (சரம் எனப்படும் ஒரு வகைப் புல் மிகுந்து விளங்கும் காட்டில்) பிறந்தமையால் இவனுக்குச் சரவணபவன் என்னும் பெயர் உண்டாயிற்று. சரஜன்மா என்னும் பெயரும் இதே கருத்தையுடையது.

கார்த்திகைப் பெண்களால் பாலூட்டி வளர்க்கப்பட்டவன் கார்திகேயன் ஆயினன். ஆறுமுகங்களையுடையவனை ஆகமங்களும் புராணங்களும் ஏனைய நூல்களும் ஷண்முகன் எனச் சுட்டுகின்றன. அக்கினி தேவனாற் சரவணப் பொய்கையில் விட்ட தேஜஸிலிருந்து தோற்றியவனானமையாற் பாவகேயன் என்னும் பெயர் இவனுக்கு உரியதாயிற்று.

பாவகி என்பது அக்கினியின் பெயர்களிலொன்று. ஆறு குழந்தைகளையும் உமை ஒன்று சேரத் தழுவிய வேளை ஒருருவாய் ஸ்கந்தன் ஆயினான். இவனது ஊர்தி மயிலாயமைந்தமையால் இவன் சிகிவாகனன் எனப்பட்டான். பெருஞ்சேனைக்குத் தலைவனானதுபற்றி இவனுக்கு மகாசேனன், சேநாநீ என்னும் பெயர்கள் பிறந்தன. துறவிக் கோலம் பூண்டு அடியவர்கள் உள்ளக் குகையில் வசிப்பதனால் குகன் என்னுஞ் சிறப்புப் பெயர் பெற்றான்.

பண்டார்க்கார் என்னுமறிஞர் தமது பெருநூல் ஒன்றில், மகாராஷ்டிரத்திலும் வடக்கேயும் முருக வழிபாடு பெரிதும் நிகழாதது கண்டு இந்தியாவிலும் இவ்வழிபாடு மறைந்து வருவதாகத் தவறாகக் குறிப்பிட்டுள்ளார்.

இதிகாச புராணங்களில் பெரிதும் வழங்கின இவ்வழிபாடு இப்பொழுது அநேகமாக மறைந்துவிட்டது என்பதே இவர் கூற்று. தென்னாட்டின் நிலை கண்டிருப்பாராயின் தாம் கூறியதைத் திருத்தி வேறுவிதமாக நூலை அமைத்திருப்பார்.

கார்த்திகேயன் தென்னாட்டில் பல தனிக் கோவில்களில் எழுந்தருளி மக்களின் வழிபாட்டை ஏற்றருளுகின்றான். சிவாலயங்களிலும் இவருக்கு இடம் உண்டு என்பது முன்னர் குறிப்பிடப்பட்டது.

முருகன் என்றால் அழகு என்பது பொருள். இக்கருத்தினையே குமரன், குமாரசுவாமி முதலிய இதர பெயர்களும் குறிப்பிடு

கின்றன. வேற்படையைத் தாங்கிய திருக்கோலத்தில் இவன் வேலன் எனப் பெயர் பெறுகிறான். வேலன் என்னும் பெயர் உணர்த்துங் கருத்தினையே சக்திதரன் என்னம் பெயருஞ் சுட்டுகின்றது.

இவனைக் குறிஞ்சி நிலத்திற்கதிதெய்வமாகத் தமிழ் நூல்கள்கூறும். இவன் திருக்கோவில்களெல்லாந் தென்னாட்டில் குன்றின் மேல் விளங்குவது குறிப்பிடத்தக்கது.

கோவில்களில் நிறுவி வழிபடுதற்குரிய முருகன் திருவுருவங்கள் எவ்வாறு அமைதல் வேண்டும் என்பதை ஆகமங்கள் கூறியுள்ளன. ஒரு முகமும் இரு கரங்களும் உடையது ஒரு திருவுருவம்; ஆறு முகங்களும் இரு கரங்களும் உடையது இன்னொன்று. மற்றையது ஆறு முகங்களும் பன்னிரு கரங்களும் வாய்ந்து பிரசித்தி பெற்றது.

ஆறு முகங்களுடையதனால் சண்முகமூர்த்தி எனப் பெயர்பெற்ற திருவுருவம் பன்னிரு கரங்களுடன் பின்வருமாறு அமைதல் வேண்டும். ஒவ்வொரு முகத்திற்கும் இரு கண்கள் உரியன. சந்திரனின் அழகும் முப்பத்திரண்டு இலக்கணங்களும் உருவத்தில் பொலிந்து விளங்கல் வேண்டும். சதங்கைகள் இரு கால்களையும் அழகு செய்வன. பின்னால் மயில் இடம்பெறும்.

சக்தி, சரம், கட்கம், துவஜம், கதை, வில், குலிசம், கேடயம், சூலம், பங்கஜம் ஆகிய ஆயுதங்கள் பத்துக் கரங்களில் விளங்கும். முன் இரு கரங்கள் அபயவரத கரங்களாய் அமையும். மயிலின் மீது அமர்ந்திருப்பதாகச் சித்திரிப்பின் இடதுகால் தொங்கியவாறும் வலது கால் மடிந்து மயிலின் மீது கிடந்தவாறும் விக்கிரகத்தை உருவாக்கல் வேண்டும். நிற்கும் நிலையில் உருவத்தைச் சித்திரிப்பதாயின் பத்மபீடத்தில் சமநிலையில் நிற்குமாறு உருவாக்குதல் வேண்டும்.

கந்தனைத் துறவிக் கோலத்தில் வைத்து வழிபடும் முறையும் வழக்கில் காண்கின்றோம். இதைப் பழநி என்னுந் திருத்தலத்தில் விசேஷமாகக் காணலாம். மொட்டந்தலையும், உருத்திராக்கமும், காவியுடையும் பூண்டு கோவணாண்டியாக விளங்கும் திருக்கோலம் இது. சுவாமி மலையில் இதைப் பெரிதும் நிகர்த்துக் குருவாயமைந்து அறிவு புகட்டுங் கோலங் காணலாம்.

தந்தையாகிய சிவனுக்கு இம்மைந்தன் குருவாயமைந்து பிரணவப் பொருளினை உரைத்த வரலாற்றினைக் கந்தபுராணத்தி லுள்ள அயனைச்சிறை புரிபடலம் கூறும். இறைவனின் திருவுருவங்களில் முக்கியமான சோமாஸ்கந்த வடிவத்தில் முருகன் இடம் பெறுவதும் இச் சந்தர்ப்பத்தில் உற்று நோக்கற்பாலது.

கந்தனது வழிபாடு பெரும்பாலும் ஆகமங் கூறும் சிவவழிபாட்டை நிகர்ப்பதே. இவ்வழிபாட்டின் அங்கமான கிரியைகள் அனைத்தும் தனிக் கிரியை நூல் வடிவாக உருவாக்கப் பட்டுள்ளன. இந்நூல் குமார தந்திரம் எனப் பெயர் பெற்றுள்ளது.

ஐம்பத்தொரு படலங்களாலமைந்த இந்நூல் ஆகம மரபினையொட்டி உருவாகியுள்ளது. இவற்றுள் நித்தியபூஜா விதி, நைவேத்ய விதி, அக்கினிகார்ய விதி, நித்யோத்சவ விதி, குண்டலக்ஷணம், தீவீக்ஷ, ஸ்நபனம், ஜீர்ணோத்தாரணம், வாஸ்துசாந்தி, திசாஹோமம், மூர்த்திஹோமம், பிரதிமாலக்ஷணம், ரதப்பிரதிஷ்டை முதலிய அத்தியாயங்கள் குறிப்பிடத்தக்கன.

ஆகமங்களிலும் தந்திரங்களிலும் கூறப்படாத இடத்தும், வழிபடும் புதியதொரு முறை சில இடங்களில் வழங்கிவருகின்றது. இவ்வழிபடுமரபில் கந்தனின் சக்தியாகிய வேற்படையினைக் கருவறையில் வைத்து வழிபாடு நிகழ்வதைக் காண்கின்றோம். இவ்வேலாயுதம் தங்கத்தினாலும், வெள்ளியினாலும் ஐவகை உலோகங்களாலும் அமையும். இவ்வழிபாட்டில், நிகழும் கிரியைகள் வேற்படையினையே முருகனாகக் கொண்டு நிகழ்த்தப்படுகின்றன.

நந்தி

சிவாலய வழிபாட்டில் திரு நந்திதேவருக்கு முக்கிய இடம் உண்டு. நந்தியைப் பற்றிய வரலாறுகள் புராணங்களில் எடுத்தோதப்பட்டுள்ளன. நந்தியில்லாத சிவாலயம் சிவாலய மாகாது. நந்தியின் உருவம் சுவாமியின் சந்நிதியிலேயே இடம்பெறும்.

தென்னிந்தியக் கோவிலில் பிராகாரங்களைக் கடக்குந்தோறும் பிரமாண்டமான உருவங்களையுடைய பல நந்திகளைப் படிப்டியாகக் கடந்து உள்ளே செல்கின்றோம். பூசைக்கு உரிய நந்திதேவர் இறைவன் சந்நிதானத்தில் இறைவனுக்கு நேரே அமர்ந்திருக்கக் காண்கின்றோம்.

நந்தியின் உருவம் இடபத்தின் உருவத்தை நிகர்க்கும். சிவன் சந்நிதியில் அமர்ந்து காவல் புரிவது நந்தியின் பணி. தேவர்கள் இறைவனைக் காணத் திருக்கைலாயம் சென்ற வேளைகளில் நந்தியின் அனுமதி பெற்றே உள்ளே நுழைந்ததாகப் புராணங்கள் வரலாறு கூறுகின்றன. இதே நிலைதான் திருக்கோவிலிலும் காணப்படும்.

நந்தி கணங்களுக்குத் தலைவன். வித்தியுன்மாலி என்னும் அரக்கனுக்கெதிராகக் கணங்களின் படைக்குத் தலைமை தாங்கி

அணிவகுத்துச் சென்றதைப் புராணங்கள் கூறுகின்றன. வீரகன் உமையினால் மைந்தனாகப் கொள்ளப்படுவதும், அவனே நந்தியாவதும் புராணங் கூறும் வரலாறுகள்.

நந்தி, பதவியை வகிக்குமுன் சிலாதர் என்பவர்க்குப் புத்திரராய்ப் பிறந்து வேதங்களிலே கடுந்தவம் புரிந்தனன். நந்தியின் பக்தியை மெச்சிய இறைவன் அவன் வேண்டியவாறு சிவ பக்தியினை அவனிடம் பெருகச் செய்தான்.

மீண்டும் மீண்டும் தவஞ் செய்து இறைவனிடம் சிவபக்தி ஒன்றையே அவாவினான். இறைவனும் அவனது உள்ளன்பினை மெச்சி, தன் கணங்களுக்குத் தலைவனாய் நியமித்தனன். ஆகமங்களையும் சிவதருமம், சிவஞானம் ஆகியவற்றையும் மணிகங்கணன் வேண்டுகோட்கிணங்கி அவனுக்குப் போதித்த வரலாற்றை இலிங்கபுராணம் கூறியுள்ளது. சிவாகமங்களில் நந்திக்குரிய தேர்ச்சியினையே இப்புராணம் எடுத்துரைக்கின்றது.

விஷ்ணு

சிவாலயங்களில் விஷ்ணு பரிவார தெய்வங்களுள் ஒன்றாக விளங்கக் காண்கின்றோம். இங்கு விஷ்ணுவின் விக்கிரகங்களை நிறுவி வழிபட வேண்டும் முறையினைச் சிவாகமங்கள் எடுத்துக் கூறுகின்றன. விஷ்ணுவை நிறுவும் கருவறை வைஷ்ண மரபினைத் தழுவி அமைக்கப்படலாம் எனக் காரணாகமம் கூறும். வழிபாடும் வைஷ்ணவர்களின் பாஞ்ச சாத்திரமும் வைகாநசமும் கூறுவது போல் அமையலாம் எனவும் விதி கூறப்பட்டுள்ளது.

விஷ்ணுவின் உருவம் சிவாலயத்தில் விமானங்களிலும், கோபுரங்களிலும், தூண்களிலும் இடம் பெறக் காண்கின்றாம். இவ்வாறு இடம்பெறும் உருவங்கள், விஷ்ணு சிவனின் பரிவார தெய்வம் என்னும் அடிப்படையிலேயே அமைகின்றன. இவ்வாறமையும் உருவங்களுள் சிவபிரான்மாலுக்குச் சக்கரமருளிய நிகழ்ச்சியனைச் சித்திரிக்கும் சிற்பமும் ஒன்றாகும்.

சண்டேசுவரர்

சைவாகம முறைக்கிணங்க அமையும் சைவ வழிபாட்டில் விநாயகருக்கு உரிய முக்கியத்துவம் சண்டேசுவரருக்கும் உண்டு. கிரியைகள் தொடங்கும் பொழுது விநாயகரை வழிபடுதல் அவசியம், இன்றேல் கிரியை பூர்த்தியாகாது.

சிவபூசை முடிவில் சண்டேசுவரரை வழிபடுதல் வேண்டும். இவ்வாறு வழிபடாதொழியின் சிவபூசை நிறைவு பெறாது. சிவபூசையின் பலனைச் சண்டேசுவர பூசையே அடைப்பிக்கும்.

சிவபுராணத்தில் கைலாசசம்ஹிதையில் சிவபிரானே இவ்வாறு குறிப்பிட்டதாகக் கூறப்பட்டுள்ளது.

சிவபூசை முடிந்ததும் சிவனுக்கு அர்ப்பணிக்கப்பட்ட பொருள்களான சிவ நிர்மாலியம் சண்டேசுவரரிடம் சமர்ப்பிக்கப்படும். சிவபூசையில் சதா ஈடுபட்டு மெய்மறந்திருப்பவரைக் கைதட்டி வணங்கும் மரபு உண்டு. சண்டேசுவரரின் திருவுருவம், கருவறையை அடுத்து மிகவும் நெருங்கி இடம் பெற்றுள்ள சிறு தனிக் கோவிலொன்றில் இடம் பெறும். இதன்வாயில் கருவறையை நோக்கியவாறு இருக்கும். இது இறைவனை மிகவும் நெருங்கியிருந்து சிவபூசையில் ஈடுபட்டிருத்தலையே சுட்டுகின்றது.

எம்பிரான் சண்டேசுவரருக்கு அருளுங்கோலம் சண்டேசுவர அனுக்கிரக மூர்த்தியாக உருப்பெற்று அறுபத்து நான்கு திருவுருவங்களுள் ஒன்றாய் விளங்குவது நோக்கற்பாலது.

சூரிய சந்திரர்கள்

சிவனின் சந்நிதானத்தில் மகா மண்டபத்திலோ அல்லது அதற்கு வெளியேயுள்ள மண்டபத்திலோ வாயிலில் இருபக்கங்களிலும் சூரியனும் சந்திரனும் பரிவார தெய்வங்களாக இடம்பெறுவர். இவர்களிருவரது விக்கிரகங்களும் இறைவனை நோக்கியவாறே நிறுவப்படும். தினந்தோறும் பகலில் நிகழும் பூசை சூரிய பூசையுடனும், இரவில் நிகழ்வது சந்திர பூசையுடனும் தொடங்கும்.

பைரவர்

பிரதான வாயிலை அடுத்து எல்லா மண்டபங்களுக்கும் வெளியே வடகிழக்குக்கும் வடக்குக்கும் இடையில் பைரவர் கோவிலில் இடம்பெறும். பைரவருக்கு ஸீக்ஷத்திரபாலகர் என்னும் பெயரும் உண்டு. ஸீக்ஷத்திரம் என்பது கோவிலைக் குறிக்குஞ் சொல். பாலகர் என்பது காப்பவர் எனப் பொருள்படும். பைவரவர் கோவிற் காவலாளி. நாயை வாகனமாக உடைய இப்பரிவார தெய்வத்தின் உருவம் பயங்கரம் வாய்ந்ததாக இருக்கும்.

நவக்கிரகங்கள்

சூரியன், சந்திரன், செவ்வாய், புதன், வியாழன், சுக்கிரன், சனி, இராகு, கேது எனப் பெயர் பெற்றவை ஒன்பது கிரகங்கள்.

இக்கிரகங்கள் வழிபாட்டில் இடம்பெறுவன. பிரதிஷ்டை முதலிய கிரியைகளில் நவக்கிரக பூசை நிகழுமாறு முன்னர் கூறப்பட்டது. தீங்குகளை நிகழாது தடுப்பதற்காக நவக்கிரக வழிபாடு நிகழ்வது.

பெருந்தெய்வங்களுடன் தொடர்புபடுத்தப்படும் பொழுது இக்கிரகங்களின் நிலையும் உயர்ந்து விளங்குகின்றது. இந்நிலையினைச் சுட்டுகின்றன புராணங்கள். செவ்வாயை முருகனாகவும், புதனை நாராயணனாகவும், இவ்வாறே ஏனைய கிரகங்களைத் தனித்தனி தெய்வங்களுடன் தொடர்பு கூறுவ தோடமையாது, பெருந்தெய்வங்களே நவக்கிரக வழிபாடு நிகழ்த்தியதாகவும் புராணங்கள் கூறுகின்றன.

சிவனடியார்கள்

சைவ வழிபாட்டில் சிவனடியார்க்கும் இடமுண்டு. இவர்கள் செயற்கரிய செய்த பெரியார்கள். இப்பெரியார்களின் வரலாறு கூறுவது பெரியபுராணம். இவர்களனைவரும் தென்னாட்டைச் சார்ந்தவர்கள்.

இவர்கள் நாயன்மார் எனவும் குறிப்பிடப்படுவர். நடராசர் சந்நிதியில் இவர்களுக்கு ஆலயம் நிறுவி நித்திய நைமித்திக வழிபாடு நிகழும். பெரிய புராணங் கூறும் விபரங்களுக்கேற்ப இவர்களது உருவங்கள் அமைக்கப்பட வேண்டியன. இவர்கள் உயர்நிலை எய்திய தினங்களில் இவர்களுக்குத் திருவிழாக்கள் நிகழ்த்துதல் மரபு.

ஏனைய பரிவாரங்கள்

அநந்தர், சூக்ஷ்மர், சிவோத்தமர், ஏகநேத்ரர், ஏகருத்திரர், திரிமூர்த்தி, ஸ்ரீகண்டர், சிகண்டி என்னும் அஷ்டவித்தியேசுவரர் களும், நந்தி, மஹாகாளர், பிருங்கி, விநாயகர், விருஷபர், கந்தர், தேவி, சண்டர் முதலிய சிவகணங்களும் இந்திரர், அக்கினி, யமன், நிருதி, வருணன், வாயு, குபேரன், ஈசானன், பிரமா, விஷ்ணு ஆகிய திக்குபாலகர்களும், இவர்களது ஆயுதங்களும், சிவபெருமானின் ஆவரண தெய்வங்கள் சிவபூசை நிகழும் பொழுதெல்லாம் இவ்வாவரண தெய்வங்களைப் பூசிப்பது இன்றியமையாதது.

இவர்களுள் ஒருசிலரைத் தவிர ஏனையோருக்குத் திருவுருவம் நிறுவுவது மரபில்லை. வசதியை ஒட்டியே இம்மரபு தோன்றியிருக்கலாம். ஆனால், உரிய இடங்களில் அவர்கள் மானசீகமாக நிறுவப்பட்டுப் பூசிக்கப்படுகின்றனர்.

பிரமாண்டமான சிவாலயம் முழுவதும் சிவாம்சம் பெற்றது. சிவமயமானது. தேவாலயத்தின் ஒவ்வொரு உறுப்புக்குமே அதிதெய்வம் உண்டு. சிவபிரானை நடுவிற் கொண்டு, கோவிலின் அம்சங்கள் எல்லாவற்றையும் அதிட்டித்து அதிதெய்வமாக இறைவனைச் சூழ்ந்து இடம்பெறும் தெய்வங்களும் பரிவார தெய்வங்களே.

இப்பரிவார தெய்வங்களின் பூசையிற் பிரயோகம்பெறும் தியான சுலோகங்கள், இவர்கள் தோற்றத்தினை வருணிக்கின்றன. இவை அருச்சிப்பவர், அவர்களை மனக்கண்ணாற் கண்டு அருச்சித்து வழிபடப் பெரிதும் துணைநிற்பன.

இவ்வத்தியாயத்திற் கூறப்பட்ட பரிவாரங்கள் நாற்புறமும் தத்தமக்குரிய இடங்களிற் புடைசூழ்ந்து இறைவனுக்குத் தத்தம் கடமைகளைச் செய்ய, நடுவே வீற்றிருக்கும் இறைவன் திருக்கோவிலுக்கு மட்டுமன்றிச் சராசரங்கள் அனைத்திற்கும் பேரரசனாகத் திகழ்ந்து, படைத்தல், காத்தல், அழித்தல், மறைத்தல், அருளல் ஆகிய பஞ்ச கிருத்தியங்களை ஆன்மாக்கள்மீது கொண்ட கருணையினால் நிகழ்த்தும் பேருண்மையினையே சைவக் கிரியை முறை தெளிய வைக்கின்றது.

8

கிரியைகளின் உட்பொருளும் உயர் நோக்கும்

இதுவரை கூறப்பட்டவாறு திருக்கோவிலும் திருவுருவங்களும் பல கருத்துக்களை உணர்த்துவது போல், கிரியைகளும் பல தத்துவங்களை மறைபொருளாகச் சுட்டி நிற்பன. கோவில் வழிபாட்டில் ஈடுபடுபவர்களுக்குத் தொடக்க நிலையில் இக்கருத்துக்களினறிவு வேண்டப்படாதது.

கிரியை நெறியில் நெடுங்காலம் சென்றதனால் முதிர்ச்சி ஏற்பட, அதன் விளைவாகக் கிரியை பற்றிய அறிவும் அநுபவமும் இவ்விரண்டினாற் பரிபக்குவமும், ஈற்றில் சித்தசுத்தியும், உரிய வேளைகளில் ஏற்படும் பொழுது மறைபொருளாய் உணர்த்தப்படுந் தத்துவங்கள் ஒவ்வொன்றாகத் தானே விளக்கம் பெறும்.

இது தானாய் நிகழவேண்டுவதொன்று. கோவில் வழிபாட்டில் ஈடுபட்டுப் பரிபக்குவ நிலை எய்தாத பாமர மக்களுக்குத் தத்துவங்களைக் கூறுவதனால் பெருந்தீங்கே நேரிடும். 'கிரியைகள் வேறு எதையோ குறித்து நிற்பதனால் தம்மளவில் அவை பெறுமதியற்றவை' என்னும் தவறான எண்ணத்தால் கிரியை வழியில் மிகவும் ஈடுபாடில்லா தொழிதலும், ஞான நிலையினையெய்த முதிர்ச்சி, கிரகிக்கும் சக்தி முதலியன இல்லாமையால் ஞானவழி செல்லா நிற்றலும் ஆகிய இருவகை நட்டங்களும் நேரிடும்.

சைவத் திருக்கோவிற் கிரியை நெறி

இது மக்களுக்குப் பேரழிவு விளைவிக்கும். பெருங் கிரியைகளில் ஆங்காங்கு இன்றியமையா இடம் பெற்றுக் காணப்படும் பூதசுத்தி, அந்தர்யஜனம் முதலிய சிறு கிரியைகள், கிரியை வழியிலிருந்து ஞான வழிக்கு அழைத்துச் செல்லுமாறு உபாசகனை ஈர்க்கும் இயல்பினவாக இருக்கக் காண்கின்றோம்.

இக் கிரியைகளில் ஈடுபட்டுப் பக்குவம் முதிர்ந்து வரும் வேளை, குருவருளும் கைகூட, தனி ஞானவழியிலேயே செல்லும் பேறு விரைவிற் கிட்டும். கிரியை நெறியில் அதிதொடக்க நிலையில் நிற்பவர்க்கு, இவ்வத்தியாயங் கூறும் தத்துவங்களினதும் உட்பொருளினதும் விளக்கம் வேண்டப்படாதது. கிரியை நெறியில் அநுபவ முதிர்ச்சி பெற்றவர்கள் அறிய, வேண்டுவதாகி, ஒரு குறிப்பிட்ட அளவிற்குக் கிரியைகளுடன் தொடர்புறுவதால், இவ்விஷயம் இந்நூலில் மிகச் சிறு அளவிற்கே இடம் பெறுகின்றது.

பரம்பொருளை அடைவதற்கு உரிய வழிகள் நான்கு. இவை சரியை, கிரியை, யோகம், ஞானம் ஆகியன. இவற்றுட் சரியை, என்பது புறத்தொழில் மட்டும். கை, கால் முதலிய உறுப்புக்களால் நிகழ்த்தி இறைவன் உருவத்திருமேனியைக் குறித்து நிகழ்த்தும் வழிபாடு. இங்கு அறிவு பெரிதுந் தொழிற்பட ஏது இல்லை.

பெருந்தலைவனிடத்துப் பணியாற்றுவோன் தானே அறிவை இயக்கி ஒரு கருமமுமாற்றாது மேலோன் இடுங்கட்டளைகளை மட்டும் நிறைவேற்றுவது போல், சரியை நெறி நிற்பவன், தன்னறிவைச் செயற்படுத்தாது, தன் தனுகரணங்களால் இறை வழிபாடு நிகழ்த்துகின்றான்.

இந்நெறி நிற்பவன் குற்றேவல் புரியும் ஏவலாளனை நிகர்த்து அடிமை ஒழுக்கத்தினைப் பெரிதும் கொள்ளுகின்றான். இதனால் இச்சரியை வழி தாசமார்க்கம் எனச் சித்தாந்த நூல்களிற் கூறப்படுகின்றது.

கிரியை நெறி அகத்தேயும் புறத்தேயும் நிகழ்வது. இதில் இறையன்பு சரியை நெறியிற் காணப்படுவதைக் காட்டிலும் முதிர்ந்து மிகுந்து காணப்படுவது. கிரியை இறைவனின் அருவுருவத் திருமேனியையே பெரும்பாலும் குறித்து நிகழ்த்தப்படுவது.

இது நித்தியம், நைமித்திகம், காமியம் எனும் மூவகைத்து; ஆன்மார்த்தமாகவும் பரார்த்தமாகவும் நிகழ்வது. இங்கு வழிபடுவோன் மைந்தன் நிலையினை வகிக்கின்றான்.

தந்தை மைந்தன் தொடர்பே இங்கே இறைவனுக்கும் வழிபடுவோனுக்கும் இடையுள்ள தொடர்பு. எனவே இக்கிரியை நெறி புத்திரமார்க்கம் எனக் கூறப்பட்டுள்ளது.

தந்தை மைந்தன் உறவு அன்பை அடிப்படையாகக் கொண்டது; அன்பெனப்படும் – பக்தி – கிரியை நெறிக்கு அத்தியாவசியமானது; கிரியைநெறி சித்தசுத்தியை உண்டாக்கும். இதைத்தொடர்ந்து வழிபடுவோன் தன்னை அறிகின்றான்.

யோகநெறி அகத்தே மட்டிலும் நிகழ்வது. இது இறைவனின் அருவத்திருமேனியைக் கருத்திற் பதித்து நிகழ்த்தும் வழிபாடு ஆகும்.

யுஜ் என்பதற்கு இணைத்தல், சேர்த்தல், பிணைத்தல் என்னும் பொருள்களுண்டு. இயமம், நியமம், ஆசனம் முதலியவற்றை அடிப்படையாகக் கொண்ட பகிரங்க யோகப் பயிற்சியாலும், பிராணாயாமம், பிரத்யாஹாரம், தாரணை, தியானம், சமாதி முதலிய அந்தரங்க யோக சாதனைகளாலும் இறைவனுடன் ஒன்றும் நிலை யோகநிலை.

இது சகமார்க்கம் எனப்படும். இந்நிலை தலைவனின் உயர்நிலையினை அறியும் பேற்றை எய்துவிக்கும்.

ஞானநெறி, அறிவு தொழிற்படும் நிலையிற் கைகூடுவது. இங்கு வழிபடப்படும் இறைவன் உருவம், அருவம், அருவுருவம் ஆகியநிலைகளைக் கடந்தவன்; இந்திரியங்களுக் கெட்டாதவன்; அகண்டாகாரத்தினன்; எங்கும் நிறைந்து வியாபித்து விளங்குபவன்; அறிவுப் பிழம்பு; அவன் பேரருளுக்குப் பாத்திரமாகி அவன் அறிவிக்க அவனை உள்ளவாறு அறிவதற்கு உரியது ஞானவழி.

ஓரளவிற்கு ஞானநூல்களின் துணையாலும் ஞானாசிரியரின் அறிவு மொழியாலும் இறைவன் திருவருளாலும் ஞானவழியைக் கடைப்பிடிக்கும் பேறு ஆன்மாக்களுக்குக் கிட்டும்.

அகண்டாகாரமானதும், நித்தியமானதும், எங்கும், வியாபகம் பெற்றதுமான சச்சிதானந்தப் பரம்பொருளுடன் ஒன்றிய சிவாத்துவிதநிலை எய்துதலே இவ்வழியைக் கடைப்பிடிப்பதன் பெறுபேறு. இஞ்ஞான நெறி சன்மார்க்கம் எனப்படும்.

இந்நான்கு நெறிகளும் அரும்பு, மலர், காய், கனி எனப் படிப்படியாக முதிர்ச்சியும் மாற்றமும் பெற்று, ஒன்றே பல நிலைகளில் நிற்கும் வரிசை காட்டி விளக்கப்படுவன.

அரும்பு அலர்ந்து, மலராகிப் படிப்படியாக முதிர்ந்து, காயாகிப் பின் பக்குவமடைந்து, பழமாகுதல் வரிசையாக நிகழ்வது.

இதே போன்றது ஆன்மாக்களின் நிலையும், சரியைநிலை நிற்கும் பொழுது அரும்பை நிகர்த்தும், கிரியையைக்

கடைப்பிடிக்கும் பொழுது மலரைப் போன்றும், யோக நிலையில் காய்க்கு ஒப்பவும், ஞானநிலையில் கனியென முதிர்ந்தும் ஆன்மாக்கள் படிப்படியே முன்னேறித் தங்குறிக்கோளெய்துவன.

சங்கிதை, பிராமணங்கள், ஆரணியகங்கள், உபநிடதங்கள், பிரமசரியம் முதலிய நான்கு ஆச்சிரமங்களுக்கு உரியனவாய் முறையே அமைவதுபோல், சரியை முதலியனவும் அந்நான்கு நிலையினர்க்கும் உரியனவாய்க் காணப்படும்.

இதை ஊகத்தால் அறிந்து கொள்ளலாம். குரு சிச்ருவீக்ஷ செய்து ஓதும் பருவத்தினனான பிரமசாரிக்குத் தகுந்தது சரியை நெறியே. இல்வாழ்வானுக்கு உரியது கிரியை.

இல்வாழ்க்கைக்கும் துறவுக்கும் இடைப்பட்ட வானப்பிரஸ்த நிலை காடு சென்று துறவுக்குத் தன்னைத் தகுதியாக்கும் நிலையாகும். இது யோகநெறி நிற்றற்கு உரியது. முற்றுந் துறந்த ஞானி பற்றற்று ஞானவழியிற் சேரற்குரியவன்.

ஒன்றன் பின்னொன்றாக இந்நான்கு வழிகளையும் மேற்கொள்பவர்கள் இறைவனை அகத்தும் புறத்தும் இருத்தி வழிபடல் இன்றியமையாததாகின்றது. ஆகவே ஆலய வழிபாடு முக்கியத்துவம் பெறுகின்றது.

ஆலயங்களில் இறைவன் மூர்த்தி பேதங்களாலமையும் உருவத்திருமேனியையும், அருவுருவத்திருமேனியான இலிங்க வடிவினையும் கொண்டு எழுந்தருளுவான். இவற்றைப் புறக்கண் கொண்டு பார்த்து அநுபவம் மிக்கார்க்கு அவனது அருவத்திருமேனி அவர் அகக்கண் கொண்டு உண்முகநோக்காகத் தோற்றும் நிலையினை எய்துவிக்கும். மெய்யடியவர் அகத்தும் புறத்தே தேவாலாயங்களிலும் நிகழ்த்தும் வழிபாட்டினை அண்ணல் அன்புடன் ஏற்றருள்வான்.

ஆன்மாக்களை அல்லலிலிருந்து விடுவித்து உய்விக்க வேண்டிய இறைவன் தலம், தீர்த்தம், மூர்த்தி என மூவகை வடிவந்தாங்கி விளங்குவான். இவை மூன்றும் இறைவனினின்றும் வேறானவையாகக் கருதப்படா. நிலவுலகிற் காணப்படுந் திருத்தலங்கள் எண்ணிறந்தவை.

எனினும், இவையனைத்தையும் தரிசித்தல் கைகூடாததனால் அவற்றுட் சிறந்தவையாக ஒரு சில குறிப்பிடப்பட்டுள்ளன. இவற்றுள் முத்தி தலங்கள் அயோத்தி, மதுரை, மாயை அவந்திகை, காசி, காஞ்சி, துவாரகை என்னும் ஏழுமாம்.

திருவாரூர், திருவானைக்கா, திருவண்ணாமலை, சிதம்பரம், திருக்காளத்தி, காசி என்பன ஆறும் ஆதாரஸ்தலங்கள். காஞ்சி

திருவானைக்கா, திருவண்ணாமலை, திருக்காளத்தி, சிதம்பரம் என்பன பஞ்சபூதஸ்தலங்கள்.

இவையனைத்துள்ளும் பெரும் முக்கியத்துவம் வாய்ந்தது சிதம்பரம். சிதம்பரத் திருத்தலம் மட்டுமே கோவில் என்னும் சொல்லாற் குறிக்கப்படும் சிறப்பினைப் பெற்றது.

திருத்தலயாத்திரை கொண்டு சிவாலயங்களில் சிவ வழிபாடாற்றுவோர் சீவன் முத்தர்களெனச் சிவஞானபோதங் கூறும். இவர்கள் சிவாலயத்தைச் சிவனென உணர்ந்து வழிபடுவோர். இக்கருத்தினையே ஈசான குருதேவ பத்ததியும் தெளிவாகக் கூறுகின்றது.

“சிவசக்தி வடிவாயமைவது திருக்கோவில்; சிவாலயம் சிவமயமானது. எனவே சிவாலயம் வழிபாட்டிற்குரியது” என்பது இது கூறும் சுலோகமொன்றின் சாராம்சம்.

சிவாலயங்களை வலம் வரும் வேளை எடுத்துவைக்கப்படும் ஒவ்வொரு அடியும் அசுவமேத யாகப்பலனை எய்துவிக்கும்.

கோவில் வழிபாடு இன்றியமையாதது. கோவிலில்லா ஊரிற் குடியிருக்கவேண்டாம் என்பது மூதுரை. சிவாலயங்கள் இல்லா ஊர் ஊரன்று. அது அடவி (காடே) என நாயனாரொருவர் அறைந்து கூறியுள்ளார்.

இவையனைத்தும் சிவாலய மகிமையினையே பகருகின்றன. இறைவன் எங்கும் வியாபித்து நிற்பவன். ‘இத்தகையோன் ஏன் கோவிலை உறைவிடமாகக் கொண்டான்? அங்கு சென்று வழிபடும் முறை ஏன் ஏற்பட்டது? என்ற கேள்விகள் எழுவது இயற்கையே.

பசுவிடத்தில் பால் உடம்பு முழுவதும் செறிந்து வேற்றுருவில் நிற்பது எனினும், அது வேறெந்த இடத்தும் தோற்றாது கன்று தொட்ட மாத்திரத்து முலையிடத்திருந்து பெருகிப்பாயும். மரக்கட்டை எங்கணும் எரி உருக்கரந்துறையினும் கடையுமிடத்து மட்டுமே உறைவதென நாம் உணரும்வண்ணம் தோற்றும்.

இவ்வாறே, எங்கும் பரந்து விளங்கும் இறை, வழிபடும் மெய்யன்பர்க்கு விசேடமாகத் திருக்கோவிலிலே வெளியாகி அருளுவர். தேவாலயங்களில்லாத ஏனைய இடங்களில் இறைவன் வியாபித்து நிற்கும் நிலை, பாலில் நெய் சிறிதளவும் புறத்தே தெரியாது பரந்து விளங்குவது போன்றது.

இறைவன் கோவில்களில் சாந்நித்தங்கொண்டெழுந்தருளுவது, தயிரில் நெய் இருப்பதை நிகர்ப்பது. திருத்தலந்தோறும் யாத்திரை செய்து புனித தீர்த்தங்களில் மூழ்கி அங்கெழுந்தருளியிருக்கும்

மூர்த்தியைத் தரிசித்து அக்கோலம் அறிவுறுத்தும் உண்மையினை யும், அங்கு நிகழும் கிரியைகளையும் கண்குளிரக் கண்டு, அவை சுட்டுந் தத்துவங்களையும் உணர்ந்து வரும் ஒருவன், நாளடைவில், அகத்திலே இறையைக் கண்டு, புறப் பூசையினும் அகப்பூசையில் பேரின்பங் காணத் தலைப்படுவன்.

இது பதிமுது நிலை காண்பதற்கு அருஞ்சாதனமாய் அமைவது. இந்நிலையினை அடைப்பித்து உண்மையினை ஆன்மாக்களுக்கு விளக்கத் திருக்கோவில்கள் பெருஞ் சாதனைகளாய் விளங்குவது உய்த்து உணரற்பாலது.

இறைவழிபாடு இருவகையாக நிகழ்கின்றதைக் காண்கின் றோம். இவ்விரண்டனுள் வழிபாட்டிற்குரிய திருக்கோவிலில் தீர்த்தம், தூபம், தீபம், அலங்காரப் பொருள்கள், பூமாலை, நைவேத்தியம் முதலிய பொருள்களையெல்லாம் துணைக்கொண்டு, புறத்தே நிகழ்த்தும் பூசை, நாமனைவரும் புறக்கண்களாலே காணத் தக்கது; அனைவரும் அறிந்தது.

இவ்வாறு புறத்தோற்றம் பெறாது இப்பொருள்களனைத்தை யும் அகக்கண்ணால் கண்டு நுண்ணியதாக நெஞ்சினுட் கற்பித்து வழிபடுவது அகத்தில் நிகழும் வழிபாடு. இது புறத்தே ஏனையோர்க்குப் புலனாகாதது. இது உள்ளே நிகழும் வழிபாடு; ஆனதால் அந்தர்யஜனம் எனப் பெயர் பெற்றது. புறத்தே புலனாகும் புறக்கிரியை வழி நிற்பவர்களை ஞானவழியை நோக்கி இட்டுச் செல்ல, இது முக்கியமாதல் பற்றியே ஆகமம் இதனைக் கிரியைகளெல்லாவற்றிற்குமே இன்றியமையாததாகக் குறிப்பிடுகின்றது.

அந்தர்யாகம் இன்றேல் வெளியே நிகழ்த்தப்படும் வெளிப்பூசை பயன் தராது. ‘அந்தர் யாகத்தை முதலில் நிறைவேற்றியே சிவாச்சாரியார் பகிர் யாகத்தை தொடங்குதல் வேண்டும்’ என அஜிதாகமம் கூறுகின்றது. அந்தர்யாகம் கட்டாயமாக நிகழ்த்தப்பட வேண்டுவது என்பதைச் சித்தாந்த நூல்கள் எடுத்துக் காட்டுக்கள் மூலம் நம்மைத் தெளிவாக உணரவைக்கின்றன.

உள்ளே சிவத்தை ஆவாகித்துப் பூசை செய்யாது வெளியே பூசை செய்தல், உள்ளங்கையிலிருக்கும் பாலை விடுத்துப் புறங்கையை நக்கும் செயலை ஒக்கும். தேவாலயம் முதலிய புறவழிபாடு, அகத்தே நிகழும் அந்தர்யாகம் முதலிய உள்வழிபாட்டினைச் சிறிதாக இடம்பெறச் செய்யும்.

இவ்வழிபாட்டால் அநுபவம் பெருகி வளரும் பொழுது சிவஞானபேறு கிட்டும். இது ஈற்றில் வீடு பேற்றை அடைவிக்கும்.

அண்டத்தில் உள்ளதெல்லாம் பிண்டத்தில் உண்டென்னும் அடிப்படையில் "புறத்தே பூசைக்கு வேண்டும் சூழ்நிலை இறைவனை அகத்தே பூசை செய்வதற்கேற்றதாக எம் உள்ளத்திலும், அதை நடுவே கொண்டமையும் எம் சரீரத்திலும், அமைந்துள்ளது" என்பதை நமது சாத்திரங்கள் தனித்தனியே எடுத்துக் காட்டியுள்ளன.

பஞ்சபூதங்களும், முத்தானங்களும், மும்மண்டலங்களும், பதினான்கு உலகங்களும், மலைகளும், தீவுகளும், சமுத்திரங்களும் புறவுலகிற் காண்பதுபோல் சரீரத்திலும் காணப்படுமாற்றைத் தனித்தனி காட்டி விளக்குவன. புறவுலகில் உயிர்கள் தோன்றி, ஒடுங்கும் நிகழ்ச்சியினை நிகர்த்துச் சரீரத்திலும் இவையிரண்டும் நிகழ்தலையும் நூல்கள் உணர்த்துகின்றன.

உடம்பில் தலை ஸ்ரீபர்வதமாகவும், நெற்றி திருக்கேதார மாகவும், புருவமத்தி காசியாகவும், குய்யம் குருஸீக்ஷத்திரமாகவும், இதயம் பிரயாகையாகவும், இதயத்தின் நடு சிதம்பரமாகவும் திருத்தலங்கள் உடம்பில் விளங்குமாற்றைச் சூதசங்கிதை எடுத்தோதுகின்றது.

நம்முடலிற் காணப்படும் மூலாதாரம், சுவாதிஷ்டானம், மணிபூரகம், அநாகதம், விசுத்தி, ஆஞ்ஞை முதலிய ஆறாதாரங்களாக முறையே திருவாரூர், திருவானைக்கா, திருவண்ணாமலை, சிதம்பரம், திருக்காளத்தி, காசி என்னுந் தலங்கள் அமைவதையும் மதுரையம்பதி பிரமரந்திரமாய் விளங்குவதையும் திருவிளையாடற் புராணம் கூறும்.

திருக்கோவிலிற் காணப்படும் கருப்பக்கிருகம். அர்த்த மண்டபம், மகாமண்டபம், ஸ்நாநமண்டபம், அலங்கார மண்டபம், சபாமண்டபம் என்னும் மண்டபங்கள் முன்னர் கூறப்பட்ட ஆறு ஆதாரங்களால் உணர்த்தப்படும். ஆயிரங்கால் மண்டபத்தை சஹஸ்ராரம் குறிக்கும். சஹஸ்ராரத்திலிருந்து பெருகும் அமிர்தம், அடுத்திருக்கும் சந்திரபுஷ்கரணி தீர்த்தமாகவும் அறிவு நூல்கள் விளக்கிக் கூறுகின்றன.

இவ்வாறே புறக்கோவிலிற் காணப்படும் கோவிற் பிராகாரங்கள், கதவு, பஞ்சசபைகள், ஸ்தூபி, கொடிமரம், பத்திரலிங்கம், தூலலிங்கம், சூக்குமலிங்கம் எனும் மூவகை இலிங்கங்களும், சுயம்புலிங்கம், ஊர்த்துவலிங்கம், மகாலிங்கம் முதலிய இலிங்கபேதங்களும் உடலிலே அமையுமாற்றைச்

சிவாகமங்களும், சித்தாந்த நூல்களும் அவற்றின் துணைநூல்களும் விரிவாகக் காட்டியுள்ளன.

கருவறையில் உள்ள மூலலிங்கத்திற்கு எதிரே நேராக நிமிர்ந்து நிற்பது கொடிமரம். இதைப் போன்று உடலையும் நேராக இருத்தி இடை, பிங்கலை என்னும் இரு நாடிகள் வழியே பிராண வாயுவை நடு நாடியில் நிறுத்தித் தியானம் செய்யும் பொழுது பிராணவாயு அசைவின்றி நிற்கும்; இது யோகநூல்களில் கும்பகம் எனப் பெயர் பெறும்.

இவ்வாறு நிறுத்தும் பொழுது மனம், ஐம்பொறிகள், அவற்றின் விடயங்கள் முதலியன படிப்படியாக ஒடுங்கும். ஒடுங்க, மனம் ஒருவழிப்பட்டுப் பரமசிவ தரிசனம் ஏற்படும். இவ்வாறு கொடிமரம் உணர்த்தும் தத்துவத்தினை நூல்கள் விளக்கியுள்ளன.

கருப்பக்கிருகத்தில் நிறுவியுள்ள சிவலிங்கம் சூக்குமலிங்கம் எனப்படும். ஸ்தூபி தூலலிங்கம்; பலிபீடம் பத்திரலிங்கம். உலகில் உள்ள உயிர்கள் யாவும் ஒடுங்கும் இடமாய் விளங்குதலால் இது இலிங்கம் எனப்படலாயிற்று. எல்லாவற்றிற்கும் ஆதாரமாதலால் இது இலிங்கமாயிற்று எனவும், பிரகாசமே இலிங்கம் எனவும், வேதாந்த ஞானமே இலிங்கம் எனவும், சத்தியமே இலிங்கமெனவும் இலிங்கத்தின் பல இயல்புகள் நூல்களில் விளக்கிக் கூறப்பட்டிருக்கக் காண்கின்றோம்.

இலிங்கம் பிரணவவடிவு கொண்டமைந்துள்ளது. நாதமாகிய அகரம் சிவத்தையும், விந்துவாகிய உகரம் சக்தியையும், கலையாகிய மகரம் பரத்தையும் குறிக்கும், எனச் சிவலிங்கம் பிரணவமாயமையுந் தத்துவம் விளக்கப்பட்டுள்ளது. சிவலிங்கத்தின் வட்டவடிவாயமைவது உருத்திரபாகம், எண்கோணவடிவினது விஷ்ணுபாகம். அடியில் விளங்கும் நாற்கோண வடிவான அடித்தளம் பிரமபாகம்.

சிவலிங்கம் பதி எனவும், நந்தி பசு எனவும், பலிபீடம் பாசம் எனவும் கொள்ளப்படுகின்றன. வேதாகமங்களும், சித்தாந்த நூல்களும் குறிப்பிடும் இம்முப்பொருளைக் கோவில் இவ்வாறு உணர்த்தி நிற்கக் காண்கின்றோம்.

விக்கிரகங்களைச் சூழ்ந்து வட்டமாக அமையுந் திருவாசி பிரணவமேயாகும். சிவனை மறைத்து நடுவே இடப்படும் திரைச்சீலை மாயையாகும். திருவருள் என்னும் சக்தியைத் துணை நாடி, அதை அகற்றி, அறிவு என்னுங் கண்கொண்டு பார்ப்பவர்கள் சிவதரிசனப் பேறு பெற்றுப் பேரானந்தப் பெருவாழ்வெய்துவர்.

தம்மை மறந்து தற்போதமுற்றவராய் ஒளியை உள்ளே இருத்தி இம்மை, மறுமை என்னுமிரண்டினையுமகற்றி, வாயுவை ரேசக பூரகங்களால் இழுத்து நிலை நிறுத்தி, மூலாக்கினியை மூட்டிக் குண்டலினியை எழுப்பிப் பஞ்சபூதங்களாலான பௌதிக உடலைத் தகித்து, ஆறாதாரங்களில் உள்ள தெய்வங்களின் தரிசனங்கண்டு, அதற்கு மேலாக விளங்கும் பிரமரந்திரசஹஸ்ராரத்தில் இருந்து பிரவாகிக்கும் அமிர்தத்தை நாடிகளில் நிரப்பும் பொழுது நாதாந்தத் தொனி தோன்றும்.

இது மணியொலியாயும், குழலொலியாயும், மத்தளவொலி யாயும் தோன்றும். நாதோபாசனை மெய்ஞ்ஞான முத்தியை எய்துவிக்கத் தனிப்பெருங் கருவியாய் விளங்கும்.

இவ்வொலிகள் அகத்தேயுள்ள பஞ்சபூதங்களுடன் தொடர்பு கொண்டவை. பஞ்சமகாபூதங்களை அடிப்படையாகக் கொண்டு நாதங்களை ஐந்துவகையாக எழுப்பும் இசைக் கருவிகள் இறைவழிபாட்டிற் பயன்படுமாற்றினைக் கிரியை நூல்களிற் கண்டிருக்கின்றோம்.

வாத்தியங்கள் ஐந்து பூதங்களின்றும் பிறப்பதனால் ஐவகைப்படும். மரத்தில் அமையும் வாத்தியத்திலிருந்து ஒலி பிறப்பது மண் ஒலியாகும். சங்கொலி நீரிடந் தோன்றும் ஒலி. உலோகங்களிலிருந்து பிறப்பது ஒளி ஒலியாகும். குழலிலிருந்து பிறப்பது வளியொலியாகும். பாட்டு விண்ணொலி எனப்படும்.

இவ்வாறு மண், நீர், ஒளி, வளி, விண் என்னும் ஐம்பூதங்களிடம் தோற்றும் ஒலிகள் கூறப்படுவன. எவ்வகை வாத்தியங்களிலெழும் ஒலியாயினும் இவ்வைந்தினுள் அடங்கிவிடும்.

பூசை நிகழும் வேளை இறைவனுக்குச் செய்யும் உபசாரங்கள் பதினாறு வகையின. இது சோடசோபசாரம் எனப்படும். பத்துவகைப்படும் உபசாரங்களைத் தசோபசாரம் என்றும், ஐவகை உபசாரங்களைப் பஞ்சோபசாரம் என்றும் கிரியை நூல்கள் கூறும்.

இவை ஆவாகனம், தாபனம். சந்நிதானம், சந்நிரோதனம், பாத்தியம், அருக்கியம், ஆசமநீயம், புஷ்பம், தூபம், தீபம், நைவேத்தியம், ஜபம், ஆராத்திரிகம் என்பன "வியாபிக்கும் பரமசிவனது பொருவிலுயர் பரிபூரணந்தன்னை யறிவிலழுந்துதல்" ஆவாகனம் ஆகும். "அலையாதழுந்த நிலைபெறல்" தாபனமாகும். "இவன் தனதறிவு சிவன்பூரணத்திலும் சிவன் பூரணத்துவ மிவன்றனதறிவிலும் ஒன்றையொன்றகலாதுறவு செய்திருப்பது" சந்நிதானம் எனப்படும்.

"இவனிடத்துறுமறிவென்று மொழியாச் சமையது" சந்நிரோதனம், பாத்தியம் இறைவன் திருவடிகளிற் சமர்ப்பிக்கப்படும் நீர்; ஆசமநீயம் திருமுகத்திற் கொடுக்கப்படுவது; அருக்கியம் இறைவன் முடியில் சமர்ப்பிக்கப்படுவது. அஷ்டபுஷ்பங்கள் அருச்சனைக்குரியன. "அத்தனாரைப் பக்தி மலர்தூவ முத்தியாகும்" எனத் தேவாரம் மலர் தூவுவதனால் வரும் பெறுபேறு கூறுகின்றது.

தூபதீபம் "ஞானவிளக்க நண்ணுதற் பொருட்டு" அமையும். கற்பூரம் வெண்ணிறம் வாய்ந்தது. இது சாத்துவிக நிலையினைச் சுட்டும். இந்நிலையே ஆன்மா எய்த வேண்டியது. கற்பூரத்தில் அக்கினி பற்றியதும், அது தன்வயமிழந்து, அக்கினி மயமாகவே ஆகிவிடுகின்றது.

ஆன்மாவும் அவ்வாறே ஞானாக்கினி தன்னைப் பற்றுங்கால் பசுவென்னும் நிலைநீங்கிச் சிவத்துவம் பெறும். கற்பூரம் சிறிது சிறிதாகத் தன்னுருவம் தேய்ந்து ஈற்றில் வெளியுடன் இரண்டறக் கலந்துவிடும். இவ்வத்துவித நிலையே ஆன்மா சிவத்துடன் ஒன்றறக்கலந்து பேரானந்தப் பெருவாழ்வெய்தலிருக்கும் சிவாத்துவித நிலை. இதுவே கற்பூராத்திரிகை சுட்டும் தத்துவம்.

பஞ்சோபசாரங்கள் ஐந்து பூதங்களுடன் தொடர்பு கொண்டன. நிலத்தில் விளையும் கந்தமூல பலாதிகளான பலவகை உணவுப் பொருள்கள், பூக்கள் முதலியவற்றை இறைவனுக்கு அர்ப்பணித்தல் பார்த்திவ உபசாரமாகும்.

நீர், பால், தயிர் முதலியன நீருடன் தொடர்புள்ளவை ஆப்யோபசாரம் எனப்படும்; உலோகங்கள், ஆபரணங்கள், தீபங்கள், கண்ணாடி முதலியன ஒளியுடன் தொடர்புள்ள தைஜசோபசாரம் எனப்படும்.

தூபம், சாமரை முதலியன காற்றுடன் தொடர்புள்ள வாயவ்ய உபசாரமாகும். கீதம், தோத்திரம், மந்திரம் முதலிய ஒலித்தலால் நிகழ்வது ஆகாயத்துடன் தொடர்புள்ள வைஹாயசோபசாரமாகும். விஹாயசம் என்பது ஆகாயம்.

யாகம், முன்னர் கூறியவாறு அந்தர்யாகம், பஹிர்யாகம் என இருவகைப்படும். அந்தர்யாகம் பின்வருமாறு அந்தர் முகமாக நிகழும். கூறப்படுங் கிரியைகள் யாவும் மானசீகமாக நிகழ்வன.

சுத்தமாயை வடிவான அர்க்யபாத்திரத்தை இதயகமலத்தில் கதளீபத்திர மூலத் தடியில் வைத்து, பிந்துஸ்தானத்தில் இருந்து வெளியே பெருகும் அமிர்தமாகிய நீரினால் அதை

நிரப்பி, உரியவாறருச்சித்து, அந்நீரினால் மானசீகமாகப் பூசையிலீடுபட்டிருக்கும் சிவாசாரியார் தன் தலையில் தெளித்தல் வேண்டும்.

இதயத்தில் தானே தோன்றிய கிழங்கிலிருந்து வெளிப் போந்ததும், உடலின் நடுவில் விளங்குவதும், ஒன்பதங்குலப் பிரமாணம் வாய்ந்ததும், நான்கு அங்குல நீள அகலமும், அதேஅளவு உயரம் வாய்ந்ததும், முட்டை வடிவினதும், தோல் முதலியவற்றுடன் விளங்குவதுமான இதயகமலத்தைக் கர்ணிகையுடன் கூடியதாகத் தியானித்தல் வேண்டும்.

அங்கு இறைவனை ஆசன மூர்த்தி மூலமாகத் தியானித்து ஆவாகித்தல் வேண்டும். அவ்வேளையில் இறைவன் மூன்று நிலைகளில் தோன்றியருள்வார். இம் மூவகைத் தோற்றங்களுள் அநாஹத சிவனிடம் பூசையும், அமநஸ்க சிவனிடம் ஹோமமும், பரமசிவனிடத்து சமாதியும் நிகழ்தல் வேண்டும்.

இதய கமலத்தில் இறைவனை பஞ்ச பிரமமந்திரங்களாலும், ஷடங்க மந்திரங்களாலும் மானசீகமாக அருச்சிப்பதற்கு உரிய எட்டுவகைப் பூக்கள் அகிம்சை, இந்திரியநிக்கிரகம், க்ஷலீந்தி, தயை, ஞானம், தபம், சத்யம், பாவம் என்பன. க்ஷமை அர்க்யபாத்திரமாயமையும், அமிர்தஸ்வரூபமான நீர் இங்கு அபிஷேகத்திற்குரியது.

அடுத்து அமிர்தப் பிரவாஹத்தினால் அபிஷேகம் நிகழும். புத்தி, குங்குமமும் கர்ப்பூரமும் கஸ்தூரியும் புனுகும் சந்தனமும் கலந்த வாசனைத் திரவியங்களால் பூசும் உபசாரப் பொருளாகும்.

ஐம்பூதங்களால் ஐவகையுபசாரமும் நிகழும். பஞ்சபூதங் களான பிருதுவி முதலான நைவேத்தியம், நீர், கண்ணாடி, விசிறி, ஸ்தோத்திரம் ஆகிய ஐவகை உபசாரப் பொருள்களாலர்ப் பணித்து, இவையனைத்தையும் சூக்ஷ்ம சரீரயோகத்தால் சேமித்து மானசீக சிவபூசை செய்தல் வேண்டும்.

இதயகமலத்தில் வித்யாபீடத்தில் சிவனை ஆசனமூர்த்திமூலம் மானசீகமாக அருச்சித்து, தியானித்து, முன்கூறிய பொருள்களை மனதால் நிவேதித்து, மானசீகமாகப் பஞ்சமுகி முத்திரை காட்டி, நாபி குண்டத்தில் தானாகவே உற்பத்தி பெற்ற அக்கினியில் ஹோமம் செய்தல் வேண்டும்.

இவ்வக்கினிகாரியத்தில் சுத்தமாயை குண்டமாகும். இச்சை, ஞானம், கிரியை ஆகிய மூன்று சக்திகள் மூன்று மேகலைகள்; சுழுமுனை சிருக்கு; இடை சுருவம்; மூலாதாரம் நெய்க்கிண்ணம், எல்லாத் திரவியங்களுடன் கூடிய பிரபஞ்சமே ஹோமத்துக்குரிய

பொருள்கள்; பிந்துவிலிருந்து வெளிப்போகும் அமிருதம் நெய், நாபிகுண்டத்தில் தானாகவே தோன்றிய அக்கினியில் ஞானாக்கினியை துவாதசாந்தத்திலிருந்து சுழுமுனை வழியே நாபிகுண்டத்தில் சேர்ப்பித்துப் பூரகஞ் செய்வதனால் பெருகச் செய்யப்படும் நெய்யினால் நூற்றெட்டு ஆகுதிகள் முதலான ஆகுதி வகைகளைக் கொடுத்து ஹோமம் செய்தல் வேண்டும்.

ஹோமத்தின் முடிவில் சுழுமுனையினைச் சிருக்காகக் கொண்டு பூர்ணாகுதி நிகழ்த்துதல் வேண்டும். இது ஹோமம் ஆகும். பின்னர் சமாதி நிலை நிற்றல் கூறப்படுகின்றது.

ரேசகும்பகம் செய்து, அநாகதசிவன் அமனஸ்க சிவனிலும், அமனஸ்கசிவன் பரமசிவத்திலும் ஒடுங்கியதாகத் தியானித்து, சச்சிதானந்தரூபியான பரமசிவனிடத்தில் இலயித்தலான சமாதிநிலை கூடல் வேண்டும். உள் நிகழ்த்திய பூசையை இறைவனிடம் சமர்ப்பித்து அந்தர்யாகத்தை முடித்தல் வேண்டும்.

பகிர்யாகத்தில், வேதியில் நடுக்கும்பத்தில் இறைவனையும் சுற்றியுள்ள கும்பங்களில் பரிவாரத் தெய்வங்களையும் ஆவாகித்துப் பூசிப்பதுடன், சிவாக்கினியில் இறைவனை ஆவிர்ப்பவிக்கச் செய்து ஹோமம் நிகழ்த்துதல் வேண்டும்.

ஆகமவறிவினைத் துணைகொண்டு இறைவனை ஆவாகிக்கும் கும்பத்தை நோக்குமிடத்து, அதன் அமைப்புப் பின்வருமாறு விளங்கும்; குடம் மாம்சம்; அதுனுள் நிரம்பியுள்ள நீர் இரத்தம்; உள்ளே இடப்படும் இரத்தினங்கள் எலும்புகள்; சுற்றுப்பட்டுகளின் நூல்வரிசைகள் நாடிகள்; வஸ்திரம்தோல்; மந்திரம் பிராணன்; கூர்ச்சம் தலைமயிர்; மாவிலை சடை; தேங்காய் தலை; இதுவே கும்பத்தின் அமைப்பு.

கொடிமரத்தின் தத்துவம் சிறிது முன்னர் கூறப்பட்டது. கொடியேற்றுங் கிரியை உணர்த்துந் தத்துவத்தைச் சிறிது கவனிப்பாம். ஆணவத்துக்கும், ஞானத்துக்கும் இடம் ஒன்றே. ஞானம் மேலிட்ட காலத்து ஆணவம் ஒளித்து நிற்கும்.

ஆணவம் மேலிட்ட வேளை ஞானம் உருக்கரந்து நிற்கும். ஒன்று மேலிட்ட காலத்து ஒன்று ஒழித்து நின்றாலும் ஞானத்தை ஆணவமலம் பொருந்தாது. பூர்வவாசனா விசேஷத்தினால் சிவஞானம் விளங்குமானாலும் மும்மலங்களிலே மூழ்கிக்கிடக்கும் ஆன்மா அருள் கூடும்படியாக மலங்களைப் போக்கவே துவஜா ரோகணம் நிகழ்வது.

இவ்வாறு, கொடிக்கவி, கொடியேற்று விழாவின் தத்துவத்தைச் சுருக்கி ஒரு பாட்டில் கூறுகின்றது. 'கர்த்தா

எது? சக்தி எது? ஆன்மா எது? கேவலம் எது? சகலம் எது?' என்ற கேள்விகளுக்கு விளக்கந் தருவது துவஜாரோகணம். பஞ்சாக்கரத்தினால் மோட்சத்தை அடைப்பிப்பது கொடி. இவையும் கொடிக்கவி, சுட்டும் உயர் கருத்துக்களாம்.

கொடியேற்றிய நாள்முதல் பத்துநாட்கள் நிகழும் திருவிழாக்களும் தனித்தனி தத்துவங்களை உணர்த்துகின்றன. "முதனாள் விழா தூல உடம்பை நீக்குவதற்காகவும், இரண்டாம் நாள் விழா தத்துவமயமான உடம்பு நீங்கும் பொருட்டும், மூன்றாம் நாள் விழா மூவினை, முக்குணம், மும்மணம், முக்குற்றம், முப்பிறப்பு, முப்பற்று முதலியன நீங்குவதற்கும், நான்காம் நாள் விழா நாற்கரணம், நால்வகைத் தோற்றம் நீங்கவும், ஐந்தாம் நாள் விழா ஐம்பொறிகள், ஐந்தவத்தை ஐந்து மலங்கள் நீங்கவும், ஆறாம் நாள் உற்சவம் உட்பகையாறும் கலையாதியாறும் கன்மமல குணமாறும், பதமுக்தி ஆறும் நீங்கவும், ஏழாம் நாள் விழா ஏழ்வகைப் பிறப்பும், ஏழுவகைத் தத்துவங்களுமாகிய மலகுணமேழும் நீங்கற் பொருட்டும், எட்டாம் நாள் உற்சவம் எண் குணங்கள் விளங்கவும், ஒன்பதாம் நாள் உற்சவம் மூவடிவம் முக்கிருத்தியம், மூவிடத்துறைதல் பொருட்டும், பத்தாம் நாள் விழா சிந்தையும் மொழியுஞ் செல்லா நிலைத்தாய், அந்தமிலின்பத்தழிவில் வீடான பரமானந்தக் கடலில் அழுந்தற் பொருட்டும் செய்யப்படுவன" என பத்துநாள் திருவிழாக்கள் சுட்டுந் தத்துவத்தை மகோத்ஸவ விளக்க நூல் தனித்தனி விளக்கிக் காட்டியுள்ளது.

சிவபிரான் ஆடியருளிய திருநடனங்கள் பல. அவற்றுள் தலைசிறந்தவை கால்மாறியாடிய நடனம், பாண்டரங்கம், கொடுகொட்டி, சந்தியா நிருத்தம், சண்டதாண்டவம், வீராட்டகாசம், கௌரி தாண்டவம், ஆனந்த நடனம், அனவரத நடனம், மகாசங்கார நிருத்தம் முதலியன.

கால்மாறியாடுந் திருநடனம் மதுரையில் நிகழ்வது. இது பாண்டிய மன்னன் வேண்டுகோட்கிணங்கி நிகழ்ந்ததாகப் புராணங் கூறும். திரிபுரமெரிக்கப் புறப்பட்ட வேளை நிகழ்ந்தது பாண்டரங்கம், கொடி கொட்டி திரிபுர தகனம் முடிந்த பின் நிகழ்ந்தது.

பாற்கடலில் நஞ்சுண்ட பின் நிகழ்ந்தது சந்தியாநிருத்தம், சண்ட தாண்டவம் இறைவன் பயங்கர வடிவு கொண்டு பல வாத்தியங்கள் முழங்கக் காளியுடன் ஆலங்காட்டில் நிகழ்த்தியது. கௌரிதாண்டவம் தாருகவனத்திலிருந்து திரும்பி நிகழ்ந்ததைக் கௌரிக்குணர்த்த ஆடியது.

முருகன் உணர்த்திய பிரணவப் பொருளைக் கேட்டதும், வீறு கொண்டு தணிகையில் ஆடியது வீராட்டகாச நடனம். ஆனந்த தாண்டவம் சிதம்பரத்தில் கனகசபையில் முயலகன் மீது நின்று ஆடிய திருநடனம்.

இறைவன் நடராஜமூர்த்தியாக நடனமாடும் கோலம் பஞ்சாக்கர வடிவாக அமைந்திருப்பதனை நூல்கள் பலவாறு எடுத்துக் காட்டியுள்ளன. திருவடி நகரமாகும் மகரம் உதரகம், சிகரம், தோள், முகம் கவரமாய் விளங்குகின்றது. யகரம் முடியாய் அமைந்துள்ளது. பிரணவம் திருவாசி, விட்டு நீங்காது வளைந்து நிற்கும் பிரணவத்துள் ஒளி வீசி நிற்பது பஞ்சாக்கரமேயாகும். இறைவன் திருநடனம் ஐம்பெருந் தொழில்களைக் குறிப்பதை நூல்கள் உணர்த்துகின்றன. உடுக்கையினால் தோற்றத்தினையும், அமைக்கும் அபயகரத்தால் திதியையும், ஏந்தி நிற்கும் அக்கினியால் சங்காரத்தையும், ஊன்றியதாளால் திரோதானத்தையும், நான்ற மலர்ப்பாதத்தால் முத்தியினையும் குறிப்பிட்டு பஞ்சகிருத்திய நடனத்தினை உலகம் உய்யவேண்டி அனவரதமும் இயற்றி இறைவன் எம்மை உய்வித்து நிற்கின்றான்.

பின்னிணைப்புகள்

1. அரும்பத விளக்கம்

ஆகமங்கள்

– தெய்வத் திருவருளால் உருவான சைவத்துடன் தொடர்புடைய நூல்கள்.

சிவாகமங்கள் இருபத்தெட்டு (28)

காமிகம், யோகஜம், சிந்தியம், காரணம், அஜிதம், தீப்தம், சூக்ஷமம், சகசிரம், அம்சுமான், சுப்பிரபேதம், விஜயம், நிச்சுவாசம், சுவாயம்புவம், ஆக்நேயம், வீரம், இரௌரவம், மகுடம், விமலம், சந்திரஞானம், முகபிம்பம், புரோற்கீதம், இலலிதம், சித்தம், சந்தானம், சர்வோக்தம், பாரமேஸ்வரம், கிரணம், வாதுளம்.

சிவாகமங்கள்

– சிவாகமங்கள் விதித்துக்கூறும் கிரியை மரபுகளுக்கு ஏற்ப முறையாக ஒழுங்குபடுத்திக்கூறும் நூல்கள் ஆகும்.

பத்ததிகள் வகுக்கப்பட்டவர்களின் பெயர் கொண்டு அவை பதினெட்டாகும் (18)

1. உக்ரஜோதி, 2. சத்யஜோதி, 3. ராமகண்டர், 4. வித்யாகண்டர், 5. நாராயணகண்டர், 6. விபூதிகண்டர், 7. ஸ்ரீகண்டர், 8. நீலகண்டர், 9. சோமசம்பு, 10. ஈசானசம்பு, 11. ஹ்ருதயசிவம, 12. பிரம்மசம்பு, 13. வைராக்கிய சிவன், 14. ஞானசம்பு, 15. திரிலோசன சிவன், 16. வருணசிவன், 17. ஈசுவரசிவன், 18. அகோரசிவன்

தந்திரங்கள்

– சக்தி வழிபாட்டை எடுத்துக்கூறும் நூல்கள்

குமாரதந்திரம்

— குமரக்கடவுளின் வழிபாட்டை எடுத்துக்கூறும் நூல்.

நால்வேதங்கள்

— இருக்கு, யசுர், சாமம், அதர்வம்

இதிஹாசங்கள்

— மஹாபாரதம், இராமாயணம்

மஹாபுராணங்கள்

— மத்ஸ்யம், மார்க்கண்டேயம், பவிஷ்யம், பிரம்மம், பிரமாண்டம், பிரமவைவர்த்தம், வாமனம், வாயு, விஷ்ணு, வராகம், அக்கினி, நாரதீயம், பத்மம், இலிங்கம், கருடம், கூர்மம், ஸ்கந்தம், பாகவதம்.

உபபுராணங்கள்

— சனத்குமாரம், நாரசிம்மம், நாரதீயம், சிவரகசியம், துர்வாசம், கபிலம், மானவம், பார்க்கவம், வாருணம், காளிகா, சாம்பவம், நந்திகேசுவரம், சௌரம், பராசரீயம், ஆதித்தம், மகேஸ்வரம், வசிட்டம், பாகவதம்

தலபுராணங்கள்

— கோவில்களுடன் தொடர்புபட்ட புராணங்கள் தலபுராணங்கள் ஆகும்.

புராணலக்ஷணம்

— சர்க்கம், பிரதிசர்க்கம், வம்சம், மன்வந்தரம், வம்சானுசரிதம் எனும் ஐந்துமே புராணங்களுக்குரிய பஞ்சலக்ஷணங்களாகும்.

அஷ்டாங்கயோகம்

— யோகத்திற்குரிய எட்டு அங்கங்களுடன் கூடியது அஷ்டாங்க யோகம் எனப்படும். இது இயமம், நியமம், ஆசனம், பிராணாயாமம், பிரத்யாஹாரம், தாரணை, தியானம், சமாதி என்பனவாகும்.

விஷ்ணுவின் பஞ்சமூர்த்தி பேதங்கள்

— விஷ்ணுவினுடைய மூர்த்திபேதங்கள் ஐந்தாக வகைப்படுத்தப்படுகின்றன. அவையாவன பரம்,

வியூகம், விபவம், அந்தர்யாமி, அர்ச்சை எனும் ஐந்து வகையாகும்.

பஞ்சகவ்யம்

– பசுவினுடைய பொருட்கள் ஐந்து. அவையாவன பால், தயிர், நெய், கோமயம், கோசலம் என்பனவாகும்.

பஞ்சாமிருதம்

– இது இறைவனின் அபிஷேகத்திற்குரிய திரவியங்கள் ஐந்தின் சேர்க்கை ஆகும். அவை மூன்று வகைப்படும்.

1. மாம்பழம், வாழைப்பழம், பலாப்பழம், தேன், சர்க்கரை

2. பால், தேன், வாழைப்பழம், கருப்பஞ்சாறு, சர்க்கரை

3. பால், தயிர், நெய், தேன், சர்க்கரை என்பனவாகும்.

அவதார மூர்த்தங்கள்

– விஷ்ணுவின் மூர்த்தங்கள், தசாவதாரமூர்த்தங்கள் பிரசித்தமானவை. அவையாவன: மச்சம், கூர்மம், வராகம், நரசிம்மம், வாமனம், பரசுராமன், இராமன், பலராமன், கிருஷ்ணன், கல்கி.

பன்னிரு ஆழ்வார்கள்

– பொய்கை ஆழ்வார், பூதத்தாழ்வார், பேயாழ்வார், திருமழிசையாழ்வார், நம்மாழ்வார், மதுரகவியாழ்வார், குலசேகராழ்வார், பெரியாழ்வார், ஆண்டாள், தொண்டரடிப்பொடியாழ்வார், திருப்பாணாழ்வார், திருமங்கையாழ்வார்.

அறுவகைக் கோயில்கள்

– தேவாரங்களில் ஆறுவகைக் கோயில்கள் குறிப்பிடப் படுகின்றன. அவை விமானங்களின் அமைப்பை அடிப்படையாகக் கொண்டு ஏற்பட்ட பேதங்கள் ஆகும். அவையாவன: கரக்கோயில், ஞாழக்கோயில், கொகுடிக்கோயில், இளங்கோயில், மணிக்கோயில், ஆலங்கோயில்.

எழுவகை கோயில்

– சிற்பசாஸ்திரங்கள் ஏழுவகையானக் கோயில்களைக் குறிப்பிடுகின்றன. அவையாவன: விஜயம், ஸ்ரீபோகம்,

ஸ்ரீவிசாலம், ஸ்கந்தகாந்தம், ஸ்ரீகரம், ஹஸ்திபிருஷ்டம், சேகரம் என்பனவாம்.

மூவகை ஆலயங்கள்

– கேவலாலயம், மிச்ராலயம், சங்கீர்ணாலயம் என்பன வாகும்

பஞ்சபிராகாரம்

– கர்ப்பகிருகத்தையடுத்து அமைவது அந்தர் மண்டபம், இரண்டாவதாக அமைவது அந்தர் துவாரம், மூன்றாவதாக அமைவது மத்யஹாரம், நான்காவதாக அமைவது மர்யம், ஐந்தாவதாக அமைவது மஹாமர்யை என்பனவாகும்.

பஞ்சகோபுரங்கள்

– அந்தர் மண்டபம்	– துவார சோபை
அந்தர் துவாரம்	– துவார சாலை
மத்யஹாரம்	– துவார பிராசாதம்
மர்யம்	– துவார ஹர்மியம்
மஹாமர்யம்	– மஹாமர்யாதை, மகாகோபுரம், ராஜகோபுரம்.

கோபுரங்களின் எட்டு வகை

– ஸ்ரீ யோகம், ஸ்ரீ விசாலம், விஷ்ணுகாந்தம், இந்திரகாந்தம், பிரம்மகாந்தம், ஸ்கந்தகாந்தம், சிகரம், சௌம்யகாந்தம்

இலிங்கத்தின் வகை

– சலம், அசலம் என இருவகைப்படுகின்றது. சல இலிங்கம், ஜங்கமலிங்கங்கள் எனப்படுகின்றன. அவை மண், உலோகம் இரத்தினம், மரம், கல் என்பனவற்றால் அமையத்தக்கன. தாவரலிங்கம் ஒன்பது வகைப்படுவன. அவையாவன: சுவாயம்புவம், தைவிகம், காணபத்தியம், அசுரம், சுரம் ஆர்ஷம், ராக்ஷசம், மானுஷம், பாணம் என்பனவாகும்.

அஷ்டகந்தம்

– சந்தனம், குங்குமப்பூ, கஸ்தூரி, கோரோசனை, பச்சைக்கற்பூரம், புனுகு, ஜவ்வாது, பன்னீர் எனும் எட்டுமாகும்.

இருபத்தைந்து சிவமூர்த்திபேதங்கள்

– சோமதாரீ, உமயாஸஹர், விருஷாரூடர், நிருத்தமூர்த்தி, கல்யாணசுந்தரர், பிக்ஷலீடனர், காமாரி, காலாரி, திரிபுராரி, ஜலந்தரவதர், கஜாரி, வீரபத்ரர், ஹர்யர்த்தர், அர்த்தநாரீ, கிராதர், கங்காளர், சண்டேசானுக்கிரகர், விஷாபஹரணர், சக்ரதானர், விக்னேசானுக்கிரகர், சோமாஸ்கந்தர், ஏகபாதர், சுகாசனர், தக்ஷிணாமூர்த்தி, லிங்கோற்பவர்.

சிருஷ்டி மூர்த்திகள்

– சோமாஸ்கந்தர், சுகாசனர், கல்யாணசுந்தரர், சந்திரசேகரர், கங்காதரர்.

ஸ்திதி மூர்த்திகள்

– விருஷபாரூடர், அர்த்தநாரீஸ்வரர், கிராதர், வீரபத்ரர், பிக்ஷலீடனர்

சம்ஹார மூர்த்திகள்

– நிருத்தமூர்த்தி, காமாரி, காலாரி, கஜாரி, திரிபுராரி, ஜலந்தரவதர்

சப்ததாண்டவர்கள்

– ஆனந்ததாண்டவர், சந்தியாதாண்டவர், த்ரிபுரதாண்டவர், காளீதாண்டவர், முனீநாந்தஸ்ய தாண்டவர், சம்ஹாரதாண்டவர்.

அஷ்டபுஷ்பம்

1. எருக்கு, தாமரை, வில்வம், நந்தியாவர்த்தம், பாடலி, அலரி, சம்பகம், நீலோத்பலம்
2. தாமரை, எருக்கம்பூ, நந்தியாவர்த்தம், பாடலி, த்ரோணபுஷ்பம், மந்தாரம், அலரி, நீலோத்பலம்
3. இருவகை அலரி, நந்தியாவர்த்தம், மஹாத்ரோணம், எருக்கு, மல்லிகை, சம்பகம், நீலோத்பலம்

அஷ்டமூர்த்தி

– பிருதிவீ, அப்பு, தேயு, வாயு, ஆகாசம், சூரியன், சந்திரன், எஜமானன்

சைவர்களின் பிரிவுகள்

– அநாதிசைவர், ஆதிசைவர், மகாசைவர், அநுசைவர், அந்தரசைவர் என ஐந்து பிரிவுகளாகும்.

சிவனின் ஐந்து முகங்கள்

– ஈசானம், தத்புருஷம், அகோரம், வாமதேவம், சத்யோஜாதம்

பன்னிருவகை பூமிகள்

– சிவாகமங்கள் நிலங்களை அவற்றின் இயல்புகொண்டு பன்னிரு வகையாக வகைப்படுத்துகின்றது. அவை யாவன: சைவபூமி, பிரம்மபூமி, விஷ்ணுபூமி, இந்திரபூமி, பசுபூமி, பூதபூமி, அசுரபூமி, பைசாசபூமி, ராக்ஷசபூமி, வாயுபூமி, வருணபூமி, ஆக்னேயபூமி

இவைகளின் விரிவுகளை பூர்வகாமிகாகமம் தெளிவு படுத்துகின்றது.

ஆறு ஆதாரங்கள்

– மூலாதாரம், சுவாதிஷ்டானம், மணிபூரகம், அநாஹதம், விசுத்தி, ஆக்ஞை

பதினெண் வித்தைகள்

– வேதங்கள் 4: இருக்கு, யசுர், சாமம், அதர்வம்

வேதாங்கங்கள் 6: சிக்ஷை, வியாகரணம், ஜோதிஷம், சந்தஸ், நிருத்தம், கல்பம்

வேதங்களின் பிரிவுகள்: புராணம், நியாயம், மீமாம்சை, ஸ்மிருதி

உபவேதங்கள் 4: ஆயுர்வேதம், நநுர்வேதம், காந்தர்வவேதம், அர்த்தசாஸ்திரம்.

விபூதி

– விபூதி என்றால் அழியாத ஞானத்தைக் கொடுப்பது என்றும், செல்வத்தை அளிப்பது என்றும் பொருள்படும்

விபூதியின் வகைகள்

- விபூதி நான்கு வகைப்படும்

    அவையாவன கற்பம், உபகற்பம், அநுகற்பம், அகற்பம்

விபூதியின் பலன்கள்

- கருநிறவிபூதி: வியாதியை உண்டாக்கும்

    செந்நிற விபூதி: கீர்த்தியைக் கெடுக்கும்

    புகைநிற விபூதி: ஆயுளைக் குறைக்கும்

    பொன்நிற விபூதி: செல்வத்தைக் கெடுக்கும்

    எனவே, இத்தகைய விபூதிகளை நீக்கி வெண்ணிற விபூதியையே தரித்தல் வேண்டும். இது போகம், மோக்ஷம் இரண்டையும் அளிக்கும்.

ருத்ராக்ஷம்

- இது சிவனது கண்ணிலிருந்து தோற்றம் பெற்றது எனப் பொருள்படும். ருத்ராஷம் ஒருமுகம் முதல் 16 முகம் வரையாக உள்ளன.

ருத்ராக்ஷம் தரிக்கும் இடங்கள்

ருத்ராக்ஷங்களை குடுமி, தலை, காது, கழுத்து, மார்பு, புஜம், மணிக்கட்டு இவைகளில் தரிக்கலாம்.

தரிக்கத்தக்க எண்ணிக்கைகள்:

குடுமி	–	01
தலை	–	22
கழுத்து	–	32
மார்பு	–	108
புஜம்	–	16
மணிக்கட்டு	–	12

தீக்ஷை

ஆன்மாக்களுக்கு குருவானவர் மலத்தைக் கெடுத்து ஞானத்தை கொடுப்பது என்று பொருள்படும். இத்தீக்ஷை எழுவகைப்படும்.

நயன தீக்ஷை, ஸ்பரிச தீக்ஷை, வ்லீசக தீக்ஷை, ஔத்ரி தீக்ஷை, மானச தீக்ஷை, ஔத்ரி தீக்ஷை. ஔத்ரி தீக்ஷை கிரியாவதி, ஞானவதி என இருவகைப்படும்.

தீக்ஷையின் பெயர்கள்:

தீக்ஷை சமயம், விசேடம், நிர்வாணம், ஆசாரியாபிஷேகம் எனும் பிரிவுகளையுடையது. இதில் நிர்வாண தீக்ஷை இருவகைப்படும்.

1. சத்யோ நிர்வாணதீக்ஷை – உடன்முக்தி

2. அசத்யோ நிர்வாணதீக்ஷை – தேகாந்தத்தில் முக்தி

பன்னிருவிதமான கிராமங்கள்

காமிகாகமத்தில் மக்கள் வாழும் தன்மையை ஒட்டி, பன்னிருவகையாக ஊர்கள் வகைப்படுத்தப்படுகின்றன. அவையாவன:

அக்கிரகாரம் (மங்களம்), கிராமம், குடிகம் (ஏகபோகம்), நகரம், கர்வடம், பட்டினம், கேடகம், கண்டகை, சிபிரம், சேனாமுகம், சேனாஸ்தானம், மடம்

உற்சவங்களின் பதினெட்டு கிரியைகளின் வரிசை

– ரிஷப யாகம், துவஜாரோகணம், பேரீதாடனம், அங்குரார்ப்பணம், யாகசாலை, அஸ்த்ரயாகம், பலிதானம், யானக்கிரமம், பரிவேடம், நீராஜனம், கௌதுகம், தீர்த்த சங்கிரகணம், சூர்ணோற்சவம், தீர்த்தவாரி, துவஜாவரோகணம், ஸ்நபனம், திருக்கல்யாணம், பக்த உற்சவம்

ஆலய நித்யபூஜையின் வகைகள்

– நித்யபூஜைகள் மூன்றுவகைப்படும். அவையாவன:

சாங்கம், உபாங்கம், பிரத்யங்கம்

சாங்கம்	:	அபிஷேகம், பாத்யம், ஆர்க்கியம், ஆசமனீயம் ஆடை, ஆபரணம்,சந்தனம், புஷ்பம் எனும் எட்டும் அடங்கும்.
உபாங்கம்	:	தூபம், தீபம், பஸ்மதாரணம், குடை, கண்ணாடி, சாமரம், விசிறி, வியசனம், நாட்டியம், கீதவாத்யம் எனும் பத்தும் அடங்கும்.
பிரத்யங்கம்	:	நிவேதனம், பலிதானம், ஓமம், நித்யோத்சவம், சுளூகோதகம், ஆசீர்வசனம் எனும் ஆறும் பிரத்யங்கமாக அடங்கும்.

2. குறிப்பகராதி

அங்குரார்ப்பண பூர்வகமான உற்சவம், 260

அட்டமூர்த்தங்கள், 50

அட்டமூர்த்தி, 50, 58

அட்டவீரட்டங்கள், 158, 263

அத்வர்யு, 50, 64

அதிபங்கம், 164

அதிஷ்டானம், 84–85, 91, 98, 111

அந்தகாசுரமூர்த்தி, 158

அந்தர்யாகம், 175, 292, 296, 298

அந்தரிதம், 212

அநாவர்த்தனம், 212–213

அபங்கம், 164

அபிசாராணி, 47

அம்பிகாபதி, 63

அர்ச்சனை, 45, 185

அர்ச்சாகிருகம், 80

அரணி, 49, 249

அர்த்தநாரி, 63

அர்த்தநாரீசுவரமூர்த்தி, 159

அரிஹரமூர்த்தி, 159

அவி, 43–44, 67, 76, 127, 144, 179, 187, 250, 269

அவிமுக்தேஸ்வரர், 60

அறிவுவழி, 27, 52

அறுதொழில், 214

அஷ்டபந்தன திரவியங்கள், 254

அஷ்டோத்தரசதநாமர்ச்சனை, 45

ஆகமம் 27–28, 32, 50, 133, 150, 185, 209, 239, 278, 292

ஆசார்யலக்ஷணம், 215

ஆத்ஜேஸ்டிகாவிதி, 95

ஆராதனை, 78, 112, 180, 186, 261– 262

ஆலிங்கனமூர்த்தி, 137

ஆவரணம், 265

ஆவர்த்தனம், 212

இந்துமௌலி, 63

இரதம், 106

இராவணானுக்கிரக மூர்த்தி, 159

இலிங்கம். 33, 35, 123, 124, 125, 127–131, 145, 158, 160, 213, 254, 255, 294, 304, 306

இஷ்டகநியாசம், 94

312

இஷ்டகம், 96

உபதம்சங்கள், 199

உபமானம், 163

உபவாசம், 75–76, 186

உபஸ்தம்பங்கள், 98

உபாங்கானுக்குஞு, 218

உபாசனை, 53, 78

உமா, 68, 138, 363, 367–368

உமாபதி, 63

உற்சவம், 17, 36, 79, 179, 182–184, 188, 212, 258– 260, 262–263, 278, 299

உன்மானம், 163

ஐந்தொழில், 61

ஐம்பூதங்கள், 58, 295, 297

கங்காதரமூர்த்தி, 130, 159

கச்சுச்சாத்துதல், 110

கணங்கள், 61, 275

கண்டம், 91, 130, 246

கர்ப்பாதானம், 96

கல்யாணசுந்தர மூர்த்தி, 130

கஜாரி, 158, 307

காமாகி, 158, 307

காமியவிரதம், 75

கார்த்திகேயர், 278

காலன், 57

காளி, 267–269, 299

கிராதமூர்த்தி, 130

கிரியை, 1, 3, 5–6, 11, 13–14, 19, 21–24, 28–32, 34, 36, 38, 43, 46, 48–49, 53–54, 66, 71, 74, 78–79, 88, 94–96, 112–113, 119, 174–175, 181, 187, 189, 191–194, 197, 213–214, 217, 230, 232, 255, 258–261, 263, 270, 272, 282–283, 286–290, 292, 295, 297, 298, 303, 323, 324

கிரியைவழி, 66

கேவலாலயம், 87, 306

கோவில், 3, 9, 14, 21, 31, 35, 45, 62–63, 71, 80–85, 87, 89– 94, 96, 99, 105, 112–113, 115, 131, 174, 178, 199, 211–212, 218, 262, 266–268, 278, 287, 291, 294, 322, 323

கௌசுமீ, 165–166

கௌரி, 20, 88, 185, 269, 271, 299

சக்கிரங்கள், 122

சங்கீர்ணாலயம், 87, 306

சடாதரன், 56

சடாமௌலி, 56

சண்டிகை, 269

சண்டேஸ்வர மூர்த்தி, 37

சண்முகர், 281

சந்திரசேகரன், 63

சந்திரமௌலி, 63

சமபங்கம், 135, 138, 164

சமஸ்ததேவதாவாஹனம், 261

சரஜன்மா, 280

சரியை, 22, 31, 37, 79, 272, 288, 290

சலவிக்கிரகங்கள், 259

சற்புத்திர மார்க்கம், 289

சாங்கானுக்களு, 217-218

சாதகாச்சாரியார், 50, 113, 225, 229

சாத்விகம், 57, 92, 258, 296

சாத்விகலிங்கம், 129

சிகிவாகனன், 280

சித்திரமாடங்கள், 101

சித்திரஜம், 165

சிலாகிரஹணம், 169

சிலாபரீக்ஷணம், 169

சிலாலேபம், 169

சிவகணங்கள், 275

சிவாகமங்கள், 15, 28, 32, 62, 268, 283, 303

சுயம்புலிங்கம், 128, 293

சுவதந்திரசக்தி, 271

சூத்திரக்ராஹி, 104

தூர்ணோத்சவம், 260, 262-263

தூஜிஹஸ்தம், 157

செயல்வழி, 27

சேனானி, 280

சைத்தியம், 85

சைலஜம், 165

சைவம், 22, 27-28, 40-41, 116-117, 146, 258, 267

சோட சோபசாரம், 295

சௌக்யம், 258

ஞானம் 22, 31, 37, 79, 104, 146, 288, 297-298

ஞானவழி, 66, 287, 289

தசதானங்கள், 257

தசபாகு 63, 313

தட்சகன் 314

தட்சயாகத்துவம்சமூர்த்தி 314

தட்சிணாமூர்த்தி 58, 149, 312, 352

தந்திரங்கள் 32, 272, 303, 312

தபஸ்வி 67, 214, 313

தலபுராணங்கள் 304, 312

தாச மார்க்கம் 316

தியானம் 64, 73, 177, 262, 289, 294, 304, 313

திராவிடம் 86, 111, 313

திரிசதி 312

திரிபுராந்தகமூர்த்தி 130, 158, 314

திரியம்பகன் 56, 63, 312

திருக்கல்யாணம் 263, 270, 310, 315, 381, 382

திருக்கோலங்கள் 120, 314

திருமுகங்கள் 56, 312

துவஜாரோஹண பூர்வகமான உற்சவம் 315

துவார பிராசாதம் 103, 306, 313

துவார ஹர்மியம் 306, 313

துவாரசாலை 103, 313

துவாரசோபை 313

தூண்கள் 35, 85, 97, 98, 104, 238, 313

தேகலப்தாங்குலம் 160, 161, 314

தேர், 35, 47, 77, 80, 98, 104–106, 108, 110–111, 124, 164–165, 168–172, 184, 189, 211, 215, 275, 283

தேவசேனாதிபதி, 279

தேஜோபசாரம், 296

தொர்யத்திரிகம், 211

நந்திகேஸ்வரானுக்கிரக மூர்த்தி, 159

நபஸ்வான்பத்ரகம், 111

நாகரம், 86, 111

நாராயணி, 87, 270

நித்தியகிரியை, 174, 176, 188

நிஷ்காமிய விரதம், 75

நீர்மலிவேணியன், 56

நீலகண்டன், 57, 63

நைமித்தியகிரியை, 188

பகிர்யாகம், 298

பஞ்ச உபசாரம், 296

பஞ்சகவ்ய பூசை, 187, 190, 248

பஞ்சகோபுரம், 103, 306

பஞ்சபூத ஸ்தலங்கள், 291

பஞ்சரகோஷ்டங்கள், 84

பஞ்சஹவிஸ், 199

பஞ்சாமிருத பூசை, 190, 231

பட்டிகை, 91, 130

பத்தி, 291

பத்மநாப சகோதரி, 270

பரதந்திரசக்தி, 270

பரிமாணம், 163

பரிவார தெய்வங்கள், 9, 36–37, 61, 265, 266, 267

பாதம், 20, 91, 99, 161–163, 184, 193, 324

பார்த்திவ உபசாரம், 296

பார்வதி, 153–154, 263, 268–269, 376

பாவகேயன், 280

பிரகாரம்,

பிரசாதம், 80–81, 85, 183

பிரத்தியங்காநுக்ஞை, 217

பிரதோசம், 177, 181–182

பிரபாஞ்சனபத்ரகம், 111

பிரமதகணங்கள், 275

பிரம்ம சூத்திரக்கிரமம், 236–237

பிரம்மசிரச்சேதமூர்த்தி, 158

பிராயச்சித்தம், 36, 79, 212, 259, 263, 278

புராணங்கள், 9, 28, 32–35, 55–61, 65–69, 71, 73, 75, 82, 113, 115, 269–270, 275–276, 279, 282–283, 285, 304, 320

புனராவர்த்தனம், 212

புஜங்கத்திராஸம், 130, 155

புஜங்கஹாரன், 63

பூசை, 34, 64, 73, 75, 78, 112, 120, 128, 159, 169, 174–178, 180–187, 190–192, 195–196, 200, 211, 214, 221, 223, 225, 230–231, 247–249, 253, 255, 261, 272, 275, 282–285, 292–293, 295, 297

பேராங்குலம், 160

பேரீடதான பூர்வகமான உற்சவம், 260

பேரீடதானம், 261

பேஷயானி, 47

பைதிருதிகம், 258

போதகாச்சாரியார், 50

பௌஷ்டிகானி, 47

மகாகோபுரம், 103, 306

மகாசேனன், 280

மகாமர்யாதை, 103, 306

மகாமாரி 272

மகாயான பௌத்தம், 53

மஞ்சம், 91, 110

மண்டபசம்ஸ்காரங்கள், 248

மாடங்கள், 102-103

மாத்திராங்குலம், 160

மாதொருபாகன்,

மானாங்குலம், 160

மானுஷலிங்கம்,

மிருண்மயம், 165

மிஸ்ராலயம்

முக்கண்ணன், 56

முக்குணங்கள், 57, 92, 299

மூர்த்திபர்கள், 49, 215, 251, 256, 257

மூர்த்திபேதங்கள், 304

யந்திரங்கள், 35, 123,

யஜமானன், 50, 215

யஜனம், 43-44, 214

யாகம், 22, 31, 37, 43-44, 49, 51, 64-67, 72-73, 78-79, 144, 146, 189, 212, 214, 248, 262, 288, 296, 304, 306, 310

யோகம், 22, 31, 37, 73, 79, 146, 189, 214, 262, 288, 304, 306

ரவிதூத்திரக்கிரமம், 236-237

ராஜகோபுரம், 103, 306

ருத்திர தூத்திரக்கிரமம், 236

லேபஜம், 165

லோகஜம்,

வர்த்தகி, 104

வஜ்ரலேபம், 92

வாகனங்கள் 35, 105, 108-109

வாயவ்ய உபசாரம்

விக்கிரகம், 115-116, 118-119, 142, 160, 164-172, 231, 259, 271-272

விக்னேஸ்வரனுக்கிரக மூர்த்தி,

விசேட ஹோம திரவியங்கள்,

விநாயகர் 21, 235, 275, 276, 278, 285-323

விம்பமானம், 163

விமானம் 35, 80-81, 83-84, 92-93, 103, 212-213

விரதம் 64, 74-77, 119-120, 181, 183, 186

விருஷபத்வஜன், 63

விருஷபவாஹனமூர்த்தி, 159

விருஷாரூடன் 63, 313

விஸ்மயம், 157

விஷ்ணு சூத்திரக்கிரமம், 236–238

விஷ்ணுவனுக்கிரக மூர்த்தி, 159

வேசரம், 86, 111

வேதாங்கங்கள், 32, 53, 308

வேதிகை, 85, 238, 239

வேள்வி 44, 51, 63–67, 73, 117, 119, 133, 144

வைஹாயசோபசாரம், 296

ஜலந்தராரி, 158

ஸ்தபதி, 104, 169

ஸ்தாலீபாகம், 252

ஸ்தூபி, 83, 91, 104, 184, 213, 253, 258, 293

ஸ்ரீகரம், 258, 306

ஸ்ரீசக்கரம், 122

நூற்றாண்டு நினைவில் குருக்கள்

இப்போது மயிலாடுதுறை தனி மாவட்டம்; இதன் பழைய பெயர் மாயவரம். எம்.ஜி.ஆர் முதலமைச்சராக இருந்தபோது மாயவரம், மயிலாடுதுறை ஆனது. இந்த ஊரில் திருவாவடுதுறைக்குச் சொந்தமான சிவன் கோவில்கள் உள்ளன. இங்கே சிவப்பிராமணர்கள் நிறையப் பேர் வாழ்ந்தனர். இவர்களில் மாயவரம் கிருஷ்ணய்யர் (1696–1741) தமிழ், சமஸ்கிருதம் இரண்டிலும் நல்ல புலமையுடையவர்.

இவர் காலத்தில் மதுரை நாயக்கர் அரசு ஓய்ந்துவிட்டது. நாட்டில் குழப்பம். தஞ்சை மராட்டியர்கள் போரே வாழ்க்கை என்றிருந்த காலம். இசுலாமியப் படைத்தலைவர்கள் தங்கள் பங்குக்குக் கொள்ளையடித்தனர். இந்த மாதிரியான சூழ்நிலையில் மாயவரம் கிருஷ்ணய்யர் தன் குடும்பத்துடன் இலங்கையில் நல்லூர் என்ற ஊரில் குடியேறினார். இதே காலகட்டத்தில் நாகப்பட்டினம் கிருஷ்ணய்யர், கேரளம் வைக்கம் சிவ ராமகிருஷ்ணய்யர் ஆகியோரும் தங்கள் குடும்பத்துடன் இலங்கையில் உள்ள நல்லூர், முனீஸ்வரம் ஆகிய ஊர்களில் குடியேறினர்.

மாயவரத்திலிருந்து நல்லூரில் குடியேறிய கிருஷ்ணய்யர், அங்கே தமிழ்நாட்டுப் பிராமணர் சிலரும் குடியேறக் காரணமாயிருந்தார். நல்லூர் கந்தசாமி கோவிலைச் சுற்றி ஊர் வளர்ந்தது. போர்ச்சுக்கீசியரால் தரைமட்டமாக்கப்பட்ட இந்தக் கோவிலை ஒல்லாந்து அரசின் அனுமதியுடன் செப்பனிட்டவரும் மாயவரம் கிருஷ்ணய்யர்தான். இது நடந்தது 1773இல்.

கிருஷ்ணய்யருக்கு கந்தசாமி கோவிலில் வம்சாவளியாகப் பூசை செய்வதற்கு நியமனப்பட்டோலை உண்டு. மாயவரம் கிருஷ்ணய்யரின் ஆறாம் தலைமுறையினரான கார்த்திகேயக் குருக்கள் (1878–1942) நல்லூர் கந்தசாமி கோவிலின் வளர்ச்சியில் தன் காலத்தைச் செலுத்தினார். இந்தக் கோவிலைப் பற்றி வட்டுக்கோட்டை நா. சிவசுப்பிரமணியம் சிவாச்சாரியார் எழுதிய 'ஸ்ரீ கைலாசநாதர் புராணம்' எனும் தலபுராணம் உண்டு. இதில் கார்த்திகேயக் குருக்களின் பெருமை ஒரு சருக்கத்தில் வருகிறது.

கார்த்திகேயக் குருக்களுக்கும் சுந்தராம்பாளுக்கும் பிறந்தவர் பேரறிஞர் கைலாசநாதக் குருக்கள் (பிறப்பு 1921 ஆகஸ்ட்). அன்றைய காலகட்டப்படி எல்லாரையும்போல் தந்தையிடமும் தனிப்பட்ட சில ஆசிரியர்களிடமும் படித்திருக் கிறார். பிற்காலத்தில் குருக்களைப்பற்றி எழுதியவர்கள், "குருக்களின் சமஸ்கிருத உச்சரிப்பு துல்லியமாக உள்ளது" எனத் திரும்பத்திரும்பச் சொல்கிறார்கள். இதற்குரிய படிப்பு ஏழு வயதுக்கும் முன்பே ஆரம்பமாகிவிட்டது. தந்தை, கோவில்களில் ஆகமகாரியங்களைச் செய்யவோ குடமுழுக்கு விழா நடத்தவோ செல்லும்போது கைலாசநாதரும் உடன் சென்றிருக்கிறார். சமஸ்கிருதத்தின் கம்பீரம், அதைச் சரியாக உச்சரிக்கும் முறையில் இருக்கிறது. இது சரியான ஆசிரியர்களிடம் கற்பதால் மட்டுமே உருவாவது; கைலாசநாதக் குருக்களுக்கு அது வாய்த்தது.

குருக்கள் வியாகரண சிரோன்மணியான தந்தையிடம் மட்டுமல்ல, மகோபாத்தியாயரான இராமய்யர் என்பவரிடமும் சமஸ்கிருதம் கற்றிருக்கிறார். பத்து வயதுக்குள் வேத அப்பியாசம் முடிந்துவிட்டது. குருக்கள் கிரந்தலிபியின் வழியே சமஸ்கிருத இலக்கியங்களைப் படித்திருக்கிறார். எட்டு வயதில் சமஸ்கிருதப் பத்திகளை வாசிக்க ஆரம்பித்துவிட்டார். கந்தசாமி கோவிலின் அருகே இருந்த மங்கையர்க்கரசி வித்தியாசாலையில் முறையான படிப்பை ஆரம்பித்திருக்கிறார்.

1942இல் குருக்களின் தந்தை இறந்தார்; தாயும் இறந்தார். அப்போது இவருக்கு வயது 21தான். தந்தையுடன் 'கல்விபோம்' என்பது குருக்களுக்குப் பொருந்தாது. இதன் பிறகு பி.ஏ., எம்.ஏ. பட்டங்களை எளிதாக எட்டியிருக்கிறார். 1947 முதல் 53வரை கல்லூரி, பல்கலைக்கழகங்களில் ஆறு ஆண்டுகள் தற்காலிக விரிவுரையாளராக இருந்தபோது, 1953இல் பூனாவில் பிஎச்டி படிக்க வாய்ப்புக் கிடைத்தது; அரசு செலவில் படிக்கும் வாய்ப்பை இரண்டு ஆண்டுகள் பயன்படுத்திக்கொண்டார்.

குருக்கள் தன் பிஎச்.டி ஆய்வுக்கு எடுத்துக்கொண்ட தலைப்பு *'A Study of Saivism of the Epic and Puranic Periods. Together with its Ancillary Cult. With Special reference to the Saiva Religious Practices Prevalent in South India and Ceylon'* ஆகும். இராமாயணம், மகாபாரதம், பதினெட்டுப் புராணங்கள் ஆகியவற்றில் காணப்படும் சைவ மதம், தமிழக, ஈழத்துச் சிவன் கோவில்களின் ஆகம முறை ஆகியவற்றின் அடிப்படையில் எழுதப்பட்டது இந்த ஆய்வேடு.

குருக்களின் ஆய்வு வழிகாட்டி டாக்டர் கண்டேகார். 1955–56ஆம் ஆண்டுகளில் நடந்த ஆய்வேட்டை, 1960இல் சமர்ப்பித்தார் குருக்கள். 1961இல் பிஎச்.டி பட்டம் கிடைத்தது. இந்த ஆய்வேடு 1035 பக்கங்கள் கொண்டது; இரண்டு பகுதிகள்; நிறைய பின்னிணைப்புகளும் கொண்டது. இது இன்னும் அச்சில் வரவில்லை.

குருக்கள் பத்துவயதுக்குள் தமிழ், சமஸ்கிருதம் இரண்டும் படித்துவிட்டார். மெட்ரிக்குலேசனில் ஆங்கிலம், லத்தீன் படித்தார். கொழும்புப் பல்கலைக்கழகத்தில் பட்டப்படிப்பில் சிறப்புப் பாடமாகத் தமிழ், சமஸ்கிருதம், பாலி மொழிகளைப் படித்தார்.

பதினைந்து வயதுக்குள் ருத்ரம், சமகம், புருஷசூக்தம், புண்யாக மந்திரங்கள், தைத்ரிய உபநிடதம் ஆகியவற்றைப் பாராயணம் செய்வார். முப்பது வயதுக்குள் இவற்றின் பொருள்கூறி ஒப்பிடும் அளவுக்குப் படித்துவிட்டார்.

இவர் கொழும்புப் பல்கலைக்கழகத்தில் படித்தபோது (1946–50) டாக்டர் மின் பெட்றி ஹெய்மென் என்ற ஜெர்மானியர் சமஸ்கிருதப் பேராசிரியையாக இருந்தார். இவர் ஒக்ஸ்போர்டு பல்கலைக்கழகத்தில் பேராசிரியையாக இருந்தவர். குருக்களின் லத்தீன் ஆசிரியர் ரோ. முரிகேஷ்; பாலி ஆசிரியர் மலலசேகரா; தமிழ் ஆசிரியர் சுவாமி விபுலானந்தர். இப்படி ஒரு பின்னணி உண்டு.

குருக்கள் கல்லூரி, பல்கலைக்கழகங்களில் படித்தது மட்டுமல்ல. பழம்நூற்களின் மூல ஏடுகளைத் தேடித் தமிழகமெங்கும் பயணம் செய்திருக்கிறார். இலங்கைப் பல்கலைக்கழகங்களில் பேராசிரியர்களுக்கு ஒரு சலுகை உண்டு. ஏழு ஆண்டுகளுக்கு ஒருமுறை சம்பளத்துடன் விடுமுறை பெற்று வெளிநாட்டு நூல் நிலையங்களுக்குச் சென்று தம்மைப் புதுக்கிக்கொள்ளலாம். இதைக் குருக்கள் நன்கு பயன்படுத்தியிருக்கிறார்.

பூனாவில் பிஎச்.டி ஆய்வு செய்யும்போதே *(1955–57)* சென்னை நூல்நிலையங்கள், தஞ்சை சரஸ்வதி மகால் போன்ற இடங்களில் சமஸ்கிருத மூல ஏடுகளைத் தேடியிருக்கிறார். 'நாவாவரண பூஜை', 'சண்டீஹோமகீதா' என்னும் இரண்டு நூற்களை ஏட்டிலிருந்து பிரதி செய்திருக்கிறார். தஞ்சையில் ஆறுமாதங்கள் தங்கி சரஸ்வதி மகாலில் மூலஏடுகளைப் பிரதி செய்திருக்கிறார். பாண்டிச்சேரி பிரெஞ்ச் இன்ஸ்டிட்டியூட்டில் சில நாட்கள் இருந்தார். 1972, 1985 ஆண்டுகளில் தமிழகத்திற்கு வந்திருக்கிறார்.

இவரது பயணமே இரண்டு நோக்கங்களுக்காகத்தான்; சமஸ்கிருதப் புத்தகங்களைத் தேடுவதற்கும் சிவன் கோவில்களைக் காணுதற்கும். காஞ்சிபுரம் மடத்தில் சில நாட்கள் இருந்தார். ஜயேந்திரருடன் சரளமாகச் சமஸ்கிருதத்தில் உரையாடி, நிறைய விஷயங்களைச் சேகரித்திருக்கிறார். காஞ்சிப் பெரியவர் பற்றிப் பஞ்சரத்தினம் பாடினார். ஜயேந்திரர், குருக்களுக்குப் பொன்னாடை போர்த்திப் பாராட்டினார். இக்காலத்தில் காஞ்சி மடத்திலிருந்த சமஸ்கிருத ஏடுகள் சிலவற்றைப் பிரதி செய்திருக்கிறார். காஞ்சியிலிருந்து மதுரை சென்று கன்னியாகுமரிக்குப் போனார். கன்னியாகுமரி பகவதியம்மனைப் பற்றிப் பஞ்சரத்தினம் பாடினார்; இது வெளியாகவில்லை.

குருக்கள் மெட்றிக்குலேசன் முடித்ததும், மானிப்பாய் இந்துக் கல்லூரியில் தமிழ் ஆசிரியராய் வேலைக்குப் போக வேண்டிய சூழ்நிலை. ஆனால் தொடரவில்லை. பி.ஏ. சேர்ந்துவிட்டார். எம்.ஏ. முடித்ததும் பேராதனைப் பல்கலைக்கழகத்தில் ஆறு ஆண்டுகள் தற்காலிக விரிவுரையாளர்; பின் 1953இல் நிரந்தரம்; அடுத்த ஆண்டே பிஎச்.டி. ஆய்வை ஆரம்பித்தார். 1957இல் மறுபடியும் பேராதனைப் பல்கலைக்கழகம்; தொடர்ந்து கொழும்பு, யாழ்ப்பாணம், பேராதனைப் பல்கலைக்கழகங்களில் பணி. ஓய்வுபெற மூன்று மாதம் இருக்கும் முன்பே விலகினார் (1985).

யாழ்ப்பாணம் பல்கலைக்கழகத்தில் சமஸ்கிருத மொழித்துறைக்கு மட்டுமல்ல, இந்து நாகரிகத் துறைக்கும் பொறுப்பாளராய் இருந்தார். இத்துறையின் முதல் பேராசிரியரும் இவரே (1974).

பல்கலைக்கழகத்தில் இந்து நாகரிகத்துறை உருவாவதற்கும் குருக்கள் ஒரு காரணம். இப்படி உருவாவதற்கான சூழ்நிலை அப்போது இருந்தது. இலங்கைப் பல்கலைக்கழகத்தில் பௌத்த நாகரிகம் என்ற துறை இருந்தது. அதனால், இந்து நாகரிகம்

என்ற துறையை ஆரம்பிக்கலாமே என்ற கேள்வியைக் குருக்கள் எழுப்பியபோது யாழ்ப்பாணப் பல்கலைக்கழகம் அதற்கு ஒப்புதல் தெரிவித்தது.

இலங்கைப் பல்கலைக்கழகங்களில் சமஸ்கிருதப் படிப்பில் தமிழர், சிங்களவர் இருவரும் இருந்தனர். அதனால் அவ்விரு மொழிகள் வழியும், ஆங்கிலம் வழியும் சமஸ்கிருதத்தைக் கற்பிக்க வேண்டிய நிலை இருந்தது. 1961 முதல் தமிழ் அல்லது சிங்களம் வழி கற்பித்தால் போதும் என்றும் முடிவானது; இதற்குக் குருக்களும் ஒரு காரணம்.

கைலாசநாதக் குருக்கள் இலங்கையில் போர் நடந்தபோது தமிழகத்தில் இருந்தார். முழுநேரப் பயணம்; கோவில்களைப் பார்ப்பது, குறிப்பெடுப்பது என்ற செயல் தொடர்ந்தது. சில கோவில் நிர்வாகிகளுக்குக் கோவில் பராமரிப்பு, ஆகமமுறை பற்றி ஆலோசனைகளும் வழங்கியிருக்கிறார்.

இலங்கை சிவன் கோவில்களுக்குக் கட்டடம் கட்டும்போதும் குடமுழுக்கு விழாக்களில் ஆகமக் கிரியைகள் செய்தபோதும் சன்மானம் வாங்கவில்லை. அவரின் மேலுள்ள பெரும் மரியாதைக்கு இதுவும் காரணம். இவர் தன் வாழ்நாளில் பெரிய விருதுகளோ பாராட்டுகளோ பட்டங்களோ பெறவில்லை. பல்கலைக்கழக செனட் உறுப்பினராக இருந்தார்.

1994இல் இவரது கொழும்பு வாழ்க்கை முடிந்தது. அவுஸ்திரேலியாவுக்குச் செல்ல வேண்டிய சூழ்நிலை; அங்கே மகளுடன் வாசம். அவுஸ்திரேலியாவிலும் கோவில் பணிகள் செய்தார். ஆறு ஆண்டுகள் அங்கே வாழ்ந்தார். இவரது இறுதிக் காலம் மெல்போர்ன் நகரில் முடிந்தது (7.8.2000).

கைலாசநாதக் குருக்கள் 1921 முதல் 2000 வரை வாழ்ந்தார். இந்த 79 ஆண்டுகளில் எழுதியவை பத்துப் புத்தகங்கள்; 81 தமிழ்க் கட்டுரைகள்; 8 ஆங்கிலக் கட்டுரைகள், வெளியிடப்படாதவை சில. 1100 பக்கங்களுக்கும் மேற்பட்ட பிஎச்டி ஆய்வேடும் அச்சிடப்படவில்லை.

குருக்கள் எழுதிய நூற்களில் முக்கியமானவை: 'வடமொழி இலக்கிய வரலாறு' (1962), 'சைவத் திருக்கோவிற் கிரியை நெறி' (1963), 'இந்துப் பண்பாடு: சில சிந்தனைகள்' (1985) ஆகியன. 'இந்து மதத்தில் கடவுள் தர்மம்' (1971) எனும் கட்டுரை.

'சைவத் திருக்கோவிற் கிரியை நெறி' என்ற நூல் கொழும்பு இந்து கலாஅபிவிருத்தி சங்க வெளியீடாக முதலில் வந்தது (1963). அப்போது மிகக் குறைவான பிரதிகளே அச்சிடப்பட்டன. இலங்கைக் கோவில்களில் மிகப் பழைமையான ஸ்ரீமுன்னேஸ்வரம் கோவிலின் குடமுழுக்கு விழாவின்போது பிரம்மஸ்ரீ நா. குமாரசாமி குருக்களின் நினைவாக வெளியிடப்பட்டது. இதன்பிறகு 29 ஆண்டுகள் கழித்துச் சில இணைப்புகளுடன் இதே நூலின் இரண்டாம் பதிப்பு 'ஸ்ரீமுத்து விநாயகர் வேதாகம ஆய்வு நிறுவனம்' வழியாக வெளிவந்தது (1992). இது 324 பக்கங்கள் கொண்டது. படங்கள் குறைவு. மூன்றாம் பதிப்பு 2001இல் வந்தது. இதில் படங்கள் உண்டு. நான்காம் பதிப்பு 'காலச்சுவடு' பதிப்பகம் வழி வெளிவரப்போகிறது. இதை யாழ்ப்பாணப் பல்கலைக்கழக சமஸ்கிருத மொழித்துறை சிரேஷ்ட விரிவுரையாளரான பத்மநாப அய்யர் மேற்பார்வையிட்டுச் சரிசெய்திருக்கிறார். அவரது நீண்ட முகவுரையும் உண்டு.

இந்த நூல் புராண இதிகாசங்கள் கூறும் சைவம், சைவ ஆகம மரபு பற்றியும், தென்னிந்தியக் கோவில்களில் நிகழும் பூஜை, ஆகமச் சடங்குகள் பற்றியும் ஆராய்ந்த செய்திகளின் அடிப்படையில் எழுதப்பட்டது. குருக்கள் தன் சமகாலத்தில் இலங்கையில் கோவில்களின் கட்டுமானத்திற்கும், தெய்வ விக்கிரகங்களைப் பிரதிட்டை செய்வதற்கும் உதவியிருக்கிறார். பெருமளவு கோவில் குடமுழுக்கு விழாக்கள் இவரது மேற்பார்வையில் நடந்தன. தமிழகத்துக் கோவில் குடமுழுக்கு விழாக்களுக்கும் இவரது ஆலோசனையைக் கேட்டிருக்கிறார்கள். காரைக்குடி, பிள்ளையார்பட்டி விநாயகர் கோவில் குடமுழுக்கு விழாவில் இவர் கலந்துகொண்டிருக்கிறார். இந்த அநுபவங்கள் எல்லாம்தான் இந்த நூலின் ஆக்கத்திற்குப் பயன்பட்டன.

குருக்கள் இந்த நூலின் முதல் பதிப்பு முகவுரையில் 'A Study of the Agama Ritual Tradition prevalent in the Shiva temple of South India' என்னும் தலைப்பில் பத்துத் தொகுதிகளாக ஒரு கலைக்களஞ்சியம் வெளியிடும் அளவுக்குத் தன்னிடம் தகவல்கள் உள்ளனவென்றும், அவற்றை வெளியிட ஆசையும் உண்டு என்றும் கூறுகிறார். ஆனால் வெளியானதாகத் தெரியவில்லை.

இந்த நூல் ஆகமக்கிரியைகளையும், அவற்றுடன் தொடர்புடையவற்றையும் சுருக்கித் தருவது. ஆனால், கோவில்களின் கிரியைகளை நடத்துவதற்குரிய வழிகாட்டி அல்ல. கோவில்களை வழிபடுபவர் கிரியைகளை எப்படிப்

பின்பற்றுவதென்றும், அதன் மரபு புராணம்வழி எப்படி வந்ததென்றும் விளக்குவதாகும். இந்த நூலில் சமஸ்கிருதக் கலப்பு அதிகம். இதற்கு ஆசிரியர் "தமிழ் ஆக்கம் கொடுக்கலாம் என்றால் பொருள் வேறுபட்டு விடுபட்டுவிடும்; அதனால் கொடுக்கவில்லை" என்கிறார். சைவ ஆகமம், கிரியை பற்றித் தமிழில் வந்த முதல் நூல் இது.

இலங்கையில் புகழ்பெற்ற செல்வந்தரும் கல்வியாளருமான இராமநாதன் அவர்களின் மனைவி திருமதி லீலாவதியின் நினைவாக ஒரு பேருரையை யாழ்ப்பாணப் பல்கலைக்கழகத்தில் குருக்கள் நிகழ்த்தினார். தலைப்பு 'இந்துப் பண்பாடு: சில சிந்தனைகள்' என்பது (1985). இப்பேச்சு யாழ்ப்பாணம் பல்கலைக்கழகம் வழி சிறுநூலாக வந்தது. பின்னர் 'தமிழியல்' வெளியீடாக அடிக்குறிப்புகளுடன் ஒரு பதிப்பு வந்தது. இப்பதிப்பில் எண்பது அடிக்குறிப்புகளும் நீண்ட நூற்பட்டியலும் உள்ளன.

கொழும்பு கலாநிலையம் வழி 'வடமொழி இலக்கிய வரலாறு', 'சமஸ்கிருத இலகு போதம்' என்னும் இரண்டு நூற்கள் வந்தன (1962). 'வடமொழி இலக்கிய வரலாறு' திருத்திய பதிப்பாக 'நர்மதா பதிப்பகம்' வழி 1981இல் வந்தது. அப்போது இரண்டு பதிப்புகள் வந்தன. பின்னர் 2010இல் 'காலச்சுவடு' பதிப்பகம் வழி வந்தது. இப்பதிப்பு மூன்றுமுறை அச்சில் வந்தது.

வடமொழி இலக்கிய வரலாறு பற்றித் தமிழில் மிகக் குறைவாகவே நூல்களும் கட்டுரைகளும் வந்துள்ளன. வையாபுரிப்பிள்ளை 'இலக்கிய உதயம்' தலைப்பில் எழுதிய நூலின் இரண்டாம் பகுதியில் சமஸ்கிருத வேதங்கள் பற்றிக் கூறுகிறார். பரமேஸ்வர வர்மா என்பவர் மலையாள மொழியில் அமைந்த 'சமஸ்கிருத இலக்கிய வரலாறு' என்ற நூலை மொழிபெயர்த்திருக்கிறார் (1939). வேறு சில நூல்களும் உண்டு. ஆனால், சமஸ்கிருதம் முறையாகக் கற்று, வேதபாராயணம் செய்து, கற்பித்த ஒருவர் எழுதிய நூல் குருக்களின் வடமொழி இலக்கிய வரலாறு, ரிக் – யஜுர் – சாம – அதர்வண வேதங்கள், பிரமாணம், ஆரண்யம், உபநிடதம், சூத்திரங்கள் ஆகியன பற்றிய செய்திகள் இந்நூலில் எளிமையாய் விளக்கப்படுகின்றன.

கைலாசநாதக் குருக்கள் எளிய தோற்றம் உடையவர். கல்லூரியில் படித்த காலத்தில் வேட்டி, சட்டை, சால்வை, முன்குடுமி சகிதம்தான் போவாராம். அப்போது பல்கலைக்கழக

வட்டாரங்களில் இந்தத் தோற்றத்துக்காக இவர் பிரபலமானார். இவரது பூர்வீகம் சோழநாடு; பிறந்தது, வாழ்ந்தது ஈழநாடு; மறைந்தது அவுஸ்திரேலியா.

அ.கா. பெருமாள்

காலச்சுவடு, ஆகஸ்ட் 2021

படங்கள்

சந்திரசேகரமூர்த்தி

கிராதமூர்த்தி

வீரபத்திரமூர்த்தி

அகோரமூர்த்தி

காமாந்தகமூர்த்தி

ஜலந்தராசுர சம்ஹாரமூர்த்தி

கா. கைலாசநாதக் குருக்கள்

சரபமூர்த்தி

சோமாஸ்கந்தமூர்த்தி

விஷாபஹரணமூர்த்தி

தட்சணாமூர்த்தி

மகேஸ்வரர்

ரிஷிபத்தினியுடன் கங்காளமூர்த்தி

பிரம்மா, சரஸ்வதி, சாவித்திரி

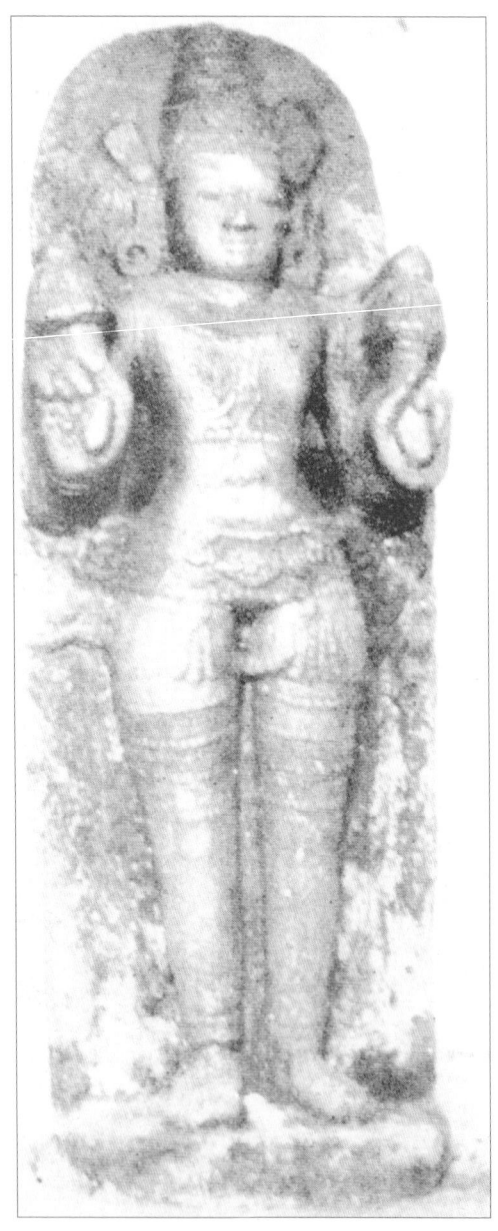

சூரியமூர்த்தி

தட்சணாமூர்த்தி

வினாயகர்

தட்சணாமூர்த்தி

தட்சணாமூர்த்தி

சோமாஸ்கந்தர்

நந்தி

மகிஷாசுரமர்த்தினி

ரிஷபாருடர்

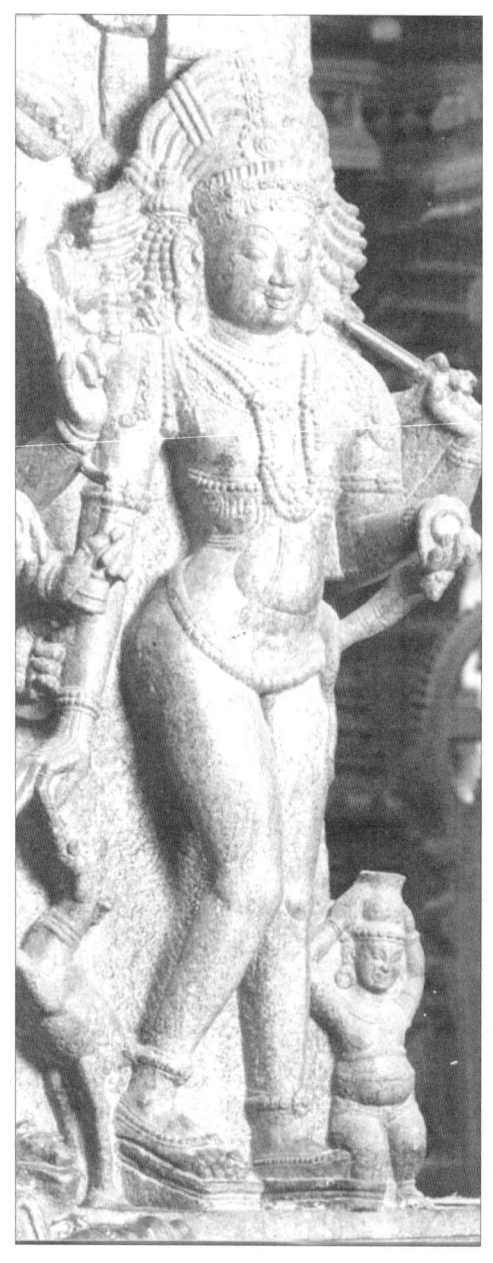

பிட்சாடனார்

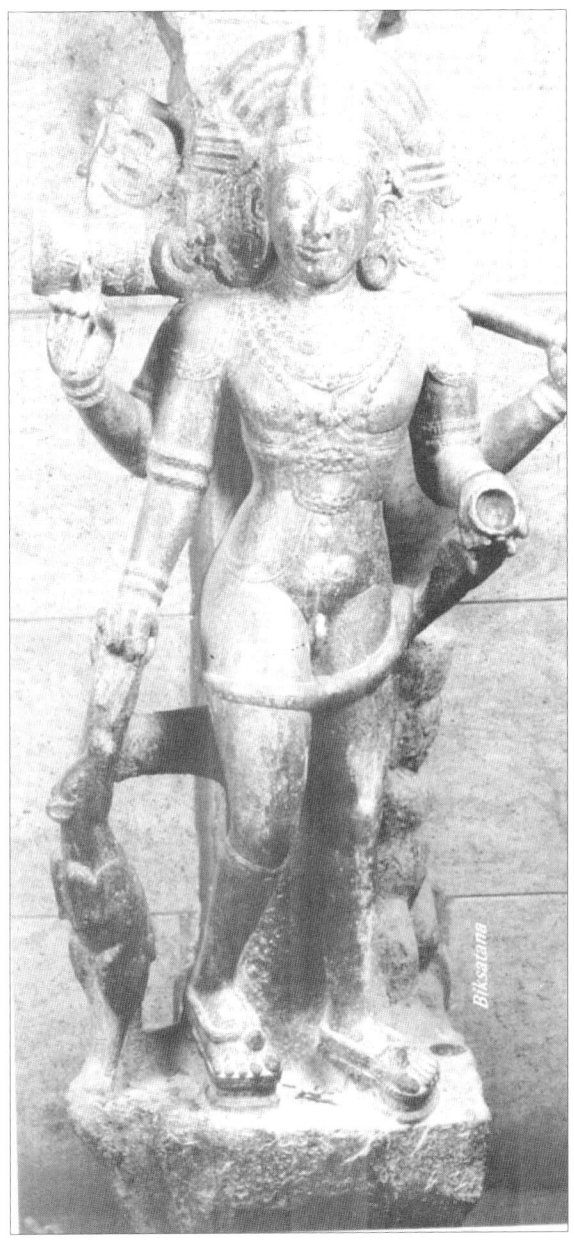

பிட்சாடனார்

அக்கினி வீரபத்திரர்

உமாசகித சந்திரசேகர்

வீரபத்திரர்

தட்சிணாமூர்த்தி

விஷ்ணு, லிங்கோத்பவர், பிரம்மா

கஜசம்ஹாரமூர்த்தி

சண்டேசுவர அனுக்ரகமூர்த்தி

ஏகபாதமூர்த்தி

சங்கரநாராயணன்

விருஷபாருடர்

சந்திரசேகரர்

சோமாஸ்கந்தர்

தட்சணாமூர்த்தி

திரிபுராந்தகர்

உமா சகித மகேஸ்வரர்

சிவன்

கா. கைலாசநாதக் குருக்கள்

நடராஜர்

தட்சணாமூர்த்தி

கா. கைலாசநாதக் குருக்கள்

உமா சகித சந்திரசேகரர்

உமா சகித சந்திரசேகரர்

விருஷபாருடர்

ராவண அனுக்கிரகமூர்த்தி

கா. கைலாசநாதக் குருக்கள்

திரிபுராந்தகர் (கீழே ரத சாரதியாக பிரம்மா)

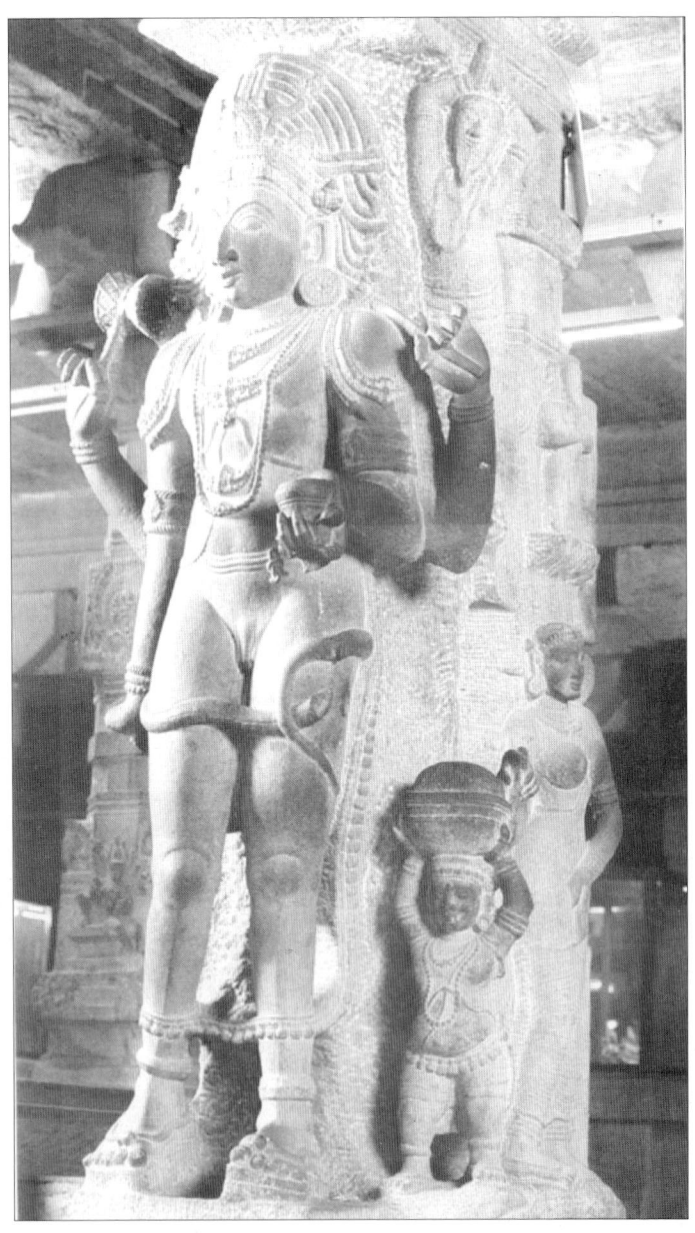

பிச்சாடனார்

ஊர்த்துவதாண்டவர்

ஜுரதேவர்

ஞானசம்பந்தர்

பார்வதி

கா. கைலாசநாதக் குருக்கள்

அர்த்தநாரீஸ்வரர்

அர்த்தநாரீஸ்வரர்

குள்ளபூதம்

பிட்சாடனார்

கா. கைலாசநாதக் குருக்கள்

திருக்கல்யாணம்

வெளிப்பிரகாரம்

திருக்கல்யாணம்

கா. கைலாசநாதக் குருக்கள்

விருஷப வாகன உமையொருபாகன்

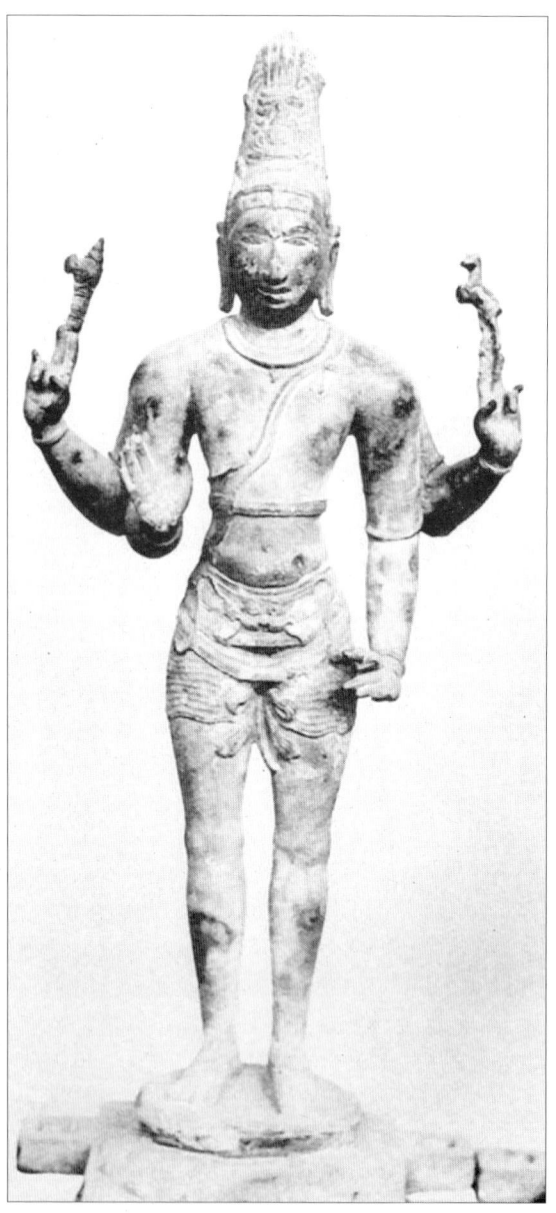

சோமசேகரர்

உமாசகித மூர்த்தி

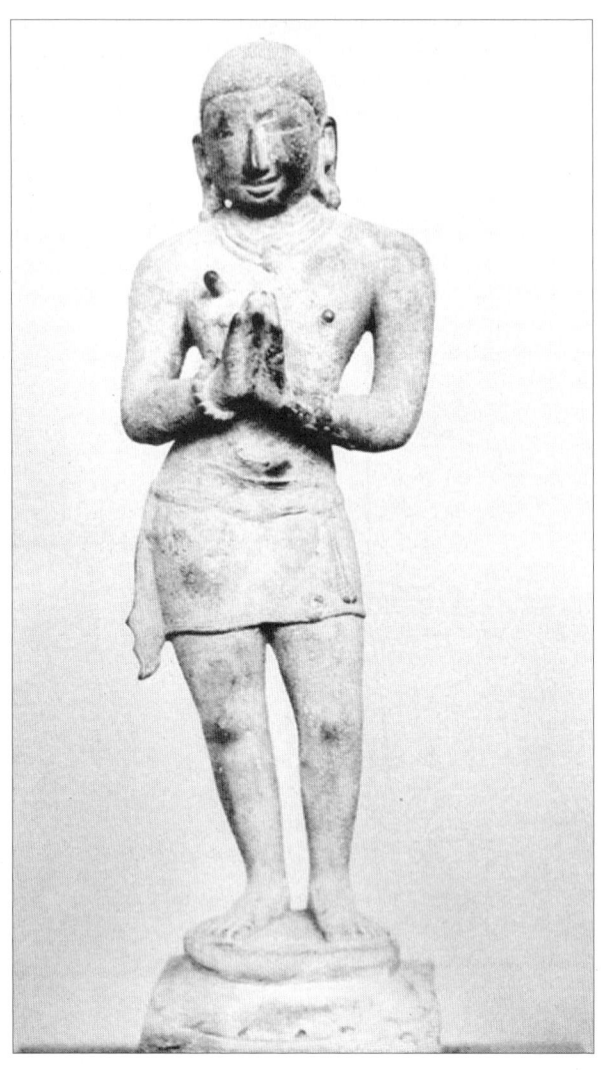

அப்பர் (திருநாவுக்கரசர்)

போர்க்களத்தில் திரிபுராந்தகர்

கண்ணப்பநாயனார்

திருவிளக்கு

விமானமும் கோபுரமும்

பாவைவிளக்கு

சண்டேச அனுக்ரகமூர்த்தி

ராவண அனுக்கிரகமூர்த்தி

தெப்பக்குளம்

நடேசர்

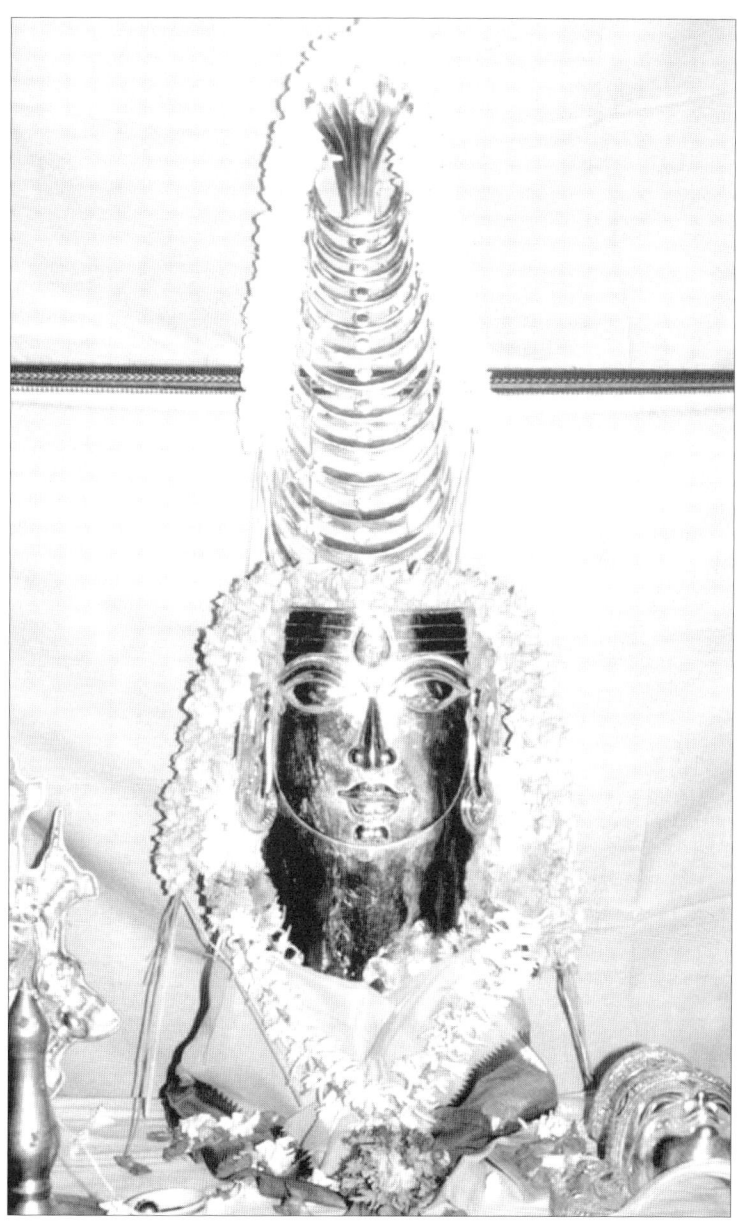

சிவலிங்கம்

உமாசகித மூர்த்தி

திருவுலா

தட்சணாமூர்த்தி

கா. கைலாசநாதக் குருக்கள்

லிங்கோத்பவர்

லகுலீசர்

பராசக்தி

மகேஸ்வரி

காரைக்கால் அம்மையார்

முருகன்

கா. கைலாசநாதக் குருக்கள்

முருகன்

பிரம்மா, விஷ்ணு சிற்பம்

பிரம்மா

கஜசம்ஹாரமூர்த்தி

காலபைரவர்

பைரவர்

சிவன்

முருகன்

பைரவர்

மகிஷாசுரமர்த்தினி

லகுலீசர்

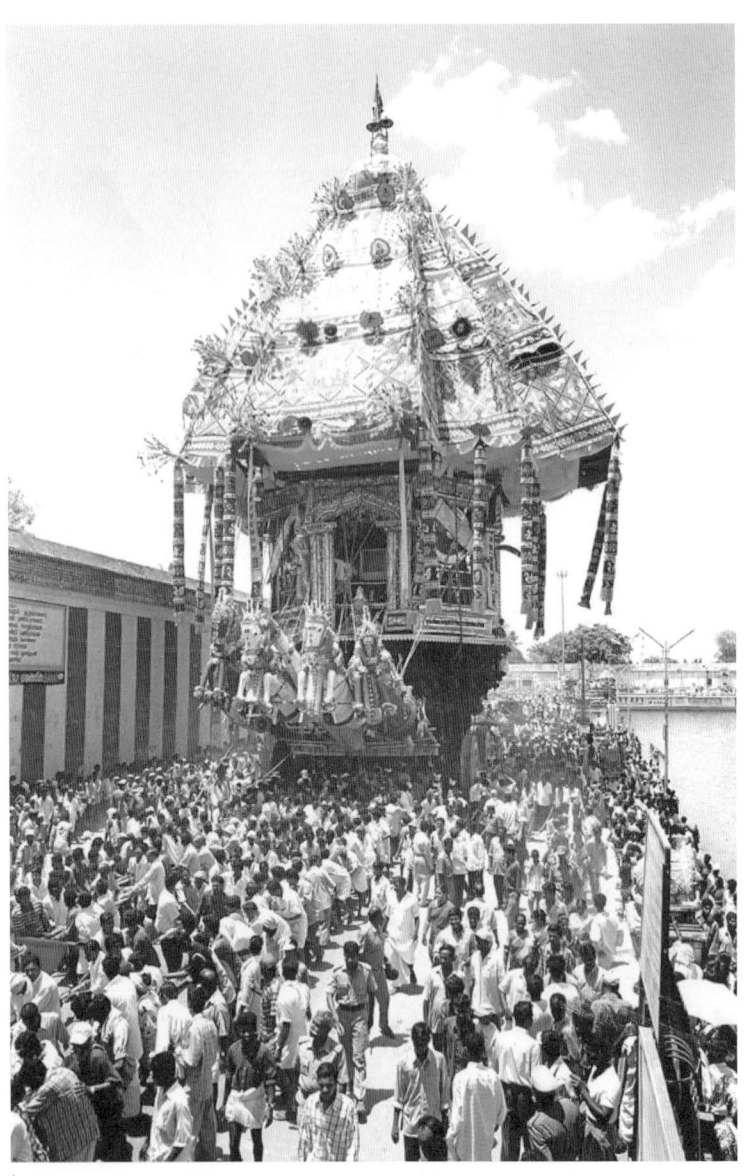

22

தேர்